மகாபாரதம் மாபெரும் விவாதம்

AF898092

பழ. கருப்பையா

திரைப்படத் தயாரிப்பாளர்; ஏழு படங்கள் தயாரித்தவர்; சில படங்களில் நடித்துமிருக்கிறார்!

1971ல் கள்ளுக்கடை மறியலில் தொடங்கி, பல்வேறு போராட்டங்களில் பத்துக்கும் மேலான முறை தளைப்பட்டுச்சிறைப்பட்டவர்!

காமராசரைப் பின்பற்றி நெருக்கடி நிலையை எதிர்த்துக் குடியாட்சி மீட்சிப் போரில்(1975-77) முழுமையாகத் தன்னை இணைத்துக் கொண்டவர்!

இவருடைய இருப்பும், பேச்சும் ஊரைக் கொந்தளிக்கச் செய்வதாகக் கருதப்பட்டு, நீதிமன்றத்தால் ஊரை விட்டு இருபது நாட்களுக்கு அப்புறப்படுத்தப்பட்டவர்!

தமிழ்நாடு பெயர் வைப்புப் போராட்டத்தில், நீண்ட நாள் உண்ணா நோன்பிருந்து உயிர் நீத்த தியாகி சங்கரலிங்க நாடாருக்குப் பின்பு, அவருக்கு அடுத்த நிலையில், காரைக்குடிக் குடிநீர்ப் போராட்டத்தில் 19 நாட்கள் உண்ணாநோன்பிருந்து, சாவின் விளிம்பைத் தொட்டுப் பார்த்து மீண்டவர்! அவ்வூர் மக்களால் 'குடிநீர்க் காவலர்' என்று போற்றப்படுபவர்!

தனித்தமிழ் இயக்கத்தினர்!

இந்தி எதிர்ப்பாளர்!

சிங்களப் பேரினவாத எதிர்ப்புப் போக்கினர்!

அன்றும் இன்றும் காந்தியே ஒரே ஈர்ப்பு!

இவர் ஒரு சமதரும நெறியாளர்!

எழுத்தாளர்; பேச்சாளர்; போராளி!

தற்போது துறைமுகச் சட்டமன்ற உறுப்பினர்!

ஆசிரியரின் பிற நூல்கள்

- எல்லைகள் நீத்த இராமகாதை
- கண்ணதாசன் காலத்தின் வெளிப்பாடு
- பட்டினத்தார் ஒரு பார்வை
- கருணாநிதி என்ன கடவுளா?
- அரசியல் சதிராட்டங்கள் (அச்சில் இல்லை)
- காலங் கிழித்த கோடுகள் (அச்சில் இல்லை)

மகாபாரதம் மாபெரும் விவாதம்

பழ. கருப்பையா

கிழக்கு

மகாபாரதம் மாபெரும் விவாதம்
Magabharatham Maaperum Vivadham
by Pala. Karuppiah ©

First Edition: October 2014
344 Pages
Printed in India.

ISBN: 978-93-5135-182-5
Kizhakku 767

Kizhakku Pathippagam
177/103, First Floor,
Ambal's Building, Lloyds Road,
Royapettah, Chennai 600 014.
Ph: +91-44-4200-9603

Email : support@nhm.in
Website : www.nhm.in

Author's Email: palakaruppiah@yahoo.co.in

Kizhakku Pathippagam is an imprint of New Horizon Media Private Limited.

காணிக்கை

என் தகப்பனாரும் என் ஆசானுமான
பாசீன் ஆ.மு.ஆறு. பழநியப்ப செட்டியார் அவர்களுக்கு!

பொருளடக்கம்

தோற்றுவாய்

வனவாசம்

கருத்தாய்வுகள்

போர்

யாரும் ஆராய்ந்திராத நுட்பம்!

தமிழண்ணல்

'மா பாரதம் தமிழ்ப் படுத்தும்
மதுராபுரிச் சங்கம் வைத்தும்'

பாண்டவர்கள் ஆண்டதைச் சின்னமனூர்ச் செப்பேடுகள் பதிவு செய்கின்றன.

சங்கம் வைத்துத் தமிழ் வளர்த்ததனுடன் சேர்த்து மகாபாரதத்தைத் தமிழாக்கம் செய்தது கூறப்படுவது கருதற் பாலது இடைக்காலத்தும் முன்பும் பாரதத் திற்குத் தமிழகத்தில் பெரும் வரவேற்பு இருந்தது போலும்!

புறநானூறு முதற்பாடலிலேயே பாரதக் குறிப்பு வருகிறது.

அலங்குளைப் புரவி ஐவரோடு சினைஇ
நிலந்தலைக் கொண்ட பொலம்பூந் தும்பை
ஈரைம் பதின்மரும் பொருது களத் தொழியப்

பெருஞ்சோற்று மிகுபதம் வரையாது கொடுத்தோய்!

சேரமான் பெருஞ் சோற்று உதியன் சேரலாதனை முரஞ்சியூர் முடி நாக அரையர் (நாகராயர்) பாடியது. தும்பை - கடும் போர்.

பெருஞ்சோற்று நிலை என்பது ஒரு புறத்துறை. போருக்குப் புறப்படும்போது மன்னன் தன் படை வீரர்களுக்கு உணவளித்து ஊக்கப்படுத்தி அனுப் புவது இது. இங்கு போரில் குற்றுயிராய்க் கிடந்தவர் களைக் காப்பாற்றுவதை இது குறிக்கிறது.

சேரலாதனுக்கு 'பெருஞ்சோற்று' என்ற அடைமொழி இதனால் வந்துளதும் குறிக்கத்தக்கது.

சிலப்பதிகாரத்திலும் இச்செய்தி வருகிறது.

> 'ஓரைவர் ஈரைம்பதின்மர் உடன்றெழுந்த போரில்
> பெருஞ்சோறு போற்றாது தானளித்த சேரன்' என்று வருகிறது.
>
> போற்றாது - போரில் மடிந்தவரிடையே வேறுபாடுகாட்டாது.

(ஊசல் வரி)

இவ்வாறு தமிழ்நூல்களில் பெருமளவு தொன்மை மிக்க காலத்திலேயே பாரதக் கதை வரலாறு தமிழகத்திலும் பரவி இருக்கிறது. முழுவதுமாக அழிவுற்ற நிலையை பழ. கருப்பையா, 'திவசம் கொடுக்க ஆளில்லையே' என்று எழுதுகிறார். படைகள் எல்லாம் பசித்துக் கிடக்கின்றன. கடும்போராதலால் இரு பக்கத்துப் படைகளும் குற்றுயிராய்க் கிடக்கும் போது, பெருஞ் சோறளித்துச், சேரன் காப்பாற்றியுள்ளான். இதிலிருந்து தமிழகத் தொன்மையும் விளங்குகிறது.

பாரத வரலாறு பழங் கதைகளாய், புராணமாய், இதிகாசமாய், காப்பியமாய் வடிவெடுத்து, கடல்போல் பரந்து விரிந்து கிடக்கிறது.

மகாபாரதம் பல நூற்றாண்டுகள் கண்ட ஆலமரம்; விழுதுகள் பல மரமாகிவிட்ட கதை அது. விழுதுக்குள் விழுதுகள், கிளைகள், கம்புகள், எல்லாம் அழியாமல் இன்றும் இருப்பதால், அதைப் படிப்பதென்பதே கடினமாக இருக்கிறது. அதனை அக்குவேர், ஆணிவேர் வரை நுழைந்து கண்டு எழுதும் இந்நூல் பழ.கருப்பையாவின் நுண்மாண் நுழைபுலத்தைக் காட்டுகிறது.

இது அக்கால மானுட வரலாற்று ஆய்வாகவும், மக்கட் சமுதாய ஆய்வாகவும் விரிகிறது.

இதுகாறும் யாரும் இவ்வளவு நுட்பமாகக் கண்டு ஆராய்ந்துள்ளனரா என்பது ஐயமே!

இவரது பகுத்தறிவுப் பார்வை, இயல் தோறும் வெளிப்படுவதால், இவ் ஆய்வு பிறர் எழுதியிருப்பதுபோல், புராண வழிச் சிந்தனை ஆகிவிடாமல், ஓர் அறிவு வழி ஆய்வாய்ப் புதுமை படைக்கிறது.

பழ.கருப்பையாவின் எழுத்து கூர்மையானது! தான் சொல்ல வரும் கருத்துக்கு ஆதரவானவை முன்னர் வரும்; வளர வளரத் தீட்டிய அம்புபோல், அவர் சொல்லவந்த கருத்து பசுமரத்தாணியாய்ப் பதிவு பெறும்! எழுத்தாளனின் தனிப் பண்பு பதிவாவது, பழ.கருப்பையாவின்

எழுத்து அனைத்திலும் அவரது முத்திரை பதிவாவதுதான்! இது அவரது எழுத்துக்கு வெற்றி தேடித் தருகிறது.

பழ. கருப்பையாவின் இந்த எழுத்துத்திறன்தான், இந்நூலில் மேலோங்கிநிற்கிறது. அதனால் இது மகாபாரத இசைக் கச்சேரி ஆகிவிடவில்லை.

ஏகலைவனின் கட்டை விரலைத் துரோணர் காணிக்கையாகப் பெற்றதைப் பழ. கருப்பையா கடுமையாக விமர்சிக்கிறார்.

அருச்சுனனுடன் போட்டியிடும் கர்ணன்மீது எல்லோர் பார்வையும் விழும்போது, கிருபர் கருணனின் சாதியைச் சொல்லி மட்டம் தட்டுகிறார். அப்போது துரியோதனன் கிருபருக்குப் பதில் கூறுகிறான்.

'பெரியவர்களுக்குச் சாதி ஒன்றே, உயர்வு தாழ்வு கிடையாது' என வாதிடும் துரியோதனன் அப்படிப் பேசுபவர்களின் பிறப்பைப் பற்றிக் கூறுகிறான்; தலைகுனியவைக்கிறான்.

கர்ணனைப் பற்றி முழுதும் தெரியாத நிலையிலும் பரிவுக்குரியவனின் பக்கம் நின்று பேசும் துரியோதனனை 'இது ஒரு சிறந்த அரசகுணம்' என்று பாராட்டுகிறார் பழ.கருப்பையா.

தருமர் பொய் சொல்ல நேர்ந்ததும் அதன் விளைவுகளும், போர் என்றால் தருமமே தலைதடுமாறி நிலைகுலைந்துவிடும் என்று காட்டுகிறது.

பதினெட்டு நாள் போரையும் ஒன்றன்பின் ஒன்றாக ஆராய்ந்து, அவற்றின் முக்கிய நிலைக்கேற்ப விளக்க வேண்டியதை விளக்குகின்றார் பழ.கருப்பையா.

துரியோதனனைப் பலரும் போருக்கிடையே சமாதானமாகப் போய்விடு என்று கூறியும் அவன் கேட்கவில்லை. கர்ணனின் கொடைக்குணம் இங்கே விவரிக்கப்படும்முறை, அவனுடைய ஆளுமையை உலகறியச் செய்கிறது; கர்ணனும் தெரிந்தே அனைத்தையும் தானம் செய்கிறான்.

பாரி முல்லைக் கொடி படர்ந்துவிட்ட நிலையில், தேரை விட்டுவிட்டு நடந்து சென்றான் என்பது பழ.கருப்பையா புதுமையாய்ச் சொல்வது!

கருணனின் சிறுகுறைகளையும் கூறும் பழ.கருப்பையா, அவனது கொடைப் பண்பைப் பெருமிதம் தோன்ற விளக்கும்போது மெய்சிலிர்க்கிறது.

வியாசரின் மூலக் கதையில் வந்து கலக்கும் கிளைக் கதைகள் கங்கையாற்றில் கலக்கும் கிளை ஆறுகளைப் போன்றவை.

பாரத ஆய்வு முடிவைநோக்கிப் போகும்போது சூடு பிடித்து மேன் மேலும் விறுவிறுப்பூட்டுகிறது. பழ. கருப்பையாவை இனங்காட்டும் தொடர்கள், சொற்கள் வந்து விழுகின்றன.

தற்கால அரசியல் ஊடே ஊடுருவும்போது, பழங்கதை புதுமை பெறுகிறது.

துவாபரயுகம், கலியுகம் என்பன குறியீடுகளே! தருமம் அதரும மாவதும், அதருமம் தருமமாவதும் என நிகழும் சுழற்சி இவருடைய ஆய்வில் நன்கு வெளிப்படுகிறது.

சில போது தருமம் என்பதே எது என்ற கேள்வி எழுகிறது. இது பெரிய சிக்கல்; இன்றும் அவிழ்க்க முடியாத சிக்கல் என்பதே மகாபாரதம்.

இருபது இலட்சம் பேர் செத்த குருச்சேத்திரப் போர் எதையும் முடிவு செய்து முடியவில்லை. துரியோதனனும் சொர்க்கத்திற்குப் போவதாக நாரதர் வைக்கும் வாதம் நம் தலையைச் சுழல வைக்கிறது.

மகாபாரதம் தொடக்கத்தில் மூன்று நிலைகளில் மாற்றி எழுதப்பட்டது என்று வடமொழி இலக்கிய வரலாறு அனைத்திலும் குறிக்கப் படுகிறது. பாண்டவர்கள் உயர்வாக இருந்த காலத்தில் அவர்களை உயர்த்தியும், பின்னர் கௌரவர் பக்கம் உயர்ந்தபோது அவர்களை உயர்த்தியும், மீண்டும் பாண்டவர்களை உயர்த்தியும் கூறப்பட்டது என்பர்.

வியாசர் எழுதிய பிறகே இது ஒரு நிலைக்கு வந்ததாம்.

தொன்மைமிக்க காலத்தில், அதாவது கி.மு. 5ஆம் நூற்றாண்டிற்கு முன்பு, பாண்டவ கௌரவப் போர் மட்டுமே உரைக்கப்பட்டதாம். பாணர்கள், தெருப்பாடகர்கள் தம் கால அதிசய நிகழ்ச்சிகளைக் கதை கட்டி, நீண்ட பாடலாகப் பாடி நாடு முழுவதும் பரப்புவர். பாரதத்தின் மூல வேர் குருச்சேத்திரப் போர் மட்டுமே என்று வடமொழி இலக்கிய வரலாற்றாசிரியர்கள் அனைவரும் எழுதியுள்ளனர்.

அன்று வாய்மொழிப் பாடகர்கள் இதனைக் கதையாகப் பாடி உண்மையாக நடந்தவற்றுடன் தமது கற்பனைகளையும் புகுத்திச் சுவைபடப் பாடினர்.

பின்னரே இது எழுத்து வடிவம் பெற்றது என்பர். காலப்போக்கில் மத குருமார்கள் சமயம்சார்ந்த கதைகளையும் நீதி போதனைக் கதைகளையும் இதில் இடைச் செருகலாகப் புகுத்தினர் என்பர்.

கடலனைய காப்பியத்தைச் சிந்தனைச் செல்வர் பழ.கருப்பையா கற்று நீந்திக் கரையேறியிருப்பது வியப்பினும் வியப்பே.

சுருங்கச் சொன்னால் சிந்தனைச் செல்வர் பழ. கருப்பையாவின் நினைவாற்றல் சிறப்பைக் காட்ட இது ஒரு சோதனைக்களம்; அவரது புலமையின் ஆழத்தையும் அகலத்தையும் கண்டறியக் கிடைத்த பெருஞ்செல்வம்.

மனித சமுதாயம் மனத்தளவில் அன்றும் இன்றும் வேறுபடவில்லை. புறத்தோற்றங்கள் ஆயிரம் மடங்கு வேறுபட்டு விட்டன. தருமரோ, துரியோதனனோ இன்று நம்மிடையே வர நேரிட்டால், புறத் தோற்றத்தில் இது பிறிதொரு உலகம் என்றே எண்ணுவர்; ஆயினும் உள்ளார்ந்த நிலையில் அங்கு தம்மைப் போன்றவர்களையே காண்பர்.

அதேசமயம் தன்னலம், பதவி ஆசை, சுகவாழ்வு என்றும் உள்ளன. அடிமை வர்க்கத்தை அடக்கி ஆண்டு, புகழ் பெற்று, மேலதிகார வர்க்கம் எனக் காட்டிக் கொள்ளும் ஆசையும் இன்றும் உள்ளது!

சுருங்கச் சொன்னால் பாரதக் கதை கூறும் உண்மை மனிதம் மாறவில்லை என்பதே.

இங்கு தருமங்கள் தனிப்பட்டவனுக்கு அதருமங்கள் ஆகின்றன; அதரு மங்கள் தருமங்கள் ஆகின்றன.

அரசியலில், வர்க்கப் போராட்டங்களில் அதருமங்களும் தருமங்கள் ஆகிவிடுகின்றன.

இவற்றை எல்லாம் பச்சையாக ‘ஊடுருவப் படம்போலப்’ படம் பிடித்துக்காட்டுவது வடநூன்மரபு.

அவற்றை நாகரிகப் படுத்திக் காட்டுவது தமிழ்நூன்மரபு.

மகாபாரதம் மனித வாழ்விலுள்ள அழுக்குகள், அசிங்கங்கள் போன்ற அனைத்தையும் வெளிச்சம் போட்டுக் காட்டுகிறது. பழ. கருப்பையா வட நூன் மரபில் சிறிதும் மாற்றமின்றிக் காட்டுவதால், அவரது நுண்மாண் நுழைபுலம் வெற்றி பெறுகிறது.

இரண்டாயிரம் ஆண்டுகளாய் வழங்கிவரும் மகாபாரதத்துடன், பழ. கருப்பையாவின் ஆய்வும் சேர்ந்து விளங்கித் தோன்றுவது இந்நூலின் தனிச்சிறப்பு.

பகவத்கீதையை பொறுத்தவரை இருவேறு கருத்துகள் உள்ளன. வேள்வி, சாதி போன்றவற்றை மிக அழுத்தமாகக் கூறும் நூல் என்று அதை வெறுப் பவர் பலர்; செயல்நோக்கம் உடைய நூல் என்று போற்றுபவர் சிலர்!

புசியமித்திரனின் தேவையை நிறைவு செய்ய வந்த நூல் என்பதுதான் கீதையின் சிந்தனைப் பின்னடைவுக்குக் காரணம் என்கிறார் நூலாசிரியர் பழ. கருப்பையா!

ஆயினும் இந்திய விடுதலைப் போராட்டத்தை முன்னெடுத்துச் சென்ற நூல் என்று பழ. கருப்பையா விவாதிக்கும் முறை கீதையை நிலை நிறுத்துகிறது!

'மகாபாரதம் மாபெரும் விவாதம்' என்னும் இந்நூல் சிந்தனைச் செல்வர் பழ. கருப்பையா யார் என்பதை முழுதும் எடுத்துக் காட்டும் ஆய்வுக் களஞ்சியம்!

அடிமனதில் அசைபோட வைக்கும் அர்த்தமுள்ள வாதங்கள்

'தினமணி ஆசிரியர்' கே. வைத்தியநாதன்

பிறமொழிக் கலப்பில்லாத தெள்ளு தமிழ்; அறுபது ஆண்டுகளுக்கு முன்னால் அகண்ட காவேரியில் கரை புரண்டு ஓடும் பொன்னி நதியின் துள்ளுப் பாய்ச்சல் போன்ற நடையழகு; வாதமோ, விதண்டா வாதமோ எதுவாக இருந்தாலும் தேர்ந்த வழக்குரைஞரின் அனுபவப் புரிதலைப் போன்ற ஆணித்தரமான கருத்துப் பதிவு; எடுத்துக்கொண்ட பொருள் எதுவாக இருந்தாலும், தனது கண்ணோட்டத்தைத் துணிந்து பதிவு செய்யும் நேர்மை; கருத்து வேறுபாடுகளை ஏற்றுக்கொள்ளும் மனப் பக்குவம் - இவையெல்லாம் ஒருங்கிணைந்ததுதான் பழ. கருப்பையாவின் எழுத்து!

பழ. கருப்பையாவின் கட்டுரைகள் பிரசுரத்திற்கு வந்தால், அவை தட்டச்சுக்குச் செல்வதற்கு முன்னால் படித்துப் பார்த்துவிடும் அளவுக்கு நான் அவரது எழுத்தின் ரசிகன். அவருடைய கருத்துக்கள் எல்லா வற்றிலும் எனக்கு உடன்பாடு கிடையாது. அப்படிக் கருத்து வேறுபாடு உடைய அவருடைய படைப்பு களையும் ரசித்துப் படித்துவிடும் அளவுக்கு எனக்கு அவரது எழுத்தில் ஈடுபாடு இருப்பதற்குக் காரணம் - கவர்ந்திழுக்கும் கொஞ்சு தமிழ் மட்டுமல்ல, தான் கொண்ட கருத்தில் அவருக்கு இருக்கும் அழுத்தமான பிடிப்பும்கூட!

எண்ணத்தில் தூய்மையும், எழுத்தில் நேர்மையும் இருந்தால், கருத்து மாறுபட்டாலும் ஒருவருடன் நட்பு பாராட்ட முடியும். எதிர் வாதத்தை முன் வைத்து விவாதிக்க முடியும். மாறுபட்ட கருத்தில் இருவருமே பிடிவாதமாக இருந்தாலும்கூட, நட்புறவு

மாறுபடாமல் நெருக்கம் தொடரமுடியும். அதற்கு நானும் பழ. கருப்பையாவும் உதாரணம்.

பழ. கருப்பையாவின் 'எல்லைகள் நீத்த ராம காதை' புத்தகத்தைப் பல தடவை படித்து ரசித்தவன் நான். 'தமிழன்னை பழ. கருப்பையாவின் நாவில் சம்மணமிட்டு அமர்ந்து கொண்டிருக்கிறாள்' என்று அதைப் படித்துவிட்டு எழுதிய நான், அந்தப் புத்தகத்தில் அவர் முன்வைத்த எல்லா கருத்துக்களையும் ஏற்றுக் கொள்பவனல்லன்.

பழ. கருப்பையாவின் நையாண்டியை ரசிப்பவன்தான் என்றாலும் கூட, ஒரு சில இராமாயணக் கதாபாத்திரங்களை அவர் எள்ளி நகையாடியும், புறங்கையால் தள்ளிக் குறை கூறுவதையும் தரம்தாழ்ந்த விமர்சனங்கள் என்று முகம் சுளித்ததை மறுப்பதற்கில்லை. 'சுமந்திரன் சப்பை யானவன்' போன்ற பழ. கருப்பையாவின் வார்த்தைப் பிரயோகங் களைப் படித்துவிட்டு நான் மட்டுமல்ல, பல தமிழறிஞர்களும் முகம் சுளித்தார்கள் என்பது அவருக்குத் தெரிந்திருக்க நியாயமில்லை.

ஆனாலும்கூட, 'எல்லைகள் நீத்த இராம காதை' புத்தகத்தை எடுத்துப் படிக்கத் தொடங்கினால், முடிப்பது வரை கீழே வைக்கத் தோன்றாது எனும் அளவுக்கு அப்படியொரு விறுவிறுப்பான நடையழகு. கம்பனின் பதிவும், பழ. கருப்பையாவின் விமர்சனக் கண்ணோட்டமும் ஒன்றுடன் ஒன்று போட்டி போட்டுக் கொண்டு விரைந்து நடைபோடும் நேர்த்தி, அற்புதத்திலும் அற்புதம்.

கம்ப காதையை விமர்சன நுண்ணாடியில் (Microscope) பகுத்தாய்வது போன்றதல்ல மகாபாரதத்தை விமர்சனம் செய்ய முற்படுவது. பிரம் மாண்டத்திலும் பிரம்மாண்டமான பாரதம் என்பது உலக இதிகாசங்கள் அனைத்திலும் மாணப் பெரிது.

மகாபாரதம் பல கதைகளையும், கிளைக் கதைகளையும் உள்ளடக்கியது என்றாலும், அதன் நோக்கம் பாண்டவர்களின் கதையைச் சொல்வதோ, மகாபாரத யுத்தத்தை விவரிப்பதோ, கிருஷ்ணாவதாரத்தை முன்னிறுத்து வதோ அல்ல. அவை அனைத்துமே, வியாச முனிவர் மனித குலத்திற்குத் தெரிவிக்க விரும்பிய மூன்று நீதிநூல்களை சாமானியர்கள் படித்துத் தெரிந்து கொள்வதற்கும், அவர்களை ஈர்ப்பதற்கும் கையாண்ட உபாயங்கள் மட்டுமே.

தேனில் குழைத்து மருந்தைத் தருவதுபோல, பகவத் கீதை, விதுர நீதி, தர்மபுத்திரனுக்கு பீஷ்மர் உபதேசித்த தர்மோபதேசம் என்கிற மூன்றையும் உபதேசிப்பதற்காக எழுதப்பட்டது, அல்லது தொகுக்கப் பட்டது அல்லது புனையப்பட்டது (அவரவர் பார்வைப்படி எப்படி வேண்டுமானாலும் சொல்லலாம்) மகாபாரதம் என்கிற மகாகாவியம்.

'பகவத் கீதை' என்பது சாமானிய மனிதனுக்காகவும், 'விதுர நீதி' என்பது நீதிமான்களுக்காகவும், 'தர்மோபதேசம்' என்பது ஆட்சியாளர்களுக்காகவும் கூறப்படும் உபதேசங்கள். இவை மூன்றுமே 'மோட்சம்' பற்றியும் தெளிவான கருத்துக்களை முன்வைக்கின்றன. இதன் அடிப்படையில்தான் 'மகாபாரதம்' எனப்படும் மிகப்பெரிய இதிகாசம் விவாதிக்கப்படவும், எடைபோடப்படவும், ஆராயப்படவும் வேண்டும்.

மேலே நான் குறிப்பிட்டிருக்கும் தகவல்கள் அனைத்தும் சிறு வயதிலிருந்து பல ஆன்மிகக் கூட்டங்களுக்குச் சென்று கேட்டவற்றை மனதில் பதிய வைத்துக் கொண்டிருப்பதாலும், அவ்வப்போது நான் படித்தவற்றைக் குறிப்பெழுதி வைத்திருப்பதாலும், மிகுந்த சமஸ்கிருதப் புலமையுடைய வெட்டம் மாணி என்கிற கிறிஸ்துவ அன்பர் மலையாளத்தில் தொகுத்திருக்கும் 'புராணிக் என்சைக்ளோபீடியா' என்கிற புத்தகத்தின் உதவியாலும் என்னால் தெரிவிக்கப்பட்டிருக்கின்றனவே தவிர, நான் மகாபாரதத்தைக் கற்றுத் தேர்ந்த வித்தகனல்ல என்பதை முதலில் தெரிவித்துக் கொள்ள விரும்புகிறேன்.

மகாபாரதத்தை முழுமையாகப் படித்தவர்களே குறைவு எனும்போது, அதைப் படித்துத் தெளிந்தவர்கள் இருப்பார்களா என்பது எனக்குச் சந்தேகம்தான். சம்ஸ்கிருதம் எனக்குத் தெரியாது என்பதாலும், 'துக்ளக்' இதழின் ஆசிரியர் 'சோ' ராமசாமி எழுதிய மகாபாரதம் தொடரைப் படித்தவன் என்கிற அளவில்தான் எனது மகாபாரதம் பற்றிய புரிதல் என்பதாலும், பழ. கருப்பையா தனது 'மகாபாரதம் - மாபெரும் விவாதம்' என்கிற புத்தகத்திற்கு அணிந்துரை எழுதச் சொன்னபோது எனக்குத் தயக்கம் மேலோங்கியது.

எதிலுமே ஆக்கபூர்வ மனப்போக்கைக் கடைப்பிடிப்பவன் என்பதால், இதைக் காரணமாக்கி மகாபாரதத்தை இன்னும் புரிந்து கொள்ள முயற்சிக்கலாம் என்கிற நைப்பாசை பிறந்தது. அணிந்துரை தருகிறேன் என்று பழ. கருப்பையாவிடம் தலையசைத்து விட்டேனே தவிர, அது ஒன்றும் அவ்வளவு எளிதானதல்ல என்று பேனாவைத் திறந்தபோது தான் தெரிந்தது.

'மகாபாரதம் - மாபெரும் விவாதம்' என்கிற பழ.கருப்பையாவின் புத்தகத்தைப் புரட்டுவதற்கு முன்னால், வாசகர்களுக்கு எனது தாழ்மையான வேண்டுகோள் ஒன்று உண்டு. மகாபாரதத்தை முழுமையாகப் படித்துத் தெளியாவிட்டாலும், குறைந்தபட்சம் ராஜாஜி எழுதிய 'வியாசர் விருந்து' என்கிற மகாபாரதச் சுருக்கத்தையாவது படித்த பிறகு இந்தப் புத்தகத்தைப் படிப்பது நல்லது.

பழ.கருப்பையாவின் நோக்கம் மகாபாரதம் பற்றிய பகுப்பாய்வாகத் தெரியவில்லை. பழ.கருப்பையா, மகாபாரதத்தை விமர்சன நுண்ணாடியில் வைத்து ஆராய முற்பட்டவரும் அல்லர்.

அவர் மகாபாரதக் கதாபாத்திரங்களைத்தான் விவாதத்துக்கு உட்படுத்தி, முக்கியமான கதாபாத்திரங்கள் பற்றிய தனது கருத்தோட்டத்தைப் பதிவு செய்திருக்கிறார்.

இந்தப் புத்தகம் படிப்பதற்கு சுவாரஸ்யமாகவும், அவரது வாதங்களும், விமர்சனங்களும், நியாயங்களும் விறுவிறுப்பாகவும் இருப்பதற்குக் காரணம், பழ.கருப்பையாவின் பார்வை சமூக ஆர்வலரான சாமானியர் ஒருவரின் விரிநிலைப் பார்வையாக இருப்பதுதான்.

இதுநாள்வரை யாரும் பார்த்திராத கோணங்களில் மகாபாரதக் கதாபாத் திரங்கள் இந்தப் புத்தகத்தில் பழ.கருப்பையாவால் வீட்சிக்கப்படு கின்றன. அது குந்தியானாலும் சரி, காந்தாரியானாலும் சரி, கர்ணனாலும் சரி, கண்ணனாலும் சரி, பழ.கருப்பையாவின் பார்வையில் இதுவரை வெளிக்கொணரப்படாத அல்லது யாரும் நினைத்துப் பார்க்காத பண்புகளும், கதாபாத்திர நோக்கமும் வெடித்துச் சிதறுகின்றன.

கரிக்குள்ளிருக்கும் வைரமாகச் சில கதாபாத்திரங்களின் சிறப்புகளை அவர் பகுத்தறிந்து பதிவு செய்கிறார். வைரமென்று கருதப்படும் வேறு சில கதாபாத்திரங்களை, அவை வெறும் கரித்துண்டுகள் என்று தனக்கேயுரிய பாணியில் தோலுரித்துக் காட்டி நிறுவுகிறார். சாமானிய வாசகனுக்கு சுவாரஸ்யமான இந்த வாதங்கள் பண்டிதர்களால் ஏற்றுக் கொள்ளப்படுமா, ஆழ்ந்த புலமையுடைய ஆய்வாளர்களால் பாராட்டப்படுமா என்பது எனது சிற்றறிவுக்கு அப்பாற்பட்ட சிந்தனை.

ஆசிரியர் பழ.கருப்பையாவின் புரட்சிகரமான பகுத்தாய்வு பாஞ்சாலி பற்றியது. அர்ஜுனனால் வென்று வரப்பட்ட துருபத நாட்டு இளவரசியான திரௌபதி எப்படி பஞ்ச பாண்டவர்கள் ஐவரின் மனைவியான பாஞ்சாலியாகிறார் என்பதற்கு அவர் தெரிவித்திருக்கும் கருத்து, பூகம்பமாய் வெடித்துச் சிதறக்கூடும் என்றாலும், அதற்கு அவர் தரும் விளக்கங்கள் அடிமனதில் அசைபோட வைக்கும் அர்த்தமுள்ள வாதங்கள்.

குந்தியையும், பாஞ்சாலியையும் ராஜதந்திரம் கற்றுத் தேர்ந்தவர்களாக பழ.கருப்பையா சித்திரிக்கிறார். குறிப்பாக, பாஞ்சாலி பற்றிய அவரது பார்வை வித்தியாசமானது. 'பாஞ்சாலி ஓர் அரசியல் மனைவி!' என்கிற தலைப்பைக் கொடுத்துத்தான் தனது மகாபாரத விவாதத்தையே தொடங்குகிறார் அவர்.

பாஞ்சாலி பாண்டவர்கள் மனைவியானதற்குப் பின்னால் இருக்கும் ராஜ தந்திரத்தை எடுத்துரைக்கும் பழ.கருப்பையா அதே திரௌபதி, சூதாட்டத்தில் தருமன் தன்னைப் பணயப் பொருளாக்கித் தோற்றதை ஏற்றுக்கொள்ள மறுத்து எழுப்பும் கேள்விகள் சொத்தை வாதம் என்று விமர்சிக்கிறார்.

என்னைத் தோற்று மனுநெறி கூரிசை யோன் தன்னைத்
தோற்றனனோ
தன்னைத் தோற்றுத் தனது மனத் தளர்வால் என்னைத்
தோற்றனனோ?

(வில்லி/சபா பருவம்/சூதுபோர்ச்சருக்கம் 211)

தன்னைத் தோற்றுத் தன்னுரிமை இழந்துவிட்ட பிறகு தருமபுத்திரன் என்னைத் தோற்றிருந்தால், அந்த நிலையில் என்னை வைத்தாடுவதற்கு அவனுக்கு உரிமையில்லாததால், அவ்வாறு பந்தயமாக வைத்து ஆடின ஆட்டம் செல்லாது என்பது திரௌபதியின் வாதம்!

திரௌபதியின் இந்த வாதத்தைக் கருணன் ஏற்றுக் கொள்ளவில்லை. அவனுடைய பார்வையே வேறு. தருமன் தன்னை இழந்தபோதே அவனுடைய உடைமைகள், மனைவி உட்பட அனைத்தும் வென்றவனுக்குத் தாமாகவே சொந்தமாகி விடுகின்றன என்றும், இருந்தாலும் பாஞ்சாலியைத் தனித்துப் பணயப் பொருளாகக் கௌரவர்கள் இன்னொரு முறை ஏற்றனர், அவ்வளவே என்கிறான் கர்ணன்.

பழ.கருப்பையா, இவை இரண்டையுமே ஏற்றுக் கொள்ளவில்லை. பாஞ்சாலி, தான் ஒரு சுதந்திரமான பெண் என்றும், பாண்டவர்களுக்கு மனைவி என்னும் நிலையில் உறவு வயப்பட்டவளே ஒழிய அவர் களுக்கே உரிமைப்பட்டவளல்ல என்றும் வாதம் முன்வைத்திருக்க வேண்டும் என்கிறார். உறவு மட்டுமே உடைய, உரிமை அல்லாத ஒருத்தியை எப்படித் தருமன் சூதில் பணயம் வைத்துத் தோற்று அடிமைப்படுத்த முடியும் என்கிற கேள்வியை அல்லவா பாஞ்சாலி எழுப்பி இருக்க வேண்டும் என்பது அவரது கருத்து.

'மகாபாரதம்' என்கிற இதிகாசத்தில், அதை வெறும் கதையாகப் பார்த்தால், மேலெழுந்து நிற்கும் கதாபாத்திரங்கள் மூன்றுதான். கிருஷ்ணன் சூத்திரதாரி. கீதாச்சாரியன்தான் மகாபாரதம் என்கிற தேரைச் செலுத்துபவன். அந்தத் தேரில் இரண்டு சக்கரங்கள் தருமனும், பீஷ்மனும். இதை பழ.கருப்பையா பதிவு செய்யும் அழகே அழகு.

'தங்கள் வாழ்க்கை முறையால் உயர்வு பெற்று, மண்ணும் விண்ணும் போற்ற வாழ்ந்தவர் இருவர்! ஒருவன் பீசுமன்! இன்னொருவன் தருமன்!

மண்ணைத் தொடாமல் மண்ணுக்குச் சிறிது மேலே ஓடக்கூடிய தேரினைப் பெற்றவன் தருமன்! அது தேரின் சிறப்பல்ல; தேரைச் செய்த தச்சனின் சிறப்புமல்ல; ஏறிப் பயணம் செய்யும் தருமனால் வந்த சிறப்பு!

குருவம்சத்தைத் தூக்கி நிறுத்த வந்தவர்கள் இந்த இரண்டு பேர்தான்! மற்றவர்களெல்லாம் இடத்தை நிரப்ப வந்தவர்களே!' என்று ஆசிரியர் பதிவு செய்யும்போது, ரசித்துச் சிரிக்க முடிகிறது.

எல்லோருக்கும்தான் தமிழ் தெரியும். ஆனால், சொல்ல வந்த கருத்துக்களை வார்த்தைகளை அடுக்கி எடுத்துரைக்கும் லாகவம் பழ.கருப்பையா போன்ற சிலருக்கு மட்டுமே கைவந்த கலை. பழ.கருப்பையா போன்ற ஒருசிலர் தான் தமிழைத் தூக்கி நிறுத்த வந்தவர்கள். மற்றவர்களெல்லாம் வார்த்தைகளை வாரிக்கொட்டி இடத்தை நிரப்ப வந்தவர்களே!

★★★

மகாபாரதம் என்கிற கதையை மட்டும் எடுத்து வைத்துக்கொண்டு பார்த்தால், நான் முன்பே குறிப்பிட்டதுபோல, அது ஒரு சாதாரணமான, சுவாரஸ்யமான கதைப் புனைவு. பல ஆயிரம் ஆண்டுகளுக்கு முன்னால் இருந்த பேரரசோ, சிற்றரசோ ஏதோவொன்றில் நடந்த, உப்புச் சப்பில்லாத அதிகாரப் போட்டியை மையமாக்கி எழுதப்பட்ட சரித்திரம் அல்லது பதிவு.

தர்மத்தை நிலைநாட்டுவதற்காகவும், அந்தத் தர்மத்தை நிலைநாட்டு வதற்காகப் பல அதர்மங்கள் நிகழ்த்தப்பட்டதாகவும் பழ.கருப்பையா கூறுவது முழுமையான, தீர்க்கமான மகாபாரதம் பற்றிய புரிதலாக எனக்குப் படவில்லை.

மகாபாரதத்தின் மையக் கரு, அவர் கூறுவதுபோல, பழிக்குப் பழி என்பதுதான் என்றாலும், அந்த இதிகாசத்தின் அடிப்படை நோக்கம் நான் முன்பே குறிப்பிட்டதுபோல, பகவத் கீதை, விதுரநீதி, தர்மோப தேசம் ஆகிய மூன்றையும் சமுதாயத்திற்கு எடுத்துரைப்பதுதானே தவிர, கதை சொல்வது அல்ல.

மேலே குறிப்பிட்ட மூன்று நீதிநூல்களும், மகாபாரதம் என்கிற கதைக்குள், மருந்தைக் கேப்சூலாகத் தருவதுபோல, வழங்கப்பட்ட தால்தான், காலங்கள் பல கடந்தும் இன்னும் நிலைபெறுகின்றன.

இன்றைக்குப் போல பதிவு செய்து வைக்கக் கணினிகளும், குறுந்தகடு களும் அப்போது கிடையாது. காகிதங்களும் பேனாக்களும் கண்டுபிடிக் கப்படாத காலம். ஏன், எழுத்தாணிகளும் ஓலைச் சுவடிகளும்கூட இருந்திருக்குமா என்பது சந்தேகம்தான்.

குருகுல வாசம் மூலம் சீடர்களுக்கு போதிக்கப்பட்டு, அவர்களால் மனனம் செய்யப்பட்டு, தலைமுறை தலைமுறையாகப் பாதுகாக்கப் பட்டு, ஒரு கட்டத்தில் ஓலைச்சுவடிகளில் பதிவு செய்யப்பட்டதாகத் தான் இருக்க வேண்டும் 'மகாபாரதம்'. கதையின் சுவாரஸ்யமும், கிருஷ்ணனை வணக்கத்திற்கும் வழிபாட்டிற்கும் உரிய அவதாரபுருஷனாக்கியதால் ஏற்பட்ட பக்தி அம்சமும்தான், மகாபாரதத்தை மறக்கப்பட்டு விடாமலும், அழிந்து விடாமலும் நிலைநிறுத்தின.

பழ.கருப்பையா குறிப்பிட்டிருப்பதுபோல, மகாபாரதம் பல இடைச் செருகல்களை உள்ளடக்கியதாக இருப்பதில் வியப்படைய ஒன்றுமில்லை. வாய்வழிப் பாடமாகவும், தலைமுறை மாற்றத்தை எதிர் கொள்ளும் ஓலைச்சுவடிப் பகிர்ப்புகளும் நிச்சயமாக இடைச்செருகல் களை எதிர்கொள்ளாமல் இருந்திருக்காது. சமஸ்கிருதம் என்பதே பின்னால் தோன்றிய ஒரு மொழிதான்.

'சமஸ்கிருதம்' என்பதற்கு 'சீர்திருத்தப்பட்டது', 'செழுமைப்படுத்தப் பட்டது' (Refined) என்பதுதான் பொருள். நிச்சயமாக ஒரு லட்சத்திற்கும் அதிகமான ஸ்லோகங்களைக் கொண்டதாக மகாபாரதத்தின் மூலம் இருந்திருக்க வழியில்லை. பாலி, பிராகிருதம் என்கிற சமஸ்கிருதத்தின் மூல மொழிகளில் ஒன்றில்தான் மகாபாரதம் முதலில் எழுதப்பட்டிருக்க வேண்டும்.

பழ.கருப்பையாவும் இன்னும் சில மேலைநாட்டு விமர்சகர்களும் சொல்வதுபோல, வியாசர் எழுதிய மகாபாரதத்தில் பகவத் கீதை இடைச்செருகல் என்பதாக அல்லாமல், குரு வம்சத்தினரின் கர்ண பரம்பரைக் கதையை, வியாசர் மையக் கருவாக்கி, பகவத் கீதை, விதுரநீதி, தர்மோபதேசம் ஆகியவற்றை உள்ளடக்கி ஏன் மகாபாரதத்தை முழுமையான இதிகாசம் ஆக்கியிருக்கக் கூடாது? இப்படி ஒரு சிந்தனையை ஏன் யாருமே முன்வைப்பதில்லை.

'பகவத் கீதை' பற்றிய பழ.கருப்பையாவின் பதிவுகளில் எனக்கு உடன்பாடு இல்லை.

தர்மபுத்திரனுக்கு பழ.கருப்பையா தருகின்ற அதே முக்கியத்துவத்தை துரியோதனனுக்கும், கர்ணனுக்கும் தரத் தயங்கவில்லை. ஆனால், பின்னே குறிப்பிட்ட இரண்டு கதாபாத்திரங்கள் பற்றிய அவரது கருத்துகள் பல முன்னுக்குப் பின் முரணானவையாக இருக்கின்றன. இது அவருக்கு மட்டுமல்ல, மகாபாரதம் பற்றிய தங்களது புரிதலைப் பதிவு செய்யவோ, தங்களது பாணியில் வியாச காவியத்தை வசனப் படுத்தவோ முற்பட்டவர்கள் அனைவரிடமும் காணப்படும் போக்காகத் தெரிகிறது. ராஜாஜி, சோ ஆகியோர்கூட இதற்கு விதிவிலக்கல்ல.

பழ.கருப்பையா, கர்ணனை உயர்த்தி வைத்து, அந்தக் கதாபாத்திரம் ஏன் வீழ்ந்தது என்பதற்கு சரியான காரணத்தை முன்வைத்திருப்பதுபோல, துரியோதனின் மாண்புகளைப் பட்டியலிட்டு உயர்த்திய அளவுக்கு, அவனது வீழ்ச்சிக்கான காரணங்களை வலுவாகப் பதிவு செய்ய வில்லை என்றே தோன்றுகிறது.

துரியோதனின் வீழ்ச்சிக்குக் காரணம் மண் ஆசை மட்டுமல்ல. பெண் ஆசையும்கூட. அவனது அடிமன ஆழத்தில், தான் திரௌபதியால் சுயம் வரத்தில் புறக்கணிக்கப்பட்டதும், அவள் பாண்டவர்கள் மனைவி யானதும், மிகப்பெரிய அவமானமாக அழுத்தி வந்தது. மயனால் நிர்மிக்கப்பட்ட இந்திரப்பிரஸ்த அரண்மனையில், தண்ணீர் என்று நினைத்துத் தான் தரையில் நடந்ததையும், தரை என்று நினைத்துத் தண்ணீரில் விழுந்ததையும் பார்த்து பாஞ்சாலி ஏளனத்துடன் குலுங்கிச் சிரித்ததை உயிர் பிரியும் வரை அவனால் சகித்துக் கொள்ள முடியவில்லை.

பாஞ்சாலியின் மீது அவனுக்கு இருந்த காமம்தான், அவள் தனக்குக் கிடைக்கவில்லை எனும்போது வெறுப்பாக மாறியது. தனது மண்ணுக்கும், தான் விரும்பிய பெண்ணுக்கும் போட்டியாக வந்த பாண்டவர்கள்மீது பகையாக உயர்ந்தது.

அதனால்தான், சூதில் வென்ற பாஞ்சாலியை சபைக்கு அழைத்துவரச் சொல்லித் துகிலுரிய ஆணையிட்டான் துரியோதனன். பெண்மைக்குக் களங்கம் ஏற்படுத்திய குற்றம்தான் துரியோதனனைத் துரத்திப் பிடித்து மரணத்தைத் தழுவ வைத்தது என்பதாக ஏன் யாருமே வாதத்தை முன்வைப்பதில்லை? பழ.கருப்பையாவும் இந்தப் பார்வையை எப்படித் தவிர்க்க முற்பட்டார் என்று தெரியவில்லை.

★ ★ ★

மகாபாரதம் பற்றிய பழ.கருப்பையாவின் ஏனைய பதிவுகள் அபார மானவை.

ரிக் வேதம் வெளிப்படுத்தும் அடிப்படையான சிந்தனை ரிதம், ஒரு லயம். ஒரு பிரபஞ்ச ஒழுங்கு. பகலை ஒரே மாதிரியாக இருட்டு விரட்டுவதும், ஒரு பருவத்தை அடுத்த பருவம் மாறுதலின்றித் தொடர்வதும், பிறப்பு இறப்பில் முடிவதும், இப்படி இயற்கையும், உயர்திணை மற்றும் அஃறினை உயிரினங்களும், உலக இயக்கமும் ஓர் ஒழுங்குக்கு உட்பட்டிருக்கின்றன.

அந்த ஒழுங்கை மீறினால் இயற்கையின் சமநிலை குலையும். அந்த மீறலை இயற்கை அனுமதிப்பதில்லை. ஆகவே மீறல்கள் கடுமையாகத் தண்டிக்கப் படுகின்றன.

அறம் என்பது அத்தகையதொரு ஒழுங்கே. அந்த ஒழுங்கைக் குலைப்பது சமநிலையைக் குலைப்பதாகும். அத்தகைய மீறல் வெல்வதுபோல் தோன்றுகிறதே தவிர, அது அழிவிலேயே முடிவடைகிறது.

நன்மைக்கும் தீமைக்கும், தருமத்திற்கும் அதருமத்திற்கும் ஏற்பட்ட பிணக்கு, அதன் காரணமாகப் போர், அதன் முடிவு இவையே மகாபாரதத்தின் சாரம்.

அனைத்தினும் மாணப் பெரிது வியாசனின் அறிவு. அவனுடைய படைப்புத் திறன். மகாபாரதத்தை அறிய முடியாமல் போவதுதான் அறியாமைகளு ளெல்லாம் பெரிய அறியாமை. இழப்புகளிலெல்லாம் பெரிய இழப்பு.

பாரதத்தின் பெருமை கிழக்கும் மேற்குமாக அகன்று, தெற்கும் வடக்குமாக நீண்டுகிடக்கும் அதன் நிலப்பரப்பா? இல்லை, மகாபாரதம்தான்.

எதிரெதிர்த்தன்மை உடையதாக உலகில் அனைத்தும் விளங்குகின்றன. நிழலின் சாயலில்லாத வெளிச்சம் எங்கே இருக்கிறது. அதுபோல் தீமையின் சாயல் துளியாவது இல்லாத நன்மை எங்கே இருக்க முடியும்.

இதன் முழுவிளக்கம்தான் மகாபாரதம் நிலைநிறுத்த விரும்பும் தருமம். அந்தத் தருமத்தின் முழுவிளக்கம்தான் தருமனும், கிருட்டிணனும்.

தருமத்தின் போக்கை, அதன் நுட்பத்தை, அதன் உள்முரண்களை எவ்வளவு துல்லிதமாக அறிய முடிந்திருந்தால், அதை நடைமுறைப்படுத்த ஒரு தருமனையும், அதை நிலைநிறுத்த ஒரு கிருட்டிணனையும் வியாசனால் படைத்திருக்க முடியும்.

கீழ்மை, மேன்மை, மேன்மை கலந்த கீழ்மை, கீழ்மை கலந்த மேன்மை என்று வகைவகையான மனிதர்களை உட்படுத்திக் கொண்டிருப்பது உலகம்!

அவர்கள் அத்தனை பேரையும் பாத்திரங்களாக்கி, நிகழ்வுகளை வடிவமைத்து, கதை வாயிலாக நம் மனத்தினில் உலவவிடுவதில் வியாசனுக்கு இணை வியாசனே! வியாசனின் பாத்திரங்கள் வியாசனால் நேரடியாக ஏதாவது ஒரு கட்டத்தில் கண்டறியப்பட்ட மனிதர்களே!

அதற்குக் கூரிய பார்வை வேண்டும்; ஒவ்வொருவரின் தனிப் போக்கு களையும் கண்டறிய, ஊடுருவிப் பார்க்கும் திறன் வேண்டும்!

வெறுங்கற்பனையில் பாத்திரங்களை உருவாக்க முடியாது! அது காற்றைக் கையால் பிடிப்பது போன்றது!

இப்படி மகாபாரதத்தின் பெருமையையும், வியாசனின் படைப்புத் திறனையும் நுணுக்கமாகவும், விரிவாகவும் வெளிப்படுத்துகிறார் பழ. கருப்பையா.

மகாபாரதத்தை விவாதமாக்க வந்தவர், தனது அரசியல் கண்ணோட்டத்தை ஆங்காங்கே நுழைக்க முற்பட்டிருப்பது, புத்தகத்தின் சுவாரஸ்யத்தை அதிகரிப்பது மட்டுமல்ல, சிந்தனையையும் தூண்டுகிறது.

கர்ணன் பற்றி எழுதிக் கொண்டிருக்கும் பழ.கருப்பையாவுக்குத் திடீரென்று தமிழக அரசியல் நினைவுக்கு வந்து விடுகிறது. சற்று தடம் புரண்டுபோய், தனது மனதின் ஆதங்கத்தை வார்த்தைகளாக்கிக் கொட்டுகிறார்.

பசி, காமம் இரண்டோடு முடிந்துவிட வேண்டிய வாழ்க்கையில், உந்து விசையாக நின்று செயல்படுத்துவது புகழ் என்னும் மயக்கம்தான்!

பசியும், காமமும் நிறைவுறத் தக்கவை; அவற்றை அடைவதற்கான மனித முயற்சியும் சிற்றளவானது!

ஆனால் புகழை அடையக் கொடுக்கும் விலை பேரளவானது!

கருணன், பாரி, தான் குடியிருந்த வீட்டையும் வழங்கிவிட்ட வள்ளல் அழகப்பர் ஆகியோர் கொடைக்காகவும்,

அறியாமைச் சேற்றில் அமிழ்ந்து கிடக்கும் உலகத்திற்கு அறிவூட்டி, துயர நீக்கத்திற்கு வழிவகுத்த புத்தன், வான்புகழ் வள்ளுவன், புதிய பாரதம் படைக்கப்பட மகாபாரதம் படைத்த வேதவியாசன் ஆகியோர் அறிவுக்காகவும்,

உலகமே பரிசாகக் கிடைப்பினும் 'பழியோடு வருவன செய்யாத' மகாத்மா காந்தியும், குந்தியின் மகன் தருமனும் புகழ்மைக்காகவும் போற்றப் படுகின்றனர்; மேற்காட்டிய இவை போன்றனவே நிலைத்த புகழ்! ஒல்காப் புகழ் தொல்காப்பியன் சுட்டும் புகழ் இதுவே!

நான்கு பேரைத் தூண்டிவிட்டு, தந்திக் கம்பத்திற்குத் தந்திக் கம்பம் உருவப் படத்தோடு, 'நீயே வரலாறு; நீயே கடவுள்' என்னும் வாசகங்களோடு வைக்கப் படும் விளம்பரத் தட்டிகள் (Digital Banners) காற்றடித்து வீழ்ந்துவிடுகிறபோது, அவர்கள் குறித்த நினைவும் வீழ்ந்துபடும்!

செய்தித்தாள்களில் பல இலட்சம் ரூபாய் செலவழித்து முழுப் பக்க விளம்பரம் கொடுத்து, பெரும்புகழ் பெற்றுவிட்டதாக இறும்பூது எய்தும் மனிதர், மறுநாள் அந்தச் செய்தித்தாள் கழிவுத் தாளாகிவிடும்போது அவரும் கழிவு மனிதராகிவிடுவார்!

இலங்கையில் ஈழத் தமிழர்களுக்கு எதிராக நடத்தப்பட்ட இனப் படுகொலை; பன்னாட்டு முதலாளியம் உலகமயமாக்கலுக்கு வழிகோலி இருக்கும் அவலம் என்று நிகழ்கால அரசியல் பற்றிய அவரது பார்வையையும், கருத்தையும் மகாபாரதம் பற்றி சொல்லப் புறப்பட்டவர், சாதுர்யமாக நுழைத்துப் பதிவு செய்கிறார்.

தருமன் தேசத்தை வைத்து இழக்கும்போது பாரதிக்கு ஏற்படும் அறச்சீற்றம்போல, 'கலி முற்றிவிட்டது' என்று எழுதும்போது தன்னைச் சுற்றி நடக்கும் அதர்மங்களை சகித்துக் கொள்ள முடியாத பழ.கருப்பை யாவையும் அறச்சீற்றம் பற்றிக் கொள்கிறது. சபாஷ் போட வைக்கிறது பழ. கருப்பையாவின் இந்த அறச்சீற்றம்!

பழ.கருப்பையாவுக்கு இந்தப் புத்தகத்தை எழுத மூன்று மாதம் பிடித்ததாகக் குறிப்பிட்டார். அதற்கு அணிந்துரை எழுத எனக்கும் மூன்று மாதங்கள் ஆகியிருக்கிறது. 'மகாபாரதம்' என்ன பாக்கெட் நாவலா, பார்த்தோம், புரட்டினோம், படித்தோம் என்பதற்கு.

'தன்நெஞ்சு அறிவது பொய்யற்க; பொய்த்தபின் தன்நெஞ்சே தன்னைச் சுடும்' என்பான் வான்புகழ் கொண்ட வள்ளுவன்.

மகாபாரதம் பற்றிய அடிப்படைப் புரிதல் இல்லாமல் அணிந்துரை எழுதுவது என்பது எனது நெஞ்சுக்கு வஞ்சகம் செய்வதாகப்பட்டது. அதனால்தான் காலதாமதம்.

இந்த அணிந்துரைக்கு ஒரு சிறப்புண்டு. வாழ்க்கையில் நான் எழுதும் முதல் அணிந்துரை இதுதான். அநேகமாக இதுவே கடைசியாகவும் இருக்கக் கூடும். அணிந்துரை எழுதுவது என்பது புத்தகம் எழுதுவதை விடக் கடினமானது என்பதை அனுபவபூர்வமாக உணர்ந்து கொண்டது தான் இந்த முடிவுக்குக் காரணம்.

'மகாபாரதம் - ஒரு மாபெரும் விவாதம்' என்கிற புத்தகத்தின் மூலம் பழ.கருப்பையாவால் உயர்த்தப்பட்டிருக்கும் விவாதம் அனைத்துமே சிந்தனைக்குரியவை.

படு விறுவிறுப்பான, சுவாரஸ்யமான பழ. கருப்பையாவின் எழுத்து நடையையும், அற்புதமான வாதப் பிரதிவாதங்களையும் சிரக்கம்பம் செய்து பாராட்டத் தோன்றுகிறது.

அவரது கருத்துக்களை ஏற்றுக் கொள்ளாதவர்கள்கூட, காந்தத்தால் கவரப்பட்டதுபோல புத்தகத்தின் ஆற்றொழுக்கில் அடித்துச் செல்லப் பட்டு மகாபாரத சாகரத்தில் மூழ்கடிக்கப்படுவார்கள்.

வேத வியாசனே பிறந்து வந்து படித்துப் பார்த்தால், 'அட, இப்படி யெல்லாம்கூட நான் படைத்த கதாபாத்திரங்களுக்கு வியாக்கியானம் தர முடியுமா?' என்று ரசித்துப் பாராட்டுவார். இது முகஸ்துதியல்ல!

ரசிப்பர்... போற்றிப் பாதுகாப்பர்...

'பதிப்பாசிரியர்' பத்ரி சேஷாத்ரி

உத்தர மீமாம்சை என்று சொல்லப்படும் வேதாந்தத்தின் அடிப்படையாகச் சொல்லப்படு பவை மூன்று ஆக்கங்கள்: உபநிடதங்கள், பிரம்ம சூத்திரம் மற்றும் பகவத் கீதை. சங்கரர், ராமானுஜர், மாத்வர் போன்ற மகான்கள் இம்மூன்றையும் அடிப் படையாக வைத்தே இந்து மதத்தை விளக்க முற்பட்டனர். தங்கள் கொள்கைகளை விளக்கும் வகையில் இவற்றுக்கு நீண்ட விளக்க உரைகளை எழுதினர். பகவத் கீதை பொதித்துவைக்கப் பட்டிருக்கும் காரணமாகவே இந்த மகான்களுக்கு மகாபாரதம் மிக முக்கியமான நூலாக ஆயிற்று.

ஆழ்வார் பாசுரங்களுக்கு உரை எழுதிய வைணவ உரையாசிரியர்கள், மேலே சொன்ன மூன்று ஆக்கங் களுடன், வால்மீகியின் ராமாயணத்திலிருந்தும் வியாசரின் மகாபாரதத்திலிருந்தும் பல மேற்கோள் களை எடுத்துக்காட்டினர். அவர்கள் மகாபாரதத்தை மிக முக்கியமான சமய நூலாகவே பார்த்தனர். அதன் ஒவ்வொரு பக்கத்திலும் பக்தி செலுத்துவதற்கும் முக்தி அடைவதற்குமான வழிகள் கொடுக்கப் பட்டிருப்பதாகவே அவர்கள் கருதினர்.

இந்திய மொழிகளில் தமிழ் நீங்கலாக பிற அனைத் திலுமே முதல் ஆக்கம், மகாபாரதம் அல்லது ராமாயணத்தின் மொழியாக்கமாகவே இருக்கும். இந்தியாவைப் பிணைத்திருக்கும் ஒரு சரடாகவே இந்த இதிகாசங்களைப் பார்க்க முடிகிறது. இன்றும் கூட நவீன எழுத்தாளர்கள் மகாபாரத, ராமாயணக்

கதைகளை அவரவர் பாதையில் நெடுங்கதைகளாக எழுதுவதைப் பார்க்கிறோம். திரைப்படங்களாக, தொலைக்காட்சி நெடுந் தொடர்களாக, சிறுவர்களுக்கான அனிமேஷன் தொடர்களாக, காமிக்ஸ் புத்தகங்களாக, நம் பெயர்களாக மகாபாரதப் பாத்திரங்கள் நம்மைச் சுற்றிப் பரவியுள்ளன.

மிகச் சாதாரண கேளிக்கை என்பதிலிருந்து பல படிகள் தாண்டி, மனித வாழ்வின் அறம் பற்றிய உறுதிமிக்க ஆவணமாகவும் மகாபாரதம் விளங்குகிறது. பாரதக் கதையில் எண்ணற்ற கதை மாந்தர்களின் வாழ்க்கையின் ஊடாக, பல்வேறு கேள்விகள் எழுப்பப்படுகின்றன. நல்லவர்கள், கெட்டவர்கள் என்று எளிமையாக வரையறுக்கக்கூடிய மாந்தர்கள் அல்லர் இவர்கள். தருமனிடத்திலும் குற்றத்தைப் பார்க்கலாம். துரியோதனனிடத்திலும் நன்மையைப் பார்க்கலாம். இப்படிப்பட்ட சுவாரசியமான மனிதர்கள் ஒருவரோடு ஒருவர் ஊடாடும்போது பல முரண்கள் எழுகின்றன. அந்த முரண்கள் பல விவாதங்களைத் தோற்றுவிக்கின்றன.

அப்படியான சில விவாதங்களை அழகாக எடுத்துவைத்து அவற்றை மிகச் சிறப்பாக, தூய தமிழில் அலசி ஆராய்கிறார் பழ. கருப்பையா. கற்றறிந்தோர் இந்நூலை மிகவும் ரசிப்பர். போற்றிப் பாதுகாப்பர்.

இந்நூலை வெளியிடுவதில் கிழக்கு பதிப்பகம் பெருமை அடைகிறது.

முன்னுரை

'மகாபாரதம் மாபெரும் விவாதம்' என்னும் இந்த நூல் மூன்று மாதத்தில் எழுதி முடிக்கப்பட்டுவிட்டது. ஆனாலும் தினமணி ஆசிரியர் கே. வைத்தியநாதனின் அணிந்துரைக்காக மூன்று மாதம் காத்திருக்க நேரிட்டது!

ஒவ்வொரு காலையும் வெளிவருகின்ற தினமணியின் முதற்படியை இரவு மூன்று மணிக்குப் படித்துப் பார்த்து விட்டுப் படுக்கப் போகும் நெருக்கடி மிகுந்த வாழ்க்கை முறைக்கிடையே அவர் இந்த நூலை முழுமையாகப் படித்து விட்டுத்தான் அணிந்துரை எழுதுவது என்பதில் கொண்ட பிடிவாதம் கால நீட்சிக்குக் காரணமாகிவிட்டது!

இரவு பதினொரு மணிக்கு என் வீட்டுக் கதவைத் தட்டி, எங்கள் வீட்டு ஆச்சி தருகிற தேநீரை மிக விருப் பத்துடன் ஒன்றுக்கு இரண்டு முறை குடித்து விட்டு, இரண்டு மணி நேரம் உரையாடிக் கொண்டிருந்து விட்டுச் செல்வார். நேரங்காலம் இல்லாத வாழ்க்கை முறை அவருடையது!

அவரை அறிந்தவன் என்பதால், மூன்று மாதத் திலாவது தந்தாரே என்றுதான் கருதினேன்!

கே. வைத்தியநாதன் தமிழைப் போற்றும் இயல்பி னர். தினமணி தமிழ் விழா எடுப்பதற்கும், தினமணியில் தமிழ்குறித்த செய்திகள் பெரு வரவாக இருப்பதற்கும் கே. வைத்தியநாதன்தான் காரணம்!

இந்த நூலுக்குத் தமிழண்ணலோடு, துக்ளக் சோ விடமோ, அவருக்கு இயலாவிடில் தினமணி கே.வைத்தியனாதனிடமோ முன்னுரை பெறுவது என்று தீர்மானித்திருந்தேன். இருவருமே என் மதிப்புக்குரிய வர்கள்!

துக்ளக் சோ மகாபாரதத்தை வடமொழி கற்றுத் தமிழில் எழுதியவர்; அளப்பரிய நேர்மையினர்! தனியொரு மனிதனாக ஒரு எதிர்க்கட்சி அளவுக்குச் செயல்படுபவர். குடியாட்சி முறை உயிர்த்திருப்பதற்கு இவர்போல் அஞ்சாநெஞ்சர்கள் ஒரு சிலராவது வேண்டும்! நான் அணிந்துரை கேட்கச் சென்ற நேரம் அவர் உடல் நலமின்றி மருத்துவ மனைக்குச் செல்ல நேரிட்டு விட்டது! சளி அவரை வாட்டி எடுத்து விட்டது; மூன்று மாதம் போராடி, இப்போதுதான் விடுதலை பெற்றார்! நீடு வாழ்க!

தமிழண்ணல் என்னுடைய ஆசிரியர்! தேவநேயப் பாவாணர், வ.சுப. மாணிக்கம் ஆகியோரின் தடத்தினர்; மதுரைப் பல்கலைக் கழகத் தமிழ்த் துறைத் தலைவராக இருந்தவர்! தொண்ணூறு வயதாகிறது! இன்னும் கணீரென்று குரல்; அழகிய கையெழுத்து; தமிழுக்கு ஊறு நேர்ந்தால் கொதித்தெழும் இயல்பு; இவை மூன்றை மட்டும் அவருடைய முதுமையால் தோற்கடிக்க முடியவில்லை.

நான் நிறுவனவயப்பட்ட கல்வியை மிகுதியாகப் பெற்றவனில்லை. 'ஒரே வகுப்பில்' தொடர்ந்து படித்ததால், என்னுடைய தகப்பனார், 'வராத சனியனை விட்டுத் தொலைங்கடா' என்று எங்களுடைய தொழிலைக் கவனித்துக் கொள்ள மதுரையில் கொண்டு போய் விட்டு விட்டார்கள்! அப்போது எனக்குப் பதினெட்டு வயதுதான் இருக்கும்!

தமிழண்ணலை நேரில் பார்த்து அணிந்துரை கேட்பதற்காகச் சென்னை யிலிருந்து மதுரைக்கே போனேன்! என்னைப் பார்த்தவுடன் எழுந்து உட்கார்ந்தவர், 'வந்த வேலை என்ன' என்று கேட்பதற்கு முன்னதாக, வெடித்துக் கிளம்பிவிட்டார்: 'நீயெல்லாம் சட்டமன்ற உறுப்பினராக இருந்து என்ன பயன்? தமிழைப் பற்றிப் பேசவே இங்கே நாதியில்லை! சும்மா மேசையைப் போட்டு 'லொட்டு லொட்டென்று' தட்டுகிறதைத் தவிர சட்டமன்றத்தில் வேறே என்ன செய்றீங்க..? தமிழைப் பற்றிக் கேவலமாக எழுதுறாங்க... அண்ணா இருந்தா இப்படியெல்லாம் துணிஞ்சு யாரும் பேச முடியுமா?'

'ஐயா... என்னய்யா கோபம்?'

'இந்த நாகசாமி இருக்காருல்ல...'

'கல்வெட்டு நாகசாமியா?'

'ஆமா... தமிழ் சமக்கிருதத்திலே இருந்து கடன் வாங்கி முன்னேறிச் செவ்வியல் மொழி ஆகி விட்டது' ன்னு புத்தகம் போட்டிருக்கிறாரு..!

'கால்டுவெல் காலத்திற்குப் பின்னாலும் இப்படியெல்லாம் சொல்ல முடிகிறதா ஐயா?'

'சொல்றாங்களே... 'நாகசாமியின் பார்வைக் கோளாறு' ன்னு ஒரு மறுப்பு எழுதியிருக்கிறேன்; படிச்சுப் பாரு'ன்னு எழுந்து போய் ஒரு புத்தகத்தை எடுத்து வந்து தந்தார். எழுந்து வாங்கிக் கொண்டேன்! நடக்கும்போது பார்த்தேன், அவர் கால் சுரந்திருந்தது! வயது உணர்ச்சியை மழுக்க முடியவில்லை!

பிறகு வந்த வேலையைக் கேட்டார்; சொன்னேன்! 'சரி; கண்டிப்பா எழுதித் தாரேன்' என்று புத்தகத்தின் நகலை வாங்கிக் கொண்டார்!

'படிக்கிற காலத்திலேயே கட்டுரை நோட்டு ஒழுங்காத் தரமாட்டியே..! இப்பப் புத்தகம் எழுதக் கிளம்பீட்டியா?' என்று அவர் கேட்டு விடுவாரோ என்று உள்ளுக்குள் அஞ்சிக் கொண்டிருந்தேன்! கேட்க வில்லை! என் நெஞ்சுக்குகந்த சிறந்த தமிழறிஞர்!

தினமணி ஆசிரியர் கே.வைத்தியநாதன் எழுதிய அணிந்துரை மின்னஞ்சலில் வந்தது. அதை அச்சுப் போட்டுப் பார்த்தோம்! ஒரு குறு நாவல் அளவுக்கு இருபத்தொன்பது பக்கங்கள்!

அவரே சுருக்கிக் கொள்ளும் உரிமையை அளித்திருந்தார்! பத்துப் பக்கங்கள் வருமளவுக்குச் சுருக்கினோம்!

பகவத் கீதை பற்றிய என்னுடைய திறனாய்வில் அவர் முற்றாக வேறு பட்டிருந்தார். ஆகவே அந்தப் பகுதியை ஒரு வரி கூட நீக்காமல் அப்படியே வைத்துக் கொண்டு, என்னைப் பற்றியும் நூல் பற்றியும் இருந்த மற்ற புகழுரைகளைத் தேவைப்பட்ட அளவுக்கு நீக்கி விட்டு, அவருடைய ஒப்புதலுக்கு அனுப்பினோம்!

மாபெரும் விவாதம் இங்கேயே தொடங்கி விட்டதாக மகிழ்ந்தேன்! மாறுபாட்டை மிகவும் விரும்புகின்றவன் நான்! அதுவே வளர்ச்சியின் தொடக்கம் என்றும் நம்புகிறவன்!

எதைப் பற்றியும் கே.வைத்தியநாதனிடம் பேசலாம்; எது குறித்தும் அவரிடம் ஒரு விடை இருக்கும். அவர் அறியாத அரசியல்வாதிகள் இல்லை; அவர்களின் உள்ளும் புறமும் அவருக்குத் தெரியும்!

பாரதியைப் போல ஒரு மீசை; பாரதி மீதும் வள்ளுவன் மீதும் ஈடுபாடு! பாரதியைப் போல இவரும் திருநெல்வேலிப் பார்ப்பனர்! திருநெல்

வேலிக்காரர்களுக்கு மட்டும் தமிழ்நாட்டுப் பற்றோடு, பற்றுக்குள் பற்றாகத் தாமிரபரணிப் பற்றும் இருக்கும்!

பார்ப்பு என்ற சொல்லுக்குப் பறவைக் குஞ்சு என்பது பொருள்.

ஆடு போடுகிற குட்டியும், மாடு போடுகிற கன்றும், தாய் ஈனுகிற பிள்ளையும் ஒரே பிறப்பினர்தாம்!

பறவைக்கு இரு பிறப்பு; முட்டை ஒரு பிறப்பு; முட்டையிலிருந்து வரும் பறவை இன்னொரு பிறப்பு!

அது போலவே பார்ப்பனரும் இரு பிறப்பினர்! தாய் ஈனும் நிலை ஒரு பிறப்பு; உபனயனத்தன்று வேத வாழ்க்கைக்குள் நுழைவது இன்னொரு பிறப்பு.

தாய்க்கு மகவாகப் பிறந்தது ஒரு பொருட்டில்லை; அது முட்டை நிலை. வேத வாழ்க்கையோடு தொடர்புடைய உபனயனத்திற்குப் பிந்திய நிலையே பார்ப்பு நிலை. அதாவது முட்டையிலிருந்து வெளிவரும் பறவைக் குஞ்சின் நிலை!

பறவையும் பார்ப்பனரும் இரு பிறப்பினர்! இவர்களின் இரண்டாம் பிறப்பை அடிப்படையாகக் கொண்டதுதான் பார்ப்பனர் என்னும் பெயர்! பிராமணர் என்னும் சொல்லில் இவ்வளவு ஆழம் இருக்கிறதா? நீங்களெல்லாம் பார்ப்பனர் என்பதை ஒரு வசைச் சொல் என்று நினைக்கிறீர்கள்; அது உங்களது தத்துவார்த்த வாழ்க்கையைக் குறிக்கும் பாராட்டுச் சொல்! அதுதான் தமிழின் நேர்த்தி!

இது போன்றவற்றை நான் பேசும்போது நிமிர்ந்து உட்கார்ந்து கேட்பார்!

இப்படிச் சொல்லாராய்ச்சியிலிருந்து, crony capitalism வரை, வானத் திற்குக் கீழே உள்ள அனைத்தையும் நாங்கள் இருவரும் கொள்ளியும் விள்ளா நள்ளிரவில் விவாதிப்பதுண்டு!

மறுநாள் பொழுது எப்போதும் போல்தான் விடியப் போகிறது என்றாலும், இரவோடு இரவாக அதை மாற்றி விடப் போவதுபோன்ற முனைப்பும் உற்சாகமும் பேச்சுப் பரிமாற்றத்தில் இருக்கும்!

அணிந்துரையில் என்னுடைய நடையை கே.வைத்தியனாதன் வானளாவப் புகழ்ந்துள்ளார். இந்த நூல் சுவாரசியமாகவும் விறுவிறுப் பாகவும் இருக்கிறது என்று ஏற்றிப் பிடித்துள்ளார்!

நடையே ஒரு சிறப்பா என்ன? வெள்ளிக் கிண்ணத்தில் குடித்தாலும், மண் கலயத்தில் குடித்தாலும் குடிப்பது பாலா, தண்ணீரா என்பதே கேள்வி! உள்ளடக்கமே இன்றியமையாதது என்பது என் எண்ணம்!

சங்க இலக்கியம் நடை எளிமை உடையது; ஆனால் கருத்து வலிமை யுடையது!

தன்னுடைய மதிப்புரையில் தினமணி ஆசிரியர் என் எழுத்தில் கண்ட குறைபாடுகள் இரண்டு!

ஒன்று: 'சாமானிய வாசகனுக்குச் சுவாரசியமான இந்த வாதங்கள் பண்டிதர்களால் ஏற்றுக் கொள்ளப்படுமா, ஆழ்ந்த புலமையுடைய ஆய்வாளர்களால் பாராட்டப்படுமா என்பது எனது சிற்றறிவுக்கு அப்பாற்பட்ட சிந்தனை!'

இரண்டு: 'தர்மத்தை நிலைநாட்டுவதற்காகப் பல அதர்மங்கள் நிகழ்த்தப்பட்டதாகப் பழ. கருப்பையா கூறுவது முழுமையான தீர்க்கமான மகாபாரதம் பற்றிய புரிதலாக எனக்குப் படவில்லை!'

இதே சமயத்தில் தினமணி ஆசிரியரின் உரையை அறியாத நிலையி லேயே, இந்த நூலின் பதிப்பாளர் பத்ரி சேசாத்ரி என்னுடைய பார்வைக்கு அனுப்பிய பதிப்புரையில், எவற்றை வைத்தியநாதன் 'குறைகள்' என்று குறிப்பிட்டாரோ, அவற்றையே பத்ரி 'நிறைகள்' என்று பாராட்டி இருப்பதைக் கண்டு வியந்து போனேன்!

'கற்றறிந்தோர் ஏற்பரா' என்னும் வைத்தியநாதனின் கேள்வி இருப்பது தெரியாத நிலையிலேயே, பத்ரி 'கற்றறிந்தோர் இந்நூலை மிகவும் ரசிப்பர்; போற்றிப் பாதுகாப்பர்' என்று கூறியுள்ளார்.

தருமத்தை நிலைநாட்ட அதரும வழிகள் என்னும் என்னுடைய கூற்றின் ஒரு பகுதியை வைத்து, 'பழ.கருப்பையாவின் பார்வை முழுமையான தீர்க்கமான மகாபாரதம் பற்றிய புரிதலாக எனக்குப் படவில்லை' என்ற வைத்தியநாதனின் கூற்றுக்கு, பத்ரி தன் போக்கில் விடை சொல்லியிருக்கிறார்!

'தருமனிடத்திலும் குற்றத்தைப் பார்க்கலாம்; துரியோதனனிடத்திலும் நன்மையைப் பார்க்கலாம்! இப்படிப்பட்ட சுவாரசியமான மனிதர்கள் ஒருவரோடு ஒருவர் ஊடாடும் போது பல முரண்கள் எழுகின்றன. அந்த முரண்கள் பல விவாதங்களைத் தோற்றுவிக்கின்றன. அப்படியான சில விவாதங்களை அழகாக எடுத்து வைத்து அலசி ஆராய்கிறார் பழ.கருப்பையா' என்கிறார் பத்ரி.

ஒருவருக்குப் புரியாமையாகத் தோன்றுவது, இன்னொருவருக்கு ஆராய்ச்சியாகத் தோன்றுகிறது.

ஒருவர் 'கற்றறிந்தோர் ஏற்பரோ' என வினவுகிறார்; இன்னொருவர் 'கற்றறிந்தோர் போற்றுவர்' என்று விடையிறுக்கிறார்!

பத்ரி சேசாத்ரி 'ஆழம்' என்னும் இதழின் ஆசிரியர்; மேலும் பதிப்பாளர்!

மிகவும் அமைதியானவர்; ஆனால் ஆழமானவர்! 'என்னுடைய எழுத்து வடவொலிகளைக் களைந்து தனித்தமிழாக இருக்க வேண்டு மென்பதில் நான் பெரு விருப்பமுடையவன்; அதைக் கொள்கை யாகவும் கொண்டவன்! அதில் எந்த மாற்றமும் செய்து விட வேண்டாம்' என்று அவரிடம் சொன்னேன்.

'உங்களுடைய புத்தகங்களை ஏற்கனவேயும் பதிப்பித்திருக்கிறோம்; அதுபோல் உங்கள் கொள்கைக்கு ஊறு வராமல் இந்தப் புத்தகத்தையும் பதிப்பிக்கிறோம்' என்று சொன்னார்!

பத்ரி பெண்ணுக்குரிய மென்மையான மனமும், அதிராத் தன்மையும், பாந்தமும் கொண்டவர்!

'அவர் எத்தனையோ நூறு நூல்களைப் பதிப்பித்திருக்கிறார்; ஆனால் எந்த நூலுக்கும் அவர் பதிப்புரை எழுதியதில்லை; தன்னை எதிலும் திணித்துக் கொண்டதில்லை' என்று அவருடைய உதவியாளர் சொன்னார்!

முதல் முறையாகப் பத்ரி பதிப்புரை எழுதியது என்னைக் கருதி அல்ல; மூவாயிரம் ஆண்டுகளாக இந்திய சமூகத்தை வடிவமைப்பதில் செல்வாக்குச் செலுத்துகின்ற வேதவியாசனின் மீதுள்ள அளப்பரிய ஈர்ப்பினால்!

என்னுடைய ஆசிரியர் தமிழண்ணல், தினமணி ஆசிரியர் வைத்திய நாதன், கிழக்கின் உரிமையாளர் பத்ரி சேசாத்ரி ஆகியோர் காட்டும் அன்பும், இந்த நூல் குறித்த போற்றுதலும் என்னை நெகிழச் செய்கின்றன!

23.09.2014

பழ. கருப்பையா

6(23) பெசன்ட் தெரு,

இராயப்பேட்டை, சென்னை - 14

தோற்றுவாய்

பாஞ்சாலி ஓர் அரசியல் மனைவி!

மாபாரதத்தில் மாபெரும் விவாதங்கள் பல உண்டு. அவற்றில் பாஞ்சாலி குறித்தவை இரண்டு.

அர்ச்சுனனால் வெல்லப்பட்ட பாஞ்சாலி, அவன் ஒருவனுக்கே உரியவளா அல்லது ஐந்து உடன் பிறந்தார்க்கும் உரியவளா என்பது ஒன்று.

பாஞ்சாலியை வைத்துச் சூதாடியது செல்லத்தக்கது தானா என்பது மற்றொன்று!

எல்லாக் காலகட்டங்களிலும் மிகவும் பழிப்புக் குள்ளான பெண் ஒருத்தி உண்டென்றால் அவள் பாஞ்சாலியே!

வேதங்களின் இறுதிக் காலம் தொடங்கித் திராவிட இயக்கங்கள் தமிழ்நாட்டில் உறுதிபடக் கிளைத் தெழுந்த இன்றைய காலம்வரை பாஞ்சாலி மிகப் பெரிய அளவுக்கு இழிசொற்களால் அருச்சிக்கப் பட்டே வந்திருக்கிறாள்.

பாஞ்சாலி பேரறிவு உடையவள்; திண்மையானவள்; எதையும் பகுத்துப் பார்த்து முடிவெடுக்கும் ஆற்றலினள்; ஈடு இணை சொல்ல முடியாத பேரழகியும்கூட!

இவளோடு வேறுபடுகின்ற யார்யாரும் இவளுடைய ஒழுக்கம் குறித்த நிலையினையே முதன்மைப்படுத்தி இழிவுபடுத்துகின்றனர்.

1

'நீ சூதின் பணயப் பொருள்; தோற்கப்பட்டாய்; ஆகவே வென்றவன் அழைக்கின்றான்; வா' எனச்

சொல்லி இயல்பாக அழைக்க வேண்டிய துச்சாதனன் அவள்மீது சுடுசொற்களை வீசுகிறான்.

'உலக வழக்கத்திற்கு மாறாக ஐவரையும் தனித்தனியே தழுவித் தழுவி, எனக்கு உன்னிடத்தில்தான் மிக்க அன்பு என்று தனித்தனியே ஒவ்வொருவரிடமும் கூறி நம்பச்செய்கின்ற பேரழகியே! குலத்திற்குரிய ஒழுக்கம் தவறியவள் நீ; வாதிடுவதை விட்டுவிட்டு என்னுடன் வா' என்கிறான்!

தலத்துக்கு இயையாது ஐவரையும் தழுவித் தழுவி தனித் தனியே
நலத்துப் பொய்யே மெய்போல நடிக்கும் செவ்வி நலனுடையாய்
குலத் துப்பு இறந்தாய் ஆமாகில் கூசாது என் பின் போதுக என

(வில்லி. சபா பருவம். சூதுபோர்ச் சருக்கம்,216)

சீரிய மகளுமல்லள்; ஐவரைக் கலந்த தேவி

(பாரதி, பாஞ்சாலி சபதம் II: 31: 86)

என்று கருணனும் கடுமொழி பேசுகிறான்.

மாற்றானின் மனைவியைக் கூந்தல் பற்றி இழுப்பதோ, அவளுடைய சேலையை உரிவதோ சமூகக் குற்றம்; பாஞ்சாலியோ குல ஒழுக்கம் வழுவியவளாம்; அதனால் இத்தகையவளை இழிவுபடுத்த யார்யார்க்கும் உரிமை உண்டாம்! கௌரவர்களின் தரப்பு தங்களின் கொடிய செயல்களை நியாயப்படுத்திக் கொள்வதற்குத்தான் இத்தகைய வசைமொழிகளை வீசுகிறது!

ஒருத்தி ஐவரை மணப்பது மிகவும் வேறுபாடுடையதுதான்! ஆனால் பாஞ்சாலி அரசர்கள் கூடிய சுயம்வர மண்டபத்தில் தன்னுடைய வில் திறனை வெளிப்படுத்தி வென்ற அருச்சுனனுக்குத்தான் மாலையிடு கிறாள்!

வெல்லப்பட்ட திரௌபதியைக் கூட்டிக்கொண்டு, பாண்டவர்கள் ஐவரும் தாங்கள் தங்கி இருந்த மண்பாண்டம் செய்பவரின் வீட்டுக்கு முன்னால் நின்று, உள்ளே இருந்த தாய் குந்தியை நோக்கி, 'அம்மா நாங்கள் பிச்சையுடன் வந்திருக்கிறோம்' என்று விளையாட்டாகச் சொல்ல,

மக்காள்! சேர நீர் அருந்தும்

(வில்லி. ஆதி. மாலையிட்ட சருக்கம், 65)

ஐவரும் சேர்ந்தே அருந்துங்கள் என்று குந்தி சொல்லி விடுகிறாள்.

பின்னர் வெளியே வந்து திரௌபதியைப் பார்த்தவுடன்தான் குந்திக்குப் புரிகிறது; பகிர்ந்து கொள்ளச் சொன்னது சோற்றை அல்ல; பெண்ணை

என்று! 'என் நினைந்து என் சொன்னேன் மற்று என் செய்தேன்' (66) என்றெல்லாம் மறுகுவதுபோல் தோன்றினாலும் குந்தியின் மனக்கருத்து அதுதான்!

நின் சொல் வேதமாகும் எனச் சொல்கின்ற தருமன், இது நீ நினைத்துக் கூறியது அன்று; தற்செயலாகக் கூறியது; ஆயினும் எங்கள் மனத்திலும் இந்த எண்ணம் உண்டு என்று அவளை வழிமொழிகிறான்!

அன்னையை வணங்கி நின் சொல் ஆரணப் படியதாகும்
நின் நினைவு அன்றால் எங்கள் நெஞ்சிலும் நினைவு உண்டென்றான்

(வில்லி. ஆதி. மாலையிட்ட சருக்கம், 66)

தாயைக் கோயிலாக நினைப்பவர்கள்தாம் பாண்டவர்கள் என்றாலும் தலைவனான தருமனுக்கு அவளை மறுதலிக்கவும் தெரியும்! தருமம் தான் தருமனுக்கு முதன்மையானது! பாஞ்சாலியை வென்றவன் அருச்சுனன்தான் என்றாலும், அவளுடைய நிலைதடுமாற வைக்கும் பேரழகு தருமனிலிருந்து சகாதேவன்வரை அனைவரையும் கதிகலங்கச் செய்து விடுகிறது. பேடியர் நீங்கலாக அனைவரின் நாடிநரம்பையும் முறுக்கேற்ற வல்லவள் திரௌபதி!

காமச் சூட்டினை ஏற்ற வல்ல காமக் கலன் திரௌபதி என்றால், அந்தக் கலனைப் பொதுமைப்படுத்திக் கொள்வதன்மூலம், அந்தக் கலனால் ஏற்படக்கூடும் மாறுபாடுகளை (conflicts) எளிதில் கடந்துவிட முடியும் என்று கருதுகின்றனர் பாண்டவர்கள் ஐவரும்!

அவர்கள் ஆண்ட நாடு பாண்டவர்களின் நாடே தவிர, தருமனின் நாடு இல்லை. தருமன் ஒரு வகையில் அடையாளத் தலைமையாளன் (figurative head); உண்மையான அதிகாரம் ஐவருக்குமுரியது. பொதுவாக உடன்பிறந்தாருக்கிடையே மணிமுடிக்கான போட்டியில் அனைவரும் கணக்குத் தீர்க்கப்பட்டு எஞ்சி நிற்கும் ஒருவன் மணிமுடி சூடுவான்! இதுவே உலக இயற்கை! இந்த உலகப் போக்கை மாற்றி 'கூட்டுத் தலைமை' (collective leadership) என்னும் புது உத்தியை உருவாக்குகிறாள் குந்தி! எதுவும் தனியில்லை; பொது! மண் பொது; பொன் பொது; பெண்ணும் பொதுதான்! ஒரு மகன் வாழ்ந்தான்; இன்னொரு மகன் வீழ்ந்தான் என்பதில் குந்திக்கு உடன்பாடில்லை!

கைகேயி, பரதன்தான் தன் மகன்; ஒப்பாரும் மிக்காரும் இல்லாத இராமன் அல்லன் என்று ஒரு கட்டத்தில் கருதியதுபோல் கருதுகின்ற சிறுமதியுடையவள் அல்லள் குந்தி!

தன்னுடைய சக்களத்தி மக்களான நகுலனையும் சகாதேவனையும் சேர்த்தே எல்லாவற்றிலும் சிந்திக்கின்றாள்; நல்லதையும்

கெட்டதையும் சேர்த்தே பொதுமையாக்குகிறாள். கூட்டுத் தலைமை; கூட்டு உடைமை; கூட்டு இன்பம்; கூட்டுத் துன்பம்! இவையே தன் மக்களுக்குக் குந்தி வகுத்துக் கொடுத்த வாழ்க்கை முறை!

அந்த முறைமைக்கு இதுவரை எந்தத் தீங்கும் வரவில்லை. இப்போது புதிதாக ஒருத்தி உள்ளே நுழைகிறாள்.

குந்தியின் அதிகார மையத்திற்குள் வளர்ந்த பாண்டவர்களுக்கிடையே புதிய அதிகார மையம் ஒன்று உருவாகி இருக்கிறது.

அவள் அருச்சுனனுக்குரியவளாக உள்ளே நுழைவது பாண்டவர்களின் கட்டை உடைத்துவிடக் கூடும்! ஆயினும் எதுவும் பொது என்னும் எண்ணத்தில் குந்தியால் வளர்க்கப்பட்ட அருச்சுனன் பாஞ்சாலியைப் பொதுமைப்படுத்த உடன்படுவான்!

ஆகவே அருச்சுனனின் கருத்து என்ன என்பதை விரித்துப் பேசவேண்டிய கட்டாயம் வியாசனுக்கு இல்லை.

ஆனால் பாஞ்சாலியின் விருப்பம் அறியப்படாமலேயே விவாதம் துருபதன் மட்டத்திற்கு எடுத்துச் செல்லப்படுவது என்ன நியாயம்? பாஞ்சாலி ஒருத்தி எடுக்க வேண்டிய முடிவு இது; மற்றவர்களுக் கெல்லாம் என்ன வேலை?

ஒரு பெண்ணின் மனவோட்டம் குறித்துக் கருணன் வேறொரு இடத்தில் பேசுவான்!

மன்னன் துருபதன் மகளை மணந்து புதிய வலிமையோடு வரும் பாண்டவர்களை எப்படிப் பலவீனப் படுத்துவது என்று துரியோ தனனின் மாளிகையில் கலந்தாய்வு நடக்கிறது.

பாஞ்சாலியைக் கருவியாக்கிப் பாண்டவர்களிடையே பகைமை வளர்க் கலாம் என்றொரு கருத்து முன்வைக்கப்படுகிறது.

அதற்குக் கருணன் கூறுகிறான்: 'எந்தப் பெண்ணுமே தனக்குப் பல புருசர்கள் வாய்ப்பதைத் தன் மனத்தினில் விரும்புவாள். திரௌபதிக்கோ அந்த வாய்ப்பு உண்மையாகவே கிட்டிவிட்டது. ஆகையால் அவள் பாண்டவர்களிடையே பகைமை ஏற்படுவதை விரும்ப மாட்டாள்!'

(சோ, மகாபாரதம், ஆதி. பக்.156)

ஆகவே குந்தி, அருச்சுனன், பாஞ்சாலி மற்றும் பிற பாண்டவர்கள் மட்டத்தில் முடிவாகிவிட்ட ஒன்று, இப்போது பாஞ்சாலியின் தந்தையான துருபதனின் இசைவுக்கு எடுத்துச் செல்லப்படுகிறது.

துருபதனிடம் 'நாங்கள் ஐவரும் இவளை மணக்கவிருக்கிறோம்' என்று தருமன் சொல்ல அவன் அருவருப்புக் கொள்கிறான்!

'ஒரு காலத்திலும் தருமம் என்று சொல்லப்படாததும் உலக வழக்கத்திற்கு முற்றிலும் மாறானதுமான இந்த எண்ணம் ஏன் உமக்கு உண்டாயிற்று?'

அதற்குத் தருமன் சொல்கிறான்: 'கிடைத்ததை எல்லாம் நாங்கள் சேர்ந்தே அனுபவிப்பது என்று பிரதிக்ஞை செய்திருக்கிறோம்; பெரும் ஆபத்திற்கிடையே இவ்விதம் நாங்கள் தீர்மானிக்க வேண்டியதாயிற்று. எங்கள் தாயாலும் இதுவே சொல்லப்பட்டது.'

(இராசாசி, மகாபாரதம், பக். 76)

எதிரிகள் கடுமையானவர்கள்; கொடியவர்கள்; அழுக்காற்றினர்; வன்னெஞ்சினர்!

ஏற்கெனவே பாண்டவர்களின் பங்கான பாதி நாட்டை அவர்களுக்கு அளிக்காதிருக்க அரக்கு மாளிகையில் அவர்களை இருத்தித் தீக்கொளுத்தச் செய்த முயற்சியினால் நாடற்றவர்களாய்த் திரியும் பாண்டவர்களுக்குத் துருபதனின் மகளை அடைவதன்மூலம் ஒரு துணை நாட்டின் வலிமை கிடைத்திருக்கிறது! இதைப் பயன்படுத்தித் தங்களின் பழைய நாட்டை அடைய வேண்டிய நிலையில், அந்தப் பெண் ஐவரில் ஒருவரை மணந்து, மற்ற நால்வரைத் தனிமைப் படுத்தினால், பாண்டவர்களின் கூட்டு வலிமை போய், உரிமைப்பட்ட நாட்டை அடையாமல் போய்விடக்கூடும். இந்த அடிப்படையில் நுகர்ச்சி, மகிழ்ச்சி, சோகம், சொத்து, நாடு என்று எதுவாயினும் ஐவருக்கும் பொது என்று குந்தி எடுத்த முடிவுக்குள் பாஞ்சாலியின் இசைவுடன் அவளும் கொண்டுவரப்படுகிறாள்!

எல்லாவற்றிற்கும் வழமை, மரபு, தருமம் என்று அலசிப் பார்க்கும் தருமன், பாஞ்சாலியை மணப்பதில் எல்லாவற்றையும் தூக்கி எறிந்து விட்டுத் தாயின் அரசியற் பார்வையை அங்கீகரிக்கிறான்.

பெண்ணாலும் தாங்கள் ஐவரும் பிளவுபடக் கூடாது என்னும் பாண்டவர்களின் நிலைப்பாடே பாஞ்சாலியை ஐவருக்கும் மனைவியாக்குகிறது.

அசிங்கம்தான்; வழக்கமல்லாத வழக்கம்தான்; நகைப்புக்குரியதுதான்; அவளுடைய நிமிர்ந்த முலைகள் என் நெஞ்சை மட்டுமே துளைப்பவை என்னும் பெருமிதம் இல்லாக் கேவல நிலைதான்; துச்சாதனன் சொன்னதுபோல, வரிசைமுறை வைத்துக்கொண்டு அவள் கொஞ்சுகிற போக்கு ஐவருக்குமே நெஞ்சினில் குறுகுறுப்பை உண்டாக்கும் தன்மையதுதான்!

என்ன செய்வது? இழந்துவிட்ட மூதாதையர் மண்ணைப் பெற வேண்டுமே! அரக்க மனத்தினர் அல்லரோ எதிரிகள்; இரக்க நெஞ்சினரும் குரு வம்சத்தில் உண்டு என்றாலும் தீமையைத் தடுக்கும் ஆற்றல் அவர்க்கில்லையே! நெருக்கடியான நேரத்தில், 'தருமம் நுட்ப மானது; அதைப் புரிந்துகொள்வது எளிதில்லை' என்று தடுமாறு கின்றனரே!

கூட்டுத் தலைமை; கூட்டுப் பொறுப்பு; கூட்டுப் பகிர்வு என்பது ஒன்றுதானே இவர்களுக்கிருக்கும் ஒரே வழிமுறை! நிலைபெறுதல் என்பதே கேள்விக்குறியாகும்போது, வழக்கமில்லாத வழியில் படர்வது இயற்கைதானே!

பாஞ்சாலி ஐவரை மணந்ததற்கு வேறொரு காரணம் சொல்லப் படுகிறது. முந்தைய பிறவியில் திரௌபதி சிவனை நோக்கித் தவமிருந்து, சிவன் நேரடியாகக் காட்சியளித்தபோது, சிறந்த கணவன் வேண்டுமென்று திரும்பத் திரும்ப ஐந்து முறை கேட்டுவிட்டாளாம். ஆகவே அவளுக்கு ஐந்து கணவன்மார்கள் அளிக்கப்பட்டதாக ஒரு கதை.

இன்னொரு கதை சற்றுத் திருந்திய கதை. அவள் சிவனிடம் நேர்மையான, வலிமையான, திறன்மிக்க, அழகான, அறிவான கணவன் வேண்டுமென்று கேட்டாளாம். அதற்கு சிவன், 'இவை அனைத்துச் சிறப்புக்களும் ஒரு சேர அமைந்த ஒரே ஒருவன் கடவுள் தான்; உனக்கு ஐந்து கணவர்களைத் தருகிறேன்! அவர்கள் தனித்தனியே நீ குறிப்பிட்ட சிறப்புகளில் ஒன்றினைக் கொண்டிருப்பார்கள்' என்று தருமனிலிருந்து சகாதேவன்வரை ஐவரை அளித்தாராம்!

மேற்கூறிய கதைகளைவிடத் திரௌபதி ஐவரை மணந்ததற்குக் கருணன் சொன்ன காரணமும், அரசியல் காரணம்பற்றி திரௌபதியைக் குந்தி ஐவர்க்கும் பொதுவாக்கியதும்தான் மனித அறிவோடு ஒட்டிவருபவை! ஆனால் எல்லாப் பெண்களின் ஆசையும் பொதுவாக அப்படித்தான் என்னும் கருணனின் கருத்துத்தான் உடன்பட முடியாதது!

குந்தி அரசியல் தந்திரங்கள் வகுப்பதில் வல்லவள். தன் மக்கள் ஐவரும் எது குறித்தும் வேறுபடா நிலையில்தான் அவர்களின் வெற்றி அடங்கி இருக்கிறது என்பதில் திண்ணமாக இருந்தாள்.

குந்தி ஐவரையும் கட்டிப் பிணைத்து வைக்கும் கயிறாக இதுவரை தானே இருக்கிறாள்; பிறகு பாஞ்சாலியைப் பொதுமைப்படுத்தி, அவர்களைப் பிணைக்கும் சக்தியாக (binding force) அவளை மாற்றுகிறாள்.

இந்தியாவில், குறிப்பாகத் தெற்கே தோடர்கள், வடக்கே உத்திராஞ்சல் மலைவாழ் குடியினர் ஆகியோரிடையே, சொத்துப் பிரிவுபட்டுச்

சுருங்கிவிடாமலிருக்க ஒரு பெண் அனைத்து உடன்பிறந்தார்களையும் மணக்கும் முறை இன்றும் இருக்கிறது.

அந்தக் குடும்பத்து உடன்பிறந்தார்கள் இந்த ஒரு மனைவிக்கு அப்பாற் பட்டு வேற்றுப் பெண்களோடு உறவு கொண்டார்களேயானால், அவர்கள் வைப்பாட்டிகளாக மட்டுமே கருதப் படுவார்கள். குடும்பச் சொத்தில் ஆசைநாயகிகளுக்கோ, அவர்களின் பிள்ளைகளுக்கோ பங்கில்லை என்பதுதான் முக்கியமானது.

அதே நிலைதான் பாஞ்சாலியின் நிலையும்.

பாஞ்சாலி கணவன்மார்களை ஆண்டுக்கொருவர் என்று வரிசைப் படுத்திக்கொண்டு, ஒவ்வொரு கணவனுக்கும் ஒரு ஆண்மகவைப் பெற்றளித்தாள்!

இது ஒன்றுதான் வேறுபாடு. மற்ற மலைவாழ் அல்லது புராண காலத்திற்கு முந்திய மக்களில் உடன்பிறந்தார்கள் அடுத்தடுத்து ஒரே நேரத்தில் புழங்கும் நிலையில் யாருடைய பிள்ளை என்று அடையாளப் படுத்த முடிவதில்லை! அப்படி அடையாளப்படுத்தக்கூடாது என்பது தான் இந்த முறையின் நோக்கமும்கூட! அதனால் சொத்துப் பிரிவினையில் சிக்கல் என்பதே எழாது. அந்த ஒருத்தி பெற்ற பிள்ளை களெல்லாம் குடும்பச் சொத்துக்குரிய பிள்ளைகள்தாம்!

பாஞ்சாலி பொது மனைவியாக இருந்தும், ஆண்டுக்கொருவர் என்னும் காலப்பிரிவினை காரணமாக ஒவ்வொரு கணவனின் பிள்ளையையும் அடையாளப்படுத்த முடிந்ததெனினும் அவள்வழியாகப் பிறக்கின்ற பிள்ளைகளுக்கே அரசுடைமை என்பது பாஞ்சாலியின் நிபந்தனை. இதைப் பாண்டவர்களும் ஏற்றார்கள்; இதுதான் பழைய விதியும்கூட.

பாண்டவர்கள் பாஞ்சாலியுடன் துயில்வதற்குத் தங்களுடைய முறைக் காகக் காத்திருக்கும் நான்கு ஆண்டுகளில் வெளிப் பெண்களோடு தொடர்பு கொள்வதையோ, அவர்கள் வழியாகப் பிள்ளைகள் பெறுவதையோ பாஞ்சாலி எதிர்க்கவில்லை.

ஆனால் அத்தகைய வெளிப் பெண்களோ அவர்களின் பிள்ளைகளோ பாண்டவர்களோடு உறவு பாராட்டிக்கொண்டு இந்திரப்பிரத்தத்திற்குள் நுழையவே கூடாது! அதிகார மையத்தில் அவர்களுக்கு எந்த வகைப் பங்கீடும் இல்லை! அரண்மனைக்குரியவளும் அரசுக்குரியவளும் பாஞ்சாலி மட்டுமே!

இது திரௌபதி விதித்த நியாயமான நிபந்தனை. ஒரு குடும்பத்திற்குள் பல கணவ முறையை ஒரு பெண்ணை ஏற்கச் செய்வதே, சொத்தோ மணிமுடியோ அயற்பெண்களாலோ, அவர்களின் பிள்ளைகளாலோ,

பங்கிடப்பட்டுக் குறுகிப் போய்விடக் கூடாது என்னும் அடிப்படையில் தான்!

குந்தி எப்படி ஓர் அரசியற் பெண்ணோ, அதுபோலப் பாஞ்சாலியும் நூற்றுக்கு நூறு ஓர் அரசியற் பெண்தான்!

மாபாரதத்தில் குந்தியின் பங்கு மிகப் பெரியது! பாண்டவர்களின் சிறப் புக்குக் காரணம் அவர்களைக் குந்தி பெற்றது மட்டுமில்லை; அவர் களையும் அவர்களின் வாழ்க்கை முறைகளையும் குந்தியே வடிவமைத் ததும்தான்! குருசேத்திரப் போரில் பாண்டவர்கள் ஐவரில் நால்வர் உயிரைக் கருணனிடமிருந்து காத்தவளும் குந்திதான்.

'ஐந்து வயதில் அண்ணன் தம்பி; பத்து வயதில் பங்காளி' என்னும் பழ மொழியைச் செல்லாததாக்கி எல்லா வயதிலும் அண்ணன் தம்பிதான் என்று ஆக்கியவள் குந்திதான்!

பாண்டவர்கள் அசாதாரணமானவர்கள்; அவர்களின் எதிரிகளும் அசாதாரணமானவர்கள்; அவர்களின் இலக்கான குருசேத்திரப் போரும் அசாதாரணமானது! அவ்வளவு நீண்ட அசாதாரணமான தயாரிப்புக் கிடையேயான, தவிர்க்க இயலாத பெண் தேவை பாண்டவர்களுக் கிடையே பிளவை உண்டாக்கி இறுதி நோக்கைக் கெடுத்துவிடக் கூடாது என்பதைக் கருத்தில் கொண்டு, அசாதாரணமான தாயான குந்தி வகுத்தளித்த வாழ்க்கை உத்திதான் மனைவிப் பொதுமை!

மாத்திரிக்குப் பதிலாகக் பாண்டுவோடு குந்தி உடற் கலப்பு நிகழ்த்தி, பாண்டுவோடு சேர்ந்து இறந்துபோய், பாண்டவர்களை வளர்க்கும் பொறுப்பு சக்களத்தி மாத்திரிக்கு வந்து சேர்ந்திருந்தால், பாண்டவர்கள் மாடு மேய்க்கத்தான் போயிருப்பார்கள்!

பாஞ்சாலியின் சோத்தை வாதம்!

புதிதாகக் கட்டிய மண்டபங் காண வரச் சொல்பவர்கள்போல் கௌரவர்கள் பாண்டவர்களை அழைத்தாலும், அதற்குப் பின்னால் ஒரு வஞ்சக எண்ணம் இருந்தது. தருமனைச் சூதாட வைத்துப் பாண்டவர்களைக் கவிழ்ப்பதே கௌரவர்களின் நோக்கம். அதைப் பாண்டவர்கள் அறிந்திருக்கவில்லை. கௌரவர்கள் கட்டிய புதிய மண்டபத்தைப் பாண்டவர்கள் பார்த்து, விருந்துண்டு களித்த பின்னர், சகுனி பொழுதைக் கழிக்கச் சிறிது சூதாடலாம் என்று தருமனை அழைக்கின்றான்.

தருமன் தயங்குகின்றான். 'என்ன தருமா! இராசசூய யாகம் செய்து நில முழுதும் எங்களின் கீழ் என்று பெருமிதம் கொண்டிருக்கின்ற நீ, சில பொருளை விளையாட்டில் செலவழித்தால் அழிந்தா போய் விடுவாய்' என்று தூண்டிலை வீசுகின்றான் சகுனி.

அரசர்க்குரிய விளையாட்டு என்பதாலும், சில பொருள் செலவாவது அழிவினைத் தந்துவிடாது என்பதாலும், எல்லாவற்றிற்கும் மேலாக, சரிவர ஆடத் தெரியாவிட்டாலும் சூதின்மீது தருமனுக்குரிய அளப்பரிய காதலாலும் சொக்கட்டானுக்கு முன்னால் வந்து அமர்கின்றான் தருமன்.

கௌரவர்களின் சார்பில் சகுனியும் பாண்டவர்களின் சார்பில் தருமனும் ஆடுவது என்று ஏற்கப்படுகிறது.

2

சகுனிக்காகப் பந்தயப் பொருளை வைப்பது யார் என்னும் கேள்வி எழுப்பப்படுகின்றபோது, 'நான்' என்று முன்வருகிறான் துரியோதனன். இதுபோன்ற கேள்வி பாண்டவர்களை நோக்கி எழுப்பப்படவில்லை. ஏனென்றால் சகுனியைப்போல் அல்லாது இங்கே தருமனே உடைமை களுக்கு உரியவன் என்பதால்!

தருமன் முதலில் தன் கழுத்தில் இருக்கும் அணிகலனைப் பந்தயப் பொருளாக வைக்கின்றான். விழி மூடித்திறப்பதற்கு முன்னே சகுனி அதை வென்று விடுகிறான். தருமனுக்கு அது ஒரு பொருட்டில்லை! ஆயிரம் குடம் தங்கத்தை வைத்து ஆடுவோம் என்கிறான் தருமன். மாயம் வல்ல மாமன் அதனையும் தன் வசமாக்கிக் கொள்கிறான்.

மாடிழக்கின்றான் தருமன் மந்தை மந்தையாக; ஆடும் இழக்கின்றான்; ஆளும் இழக்கின்றான். இப்படி வைப்பதற்குரிய பொருட்கள் அனைத் தையும் இழந்துவிட்ட நிலையில், 'நாடு இருக்கிறதே தருமா! நாட்டை வைத்திடு!' என்றான் சூது வல்ல சகுனி.

விதுரன் குறுக்கிடுகின்றான்: 'சூதை நிறுத்துங்கள்; எந்த ஒன்றுக்கும் ஓர் எல்லை உண்டு' என்று கொதித்து மொழிகின்றான்.

விதுரனுடைய குறுக்கீடு, தான் விரும்பியதை அடைவதற்குத் தடையாகப் போய்விடுமோ என்று அஞ்சிய துரியோதனன் சினத்தின் எல்லைக்கே சென்று வெடித்துக் கிளம்பினாலும், விதுரனின் குறுக்கீடு ஆட்டத்தின் போக்கைப் பாதிக்கவில்லை.

சூது தொடர்கிறது; நாடும் பறிபோகிறது. இனிப் பணயமாக வைப்பதற்கு எதுவும் இல்லை என்ற நிலை தருமனைத் திகைக்கச் செய்கிறது.

'அரசனாக வந்தோம்; வெறும் ஆளாகத் திரும்புகின்றோமே என்று மயங்குகிறாயா தருமா? அம்பினை ஒத்த விழியாள்; உங்கள் ஐவருக்கும் உரியாள்; இந்த வெற்று நிலை கண்டு வெகுள்வாளே என்று அஞ்சுகிறாயா தருமா? கவலை வேண்டாம்! நீ இழந்ததெல்லாம் திரும்ப உன்னிடமே மீளும்; உன்னுடைய தம்பிமாரை வைத்து ஆடு; வென்று விட்டால் மீண்டும் அரசனாகவே அரண்மனை திரும்பலாம்' என்று வலையை வீசி விரிக்கிறான் சகுனி.

இந்த முறை வெல்லாமலா போய்விடுவோம்? வெறும் ஆளாய் வீடு திரும்புவதைவிட ஒரு சிறு இடர் அச்சத்திற்கு (risk) உட்படுத்திக் கொண்டு இழந்த மணிமுடியைப் பெற்றுவிடுவோமே என்று தருமன் துணிவது யார்யார்க்கும் உள்ள இயல்புதானே!

காய் உருட்டுகின்றான் தருமன்; கலி அல்லவா விளையாடுகின்றான்! மணிமுடியும் போய் உடன்பிறந்தார்களும் அடிமைப்பட்ட நிலையில்

மீண்டும் வீறு கொள்ளும் தருமன், தன்னையே பந்தயப் பொருளாக்கிக் கொள்கிறான்.

முன்னே நடந்ததுதான் இப்போதும் நடந்தது! தருமனும் அடிமைப் பட்டு விட்டான். இழப்பதற்கு இனி எதுவும் இல்லை என்ற நிலையில் வெறிகொண்டு நின்ற தருமனுக்கு மேலும் வெறியேற்றுகின்றான் சகுனி. 'இல்லையோ என்னும் இடையாள் பாஞ்சாலி இல்லையோ? என்ன மயக்கம்? மணிமுடியும் மீட்டு உடன்பிறந்தார்களையும் விடுவித்துப் பழைய நிலையை எய்த அதிட்டப் பணயம் பாஞ்சாலி இருக்கின்றாளே; கடைசி வாய்ப்பு நழுவ விட்டுவிடாதே' என்று மேலும் மேலும் வெறியூட்டுகின்றான் சகுனி; ஆட்படுகின்றான் தருமன்; பாஞ்சாலி பந்தயப் பொருளாகின்றாள்!

இந்தக் கதையைக் குறுங்காப்பியமாகப் பாடவந்த சுப்பிரமணிய பாரதி கதையைச் சொல்லிக் கொண்டு வரும்போதே பல இடங்களில் நிதானம் இழந்து பொங்கிவிடுகின்றான்!

'வேள்விப் பொருளினைப் புலைநாயின் முன் வைப்பவர் உண்டா? பொன்மாளிகை கட்டிப் பேயினைக் குடியேற்றுவார் உண்டா? செருப்புக்குத் தோல் வேண்டியே செல்வக் குழந்தையினைக் கொல்வார் உண்டா? விருப்புற்ற சூதினுக்கே பந்தயம் மெய்த்தவப் பாஞ்சாலியா' என்று தன்னிலை மறந்து சீறுசீறென்று சீறுவான் பாரதி.

கௌரவர்களிடம் இந்திரப்பிரத்தம் பறிபோன கதையைத்தான் பாடுகிறான் பாரதி; ஆனால் அவன் மனத்தினில் இருப்பது பரங்கி யரிடம் பறிபோய்விட்ட பாரத நாடு! பொங்காதா பாரதியின் மனம்?

கோயிற் பூசை செய்வோர் - சிலையைக் கொண்டு விற்றல்போலும்,
வாயில் காத்து நிற்போன் - வீட்டை வைத்திழத்தல் போலும்,
ஆயிரங்க ளான - நீதி யவை உணர்ந்த தருமன்
தேயம் வைத் திழந்தான் - சீச்சீ! சிறியர் செய்கை செய்தான்.
நாட்டு மாந்த ரெல்லாம் - தம்போல் நரர்களென்று கருதார்
ஆட்டு மந்தை யாம் - என்றுலகை, அரச ரெண்ணி விட்டார்,
காட்டு முண்மை நூல்கள் - பல தாங் காட்டினார்களேனும்
நாட்டு ராச நீதி - மனிதர் நன்கு செய்யவில்லை.
ஓரஞ்செய்திடாமே - தருமத் துறுதி கொன் றிடாமே,
சோரஞ் செய்திடாமே - பிறரைத் துயரில் வீழ்த்தி டாமே,
ஊரை யாளு முறைமை - உலகில் ஓர் புறத்து மில்லை
சாரமற்ற வார்த்தை - மேலே சரிதை சொல்லுகின்றோம்.

(பாரதி, பாஞ்சாலி சபதம் II: 5: 15 - 7)

நாட்டை வைத்து இழந்த தருமனை 'சீச்சீ இவன் சிறியன்' என்று உமிழ்கிறான் பாரதி! நாட்டை ஆளுகின்றவன் நாட்டுக்குத் தரும கர்த்தாவே தவிர, நாடு அரசனின் உடைமைப் பொருள் அன்று என்பது பாரதியின் வாதம்.

இந்திய நாடு அடிமைப்பட்டுக் கிடந்த நிலையில் அதன் விடுதலைக் காகக் காந்தியின் தலைமையில் போராட்டம் நடந்த காலையில், பாரதி இந்த குறுங்காப்பியத்தை எழுதுகின்றான்.

இரண்டாயிரத்து ஐநூறு ஆண்டுகளுக்கு முந்திய இதிகாசத்தின் ஒரு கூறினைப் பாட வந்த பாரதி நிகழ்காலப் பார்வையோடு இதைப் பாடுவதால் வந்த சீற்றம்தான் இது!

வில்லிபுத்தூர் ஆழ்வார்க்கு வராத சீற்றம் பாரதிக்கு வந்ததற்குக் காரணம், அவன் பிரெஞ்சுப் புரட்சிக்கும் உருசிய புரட்சிக்கும் பின்னால் வந்தவன் என்பது மட்டுமல்லாமல் அரசியல் நிருணயச் சட்டத்தின் வழியே நாடாளப்படுகின்ற வழிமுறைகளையும் நேரில் கண்டறிந்தவன் என்ற காரணத்தால் தருமன் அரசியல் சாசன வழிப்பட்ட மன்னனாக (constitutional monarch) இருக்க வேண்டும் என்று எதிர்பார்க்கின்றான்.

பழைய பாரதக் கதை புதிய பாரதத்தினருக்குப் பயன்படுமாறு தேவைப் படுகின்ற இடங்களில் சில கருத்துக்களை ஏற்றி உரைப்பான் பாரதி.

தருமன் தருமத்தின் முறையில் ஆட்சி புரிந்தான். ஆனால் காலம் மாறுகின்றபோது தருமங்களும் மாறுகின்ற தன்மையுடையவையே. மாறிய அரசியல் நெறி முறைக்கேற்ப தருமனை எதிர்பார்க்கின்ற பாரதி அவனை 'சீச்சீ சிறியர் செய்கை செய்தவன்' என்று பழிப்பது புதிய அளவுகோலால் பழைய நெறிமுறைகளை அளப்பதாகும்!

நாட்டை வைத்து இழந்ததற்கே பொறுக்காத பாரதி, கட்டிக்கொண்ட மனைவியை வைத்து இழப்பதைப் பொறுப்பானா?

ஆனால் நாட்டை உடைமைப் பொருளாகக் கருதுகின்ற பழக்கம் பண்டைநாளில் மிகுதியாக இருந்தது; இன்றைக்கும்கூட இருக்கிறது! சௌதி அரேபியச் சுல்தான் நாட்டைப் பொதுப் பொருளாகவா கருதுகிறார்? ஆனால் மனையாளைப் பணயப் பொருளாக வைத்துச் சூதாடுவது என்பது உலகம் அன்றும் இன்றும் அறிந்த ஒன்றில்லை.

ஆட்டத்தில் விலைப்பட்ட பாஞ்சாலியை அவைக்கு அழைத்துவருமாறு துரியோதனன் ஏவியது கேட்டுப் பாஞ்சாலி பதறுகிறாள். 'சூதர்மனைக்குத் தொல்சீர் மரபுடைய மாதர் வருதல் மரபோ' என்று கேட்கிறாள்.

பின்னரும் அந்தத் தேரோட்டியிடம்,

என்னைத் தோற்று மனுநெறி கூரிசை யோன் தன்னைத் தோற்றனனோ
தன்னைத் தோற்றுத் தனது மனத் தளர்வால் என்னைத் தோற்றனனோ?

(வில்லி. சபா பருவம், சூதுபோர்ச்சருக்கம், 211)

என்று வினவுகிறாள்.

இதைத் தேரோட்டி பிரதிகாமி வந்து அவையில் சொன்னபோது துரியோதனன் சீற்றத்தின் எல்லைக்கே சென்று விடுகிறான்.

பாஞ்சாலி நேரடியாக அவைக்கு வந்து வேண்டிய கேள்விகள் கேட்கலாம் என்று சொல்லச் சொல்லி அவனைத் திருப்பி அனுப்புகிறான் துரியோதனன்

அவனிடம் பின்னரும் தன்னுடைய வாதத்தை வேறு சொற்களால் வைக்கிறாள் பாஞ்சாலி.

அவர் தாயத்திலே விலைப்பட்டவர் - புவி
தாங்கும் துருபதன் கன்னி நான் - நிலை
சாயப் புலைத் தொண்டு சார்ந்திட்டால் - பின்பு
தாரமுடைமை அவர்க்குண்டோ?

(பாரதி, பாஞ்சாலி சபதம் II: 21: 52)

கருத்துக்கு வியாசனே பொறுப்பு; நடைக்கு மட்டுமே நான் பொறுப்பு என்று வியாசனை முற்றாக உள்வாங்கிக்கொண்டு எழுதும் பாரதி, பாஞ்சாலி மொழிவதாக மேற்கண்டவாறு மொழிகிறான்.

'தாயத்தில் அடிமைப்பட்டுவிட்டவன் தருமன்; அதனால் புலைத் தொண்டுக்கு உரியவனாகிவிட்ட அவனுக்குத் தாரமுடைமை இருக்க முடியுமா? ஆகவே நான் திருமதி தருமன் அல்லேன்; புவியாளும் துருப தனின் மகள் நான்' என்று உறவு நீக்கம் பேசுகிறாள் பாஞ்சாலி.

'முதலில் தன்னைத் தோற்று அடிமையாகிவிட்ட தருமன் என்னைத் தோற்க உரிமையுள்ளவனா' என்னும் பாஞ்சாலியின் கேள்வி, 'முதலில் என்னைத் தோற்றிருந்தால் ஒப்பியிருப்பேன்' என்று நுட்பமாக (on technical grounds) பாஞ்சாலி சட்டம் பேசுமிடம்!

இரண்டாம் முறை திரும்பி வந்த தேரோட்டி பிரதிகாமியிடம், 'தாயத்தில் அடிமைப்பட்டுப் புலைத் தொண்டு செய்வோனுக்குத் தாரம் எப்படி இருக்கமுடியும்? நான் ஆடி விலைப்பட்ட தாதியில்லை; புவி ஆளும் துருபதனின் மகள்' என்று, 'சகதருமிணி' என்னும் நிலைப் பாட்டிலிருந்தே வெளியேறி விடுகிறாள்.

பதினொரு நீதிபதிகள் அடங்கிய உச்சநீதிமன்றத்தின் முழு அமர்வில் சொத்துடைமை என்பது பேச்சுரிமை, எழுத்துரிமைபோல அடிப்படை

உரிமைதானா என்பது குறித்து முதிர்ந்த வழக்கறிஞர் வைக்கும் வாதங்களை, கக்கத்தில் வழக்குக் கட்டுகளைச் சுமக்கின்ற அவருடைய எழுத்தன் எவ்வாறு அறியானோ, அவ்வாறே ஏழைப் பாகன் பிரதிகாமியும் நுண்மையான வாதங்களை அறியமாட்டான்!

மாதவிடாயில் இருக்கிறாள் - அந்த
மாதரசி

(பாரதி, பாஞ்சாலி சபதம் II: 21: 56)

என்று சுருங்கக் கூறித் தன்னை இரு தரப்பாரும் மாறிமாறிப் பந்தாடுவதிலிருந்து விடுதலை தேடிக் கொள்கிறான்!

வீமனுக்கு அஞ்சுகிறான் தேர்ப்பாகன் என்று சொல்லித் தம்பி துச்சாதனனை அனுப்புகிறான் துரியோதனன்!

'இவன் தீமையில் அண்ணனை வென்றவன்' என்று இவன் புறப்படு முன்னரே அறிமுகவுரை நல்குவான் பாரதி!

இப்போது பாஞ்சாலி நுண்மை வாதங்கள் பேசுவதை விட்டு விட்டு,

அச்சா கேள் மாத விலக்காதலால் ஓராடை
தன்னில் இருக்கின்றேன்

(பாரதி, பாஞ்சாலி சபதம் II: 24: 66)

என்று இரக்க உணர்ச்சியைத் தட்டி எழுப்ப முனைகிறாள்.இது கல்லைக் கனிய வைக்கும் வெற்று முயற்சி!

நீண்ட கருங்குழலை நீசன் கரம்பற்றி
முன்னிழுத்துச் சென்றான்

(பாரதி, பாஞ்சாலி சபதம் II: 24: 66)

'கதையில் இந்த இடத்தை எழுதும்போதே மனம் திடுக்கிடுகிறது; மகா பாபமான செயல்' என்று பதறுகிறார் இராசாசி!

பாஞ்சாலி ஒரு கட்டத்தில் தன்னைத் தோற்றபின் என்னைத் தோற்கும் உரிமை அவனுக்கில்லை என்றும், இன்னொரு கட்டத்தில் தாயத்தில் அடிமைப்பட்டு புலைத் தொண்டு செய்யப் புகுந்தவனுக்குத் தாரம் எப்படி இருக்க முடியும் என்றும் நான் துருபதன் மகள் என்றும் ஆங்காரமாகப் பேசுகிறாள்.

இவற்றில் முதல்கட்ட வாதத்தில் தருமன் முதலில் தன்னை அடிமைப் படுத்திக் கொள்ளாமல், என்னை அடிமைப்படுத்தியிருந்தால், இந்த இழிநிலையை ஏற்றுக்கொள்ள நியாயம் இருக்கிறது என்று பாஞ்சாலி சொல்வதுபோன்ற தொனியே இருக்கிறது.

இது பாஞ்சாலியின் பக்கத்திற்கு ஒரு பெருமையான, வலுவான வாதமாகத் தெரியவில்லை!

நியாயமாகப் பாஞ்சாலி துரியோதனனின் அவையில், தான் ஒரு சுதந்திர மான பெண் என்றும் பாண்டவர்களுக்கு மனைவி என்னும் நிலையில் உறவு வயப்பட்டவளே ஒழிய அவர்களுக்கே உரிமைப்பட்ட வளில்லை என்றும் இப்படி வேறு வகையாகப் பேசி இருக்க வேண்டும்! தங்களுக்கு உறவு மட்டுமே உடைய, உரிமை அல்லாத ஒருத்தியை எப்படித் தருமன் சூதில் பணயம் வைத்துத் தோற்று அடிமைப்படுத்த முடியும் என்று பாஞ்சாலி தெளிவுபடக் கேட்டிருக்க வேண்டும்!

தருமன் தன்னை அடிமைப்படுத்திக் கொள்ள உரிமை உள்ளவன்; அவனுடைய உடன் பிறந்தார்கள் தனிச் சுதந்திரம் உடையவர்கள் எனினும், அவர்களின் கண்முன் தருமன் பணயங் கூற, எதிர்க்க வேண்டிய உடன்பிறந்தாரிடம் எதிர்ப்பு ஏற்படாமையால், அவர்களின் இசைவை அடிப்படையாக வைத்து அவர்களையும் கௌரவர்கள் அடிமை கொண்டது நியாயமே!

சூதாடு களத்தில் பாஞ்சாலி இல்லை; ஆகவே உடன்பிறந்தார்களைப் பணயப் பொருள்களாக அவர்களின் கண்முன்னேயே ஏற்றதுபோல் பாஞ்சாலி முன்னிலையிலோ, பாஞ்சாலி இசைவோடோ அவளைப் பணயப் பொருளாக கௌரவர்கள் ஏற்றிருந்தால் அவர்களின் இப்போதைய நிலைப்பாடு நியாயம்! அவ்வாறு நடக்கவில்லையே என்று வேறொரு கோணத்தில் அந்த வாதம் பாஞ்சாலியால் வைக்கப் பட்டிருக்க வேண்டும்!

ஆனால் கருணனோ, தருமன் தன்னை இழந்தபோதே அவனுடைய உடைமைகள், மனைவி உட்பட அனைத்தும் வென்றவனுக்குத் தாமாகவே சொந்தமாகி விடுகின்றன என்றும், இருந்தாலும் பாஞ்சாலியைத் தனித்துப் பணயப் பொருளாகக் கௌரவர்கள் இன்னொரு முறை ஏற்றனர் என்றும் கூறுகிறான்.

ஆடு மாடுபோல விற்க, வாங்க, கைமாற்ற, பணயம் வைக்க, மனைவி ஓர் உடைமைப் பொருளில்லை!

ஒரு மனைவி சகதருமிணியே; திரௌபதியைப் பந்தயப் பொருளாகச் சகுனி குறிப்பிடும்போது அவளை 'வேள்விமாது' (வில்லி. சூது. 182) என்றே குறிப்பிடுகின்றான். அவள் வேள்விச் சடங்குகளை நடத்தச் சமபங்காளியாக வந்தவள்! அவள் உடைமைப் பொருளில்லை!

ஒரு பெண் சுயம்வரத்தினால் தன்னுடைய கணவனைத் தன்னுடைய விருப்பத்தின்படித் தேடிக் கொள்ளச் சுதந்திரமுடையவளாக இருக்கும்

சமூக அமைப்பில், அப்படித் தேடிக்கொள்வது திருமணத்திற்குப் பின் சுதந்திரத்தை இழந்து கணவனின் உடைமைப் பொருளாகி விடுவதற்குத் தான் என்பது முரணாக இல்லையா? அடிமையாவதற்கு எதற்குச் சுயம்வரம்? எதற்குப் போட்டி?

என் மகள் அவள் தானாக விரும்பிக் கொள்ளும் ஆணுக்கே உரியவள் என்று சுயம்வர மண்டபத்தில் துருபதன் அறிவிக்கின்றான்!

தான் வரித்தவற்கே எய்த உரியள் என் தனயை

(வில்லி. ஆதிபருவம், 478)

சுயம்வரம்மூலம் பெண் தனக்குரியவனைத் தேர்வு செய்துகொள்ள அனுமதித்திருப்பது பெண் சுதந்திரத்தின் உச்சமல்லவா?

பாஞ்சாலி சுயம்வரத்தில் துரியோதனன் தோற்றான்; கருணனைத் தேரோட்டி மகன் என்பதால், 'மணவேன்' என்று பாஞ்சாலியே போட்டியினின்று நீக்கிவிடுகிறாள். சத்திரியர்களுக்கான அந்தப் போட்டியில் ஒரு பார்ப்பனன் பங்குகொள்ள விதியை வளைத்து இசைவு தெரிவிக்கிறாள் திரௌபதி! இது குறித்துச் சத்திரியர்கள் கலகம் செய்ய முற்பட்டபோது பொருட்படுத்தவில்லை திரௌபதி! பெண் சுதந்தி ரத்தின் பொற்காலமல்லவா அது! அதில் எங்கே இருக்கிறது பெண் அடிமை நிலை?

மேலும் அன்றையச் சமூகத்தில் குந்தி, காந்தாரி என யாரும் கைமாற்றத்தக்க அடிமை நிலைகளில் இல்லை.

சமுதாய விதி தனி ஒருத்தியான பாஞ்சாலியை நோக்காக வைத்தா உருவாகும்?

அறிவுத் தெளிவும், திண்மையும், சுதந்திரப் போக்கும் உடையவள் பாஞ்சாலி! தன்னை முன்னே தோற்காமல் பின்னே தோற்றதால் செல்லாது என்பது பாஞ்சாலியின் சொத்தை வாதம்!

ஆடவேண்டிய காய்களை விட்டுவிட்டு, ஆடவேண்டாத காய்களை நகர்த்தி ஆடுகிறாள் பாஞ்சாலி!

எவ்வளவு நியாயமாக வாதிட்டாலும் கௌரவர்கள் திரௌபதி சேலையை உரியாமல் விடமாட்டார்கள்; அது வேறு!

விதிவிலக்கைச் சட்டமாக்கவில்லையே வியாசன்!

3

கண்ணதாசன் 'தமிழா தமிழா' என்னும் தலைப்பில் எழுதிய உணர்ச்சிமிக்க பா அவருடைய முதல் தொகுதியில் இடம் பெற்றுள்ளது.

பத்தினி நின் பாடம்
படிக்கும் தமிழ் மக்கள்
பாஞ்சாலி பாடம்
படிக்கின்றார் அம்மா!

கண்ணகியின் பாடம் படிக்கவேண்டிய தமிழ் மக்கள் பாஞ்சாலியின் பாடத்தைப் படிக்கிறார்களே என்பது கண்ணதாசனின் கொதிப்பு!

கண்ணகி வேறு; பாஞ்சாலி வேறு!

கண்ணகி ஒரு சமுதாயத்தை வடிவமைக்க வந்த வழிபாட்டுக்குரிய பாத்திரம்; பாஞ்சாலி ஒரு அரசியல் தலைமை சான்ற பாத்திரம்.

பாஞ்சாலியின் கற்பொழுக்கம் கருணனால், துச்சாதனனால், துரியோதனனால் நேருக்கு நேர் பழிக்கப்பட்டபோது, பாஞ்சாலியோ பாண்டவர்களோ ஒரேயொரு கட்டத்தில்கூட அதை நியாயப்படுத்தும் முயற்சியை மேற்கொள்ள வில்லை என்பதைக் கண்ணதாசன் கவனிக்கத் தவறிவிட்டார்!

பாஞ்சாலியின் தந்தை துருபதனே ஐந்து பேருக்கும் பொதுவாகத் தன் மகளை மணம் செய்து கொடுக்க ஒப்பவில்லை!

குந்தி வற்புறுத்தினாள் என்பது துருபதனுக்கு முக்கியமில்லை; மகள் திரௌபதியே அதை மறுக்கவில்லை என்பதால்தான் துருபதன் உடன் படுகிறான்.

மகள் பாஞ்சாலி வாழ்க்கைமுறை தந்தை துருபதனாலேயே ஏற்கப்பட வில்லை என்னும் நிலையில் பாஞ்சாலியைக் கண்ணகியோடு பொருத்திப் பார்த்துக் கண்ணதாசன் பொருமத் தேவையில்லை.

பார்ப்பனர், பார்ப்பனரல்லாதார் வீடுகளில் சீதையின் பெயர் பெருவர வாகக் காணப்படுகிறதே ஒழியப் பாஞ்சாலி பெயர் கிஞ்சிற்றுமில்லை. ஒப்பற்ற சீதையின் கதையைச் சிலப்பதிகாரமே மேற்கோளாகச் சுட்டிப் பேசுகிறதே! சிறந்தவர்கள் சீதையாயினும் சீனச்சியாயினும் போற்றத் தக்கவர்களே!

கண்ணகியோடு ஒப்பிடக்கூடாத அரசியற் பாத்திரம் பாஞ்சாலி! அவளை 'வேள்விப் பொருள்' என்றும் 'உயிர்த்தேவி' என்றும் (II:14:14) 'தெய்வத் தவத்தி' என்றும் (II:19) பூசனைக்குரியவளாக்கிப் பேசுகின்றவன் பாரதி ஒருவனே!

கண்ணதாசன் சினப்பது என்றால் பாரதியிடம்தான் சினக்க வேண்டும்! நிகரற்ற பாவலனான பாரதி இந்திய விடுதலைப் போரைக் குருச் சேத்திரப் போர் என்று எண்ணியதில் பிழை இல்லை; ஆனால் பாஞ்சாலியைப் பாரதமாதா என்று குழப்பிக்கொண்டுவிட்டதால், பாஞ்சாலி வரலாற்றில் இல்லாதவகையில் முதன் முறையாகத் 'தெய்வத் தவத்தி' ஆகிவிட்டாள். பாஞ்சாலியை இழிவுபடுத்துவது பாரதமாதாவையே இழிவுபடுத்துவதாகப் பாரதிக்குத் தோன்றுகிறது. நிகரற்ற பாரதியின்மீது படிந்துவிட்ட காலத்தின் சாயல் அது!

பாஞ்சாலி, 'பல கணவ மணம்' (polyandry) விடைபெற்றுக் கொண்டிருந்த காலத்தின் எச்சம்! ஒருவனுக்கு ஒருத்தி என்னும் முறை நிலைபெறத் தொடங்கிவிட்டதன் முதற்கட்டம். இரண்டினுடைய சந்திப்பிலேதான் மாபாரதம் பிறந்தது!

ஆகவே மாபாரதத்தில் 'பல கணவ மணமும்', 'ஒருவனைப் பற்றிக் கொண்டு ஓர் அகத்தில் வாழும் முறையும்' இரண்டும் கலந்து காணப் படுகின்றன.

ஊன்றத் தொடங்கிவிட்ட புதிய நாகரிகம், கழிந்து கொண்டிருக்கிற பழைய நாகரிகத்தைக் கேலி செய்யும் போக்கு வழக்கமானது. பாஞ்சாலி இழிவுபடுத்தப்பட்டது இந்த அடிப்படையிலேயே!

மனைவியின் போற்றுதலுக்குரிய நிலையைக் கணவன் அடையத் தொடங்கிவிட்டதன் தொடக்க காலம் அது! குருட்டுக் கணவனான திரித

ராட்டிரனுக்கு மனமொப்பி வாழ்க்கைப்பட்டது மட்டுமின்றி, அவன் பார்வையற்றவன் என்பதால் அடையும் இடையூறுகளைத் தானும் கண்ணைக் கட்டிக்கொண்டு மனமொப்பி அனுபவிக்கும் மனநிலை காந்தாரிக்கு இருந்ததைப் பார்க்கும்போது, பல கணவ மணத்தின் எச்சத்திற்கு ஊடாக புதிய நிலைப்பாடு கால்கொள்ளத் தொடங்கி விட்டது தெளிவாகிறது!

கருணன், துரியோதனன் ஆகியோரின் மனைவிமார்கள் ஒருவனோடு மட்டுமே படுக்கையைப் பங்கிட்டுக் கொண்டவர்கள்!

இந்த இரண்டுங்கெட்டான் நிலை இராமாயண காலத்தில் ஒழுங்கமைக் கப்பட்டு விட்டது.

கற்பு உயரிய இடத்தை அடைந்து விட்டது. 'கற்பின் கனலி' என்று சீதை போற்றப்பட்டாள்.

அரச தருமத்தின் குலைவு குருச்சேத்திரப் போருக்கு வழி வகுத்த தென்றால், மாற்றான் மனைவியைப் பெண்டாள நினைத்த இராவணன், இராமனோடு மோதிக் குலத்தோடு அழிய நேரிட்டது.

இராவணன் மாண்டு கிடந்தபோது, அவனுடைய மனைவி மண்டோதரி, இராவணனின் சாவுக்குச் சானகியின் பேரழகும், அவளுடைய கற்பும் காரணம் என்று புலம்புகிறாள்.

சானகியார் பேரழகும், அவர்தம் கற்பும்
ஏந்துபுயத்து இராவணனார் காதலும்

(கம்ப. இராவணவதை. 239)

என்று கல்வியிற் பெரிய கம்பன் பாடுவான். இராவணன் காதல் கொள்வது பிழையில்லை; மாற்றான் மனைவியின்மீது காதல் கொள்ளக் கூடாது. அதற்குக் கூலி மரணம்; குல அழிவு!

வால்மீகி இராமாயணம் எழுதியபோது கற்புடைமைச் சமூகம் நிலை பெற்றுவிட்டது!

இத்தகைய ஒரு காலகட்டத்தில் ஏற்பட்ட, கற்புவழிப்பட்ட புதிய புணர்ச்சி உறவுகள், நீடித்த குடும்ப அமைப்பு, இவையெல்லாம் வடநாட்டைவிடத் தென்னாட்டில் சிறந்து விளங்கின. அத்தகைய காலம் தமிழ் நாகரிகத்தின் பொற்காலம்; வாழ்வு அகம், புறம் என இரண்டாகப் பிரிக்கப்பட்டது. அரசநீதி, வரி விதித்தல், கல்வி, போர், நீதி ஆகிய அனைத்தும் புறத்திணையில் பேசப்பட்டன.

காதல் அகத்திணையில் பேசப்பட்டது. அது அன்பை அடிப்படையாகக் கொண்டதாக இருந்தால்தான் குடும்ப வாழ்வு வெற்றிபெற முடியும்

என்பதால் அதனை 'அன்பின் ஐந்திணை' என்றே தமிழர்கள் அழைத்தனர்.

காதல் வாழ்வு வெற்றிபெற ஆணும் பெண்ணும் கடைப்பிடிக்கிற புணர்ச்சி முறைகளே முக்கியம் என்று கருதிய வடமொழி தன்னுடைய மக்களுக்கு வாத்சாயனர் வழியாகக் காமசூத்திரம் கற்பித்தது.

ஆனால் புணர்ச்சி முறைகளை அவரவர் மனோபாவத்திற்கு விட்டு விட்டு, அன்பை அடிப்படையாகக் கொண்ட காதலை 'அன்பின் ஐந்திணை' என்றழைத்துத் தமிழ் தன் மக்களுக்குக் கற்பித்தது.

சங்க இலக்கியத்தில் ஒரு பங்கு புறம் பற்றியது; மூன்று பங்கு அகம் பற்றியது!

காதல் என்பது மனத்தில் சுரப்பது; உறுப்புகளில் அல்ல!

'காதல்' பற்றிய தெளிவு இல்லாத ஆரிய அரசன் பிருகதத்தனுக்குத் தமிழ் சொல்லியது என்று கபிலன் குறிஞ்சிப் பாட்டை எழுதிக் கற்பித்தான்! தமிழ் என்பதே அகத்திணையைக் குறிப்பதுதான் என்பதால்தான் காதல் சொல்லியது என்று சொல்லாமல் தமிழ் சொல்லியது என்று கூறுகிறான்!

கபிலன் பார்ப்பனன்; 'புலனழுக்கற்ற அந்தணாளன்' என்று புலவர் களால் கொண்டாடப் பெற்றவன்! அவன் பார்ப்பனன் என்பதால் வடமொழி அறியாதவனாக இருக்க முடியாது! அவனே காதல் குறித்த தமிழின் அகத்திணைப் பகுப்பைத்தான் வடநாட்டு அரசனுக்குக் கற்பிக்கிறான் என்றால் காதலின் நுண்ணிய கூறுகளை வடமொழியும் வடநாடும் அறிந்திருக்கவில்லை என்பதுதானே பொருள்!

பிற்காலத்தில் தமிழில் தோன்றிய அதிவீரராமபாண்டியன் எழுதிய கொக்கோகம் வடமொழிக் காமசூத்திரத்தின் நகல்! அது தமிழ்ச் சிந்தனையில்லை!

சொத்துடைமைச் சமூகமும் கற்பும் தோன்றி ஊன்றிவிட்ட நிலையில், நமக்கு நினைவு தெரிகிற ஏறத்தாழ மூவாயிரம் ஆண்டுச் சமூக அமைப்பில், குடும்ப அமைப்பை நிலைப்படுத்துவதில், தமிழன் கண்ட 'அன்பின் ஐந்திணையே' சிறப்பான பங்காற்றி இருக்கிறது!

அது நீங்கலாக எல்லாச் சமூகங்களும் ஏங்கல்சு சொல்வதுபோல் பலவகையான ஆண் - பெண் புணர்ச்சிக் கட்டங்களைக் கடந்தே வந்திருக்கின்றன!

தாய்வழிச் சமூகமே தொடக்க நிலை. கன்றுக்குட்டி பசுவோடு ஓடுவது போலப் பிள்ளைகள் தாய் பின்னாலேயே திரிந்தன. தாய் பொறுப்

பேற்றுக்கொண்ட அந்தச் சமூக அமைப்பிற்குத் தந்தை அறியப்பட வேண்டிய கட்டாயம் இல்லை.

பொருளுற்பத்தி முறை மாறுகின்றபோது புணர்ச்சி உறவுகள் மாறுகின்றன; அதை ஒட்டிய சமூக நிறுவனங்களும் மாற்றங் கொள்கின்றன!

எல்லா மனிதக் கூட்டங்களும் தாய் - மகன் புணர்ச்சி உறவு, தந்தை - மகள் புணர்ச்சி உறவு, உடன்பிறந்தான் - உடன்பிறந்தாள் புணர்ச்சி உறவு ஆகியவற்றை எல்லாம் கடந்து வந்தவைதாம்! அங்கிருந்து பல படிகளைக் கடந்து ஒரே இரத்தக் குழுவுக்குள் அல்லது கோத்தி ரத்திற்குள் புணர்ச்சி உறவைத் தடை செய்யும் சமூக அமைப்பு தோன்றியது மிகச் சிறந்த வளர்ச்சி நிலைதானே!

வேட்டைச் சமூகத்தில் எதையும் இருப்பு வைக்க முடியாது. ஆண் - பெண் உறவுகள் வரையறைப் படுத்தப்படுவதற்கான தேவையில்லை.

நிலவுடைமைச் சமூகத்தில் நிலைத்த வாழ்வும் சொத்தும் வந்த பின்னர், கற்பும் வருவது இயற்கைதானே!

சொத்துடைமைச் சமூகத்திற்குத் தந்தையை உறுதிப்படுத்துவது இன்றியமையாததாயிற்று. அதற்குத் தாயின் கற்பு முதல் தேவை யாயிற்று! அப்போதுதான் பிள்ளைகளை அடையாளப்படுத்த முடியும்! தந்தையின் சொத்து தன் பிள்ளைக்கே போக வேண்டும் என்னும் எதிர்பார்ப்பு உள்ள சமூகத்தில் தாயின் பிறழ்ச்சி அனுமதிக்கப்பட முடியாத ஒன்றாயிற்று!

மதுரைக் கணக்காயனார் மகனார் நக்கீரனார் என்பது சங்ககாலத் தந்தை - மகன் அடையாள முறை!

ஞா.தேவநேயப் பாவாணர் பெயரில் உள்ளதுபோலத் தந்தை பெயரை முதல் எழுத்தால் மட்டும் குறித்துக் கொள்கிற பழக்கம் இன்று பெரிய அளவுக்கு உள்ளது.

பாஞ்சாலியின் 'பல கணவ முறை' பெண் குறைவாக உள்ள சமூகத்து நடைமுறை என்பதுபோல, ஆண் குறைவாக உள்ள சமூகத்தில் பல பெண்களை மணக்கும் நடைமுறை (polygamy) இருந்து வந்துள்ளது.

நபிகள் நாயகம் ஒரு ஆண் நான்கு பெண்களை மணக்கலாம் என விதித்தார். விதவைகளை மணப்பதை எளிதாக்கினார்; அவருடைய முதல் திருமணமே அவரைவிட வயதில் மூத்த விதவையான கதீசா பெருமாட்டியுடன்தான்! நபிகள் மணந்த பெண்களிலேயே, முதற் கலீபாவாக அவருக்குப் பின்னால் தலைமை ஏற்ற அபூபக்கரின் மகள் ஆயிசா ஒருவர்தான் கன்னிப் பெண்!

நபிகள் வாழ்ந்த சமூகம் அப்படி! இனக் குழுக்களுக்குள் இடையறாது சண்டை நடைபெற்றுக் கொண்டிருந்த காலம் அது! சண்டைகளே வாழ்க்கைமுறையாகிவிட்ட ஒரு சமூகத்தில், இளைஞர்கள் போரில் இடையறாது செத்து மடிவதால், ஆண்களின் எண்ணிக்கை குறைந்து பெண்களின் எண்ணிக்கை மிகுந்து காணப்படும்.

நபிகளின் காலத்து அரபு சமூகத்தில் அன்றைய நிலையில் ஒரு ஆணுக்கு நான்கு பெண்கள் வீதம் இருந்தார்கள்! அப்படிப்பட்ட நிலையிலும் ஒரு வனுக்கு ஒருத்தி என்னும் வாழ்க்கைச் சட்டத்தை நபிகள் உருவாக்கி யிருந்தால், நான்கு பெண்களில் மூன்று பேர் ஆண் வாடையே இல்லாமல் செத்திருக்க வேண்டியதுதான்!

மேலும் போர்ச் சமூகம் துடிப்பான இளைஞர்களைப் போரில் இழந்து விடுவதால், விதவைகளின் எண்ணிக்கைப் பெருக்கம் விதவை மணத்தை இன்றியமையாததாக்குகிறது.

ஒரு சமூகத்திற்கான விதிமுறைகளும், ஒழுகலாறுகளும் அந்தச் சமூகத்தின் சூழல், வாழ்முறை, தேவை ஆகியவற்றை ஒட்டியே உருவாகின்றன; உருவாக முடியும்!

இறைமகன் ஏசு யூத சமூகத்தில் பிறந்தவர்! இயேசுவை ஒரு சதுசேயர் அணுகிச் சொல்கிறார்: ‘போதகரே! ஒருவர் மகப்பேறின்றி இறந்து போனால், அவருடைய மனைவியைக் கொழுந்தனே மணந்து கொண்டு, தம் சகோதரருக்கு வழிமரபு உருவாக்க வேண்டும் என்று மோசே உரைத்திருக்கிறார். எங்களிடையே சகோதரர் எழுவர் இருந்தனர். மூத்தவர் திருமணம் செய்து மகப்பேறின்றி இறந்ததால், அவருடைய மனைவியை அவர் சகோதரர் திருமணம் செய்ய வேண்டிய தாயிற்று; அப்படியே இரண்டாம், மூன்றாம், ஏழாம் சகோதரர்வரை அனைவருக்கும் நடந்தது’

(மத்தேயு:22: 23-27).

மோசே யூதர்களுக்கு வழி காட்ட வந்த தீர்க்கதரிசி; யூதர்களுக்கெனத் தனிச் சட்டத்தை வகுத்தவர். யூதர்களுக்கான பத்துக் கட்டளை மோசே வழங்கியதே!

ஒரே பெண் அந்தக்குலம் இனப்பெருக்கமடைய மாறி மாறி ஒரே குடும் பத்தைச் சேர்ந்த ஏழு சகோதரர்களை மணப்பதை மோசே சட்டமாகவே ஆக்குகிறார்.

அதேமாதிரியான காலகட்டத்தைச் சேர்ந்தவள்தான் பாஞ்சாலி! ஒரே குடும்பத்தைச் சார்ந்த ஐவரை மணக்கிறாள்!

அதுபோல யமன் - யமி என்னும் உடன்பிறந்தானும் உடன்பிறந்தாளும் புணர்ச்சி உறவு கொள்வதை ரிக் வேதத்திலிருந்து அறியலாம் என்று 'பண்டைக்கால இந்தியாவில்' (பக்.95) எசு.ஏ.டாங்கே பதிவு செய்திருக்கிறார்!

இவ்வளவுதானா ரிக் வேதம் என்று கண்ணதாசன் கேலிப் புன்னகை உதிர்க்கக் கூடும்! எந்த வேதமும் காலத்திற்கு அப்பாற்பட்டதில்லை! ரிக் வேதம் போல் அவ்வளவு நீண்டகாலப் பதிவு எதுவும் தமிழில் இல்லை!

போர்ச் சமூகங்கள் உருவாக்கிக்கொண்ட புணர்ச்சி உறவுகள் வேறு; அமைதிக் காலம் உருவாக்கிக் கொண்ட புணர்ச்சி உறவுகள் வேறு; ஒருவனுக்கு ஒருத்தி என்பது அமைதிக் காலத்தின் வளர்ச்சி நிலை! அமைதிக் காலத்தில் போரே நடக்கவில்லை என்று பொருளில்லை!

ஆண் பெண் விகிதத்தில் பெரிய வேறுபாட்டை ஏற்படுத்தும் அளவுக்கு அது இல்லை என்பதுதான் அதன் பொருள்!

ஒழுக்கம் என்று சிறப்பித்துப் பேசப்படும் புணர்ச்சி விதிகள் காலத்திற்குக் காலம், சமூகத்திற்குச் சமூகம், சிறுசிறு அளவில் அந்தந்தக் குழுக்களின் தேவைக்கேற்றவாறு ஒவ்வொரு கால கட்டத்திலும் மாறி வந்தாலும், வேட்டைச் சமூகம், பயிர்த்தொழில் சமூகம், தொழிலுற்பத்திச் சமூகம் என்று உலகளாவிய மனித சமூகம் கடந்து வந்த பொதுப் பாதையும் பொது ஒழுகலாறுகளும் ஒன்றே போல்தான் இருந்து வந்திருக்கின்றன என்று அறிஞர்கள் கூறுவர்!

மனித சமூகத்தின் பொருளுற்பத்தி முறையின் ஒவ்வொரு கால கட்டமும் அந்தந்தக் காலகட்டத்தின் குடும்ப முறையைத் தீர்மானிக்கிற தென்று மார்க்சும், ஏங்கல்சும் கூறுவர்.

எங்கள் பண்பாடு, உங்கள் பண்பாடு என்றெல்லாம் பிரித்துப் பார்ப்பது அவற்றில் நிகழும் சிறுசிறு விலகல்களையே! அந்த அடிப்படைதான் அந்தணாளன் கபிலனை ஆரிய அரசன் பிருகதத்தனுக்குத் தமிழ்க் காதலைக் கற்பிக்கும்படிச் செய்தது! வளர்ந்த கூட்டம் குறிப்பிட்ட ஒன்றில் வளரத் தவிக்கும் கூட்டத்திற்குக் கற்பிப்பது இயற்கைதானே! இப்படித்தான் சமூகங்கள் முன்னெடுத்துச் செல்லப்படுகின்றன!

கண்ணதாசன் மோதவிட்டிருக்கும் பாஞ்சாலி கண்ணகி மோதல் தமிழ் மீட்சிக்கான திராவிட இயக்கங்களின் தொடக்ககால நிலைப்பாடு. மீட்சிப் போருக்கான அடிப்படைச் சிந்தனை என்னும் வகையில் அது தவிர்க்க இயலாததே!

அதைவிட ஆணோடு ஆணும், பெண்ணோடு பெண்ணும் உறவு கொள்ளும் ஓரினச் சேர்க்கை என்னும் இயல் முரணிய நிலையை

(perversion) மறுக்கப்பட முடியாத உரிமை என நீதி வழங்குகின்ற உயர் நீதிமன்றங்களையும், இதை இந்தியச் சட்டங்களில் சேர்க்க முயலும் பாராளுமன்றத்தையும் கண்ணதாசன் எதிர்கொள்ள நேர்ந்திருந்தால் என்ன ஆகியிருப்பார்?

ஒரு பெட்டை நாய்கூடப் பெட்டை நாய் பின்னால் திரிவதில்லை என்பதை அறிய முடியாத உயர் நீதிமன்றங்கள் எந்த அடிப்படையில் இந்தியாவை வழிநடத்தப் போகின்றன?

எல்லா வக்கிரங்களும் உலகில் சிறு அளவாவது இருக்கும்! அதைப் பொது நீதியாக்க முயலுகின்ற நீதிபதிகள் அறவழிப்பட்ட இந்தியாவை அறிந்தவர்கள்தானா?

பாஞ்சாலி ஐவரை மணக்க முதற்பெருங் காரணம் குந்தி, இரண்டாவது காரணம் பாண்டவர்கள், இறுதியாகப் பாஞ்சாலி!

மாபாரத இதிகாசம் முழுவதும் பாஞ்சாலியைப் பிற பாத்திரங்கள் இழிவுபடுத்துகின்றன! எந்த ஒரு இடத்திலும் பாஞ்சாலியோ, குந்தியோ அதை நியாயப்படுத்த முயலவில்லை! இழிவுபடுத்துகின்றவர்களை நோக்கிப் பாண்டவர்கள் வாளை வீசவில்லை!

தவிர்க்க இயலாமல் பாண்டவர்களால் கடைப்பிடிக்க நேரிட்டுவிட்ட முறைமையைப்பற்றிக் கௌரவர்கள் தொடங்கி நேற்றைய கண்ணதாசன்வரை அனைவரும் கேலி பேசினர்! ஆனால் தொடர்புடையவர்கள் அமைதியே காத்து வந்தனர்.

விதிவிலக்குகளைப் பொதுச் சட்டமாக நிலைநிறுத்த முயலும் முரணிய போக்கு நம்முடைய உயர்நீதிபதிகளிடம் காணப்படுவதுபோல், பேரறிஞரான வியாசனிடம் காணப்பட முடியாதுதானே!

மற்றவர்களெல்லாம் இடத்தை நிரப்ப வந்தவர்களே!

மன்னன் சந்தனுவுக்கும் கங்கைக்கும் எட்டாவது மகனாகப் பிறந்து, தாயான கங்கை சந்தனுவை விட்டுப் பிரிய இந்தப் பிள்ளை காரணமானபோது சந்தனு துயரில் ஆழ்ந்தாலும், கங்கை இயல்பான மனநிலையுடன் அதே சமயம் தாய்க்குரிய பொறுப்புடன், உரிய ஆயுதப் பயிற்சி, உயர்கல்வி அத்தனையும் அளித்து, அவனை உயர் மனிதனாக உருவாக்கி உரிய வயதில் மன்னன் சந்தனுவிடம் ஒப்படைப்பதாகச் சொல்லித் தன் பிள்ளையைத் தூக்கிச் சென்று விடுகிறாள்!

கங்கை தன் பிள்ளைக்குத் தேவவிரதன் என்று பெயர் சூட்டி, வளர வளர வயதுக்குத் தேவையான பயிற்சியை அளித்து, இறுதியில் அறிவும், வீறும், பக்குவமும் உடைய இளைஞனாகச் சந்தனுவிடம் அனுப்பி வைக்கிறாள்!

தேவவிரதனின் அழகு, கம்பீரம், கல்வி அறிவு, ஆயுதப் பயிற்சி அத்தனையும் அத்தினாபுரி மக்களைக் கவர்ந்திழுக்கிறது. தேவவிரதன் என்று மன்னனாவான் என்று மக்கள் ஏங்குகின்ற அளவுக்குச் சிறப்புடையவனாகத் திகழ்கிறான்! மன்னன் சந்தனுவும் தன் மகனைக் குறித்துப் பெருமிதம் கொண்டதோடு, அவனுக்கு இளவரசுப் பட்டம் சூட்டித் தன்னருகே பிரியாமல் வைத்திருக்கிறான்!

4

பேரழகி கங்கையின் பிரிவுக்குப் பின்னர் மன்னன் சந்தனு ஒருநாள் ஒரு செம்படவப் பெண்ணைப் பார்த்து மயங்கி அவளிடம் தன் காதலைத் தெரிவிக்க, தகப்பனிடம் பேசுமாறு அவள் கூறுகிறாள்!

அதற்கு அந்த மீனவர் தலைவன் சொன்ன நிபந்தனை, இரண்டு காதிலும் கொள்ளிக்கட்டையைச் செருகியதுபோல் வேதனை தர, தவிதவித்துப் போய் அத்தினாபுரிக்குத் திரும்புகிறான் மன்னன் சந்தனு!

மன்னன் துயரத்திற்கான காரணத்தை வேறு வாயிலாகத் தெரிந்து கொண்ட தேவவிரதன் மீனவர் தலைவனைச் சந்தித்து, 'எனக்குத் தாய் இனிப் பகீரதி அல்லள்; நின் மகளே! அவள் வழியாகப் பிறக்கும் என் தம்பிகளே அத்தினாபுரி அரியணையில் அமர்வர். இனி ஏன் காலநீட்சி? திருமணம் நேர்வாய்' என்கிறான்!

'உன் தந்தையின் மீதுள்ள அளப்பரிய அன்பினால் ஆட்சிப் பொறுப்பை விட்டுவிட்டாய்; இது நினைத்துப் பார்க்க முடியாத நிகரற்ற செயல்; ஆனால் உன் மைந்தர்கள் அந்த உரிமையைக் கோரமாட்டார்கள் என்பதற்கு என்ன உறுதி?' என்று மீனவர் தலைவன் ஐயம் தீரா நிலையில் கேட்கிறான்!

'என் உடலைவிட்டு உயிர் நீங்கும்வரையிலும் என் உடம்பிலுள்ள சுக்கிலம் கீழ் நோக்காது மூலாக்கினியுடன் மேல் நோக்கிய தன்மையுடையதாகவே இருக்கும்' என்கிறான் தேவவிரதன்!

> சரதம் முற்றிய மெய்த் தாதுவும்
> மூலத் தழலுடன் மீதெழும் தகைத்தே!

(வில்லி. ஆதி.106)

குய்யத்திற்கும் குதத்திற்கும் மையத்திலிருக்கும் சக்கரம் 'மூலம்' எனப் படும்! தாது கீழ்நோக்காது, மூலாக்கினியுடன் மேலெழும் என்பது தவம் முற்றியவரிடம் மட்டுமே காணப்படும் நிலை. அப்படிப் பெண் குறித்த நினைவைக்கூடப் பொசுக்கி, சுரக்கும் சுக்கிலத்தை மூலாக்கினியுடன் இணைத்து யோக வாழ்வு வாழ்வேன் என்கிறான் தேவவிரதன்!

இதைக் கேட்ட தேவர்கள் தேவவிரதனை 'வீடுமன், வீடுமன்' எனப் பாராட்டிப் பூமழை பொழிகின்றனர். வீடுமன் என்னும் பீசுமன் என்பதன் பொருள் பயங்கரமானவன்; பயங்கரமான விரதத்தை அவன் மேற்கொண்டது மனவலிமையால்.

காமத்திற்கு எளியனாய் இருக்கும் சந்தனுவுக்குக் காமத்தைக் கட்டியாளும் வலியனாய் ஒரு மகன் இருப்பது வியப்பினும் வியப்பே! அவன் தந்தைக் காகத் தன் ஐம்புலனையும் சிலிர்க்கச் செய்யும் தலையாய இன்பத்தைத் துறந்துவிடுவது என்பது எண்ணிப் பார்க்க முடியாத ஒன்று!

பசியும், காமமும் உடலோடு ஒட்டியவை (instincts); தவிர்க்க இயலாதவை; பசியைத் தவிர்க்கவே முடியாது; துருவாசனாலும் முடியாது; விசுவாமித்திரனாலும் முடியாது! பசி வந்தவுடன் சோறு போடாவிட்டால் துருவாசன் சபித்து விடுவான்; பசிக்குச் சோறு கிடைக்காவிட்டால், விசுவாமித்திரன் சண்டாளன் சமைத்து வைத்திருக்கும் நாய்க்கறியையும் சாப்பிட்டு விடுவான்! பசி போலக் காமமும் தவிர்க்க இயலாததுதான்; ஆனால் மனவலிமை உள்ளவர்கள் போராடி அந்த உணர்ச்சியை வெல்ல முடியும்!

பெண்ணை அடைந்து தழுவும்போது உயிர் தழைக்கிறது என்பான் வள்ளுவன்! உடல் தளிர்க்கும்; தளரும்; வலுக்கும்; மெலியும்! உடலுக்கு அந்தத் தன்மை உண்டு! ஆனால் உயிருக்கும் அந்தத் தன்மை உண்டு என்கிறான் வள்ளுவன்!

உறுதோறும் உயிர் தளிர்ப்பத் தீண்டலான்

(குறள் 1106)

பெண் வாயிலாக அடையும் இன்பத்தையும் அவள்மீது கொண்ட அன்பினையும் பெருக்கிக் காட்டவே வள்ளுவன் அவ்வாறு சொல்கிறான்!

பழைய முனிவர்கள் மனைவிகளோடுதான் காடுகளில் வாழ்ந்திருக்கிறார்கள். சமதக்கினி மனைவியோடுதான் வாழ்ந்தார்; அந்த வாழ்வின் விளைச்சல்தான் பரசுராமன்!

விசுவாமித்திரர் மேனகையைக் கண்டவுடன் தவத்தைச் சிறிது காலத்திற்கு ஒத்திப் போட்டு விட்டார். தவம் தூக்கத்தைக் கெடுக்காது; மேனகை கெடுத்து விடுகிறாளே!

கௌசிகர் அகலிகையோடு வாழ்ந்தார்! வியாசர் பிறர்க்குப் பிள்ளை பெற்றுக் கொடுக்கும் பரோபகாரத்தைச் செய்து வந்தார்! குருவம்சத்தின் நீட்சிக்கு வியாசரின் பரோபகாரமே காரணம்! வேதத்தைத் தொகுக்கும் பணிக்குத் தடை ஏற்படாதவாறு, வியாசர் இந்தப் பரோபகாரத்தையும் இடையிடையே செய்து வந்திருக்கிறார்!

மனிதன் இறந்துபோவது குறித்து அஞ்சுகிறான். தன்னுடைய சுவடே தன்னுடைய சாவில் அழிந்து விடுகிறது என்பதுதான் அவனுடைய அச்சத்திற்குக்காரணம்!

அவனுடைய பிள்ளை அவனுடைய வடிவம்; அவனுடைய நிறம்; அவனுடைய குணம்! அவனுடைய விந்தணு (sperm), பெண்ணின் முட்டையைத் (ovum) துளைத்து உட்புகும்போது, மரபணு (chromosome) இனமரபுப் பண்புகளை உடனெடுத்துச் செல்கிறது.

பிறக்கின்ற பிள்ளை இவனுடைய இன்னொரு பதிப்பு; இவன் முதுமை யடைந்து இறந்துவிடும்போது, இவன் உடல் எரிக்கப்பட்டு இவன் முற்றாக அழிந்துவிட்டாலும், இவன் தன்னுடைய வீட்டில் வாழும் தன் மக்களின்மூலம் தொடர்ந்து வாழ்வதாக எண்ணுவதால், இவன் 'சாவை ஓரளவு வென்றுவிட்டதாகவே' எண்ணுகிறான். இயற்கையால் தன்னை முற்றாக அழித்துவிட முடியாது என்று நெஞ்சின் ஓரத்தில் அவனுக்கு ஒரு சிறு மமதை ஏற்படுகிறது!

மனிதனுக்குப் பசியும் காமமும் ஒரு தவிப்பு. பசி என்னும் கொடிய துன்பமே அவனை உணவைத் தேடும் முயற்சி உடையவனாக ஆக்குகிறது.

இயற்கை பசியைக் கொடிய வலியோடு சேர்த்துக் கொடுத்து, அதைத் தீர்த்துக் கொள்ளும் தூண்டலை உண்டாக்குவதன் நோக்கம், அவனுடைய வாழ்வை அவனுடைய பொறுப்பாக்கி, அவனை நிலைபெறச் (survival) செய்வதுதான்!

அதுபோல் தன்னையும் சுற்றியுள்ள உலகையும், கொஞ்சநேரம் மறந்து விடச் செய்கின்ற இணை சொல்லமுடியாத சிலிர்ப்பினைப் புணர்ச்சியின் உச்சத்தில் (orgasm) இயற்கை வைத்ததின் நோக்கம், ஆணையும், பெண்ணையும் அதில் பேரார்வம் கொள்ளச் செய்து, அதன் பக்கவிளைவாக உயிரினப் பெருக்கம் செய்துகொள்வதுதான் என்று அறிஞர்கள் கூறுவர்! இயற்கை நம்மை இனிப்பில் ஆழ்த்துவது, தன் இனப்பெருக்க நோக்கத்தை நிறைவேற்றிக் கொள்ளத்தான் என்பதை எண்ணிப் பார்க்கும்போது, இயற்கையின் அக்கறை நம்மை வியப்பில் ஆழ்த்தவில்லையா?

சுகத்தை அடைந்தே அறியாத பீசுமன் அதை அடையவே கூடாது; அதை இடையறாது அடைந்த சந்தனு மீண்டும் மீண்டும் அடையவேண்டும் என்பது எவ்வளவு கொடுமை!

செம்படவப் பெண்ணான சத்தியவதியின் மக்களுக்குத்தான் ஆட்சியுரிமை; பீசுமனுக்கில்லை என்று மன்னன் சந்தனு உறுதியளிக்க வேண்டும் என்பது எதிர்பார்க்கக் கூடிய நிபந்தனைதான்!

அந்த நிபந்தனைக்குச் சந்தனு உட்பட்டிருந்தாலேயே செம்படவர் தலைவன் தன் மகளைக் கொடுத்திருப்பான்!

ஒரு மகனுக்கு ஆட்சியுரிமை மறுத்து, அதைத் தான் விரும்பிய மகனுக்கு வழங்க ஒரு மன்னனுக்கு உரிமை உண்டு!

சாதாரண மகனாகத் தேவவிரதன் இருந்திருந்தால், சந்தனுவே செம்படவர் தலைவன் கேட்ட வாக்குறுதியை வழங்கிச் சத்திய வதியைக் கைப்பிடித்திருப்பான்!

தேவவிரதன் கங்கைக்குப் பிறந்த எட்டாவது மகன்; ஏழு மக்களைக் கங்கை கொன்று விட்டாள். சந்தனு குறுக்கிட்டு எட்டாவது மகனைக் காப்பாற்றிக் கொண்டு வந்துவிட்டான்! அப்படியும் கங்கை குழந்தை நிலையிலேயே அவனைத் தூக்கிக் கொண்டுபோய், அரசியல் ஞானத்திலும் வில்திறனிலும் இவனை ஒப்பாரும் மிக்காரும் இல்லை என்று சொல்லத்தக்க அளவுக்கு உருவாக்கி, வீறு கொண்ட இளையோனாகச் சந்தனுவிடம் ஒப்படைத்திருந்தாள்!

அவனுக்கு ஆட்சியில்லை என்று சொல்வதைவிட அன்றே இவனையும் கங்கை கொல்ல அனுமதித்திருக்கலாம்! சந்தனுவுக்கு இருந்த உறுத்தல் அதுதான்!

ஆகவே சந்தனுவுக்குத் தேவவிரதனை நட்டாற்றில் விட்டுவிடுவதும் இயலாததாய் இருக்கிறது; மீனவப் பெண்ணை மறப்பதும் இயலாத தாய் இருக்கிறது; இந்த மனப்போராட்டத்தில் சிக்கித் தவிக்கிறான் சந்தனு!

இந்த நிலையில், தானே முன்கை எடுத்துப் பெண் கேட்கப் போகிறான் மகன் தேவவிரதன்!

'ஆட்சி உரிமை கோர மாட்டேன்' என்று தேவவிரதன் உறுதியளித்த நிலையோடு செம்படவர் தலைவன் அமைதியடைந்திருந்தால் அது நியாயமுமாகும்; பெருந்தன்மையுமாகும்!

ஏனெனில் ஒரு முறை செம்படவப் பெண்ணின் மக்கள் அரியணை ஏறி விடுவார்களேயானால், அவர்களின் வம்சாவளியே ஆட்சியில் தொடரும்! மேலும் பீசுமனின் ஆட்சி மறுப்பு வாக்குறுதி அவனுடைய கால்வழியினரின் ஆட்சி உரிமைக் கோரிக்கைக்குத் தடுப்பரணாகவும் இருக்கும்!

ஆனால் இவ்வளவையும் தாண்டி, மகனே தந்தைக்குப் பெண் கேட்க வந்து விட்டான் என்ற நிலை மீனவர் தலைவனை இன்னும் கொஞ்சம் மேலேறிக் கொள்ளச் செய்கிறது. தந்தையின் மீதுள்ள பெருமதிப் பாலும், அவன் விரும்புவதை நிறைவேற்றி வைப்பதில் உள்ள பெரு விருப்பாலும், செம்படவர் தலைவன் வைக்கும் நிபந்தனை எதுவாயினும் அதை நிறைவேற்றுவதில் எந்த விவாதமும் கூடாது என்று தேவவிரதன் காட்டும் அவசரத்தாலும், செம்படவர் தலைவன் தேவவிரதனை ஒரு விளிம்பு நிலைக்குத் தள்ளிவிட முடிகிறது!

பெருந்தன்மையைப் புரிந்துகொள்ள அரிய மனிதர்களால்தான் முடியும்; எளிய மனிதர்களால் முடியாது! பெருந்தன்மையை இயலாமை என்று அத்தகையோர் மலிவாக நினைப்பர்!

உன் மகளுக்குப் பிறக்கும் என் தம்பிகளே ஆட்சியை அடைவார்கள் என்னும் தேவவிரதன் வாக்குறுதி போதுமானதாயிருக்க, மீனவர் தலைவன் மேலும் நெருக்கடியைக் கூட்டியவுடன், எங்கே மீனவர் தலைவன் வழுக்கி விடுவானோ, தன் தந்தை விரும்பிய பெண்ணை நம்மால் பெற்றுத் தர முடியாமல் போய்விடுமோ என்னும் பதட்டத்தில், 'நான் இனி எக்காலத்திலும் எந்தப் பெண்ணையும் தீண்டு வதில்லை' என்று உறுதி ஏற்கும் நிலைக்குத் தள்ளப்படுகிறான்!

தேவவிரதன் 'மணப்பதில்லை' என்று எடுத்த நிலைப்பாடு எந்த வகையான கூடுதல் நன்மையையும் மீனவர் தலைவனுக்குப் பெற்றுத் தரவில்லை!

இருப்பினும் மேல்துண்டே போதும் என்றாலும், அடிவேட்டிவரை உரிய முடியும் என்றால் எவன் விட்டு வைப்பான்?

அதைத்தான் மீனவர் தலைவன் செய்தான்!

சந்தனுவும் மீனவப் பெண் சத்தியவதியும் மணந்துகொண்டார்கள். இன்பத்தில் திளைத்தார்கள்! அவள் இரண்டு ஆண் மகவுகளை ஈன்றாள். ஒருவன் பெயர் சித்திராங்கதன்; இன்னொருவன் பெயர் விசித்திர வீரியன் !

இதற்கு முன்பு மீனவப் பெண்ணாகச் சத்தியவதி கங்கை ஆற்றில் ஓடம் தள்ளிக் கொண்டிருந்தபோது, முனிவர் பராசரர் அந்த ஓடத்தில் ஏறி வர நேர, இவளுடைய அழகாலும், இவள் மேனியில் இருந்து வீசிய மச்ச வாடையாலும் ஈர்க்கப்பட்டு, இவளுக்கு மச்சகந்தி என்று செல்லப் பெயரிட்டுக் காதல் புரிய அழைத்தபோது, இவளும் இசைந்து விடுகிறாள்.

மகாபாரத காலத்தில் பெண்கள் முனிவர்களிடம் சரளமாகவும் விருப்ப மாகவும் புழங்கி இருக்கிறார்கள்! அவர்களுக்குப் பிள்ளை பெறுவதைப் பெரும் பேறாகவும் கருதியிருக்கிறார்கள். அறிவுக்கு இருந்த மதிப்பை அது காட்டுகிறது. அருச்சுனனை விரும்பிய பெண்கள்தாம் இதற்கு விதிவிலக்கு!

பராசரர் - மச்சகந்தியின் காதல், உலகிற்கு அளித்த கொடை வியாசர்! பாரத நாட்டின்மீது மிகப் பெரிய தாக்கத்தையும், அதிர்வலைகளையும் உண்டாக்கப் போகும் மாபெரும் இதிகாசத்தை எழுதப்போகும் பிள்ளையைப் பெற்றிருக்கிறோம் என்பதை அறியும் அளவுக்கு மச்சகந்தி என்னும் சத்தியவதி அறிவுடையவள் இல்லை.

பெற்றவுடனேயே கன்னங்கரேலென்று பிறந்திருந்த அந்தக் கறுப்பனைப் பராசரரிடம் தூக்கிக் கொடுத்து விட்டாள் மச்சகந்தி.

'இந்தப் பிள்ளையை நான் இடுப்பில் தூக்கிக்கொண்டு திரிந்தால், எவன் என்னை மணந்து கொள்வான்?' இதுதான் அந்தப் பிள்ளையின்மீதிருந்த முதல் வெறுப்பு! 'பால்குடி மறக்கும் காலம்வரை கூட' அந்தப் பிள்ளையை வைத்துக்கொள்ளும் இரக்கமுடையவளாக அவள் இல்லை! வியாசனுக்குப் பால் கொடுக்க மச்சகந்திக்குக் கொடுத்து வைத்திருக்கவில்லை! கள்ளத்தனமாகப் பிள்ளை பெறுவதிலுள்ள சிரமம் இதுதான்!

பீசுமனைப் பெற்றுவிட்டுக் கணவன் சந்தனுவைக் கங்கை பிரிகின்ற போது, பிள்ளை இளைஞனாக வளரும்வரையிலான வளர்ப்புப் பொறுப்பைக் கங்கைதான் ஏற்றுக்கொண்டாள்! அதற்குக் காரணம் அது அவள் முறையாகப் பெற்ற பிள்ளை!

ஆகவே சத்தியவதி அந்தப் பொறுப்பை ஏற்க மறுத்து விட்டாள். பிள்ளை பெற்ற தடமே தன்னிடம் இல்லாதவாறு பார்த்துக் கொண்டாள்!

தாய்ப்பாலை அறியாமல், தாய் மடியை அறியாமல், தாயின் கொஞ்சல் களை அறியாமல், தந்தையால் வளர்க்கப்பட்ட மகனாகவே வியாசர் வளர்ந்தார். வியாசரின் இயற்பெயர் கிருட்டிண துவைபாயனன். கறுப்பாகப் பிறக்கின்றவர்கள் கிருட்டிணன் எனப் பெயரிடப்படு வார்கள். நம்முடைய கிருட்டிணனுக்கும் இந்தப் பெயர் வந்ததற்கு நிறமே காரணம்!

இவையெல்லாம் ஒருபுறமிருக்கட்டும்!

சந்தனுவுடன் சத்தியவதி இரண்டு மக்களைப் பெற்று மகிழ்ச்சியாக, அத்தினாபுரியின் அரசியாக வாழ்க்கையைக் கழித்துக் கொண்டிருந்த போது, மன்னன் சந்தனு ஒருநாள் இறந்து போகிறான்!

முதல் மகன் சித்திராங்கதன் ஆணவமானவன்; கந்தருவன் ஒருவனை 'ஒற்றைக்கு ஒற்றை' (duel) சண்டைக்கு இழுத்து மாண்டுபோனான்! எஞ்சியவன் விசித்திர வீரிய ன் மட்டுமே! வியாசனைச் சுமந்த கருப்பையில் இவர்களையும் சுமந்திருக்கிறாள் சத்தியவதி! விதைகள் வேறுவேறல்லவா!

விசித்திர வீரியனுக்கு அம்பிகா, அம்பாலிகா என்னும் இரு பெண் களையும் சேர்த்தே கட்டி வைத்தான் பீசுமன். சில காலம் நல்லபடியாக வாழ்ந்தனர். இரு மனைவியர்க்கும் பிள்ளை பிறக்கவில்லை. கொஞ்ச காலம் ஆட்சியிலிருந்துவிட்டு விசித்திர வீரியனும் ஒரேயடியாகப் போய்ச் சேர்ந்துவிட்டான்!

சத்தியவதி விரும்பியபடி அவள் மகன் விசித்திர வீரியன் ஆட்சிக் கட்டிலில் அமர முடிந்தது. அவனுக்குப் பிள்ளை இல்லாத

காரணத்தால், சத்தியவதியின் வம்சாவளி ஆட்சி முற்றுப் பெற்று விட்டது!

விதியின் தன்மை நம்மைப் பெருவியப்பில் ஆழ்த்துகின்ற இடங்களில் இது ஒன்று!

எந்தப் பீசுமன் மணந்து கொண்டுவிட்டால், அவனுக்குப் பிள்ளைகள் பிறந்து தன்னுடைய வம்சாவளியின் உரிமையைக் கோரக் கூடும் என்று அஞ்சிப் பீசுமனை மணந்துகொள்ள விடாமல் விரதம் பூணுமாறு செய்தாளோ, அந்த பீசுமனிடமே போய் தன் மருமகள்கள் இருவருக்கும் 'கர்ப்பதானம்' செய்யுமாறு இறைஞ்சி நிற்கும் நிலை ஏற்படும் என்று சத்தியவதி கனவிலாவது நினைத்திருப்பாளா?

'பீசுமா! குலவிருத்தியை உத்தேசித்து அம்பிகையிடமும் அம்பாலிகை யிடமும் நீ புத்திர சந்ததியை உண்டாக்க வேண்டும். மேலும் உடனடியாக நீயே அரசனாகப் பட்டாபிசேகம் செய்துகொண்டு, ராச்சிய பாரத்தை ஏற்க வேண்டும்' என்று சந்தனுவின் மனைவி சத்தியவதி கூறினாள்!

(சோ, மகாபாரதம், ஆதி. பக். 78)

மனிதர்கள் முதலில் தங்கள் காலத்திற்குத் திட்டமிடுகிறார்கள்; பிறகு தங்கள் வம்சாவளியினர்க்கும் சேர்த்துத் திட்டமிடுகிறார்கள்!

தாங்கள் ஆள வேண்டும்; தங்கள் பிள்ளைகள் ஆள வேண்டும்; அதைத் தொடர்ந்து தங்கள் வம்சமே ஆள வேண்டும்; வேறு யாருடைய குறுக்கீடும் கூடாது என்று சத்தியவதியும் அவள் தகப்பனும் திட்ட மிட்டு, சூழ்ச்சியறியாத பீசுமனிடம் ஆட்சி உரிமையைக் கோருவ தில்லை என்று வாக்குறுதி பெற்றதோடு விடாமல், மணம் செய்து கொள்வதில்லை என்றும் விரதம் பூணுமாறு நெருக்கடிக்கு உள்ளாக்கினர்!

பீசுமனின் குலம் அற்றுப் போக வாக்குறுதி பெற்றனர்; ஆனால் அவர்களின் சொந்தக் குலம் தொடர்ச்சியற்றுப் போய் விட்டது!

'என் மகனுக்கு நீ அண்ணன் என்பதால், ஒரே குலம், ஒரே இரத்தம்! உன் தம்பி மனைவியர் இருவருக்கும் 'கர்ப்பதானம்' செய்ய உன்னைவிடத் தகுதியானவர் இந்த மூவுலகிலும் இருக்க முடியாது! நம்முடைய குலத்தைப் பெருக்கு; அதுவரை ஆட்சிப் பொறுப்பும் ஏற்றுக்கொள்' என்று சொல்ல வேண்டிய நிலையை விதி சத்தியவதிக்கு உண்டாக்கியது!

நம்முடைய திட்டம் ஒன்று; விதி வைத்திருக்கும் திட்டம் வேறொன்று!

நாம் எவனைச் சூழ்ச்சியால் நம்முடைய சொந்த நலத்திற்காக வீழ்த்தினோமோ, அவனுடைய காலிலேயே போய் விழவேண்டிய நிலை ஏற்படுகிறது என்றால் 'திட்டமிடுவது நாமில்லை; வேறொன்று' என்பது புலப்படவில்லையா!

எல்லாம் இங்கோர் சூதாட்டம்
இரவும் பகலும் மாறாட்டம்;
வல்லான் விதியே ஆடுமகன்
வலியில் மனிதர்கள் கருவிகளாம்;
சொல்லா தெங்கும் இழுத்திடுவான்;
சோடி சேர்ப்பான்; வெட்டிடுவான்;
செல்லா தாக்கி ஒவ்வொன்றாய்த்
திரும்ப அறையில் இட்டிடுவான்

(கவிமணி தேசியவிநாயகம் பிள்ளை, உமர்கய்யாம், 52)

வல்லான் விதிதான் ஆடுமகன்! சத்தியவதி, தான் பெற்ற வாக்குறுதிகளுக்கு மாறாக, தான் வீழ்த்த எண்ணிய மனிதனின் காலிலேயே விழவேண்டிய நிலையை ஏற்படுத்தியவன் ஆடுமகனான விதிதான் என்றுதானே எண்ண வேண்டியதிருக்கிறது!

ஆனால் பீசுமன் உறுதியாய்த் தன் நிலைப்பாட்டில் நிற்கிறான். ஆட்சி அதிகாரத்தில் அமர்வதில்லை; பெண்ணின்பம் துய்ப்பதோ புத்திரர்களைப் பெறுவதோ அறவே கிடையாது!

அன்றைக்கு உணர்ச்சிவயப்பட்டுத் தேவைக்குமேல் துறந்து விட்டான் பீசுமன்! அன்று மறுக்கப்பட்ட அதே காரியங்களைச் செய்யத் தடைவிதித்தவர்களே இன்று பாக்கு வெற்றிலை வைத்துக் கெஞ்சிக் கூத்தாடுகிறார்கள்!

'துய்ப்பு மறுப்பு' என்று அன்று முடிவெடுத்ததற்கான காரணம் இன்றில்லை என்றாலும், கொண்ட கொள்கையில் மாற்றமில்லை என்று தீர்மானமாக நிற்கிறான் பீசுமன்!

உலகில் இரண்டு வகையான மனிதர்கள்; இரண்டு வகையானவர்களும் இன்பத்தையே குறியாகக் கொண்டவர்கள்!

ஒரு வகையானவர்கள் பிறருடையதைப் பறித்து, பிறரைச் சூழ்ச்சிக்கு ஆட்படுத்தி, பிறரைத் துயருறுத்தி இன்பம் காண்பவர்கள் (sadists).

இன்னொரு வகையானவர்கள் இன்னாத ஒன்றை இன்பமாக ஏற்றுத் துய்ப்பவர்கள்! இடர்ப்பாட்டில் இன்பங் காண்பவர்கள் (masochists)!

அதற்கு விலையாக உடைமை, உயிர் என்று எதையும் வழங்கிவிடக் கூடிய நிகரற்ற தியாகிகள்!

இவர்கள் மிகமிகச் சிறுபான்மையினர்! ஆனால் இவர்களால்தான் உலகம் உய்வு பெறுகிறது!

இத்தகைய தங்கள் வாழ்க்கை முறையால் உயர்வு பெற்று, மண்ணும் விண்ணும் போற்ற வாழ்ந்தவர் இருவர்! ஒருவன் பீசுமன்; இன்னொருவன் தருமன்!

தன்னுடைய சாகும் நாளைத் தீர்மானித்துக் கொள்ளும் வரம் பெற்றவன் பீசுமன்!

மண்ணைத் தொடாமல் மண்ணுக்குச் சிறிது மேலே ஓடக்கூடிய தேரினைப் பெற்றவன் தருமன்! அது தேரின் சிறப்பல்ல; தேரைச் செய்த தச்சனின் சிறப்புமல்ல; ஏறிப் பயணம் செய்யும் தருமனால் வந்த சிறப்பு!

குருவம்சத்தைத் தூக்கி நிறுத்த வந்தவர்கள் இந்த இரண்டு பேர்தான்! மற்றவர்களெல்லாம் இடத்தை நிரப்ப வந்தவர்களே!

பீசுமனின் வினை விளைவுதான் சிகண்டி!

5

மன்னன் சந்தனு இறந்துவிட்ட பின், சத்திய வதியின் பிள்ளைகளும் தன் தம்பிகளுமாகிய சித்திராங்கதனையும், விசித்திர வீரியனையும் ஆளாக்கும் பொறுப்பு பீசுமனைச் சார்ந்தது!

சித்திராங்கதன் ஒரு சண்டையில் இறந்து போனான். விசித்திர வீரியனுக்கு மணம் முடிக்க வேண்டும்!

விசித்திர வீரியனுக்குப் பெண் கொடுக்க யாரும் முன்வரவில்லை. இந்த நிலையில் காசி அரசன் தன் மூன்று பெண்களுக்கும் சுயம்வரம் அறிவித் திருந்தான்! குறுநில மன்னர்களுக்கெல்லாம் அழைப்பு போனது! குரு வம்சத்தினர்க்கு அழைப்பு வரவில்லை!

இதைத் தன்னுடைய வம்சத்திற்கே இழைக்கப் பட்ட மாபெரும் அவமரியாதை என்று பீசுமன் கருதினான்; சீற்றம் உச்சத்திற்கு ஏறியது!

காசி அரசனின் மூத்த பெண் ஒருத்தி சால்வ அர சனைக் காதலித்துவிட்டு, அவனைச் சுயம் வரத்தில் எதிர்பார்த்துக் கொண்டிருக்கிறாள்! அது போல் விசித்திர வீரியனை எந்த ஒரு பெண்ணும் காதலிக்க முன்வரவும் இல்லை; எந்த ஒரு அரசனும் சுயம்வரத்திற்கு விசித்திர வீரியனுக்கு அழைப்பு அனுப்ப முன்வரவுமில்லை! இது பெண் வைத்திருப்போர் இழைக்கும் அவமரியா தையா? அல்லது விசித்திர வீரியனின்

தகுதியின்மையா? இது அரசியல் ஞானி பீசுமனுக்குப் புரிய வேண்டாமா?

பீசுமனை யாராலும் வெல்ல முடியாது என்பது சரிதான்! அதற்காகப் பீசுமனின் 'காப்புக்கு உட்பட்டவன்' (protege) என்னும் ஒரே காரணம் பற்றிப் பெண் கொடுக்க முடியுமா? பெண் என்ன பீர்க்கங்காயா? தூக்கி யாருக்கும் வேண்டுமானாலும் கொடுத்து விடுவதற்கு?

காசி மன்னனின் கன்னியர் மூவரின் திருமணத்திற்கு மன்னர்களெல்லாம் திரண்டிருக்கின்றனர்.

பீசுமனும் தன் தம்பியின் மணம் கருதி அழையா விருந்தாளியாகச் சுயம்வரத்திற்குச் செல்கிறான்.

செல்லும்போதே பீசுமனின் எண்ணம் சரியாக இல்லை. 'அங்கே கூடியுள்ள மன்னர்களின் வலிமை கெடுமாறு செய்து, என் வலிமையினால் அவர்களை ஓடச் செய்தாவது, என் தம்பியை அக் கன்னியர் சேருமாறு செய்வேன்' என்று எண்ணிக்கொண்டே சுயம்வரத்திற்குச் செல்லுகின்றான் பீசுமன்!

வரித்த மன்னர் மறங் கெட, வன்பினால்
திரித்து, எம்பியைச் சேர்த்துவல் யான் என

(வில்லி. ஆதி. 126)

பெண் தன் விருப்பப்படி மணாளனைத் தேர்வு செய்துகொள்வதற்குரிய சுதந்திரத்தைப் பறிப்பதற்குப் பீசுமன் யார்?

அணில் கடிக்காமல் விட்ட பழங்கள்தாம் தோட்டக்காரனுக்குரியவை என்பதுபோல, பீசுமனுக்குத் தேவைப்படாத பெண்களைத்தான் மற்ற மன்னர்கள் மணக்க வேண்டுமா?

அழைக்காத இடத்திற்குப் பீசுமன் போவது பெருமையா? விசித்திர வீரியன்தானே சுயம்வரத்திற்குப் போக வேண்டும்; பீசுமனுக்கு அங்கே என்ன வேலை?

சீசர் சென்றான்; கண்டான்; வென்றான் என்று சொல்லப்படுவதுபோல, பீசுமன் சென்றான்; மன்னரெல்லாம் பார்த்திருக்கக் கன்னியர் மூவரையும் அழகிய தேரில் வலிந்து ஏற்றிக்கொண்டு அத்தினாபுரி திரும்புகிறான்.

மாடு பிடிக்கச் செல்லும் ஒருவனின் செயலுக்கும் கன்னியரைப் பிடிக்கச் சென்ற பீசுமனின் செயலுக்கும் என்ன வேறுபாடு?

'முறைமையினால் அல்லாமல் வலிமையினால் பறித்துக்கொண்டு செல்வது என்ன நியாயம் என்று அரசர்களெல்லாம் திரண்டு வந்து

மோத, சாலுவன் உட்பட்ட அந்த மன்னர்களை அம்புகளினால் பிளந்து ஓடச் செய்கிறான் பீசுமன்!'

(வில்லி. ஆதி. 133)

மூத்தவள் சாலுவனைக் காதலிப்பதாகச் சொல்ல, அவளைச் சாலுவனிடம் அனுப்பிவிட்டு, மற்ற இரு மாடுகளையும் தன் தம்பியின் தொழுவத்தில் கட்டுகிறான் பீசுமன்! அவர்களைக் கன்னியராகவா கருதுகிறான் பீசுமன்?

சுவரில் அடிபட்ட பந்துபோல் திரும்புகிறாள் மூத்தவளான அம்பை! 'போரில் வெற்றி பெற்று உன்னை வசப்படுத்திச் சென்றபிறகு, திரும்பி வந்த உன்னை மணந்தால் மற்ற அரசர்கள் என்னை நகையாடுவர்' என்று அவளை மணக்க மறுத்துவிடுகிறான் சாலுவன்!

'என் தங்கைகள் இருவரோடு என்னையும் மணந்து கொள்' என்று அம்பை விசித்திர வீரியனிடம் கெஞ்சியபோது, 'மாற்றானை மனத்தினில் வரித்துக்கொண்ட உன்னை மணக்க இயலாது' என்று புறந்தள்ளிவிடுகிறான் விசித்திர வீரியன்!

எஞ்சி இருப்பது பீசுமன் மட்டுமே! அவன் வயதில் கூடியவன் என்றாலும், 'களத்தில் இளையோரை எல்லாம் விரட்ட முடிந்தவனால் கணவனாக இருக்கவா முடியாது?' என்று அவனையும் அணுகுகிறாள்!

'பெண்ணை ஏறிட்டுப் பார்ப்பதில்லை' என்னும் தன்னுடைய விரதத்தை எடுத்துச் சொல்லுகிறான் பீசுமன்!

'ஏறிட்டுப் பார்க்கத் தெரியாது; ஆனால் கடத்த மட்டும் தெரியுமா? சுயம்வரத்திற்கு உன்னை அழைத்தோமா? அழைக்கப்பட்டு வந்த என் நெஞ்சுக்குகந்த சாலுவனுக்கு மாலை சூடலாம் என்று எண்ணியிருந்தேன். நீ என்னைக் கடத்திச் சென்று விட்டாய்! இனி என்னை மணந்தால் நகைப்புக்கு இடமாகும் என்று சாலுவன் மறுத்து விட்டான்! மனத்தால் ஒருவனை எண்ணி விட்டேனாம்; அதனால் மாசுபட்டு விட்டேன் என்று போக்கற்ற விசித்திர வீரியன்கூடப் புதுச் சட்டம் பேசுகிறான்!'

'இவ்வளவு குளறுபடிகளுக்கும் காரணம் நீதான்! உன் தம்பிக்குப் பெண் கிடைக்கவில்லை என்று ஊரிலுள்ள பெண்களையெல்லாம் கடத்துகிற நீ என்ன பெரிய மனிதன்? என்னுடைய வாழ்க்கையை நாசமாக்கி விட்டாய்! கடத்துவதற்கு முன்பு உன் விரதத்தைப்பற்றி யோசித்திருக்க வேண்டும்! இனி நீதான் ஒரே கதி! உன்னை நான் விடுவதாக இல்லை' என்று பீசுமனோடு போராடுகிறாள் அம்பை!

பீசுமனா அசைவான்? அவன் நங்கூரம் பாய்ச்சிய கப்பல்! சோர்ந்து போன அம்பை பிறகு ஒவ்வொரு மன்னனிடத்திலும் சென்று பீசுமன் தனக்கிழைத்த கொடுமையை எல்லாம் அழுத கண்ணீரோடு சொல்லு கிறாள். எல்லாரும் பீசுமனை அஞ்சி இவளை விட்டு விலகி ஓடுகிறார்கள்.

பரசுராமனிடம் போகிறாள்; அவன் அம்பைக்காக நியாயம் தேட இசைந்து, வில்லை எடுத்தான்; அவனாலும் பீசுமனை வென்று கட்டுக்குள் கொண்டு வர முடியவில்லை! பரசுராமனாலேயே வெல்ல முடியாத பீசுமனின் வீரம் இணை சொல்ல முடியாததுதான்!

மனிதர்களால் முடியாத நிலையில் அம்பை தெய்வத்தைச் சரணடைகிறாள்! முருகன் ஒரு மாலையை வழங்குகிறான்!

சிவனை நோக்கித் தவமிருக்கிறாள்! 'நீ இன்னொரு பிறப்பு அடைவாய்; உன்னால் பீசுமன் மரணமடைவான்' என்று வரம் தந்துவிட்டு சிவன் மறைகிறான்!

அடுத்த பிறப்பை விரைந்து அடைய இந்தப் பிறப்பைத் தீக்குளித்து முடித்துக் கொள்கிறாள்! எடுத்த காரியத்தை முடிக்க எந்த எல்லைக்கும் போகக்கூடிய அம்பைபோன்ற பெண்கள் உலகில் வெகுவெகு சிலரே!

'அடுத்த பிறப்பில் மன்னன் துருபதனுக்கு மகளாகப் பிறக்கிறாள். முருகன் தந்த மாலையை எடுத்துக் கழுத்தில் போட்டுக் கொள்கிறாள்! இப்போது அம்பை சிகண்டியாகி விடுகிறாள்!'

(இராசாசி, மகாபாரதம், பக்.24)

அம்பை எவ்வளவு போர்க்குணம் மிக்கவள்; எவ்வளவு விடாமுயற்சி உடையவள் என்பது ஒரு புறமிருக்கட்டும்!

ஒரு சுயம்வர அமைப்பைத் தகர்த்து, பெண்களின் சுதந்திரத்தைப் பறித்து, பரசுராமனுக்கு நிகரான தன்னுடைய போர் வலிமையை அரசநீதிக்கு எதிராகப் பயன்படுத்தி, பிரான்சின் பதினான்காம் லூயி "State...? I am the state...!' என்று ஆணவமாகச் சொன்னதுபோல, தன்னைத் தோற்கடிக்க எவனும் இல்லை என்னும் நிலையில் 'என் தோள்வலி சார்ந்தவைதான் தருமமும் நியாயமும்' (might is right) என்னும் புதுத் தருமம் வகுத்தானே பீசுமன், அதற்குக் கிடைத்த விடைதான் சிகண்டி!

தரும நியாயங்களின்படி அணுவளவும் பிசகாமல் வாழ்ந்தவன் பீசுமன்! எள்ளளவும், எள் முனையளவும் வழுவாது வாழ்ந்தவனுக்கு ஏன் இந்த வீழ்ச்சி ஏற்பட்டது?

அம்பையின் கட்சி நியாயமான கட்சி! சுயம்வரத்தை நியாயமாக நடக்க விட்டிருந்தால் அம்பை சாலுவனுக்கு மனைவியாகி இருப்பாள்!

சுயம்வரத்திற்கு அத்தினாபுரிக்கு அழைப்பு இல்லையென்றால், முக்காடு போட்டுக்கொண்டு மூலையில் இருக்க வேண்டியதுதானே!

அப்படியும் மீறிப் போவதென்றால், விசித்திர வீரியனைத்தான் அனுப்பி இருக்க வேண்டும்! அவனுடைய யோக்கியதைக்கு ஒரு அரசகுமாரியும் மாலை சூட்ட மாட்டாள் என்றால், அரண்மனைத் தாதி எவளையாவது 'வைத்துக் கொள்ள' வேண்டியதுதானே!

பெண்ணை வன்முறையால் தூக்கி வந்து மணந்து கொள்வது ஏற்கெனவே நடைமுறையில் அருகிக் காணப்பட்ட, இழிவான அரக்கத்தனமான பழக்கம்தான் என்றாலும், அதைக்கூட விசித்திர வீரியன் தன் தோள்வலிமையால் நிறைவேற்றிக் கொள்ள முடிய வில்லையே!

பீசுமனை ஆட்சி உரிமையிலிருந்து விலக்கி வைத்து வாக்குறுதி பெற்றுத் தன் மகனை ஆட்சிக்குக் கொண்டு வர முடிந்த சத்தியவதி, தன்னுடைய மகனுக்கு ஓர் அரசகுமாரியையும் தேடிக் கொடுக்க வேண்டியதுதானே!

'என்னுடைய சுக்கிலத்தை மேலெழச் செய்து மூலாக்கினியுடன் கலக்க வைத்து யோக வாழ்வு வாழ்வேன்' என்றுதானே சத்தியவதி வகையறா வுக்குப் பீசுமன் சத்தியம் செய்து கொடுத்திருந்தான்! அப்படியொரு யோக வாழ்வு வாழ்வதை விட்டுவிட்டுப் பீசுமன் சத்தியவதி மகனுக் காக அடாவடித்தனத்தில் இறங்கியது எந்த தருமத்தைச் சேர்ந்தது?

அதுவும் தன்னுடைய 'காப்புக்கு உட்பட்டவனுக்கு' பெண் கிடைக் காதது தனக்கே கிடைக்காதது போல என்றெண்ணிக் கசந்து, 'சுயம் வரத்திற்கு வந்திருக்கும் மன்னர்களை எல்லாம் ஓட ஓட விரட்டி விட்டு, அந்தப் பெண்களைத் தூக்கி வந்து விசித்திர வீரியனுக்கு மணம் முடித்து வைப்பேன்' என்று புறப்படுவதற்கு முன்னரே திட்டமிட்டுக்கொண்டு போகிறான் பீசுமன் என்பது, ஏதோ அந்தச் சூழலில் அவசரத்தில் தவறாக நடந்துவிட்டது என்றுகூட அமைவு காண முடியாதபடி செய்து விடுகிறதே!

சாதாரண மன்னர்கள் எதிர்கொள்ள முடியாத பீசுமனைப் பரசுராமன் மூலம் எதிர்கொள்ள முயன்று, பரசுராமனாலும் முடியவில்லை என்னும் நிலையில் கடவுளர்மூலம் எதிர்கொள்ளப் போகிறாள் அம்பை!

அம்பை தவமிருந்தால் எந்த வரத்தை வேண்டுமானாலும் கடவுளர்கள் வழங்கிவிடுவார்களா? கடவுளர்கள் நியாய அநியாயம்

தெரியாதவர்களா? அவர்களுக்கு வேண்டியவர்கள் யார்? வேண்டாத வர்கள் யார்?

தன்னுடைய தோள்வலிமையால் இறுமாப்புக் கொண்டு அம்பைக்கு எதிராகப் பீசுமன் புரிந்த அடாவடித்தனம், இதற்கெதிராக முருகனே முன்வந்து மாலை வழங்குவதும், சிவனே இறங்கிவந்து அம்பை சிகண்டியாக மாறிப் பிறக்க வரமளிப்பதும், எல்லாக் கணக்குகளும் சிறிதாயினும் பெரிதாயினும் ஒரு நாள் தீர்க்கப்பட்டு விடும் என்பதைக் காட்டவில்லையா?

பீசுமன் செய்த வினையின் விளைவுதான் சிகண்டி!

எமன் படும் பாடு!

'எமப் பயல்!' மிகவும் சுறுசுறுப்பான, கெட்டிக் காரத்தனம் மிக்க, யாராலும் ஏமாற்றமுடியாத ஒருவனை அவ்வாறு கூறுவது நாட்டு வழக்கு!

எமன் கடவுட் தன்மையன்; விருப்பு வெறுப்பு அற்றவன்; நியாய அநியாயம் தெரிந்து அவற்றின் பேரில் செயல்படுபவன்; உயிரினங்களின் சாவுக்கு அவனே அதிகாரி; அவனவன் செய்த வினைகளுக்குத் தக்கவாறு தண்டனை அளிப்பவன்; சாகும் விதம், சாகும் நாள் ஆகியன வற்றை முடிவு செய்து நிறைவேற்றி வைப்பவன்; இவ்வளவு பெரிய பொறுப்பு அவனுக்கிருக் கின்றபடியால், நிகழ்வுகளை விடாது பின் தொடர்ந்து கூர்ந்து கவனிப்பவனாக இருக்கிறான் அவன்! எல்லாவற்றினும் கூடுதலான சிறப்பு அவனை யாரும் ஏமாற்றிவிட முடியாது என்பது தான்! மனிதனாய்ப் பிறந்துவிட்டால் கிருட்டிணனும் சாவுக்கு உட்பட்டவனே!

ஒருமுறை பூவுலகில் மாண்டவியர் என்னும் முனிவர் கண்கள் விழித்தது விழித்தபடி யோகத்திலிருக்கும்போது, அரசுக் கருவூலத்தைக் கொள்ளையடித்த திருடர்கள், தலையாரியாலும் காவலர்களாலும் துரத்தப்பட்டு வர, தொடர்ந்து ஓட முடியாத நிலையில், மாண்டவியரின் குடிலுக்குள் ஒளிந்தனர்!

6

குடிலுக்குள் வந்து காவலர்கள் திருடர்களைப் பிடித்தத்தோடு, எந்தச் சலனமுமின்றி அங்கிருந்த

மாண்டவியரைத் திருடர்களின் தலைவன் என எண்ணி அவரையும் தளைப்படுத்தி, அரசன் முன்னிலையில் நிறுத்த, அரசன் அனைவரையும் கழுவில் ஏற்றும்படி கட்டளையிட்டு விட்டான்!

மரண தண்டனையை நிறைவேற்றுவதில் மிகவும் கொடிய முறை, கழுவில் ஏற்றிக் கொல்வதுதான்!

கோவலனின் மரண தண்டனை கழுத்தை வெட்டுவதன்மூலம் நிறைவேற்றப் பட்டது! அதில் தலையும் முண்டமும் தனித் தனியே எம்பி எம்பித் துடித்துத் துடித்துக் குருதி பீறிட்டு அடித்துப் பின்பு கொஞ்ச நேரத்தில் அடங்கும்! பார்க்க மனம் பொறுக்காது! கொடுமையானது!

வெள்ளைக்காரன் நாடாண்ட காலத்தில்தான் தூக்கில் தொங்கவிட்டு மரண தண்டனையை நிறைவேற்றுகிற பழக்கம் தொடங்கியது. கழுத்தில் உள்ள சங்கைக் கயிறு நெரிக்கும் சில நொடிப்பொழுது வலியோடு உயிர் அடங்கிவிடும்! சாவு கொடியது என்பது வேறு; சாகடிப்பதில் இது எளியது!

கழுவில் ஏற்றிக் கொல்லும் பண்டைய முறைதான் நினைத்துப் பார்க்க முடியாத அளவுக்குக் கொடுமையானது! கூரிய முனை உள்ள கம்பத்தை இறுக்கமாக நட்டு வைத்து, தண்டிக்கப்பட வேண்டியவனை உயரத் தூக்கிக் கூரிய முனையில் அவனுடைய ஆசன வாயைப் பொருத்தி, அப்படியே விட்டுவிடுவார்கள். அவனுடைய உடற்கனம் கீழ்நோக்கி அவனைச் செலுத்த, கூரிய முனை அவன் உடலைக் கிழித்துக்கொண்டு வெளிப்பட முனையும். நீண்டநேரம் அவன் துடிதுடித்துத் தவிதவித்துச் சாவான்!

ஏசுவை உயிரோடு சிலுவையில் அறைந்த கொடுமை இத்தகையதே!

அந்த வகையில் கழுவில் ஏற்றப்பட்ட மாண்டவியர், ஒரு குற்றமும் செய்யாமல் கோரமான மரணத்தை எதிர் கொண்டார்!

கூட்டைவிட்டு வெளியேறிய மாண்டவியரின் உயிர் விண்ணுலகில் எமனைச் சந்திக்கிறது!

இவ்வளவு கொடிய சாவைத் தான் ஏன் சந்திக்க நேரிட்டது என்று மாண்டவியர் கேட்கிறார்.

'நீர் சிறு பிள்ளையாக இருக்கும்போது, தும்பிகளைப் பிடித்து அவற்றின் மீது முள்ளைச் செலுத்தி மகிழ்வதைப் பழக்கமாகக் கொண்டிருந்தீர்; அந்த வினையின் காரணமாக உமக்கு இந்தத் துயரமான சாவு நேரிட்டது!'

எமனின் இந்த மறுமொழியைக் கேட்ட மாண்டவியருக்குச் சினம் தலைக்கேறியது.

‘ஓ தென்திசைத் தலைவனே! நீ கடமை தவறி விட்டாய்! அறியாப் பருவத்தில் செய்த பிழைகளுக்குப் பிள்ளைகள் எப்படிப் பொறுப்பாக முடியும்? நல்லது எது, கெட்டது எது என்று பாகுபடுத்தி அறியத் தெரிந்த வயதா அது? அதற்கு இவ்வளவு கொடிய தண்டனையா? செய்த வினையையும், அதற்கான விளைவுகளையும் தீர்மானிப்பதில் நீ பொறுப்பற்று நடந்து கொண்டாய்; கடமை தவறி விட்டாய்! அதற்குரிய தண்டனையாக நீ சூத்திரச்சியின் யோனியில் பிறப்பாய்; உன்னை ஒட்டிப் பிறந்தவர்கள் மன்னர்களாகத் திகழ, நீ அரண்மனையிற் பிறந்திருந்தும், வரிசை முறையில் அரியாசனம் காலியாக இருந்தும், அறிவு, நேர்மை, திறமை இப்படி எல்லாத் தகுதிகளும் உனக்கிருந்தும், நீ பிறந்த யோனியின் காரணமாக ஆட்சி உனக்கு மறுக்கப்படும். உனக்கு இளையோர் உன்னை அவமதிப்பர்!’

மாண்டவியரின் சாபம் பலித்தது. மன்னன் விசித்திர வீரியன் பிள்ளை இல்லாமல் இறந்து போனதால், விசித்திர வீரியனின் தாய் ஏவலால், வியாசர் அவனுடைய முதல் மனைவி அம்பிகாவைத் தழுவி உறவு பூண்டு, அவர் பெற்றுக் கொடுத்த மகனே திரிதராட்டிரன்; விசித்திர வீரியனுக்காக அவனுடைய இரண்டாவது மனைவியான அம்பாலி காவிடம் அவர் பெற்றுக் கொடுத்த பிள்ளையே பாண்டு! மூன்றாவதாக முன்னிரு அரசிகளின் பணிப்பெண்ணாகவும், விசித்திர வீரியனின் வைப்பாட்டியாகவும் திகழ்ந்தவளை, முதல் மனைவியான அரசி அம்பிகாவே அனுப்பி வைக்க, அவளைத் தழுவி உறவு பூண்டு வியாசர் பெற்றுக் கொடுத்த பிள்ளையே விதுரன்!

இந்த விதுரன்தான் மாண்டவியரால் சபிக்கப்பட்ட எமன்! திரிதராட்டிரன் பார்வையற்றவன்; ஆகவே அவனுக்கு மாற்றாக அவன் தம்பி பாண்டு அரியணை ஏறினான்! அவன் இறந்து போனபோது, அவன் தம்பியான விதுரனை அரியணை ஏற்றி இருக்க வேண்டும்! விதுரனுக்கு எல்லாத் தகுதிகளும் இருந்தன! மேலும் விசித்திர வீரியனின் பட்டத்து அரசிகள்தாம் விசித்திர வீரியனின் ஆசைநாயகியை வியாசரிடம் அனுப்பி உறவு பூணுமாறு செய்தனர். அரசிகளின் பிள்ளை களுக்கு அடுத்த வாரிசு ஆசைநாயகியின் பிள்ளைதான்! எனினும் விதுரன் அரியணைக்குக் கருதப்படவேயில்லை!

இது மாண்டவியரின் சாபத்தின் பலன்! சினத்தின் காரணமாகச் சாபங்கள் பிறப்பிக்கப் பட்டாலும் முறைகேடான சாபங்கள் பலனளிக்க மாட்டா!

இங்கு விதுரனின் கதை பல செய்திகளைப் புலப்படுத்துகிறது. மாண்டவியர் அனுபவித்த கொடுமை சாலவும் பெரிது! அந்தக் கொடுமைக்குக் காரணமான எமனைத் தண்டிக்கின்ற வலிமை மாண்டவியரின் சாபத்திற்கு இருக்கும்போது, தனக்கு இழைக்கப்பட்ட

கொடுமையின் அளவுக்கு இல்லாது, 'ஒரு சூத்திரச்சியின் யோனியில் பிறந்து அரச போகத்தை அடைய முடியாமல் போவாய்' என்று சாபத்தை மிகச் சாதாரணமானதாக ஆக்கவேண்டிய கட்டாயம் என்ன?

கழுவேற்றத்தின் கொடுமையும், சூத்திரச்சி யோனியில் பிறப்பதும் ஒரு நிகரான தண்டனைதான் என்று கருதப்படுகின்றது.

எல்லாத் தகுதிகளும் இருந்தும், விதுரன் தன் தகுதிகளுக்கேற்ற இடத்தை அடைய முடியாததுபோலக், கருணனும் அருச்சுனனுக்கு நிகராகச், சில சமயங்களில் மேலாக இருந்தும்கூட, சூதர் குலப் பிறப்பினனாகவே இறுதிவரை இழிவுபடுத்தப்படுகிறான்! பிறப்பினால் வரும் வாய்ப்பு மறுப்பு ஒரு தண்டனைதான்! வருண பேதத்தால் சீரழிந்த சமூகம் மாபாரதச் சமூகம்!

இது ஒரு நிலை! இது இருக்கட்டும்!

எமன் கடவுட்தன்மையன் எனினும், அவனே வினைக்கேற்றவாறு தண்டனை அளித்துச் சாவை நிறைவேற்றும் வல்லமை உடையவன் எனினும், தவறாகத் தண்டனை அளித்துவிட்டால், அவன் கடவுளாயினும் தண்டனையிலிருந்து தப்ப முடியாது என்பது மாபாரதம் வழங்கும் செய்திகளிலெல்லாம் மாபெரும் செய்தி!

மனிதனைவிடக் கடவுள் பெரிது; கடவுளைவிட வினைச் சட்டம்தான் (Law of Karma) பெரிது என்றால், மனிதன், கடவுள் எல்லோரும் தங்கள் செயல்கள் குறித்து அஞ்சி நடக்க வேண்டியவர்களாக இருக்கிறார்கள் என்பதுதானே இதன் பொருள்!

மேலே எறியப்பட்ட எந்தப் பொருளும் கீழே வந்து விழும்; அதைக் கடவுள் எறிந்தாலும் சரி; மாந்தன் எறிந்தாலும் சரி! அதுதான் புவியீர்ப்பு விசைத் தத்துவம் (Law of Gravitational Force)! அது போன்றதுதான் வினைச் சட்டமும்!

இந்த ஒரு கொள்கையால்தான் சிறுபான்மையான கயவர்களைச் சட்டத்தின் பிடியில் விட்டுவிட்டு, பெரும்பான்மைச் சமூகத்தை இயல்பாகவே கட்டுக்குள் வைத்துக்கொள்ள முடிகிறது!

சிறுபான்மைக் கயவர்கள் அரச தண்டனைக்குமட்டுமே அஞ்சுவர்; பெரும்பான்மையோர் வினைச் சட்டத்திற்கு அல்லது அதனை நடைமுறைப்படுத்தும் இறைவனுக்கு அஞ்சி ஒழுங்குடையோராக வாழ்வர்! அவனவன் வினையே அவனவன் வாழ்க்கையைத் தகவமைக்கிறது என்னும் கொள்கையே இந்தியச் சமூகத்தை மூவாயிரம் ஆண்டுகளாக வாழத்தக்க சமூகமாக உருவாக்கி வைத்திருக்கிறது.

அச்சத்தின் அடிப்படையில் தோன்றிய கடவுள் நம்பிக்கையே முந்தியது எனினும், வினைச் சட்ட வளர்ச்சியே சமூகத் தகவமைப்புக்கு அடிப் படையானது!

'ஒருவன் செய்த வினை அதற்குரிய விளைவுகளைத் தரும்போது, அளவில் குறைந்தும் போகாது; கூடுதலாகவும் தராது; எது முறையோ அதற்கேற்பத்தான் அமையுமே தவிர, முறை பிறழ்ந்து வாராது; நல்லதும் செய்திருக்கிறேனே; துயரப்படும் இப்போதைக்கு அந்த நல்லதின் பயன் ஊன்றுகோல்போல் வந்து உதவக் கூடாதா என்றால் உதவாது! எப்போது துணையாக வேண்டுமோ அப்போது துணையாகும்; அது இம்மியும் பிசகாமல் தன் போக்கில் செயல்படக் கூடியது! ஆகவே அழியுங் காலத்தில் வருந்தி ஆகப் போவதென்ன? செயற்படுங் காலத்து அஞ்சிச் செயல்பட வேண்டும்!'

சிறுகா; பெருகா; முறைபிறழ்ந்து வாரா;
உறுகாலத்து ஊற்று ஆகா; ஆமிடத்தே ஆகும்
சிறுகாலைப் பட்ட பொறியும்; அதனால்,
இறுகாலத்து என்னை பரிவு?

(நாலடியார், 110)

வினைச் சட்டத்தின் மிகச் சிறந்த பகுதியே பல பிறவிக் கோட்பாடு! வினையின் பயனை ஒரு பிறவிக்குள் புசித்து முடிக்க முடியாதபோது அடுத்த பிறவி அளிக்கப் படுகிறது!

கூற்றுவன் (God of Death) ஒரு தாழ்குலத்துப் பணிப்பெண்ணின் மகனாகப் பிறந்ததனால், அவன் பட்டத்திற்கு வருவது மறுக்கப் பட்டதே ஒழிய, அரண்மனைவாசியாக வாழ்வதற்குத் தடையொன்றும் இருக்கவில்லை!

திரிதராட்டிரன் பார்வையற்றவன்; அவனை நடத்திச் செல்ல ஒரு துணை வேண்டும். அது தம்பியாகவும், அந்தத் தம்பி அறிவுடையவனாகவும் இருப்பது சிறப்புத்தானே! ஆகவே திரிதராட்டிரனைக் கண்டித்துப் பேசும் செல்வாக்குடையவனாகவும் தம்பி விதுரன் இருக்கிறான்! இருந்துவிட்டுப் போகட்டும் என்று துரியோதனனும் விட்டு வைத்திருக்கிறான்!

ஆனால் செங்கோல்தான் திரிதராட்டிரனிடம் இருக்கிறதே தவிர, அத்தினாபுரியின் உண்மையான அதிகார மையம் மூத்த மகன் துரியோ தனன்தான்!

பாண்டவர்களைச் சூதுக்கிழுத்து எல்லாவற்றையும் தோற்கடித்துத் தன் பக்கம் ஆக்கிக் கொண்டுவிட்ட பிறகு, 'நாடிருக்கிறதே தருமா! நாட்டை வைத்தாடு' என்று தூண்டுகிறான் பாதகன் சகுனி!

அப்போது வெகுண்டெழுகிறான் விதுரன்! துரோணர், பீசுமர், கிருபர் ஆகியோர் அமைதியாகவே நடப்பதைக் கவனித்துக் கொண்டிருக் கின்றனர். விதுரன் மட்டும் பொறுக்க முடியாமல் வெடித்து விடுகிறான்! 'சூதை நிறுத்துதி' என்று பொதுவாக அவையை நோக்கிக் கூறினாலும், அது திரிதராட்டிரன்மூலம் செயல்படுவதற்காகக் கூறப் பட்டதுதான்! இன்னொருவகையாகச் சொன்னால், அவையிலுள்ள பிற மன்னர்கள், பார்ப்பார், வீடுமனாகிய பீசுமன் ஆகியோரைச் செயல்பட வைப்பதற்கான முயற்சியே அது!

விதுரனின் இத்தகைய தூண்டல் துரியோதனனை வேகங் கொள்ளச் செய்கிறது; கொதித்தெழுகிறான்!

நன்றி கெட்ட விதுரா! சிறிதும் நாணமற்ற விதுரா!
தின்ற உப்பினுக்கே நாசந் தேடுகின்ற விதுரா!
அன்று தொட்டு நீயும் எங்கள் அழிவு நாடுகின்றாய்;
மன்றில் உன்னை வைத்தான் எந்தை மதியை என்னுரைப்பேன்?
ஐவருக்கு நெஞ்சும் எங்கள் அரண்மனைக்கு வயிறும்
தெய்வம் அன்றுனக்கே விதுரா செய்து விட்ட தேயோ?

(பாரதி, பாஞ்சாலி சபதம், II: 3: 4)

'அன்பிலாத பெண்ணுக்கு இதமே ஆயிரங்கள் செய்தும்
முன்பின் எண்ணுவாளோ? தருணம் மூண்டபோது கழிவாள்;
வன்புரைத்தல் வேண்டா; எங்கள் வலி பொறுத்தல் வேண்டா;
இன்பம் எங்கணுண்டோ அங்கே ஏகிடெ' ன்றுரைத்தான்!

(மேற்படி, II: 3: 8)

எமன் மாண்டவியரைத் தவறாகத் தண்டித்த தன்னுடைய வினையின் காரணமாக விதுரனாகப் பிறந்தவன்!

எமனுக்கு அஞ்சாத உயிர் உலகில் உண்டா? எமனிடம் எதிர்நின்று பேசத் துரியோதனனால் முடியுமா? துரியோதனன் கிடக்கட்டும்! கொடு மையால் உலகளந்த செங்கிசுகான், தைமூர், இட்லர் போன்றவர்கள்கூட எமனுக்கு எதிர்நிற்கும் நெஞ்சூக்கம் மிக்கவர்களா?

அப்படியானால் துரியோதனனால் எப்படி நாக்குத் தடிப்போடு பேச முடிகிறது?

'வயிற்றைமட்டும் எங்கள் அரண்மனையில் நிரப்பிக் கொள்கிறாய்; நெஞ்சில் பாண்டவர்களை நிறைத்துக்கொண்டிருக்கிறாய்; தின்ற உப்பினுக்கு நாசம் தேடுகிறவன் நீ; அன்பில்லாத பெண்ணுக்கு ஆயிரம் நன்மைகள் செய்தாலும், எல்லாவற்றையும் பெற்றுக்கொண்டு, நேரம் வருகிறபோது அகன்று விடுவதுபோல, நேரம் பார்த்து முதுகில்

குத்துகிறவன் நீ! உன்னைப் போய் மன்றத்தில் வைத்திருக்கிற என் தகப்பன் புத்தியைப் பற்றித்தான் என்ன சொல்வதென்று புரியவில்லை' என்று சாடுசாடென்று சாடுகிறானே துரியோதனன்!

இவ்வளவு அவமதிப்புகளையும் மென்று விழுங்கிவிட்டு, தன் இருக்கையில் போய் அமர்ந்து கொள்கிறான் விதுரன்!

'மதி வழியே செல்லு' கென விதுரன் கூறி
வாய் மூடித் தலைகுனிந்தே இருக்கை கொண்டான்.

(மேற்படி, II: 4: 13)

வாய்மூடித் தலைகுனிய எமனால் முடியுமா? ஆனால் விதுரனால் முடிகிறதே! விதுரன் எமன் என்னும் தேவநிலையில் இருந்து இழிந்து விட்ட மானிடன்; ஆகவே அவமதிப்புகளைச் சுமப்பது வாழ்க்கையின் ஒரு பகுதியாகிவிட்டது; சுமக்கிறான்! அது அவன் மாண்டவிய முனிவனுக்குப் புரிந்த வினையின் பயனல்லவா!

எமன் ஒவ்வொருவரையும் படுத்துகின்ற பாடு ஒரு புறமிருக்கட்டும்; இப்போது எமன் படுகின்ற பாடுகளைக் காணச் சகிக்கவில்லையே! கடவுளரும்கூட வினைச்சட்ட முறைமைக்கு உட்பட்டவர்கள்தாம் என்பதுதான் இணையற்ற இந்தியச் சிந்தனை!

அவர்களைப் போன்றவர்கள் அவர்கள் மட்டுமே!

காந்தாரம் இன்று இந்தியாவில் இல்லை. கனிசுகர் காலத்தில் புகழ் பெற்றிருந்த காந்தாரக் கலை கிரேக்க-இந்தியக் கலப்புத் திருமணத்தில் பிறந்ததுதான்!

அந்த நாட்டில் பிறந்த காந்தாரி திரிதராட்டிரனுக்கு மணம் பேசி முடிக்கப்படுகிறாள். எடுத்த எடுப்பிலேயே குரு வம்சம், பட்டத்திற்குரிய மூத்தவன், புகழ்மிக்க அத்தினாபுரி, பீசுமரால் காக்கப்படும் நாடு என்று பல கவர்ச்சியான அம்சங்கள் முன்வைக்கப்பட்டதால், 'யோசிப்பதற்கே எதுவுமில்லை' என்ற அளவில், காந்தார அரசனை உடனடியாக இசைவு தெரிவிக்க வைக்கின்றன.

'அவனுக்குக் கண்ணில்லை' என்ற செய்தி பெண் வீட்டுத் தரப்பார்க்குத் தெரியவில்லை. தெரிந்த போது காந்தார மன்னன் மறுகத் தொடங்கி விட்டான்; 'மூடி மறைத்து விட்டார்களே பாவிகள்' என்ற சினம் ஒருபுறம்; பீசுமரைப் பற்றிய அச்சம் இன்னொருபுறம்; 'ஆம்' என்று சொல்லிவிட்டு, 'இல்லை' என்று மறுப்பதாகக் குற்றம் சொல்வார்களே என்ற மறுக்கடி பிறிதொருபுறம்!

காந்தாரிக்குத் தான் வாழ்க்கைப்பட்டுப் போகப் போகின்ற நாடு, குடும்பம் ஆகியன குறித்து ஏற்கெனவே சொல்லப்பட்டிருக்கிறது. கங்கைக் கரை; பெரிய அரண்மனை; பெரிய நாடு; அந்த

7

நாட்டுக்கு அரசி; கணவனாக வருகின்றவன் தன்னை எவ்வாறெல்லாம் போற்றக்கூடும் என்னும் நினைவுகளில் மூழ்கிக் கிடக்கிறாள்.

வடிவும் திருவும் நிரம்பிய கணவன் வருவான்; எதையோ தேடுவான்!

'என்ன தேடுகிறீர்கள்!'

'இடுப்பை!'

நான் நாணப்படுவேன்!

பிறகு 'இருக்கிறது; இருக்கிறது; இல்லையோ என்பதுபோல் இருக்கிறது' என்பான்!

'இடுப்பின்மீது இரக்கம்கொண்டு இந்த புடை பரந்த முலைகளின் கனத்தைக் குறைத்துக் கொள்ளும்படி அவற்றிற்குச் சொல்லக் கூடாதா? அளவுக்கதிகமான பாரம் அச்சை முறித்து விடாதா?'

நான் வெட்கத்தால் முகத்தை மூடிக்கொள்வேன்! அவன் என் கைகளை விலக்குவான்! அவனுடைய சூடான மூச்சுக்காற்று என் முகத்தின்மீது படும்!

'இளவரசி! இளவரசி!'

தோழியின் குரல் இவளை நனவுலகுக்குக் கொண்டு வருகிறது.

எப்போதும் உற்சாகமாக ஓடி வருகிற தோழி சோர்ந்து, வெளிறிப்போய் வருகிறாள். நடை தடுமாறுகிறது; குரல் நடுங்குகிறது; காந்தாரியின் கைகளைப் பற்றிக் கொள்கிறாள்; கண்ணீர் ஊற்றுகிறது!

திடீரென்று இவளுக்கு என்ன ஆகிவிட்டது என்று திகைத்துப்போன காந்தாரியிடம் தோழி பேசுகிறாள்: 'இளவரசி! நாமெல்லாம் மோசம் போய்விட்டோம்; உங்களை ஏமாற்றி விட்டார்கள்; நீங்கள் மணக்கப் போகும் அரசன் ஒரு பிறவிக் குருடன்!'

காந்தாரி மூர்ச்சையுற்று விழுந்து விடுகிறாள்!

> செந்திருவைப் போல் அணங்கைச்
> சிங்காரித்து என்ன பயன்?
> அந்தகனே நாயகன் ஆனால்!

(தனிப்பாடல்)

மிகக் குரூரமான பெண்ணே திரிதராட்டிரனுக்குப் போதுமானவள்! அழகையும் குரூரத்தையும் வேறுபடுத்தி அறிய முடியாதவனுக்குப் பேரழகுக் காந்தாரி ஏன்?

பார்வையற்றவனான திரிதராட்டிரன் இரங்கத்தக்கவன் என்பதில் இரண்டு கருத்தில்லை. ஆனால் அவன் நாடாளுகிறவனாக இருப்பது நாட்டுக்கு நன்மையா? உலகில் என்ன நடக்கிறது என்பதை அவனால் அறிய முடியுமா? மக்களுக்குத் தேவையானதை நேரடியாகக் கண்டறிந்து செய்ய அவனால் முடியுமா? அவனால் படிக்கத்தான் முடியுமா? காலத்தோடு போட்டியிட்டு அறிவைப் பெருக்கிக்கொண்டு, அப் பேரறிவின் துணையோடு மக்களை வழி நடத்தத்தான் முடியுமா? போர்தான் ஆட்சியின் முக்கிய பகுதி; போருக்கு அவனால் தலைமை ஏற்க முடியுமா?

மன்னராட்சியின் மிகப் பெரிய தீங்கு, வாரிசுரிமைப்படி பார்வை யற்றவனும் சப்பாணியும்கூட மணிமுடி சூடிக் கொள்ளலாம் என்பது தான்! மக்களின் நலன் முக்கியமில்லை. ஆட்சி என்பது அவர்களுடைய சொந்தச் சொத்து! ஆட்டு மந்தையின் உரிமையைக் கைமாற்றிக் கொள்வதுபோல அவர்கள் ஆட்சியையும் கைமாற்றிக் கொள்வார்கள்.

ஆனால் இயற்கை தகுதியற்றவர்களை அனுமதிப்பதில்லை. திரிதராட்டிரன் நீடிக்க முடிந்ததற்குக் காரணம், பரசுராமனே வெல்ல முடியாத பெருவீரனான பீசுமன் திரிதராட்டிரனுக்குக் காப்பாளனாக இருந்ததுதான்!

பதிலாக இருந்து ஆட்சி செய்ய முதற்கட்டத்தில் பீசுமன் இருந்தான்; இரண்டாவது கட்டத்தில் அவனுடைய சொந்த மகன், சாதுரியம்மிக்க துரியோதனன் வந்துவிட்டான்! துரியோதனன் தலைதூக்கியவுடன் பீசுமர் வெறும் பார்வையாளராக மாறிவிட்டார்! துரியோதனன்மீது எந்தவிதச் செல்வாக்கையும் பீசுமரால் செலுத்த முடியவில்லை!

ஆட்சி எப்படியோ தொலையட்டும்! செந்திருவைப் போன்ற அணங் கான காந்தாரி ஒரு பார்வையற்றவனைக் கட்டிக் கொள்ளும் கட்டாயம் என்ன வந்தது?

விசித்திர வீரியனுக்காக மூன்று பெண்களைக் கடத்தி வந்துவிட்டான் பீசுமன்! அதுபோல் காந்தாரிக்கு எந்தக் கட்டாயமும் நேரவில்லையே!

சந்திரன் தோற்றுவித்த தொல்பழங் குலத்தில் தோன்றிய திரிதராட்டிரன் விழியில்லாதவன் என்று உறவினரெல்லாம் சொல்லியும் 'இதுதான் விதி வகுத்தது' என்று மகிழ்ந்து ஏற்றுக்கொள்கிறாள் காந்தாரி!

அதுமட்டுமில்லை; 'இமைக்கும் தன்மையுள்ள இரண்டு கண்களையும் மலர விழித்து வேறொன்றையும் வேறொருவரையும் இனி நோக்கேன்' என்று கண்களை மறைத்துக் கட்டிக்கொள்கிறாள்.

மதியளித்த தொல்குலத்தவன் விழியிலா மகனெனத் தமர் சொல்ல
'விதியளித்த தென்று' மகிழ்ந்தனள் வடமீன் எனத் தகுங் கற்பாள்.

(வில்லி. ஆதி. சம்பவச் சருக்கம், 23)

இமைத்த கண்இணை மலர்ந்தினிது நோக்கலேன் யான் ஒருவரை என்று

இது மிகப் பெரிய கொடுமை! ஒரு பெண் தனக்குத் தானே தேடிக் கொண்ட பெருந்துயரம்!

இதை விதி என்கிறாள் காந்தாரி! இது இவளாகவே தேடிக் கொண்டதா? அல்லது விதி இவளை மீறித் திணித்ததா?

ஒருவன் எவ்வளவு முயற்சிகளையும் திட்டங்களையும் வகுத்து வகுத்து மேற்கொண்டாலும், அவனுடைய முயற்சிகளையும் திட்டங்களையும் முறியடித்துவிட்டு, எது முற்பட்டு நிற்கிறதோ அதுவே விதி!

மற்றொன்று சூழினும் தான் முந்துறும்

(குறள். 380)

கோவலன் பாண்டியன் நெடுஞ்செழியனால் கொலையுண்டது விதி! அவன் முயன்றான்; ஆனால் தவிர்க்க இயலவில்லை! ஊழ் உறுத்து வந்து ஊட்டியது!

ஆனால் தன் திருமணத்தைத் தவிர்ப்பதற்கு என்ன முயற்சியை மேற்கொண்டாள் காந்தாரி, அதை முறியடித்து விதி செயல்படுவதற்கு?

குழி என்று தெரிந்தும், பிறர் எச்சரித்தும், அதில் போய் விழுவது அறிவின் குற்றமா? விதியின் குற்றமா?

மாபாரதத்தில் விடை காண முடியாத நுட்பங்கள் நூறாயிரம் உண்டு! எதற்கு விடை கண்டாலும், ஒரு பார்வையற்றவனைப் புறக்கணிக்கும் வாய்ப்பிருந்தும் காந்தாரி அவனை ஏன் மணந்தாள் என்பதற்கு எப்படி விடை காண்பது?

அது மட்டுமல்லாது திரிதராட்டிரன் ஒரு புலன் இல்லாமையால் பெற முடியாத இன்பங்களை, அந்தப் புலனைப் பெற்றிருந்தும் 'நான் பெறேன்' என்று காந்தாரி உறுதி மேற்கொள்வதற்கும், எந்த அறிவாலும் நியாயம் தேட முடியாது!

கண்ணப்பன் எனும் வேடன், சிவன் கண்ணில் இரத்தம் வடிவதைப் பார்த்துத் தன் கண்ணைத் தோண்டிச் சிவனின் கண்ணில் அப்ப வில்லையா?

'கண்ணப்பன் ஒப்பதோர் அன்பு' என்னிடம் இல்லையே என்று சிவனிடம் உருகுகிறார் மாணிக்கவாசகர்.

கண்ணப்பனையும், காந்தாரியையும் போன்றவர்கள் மிகமிக அருகியே காணப்படுவர்! அன்புமயமாகி, அதன் உச்சநிலைக்குப் போய் அவர்கள் தங்களுக்குத் தாங்களே பெருந்துன்பம் விளைவித்துக் கொள்வதுமுண்டு. அதைத் துன்பமாக அவர்கள் கருதுவதில்லை என்பதுதான் இதிலுள்ள பெருவியப்பு!

இவர்கள் இருவரின் அன்பு மலைக்க வைக்கும்; திகைக்க வைக்கும்; நெகிழவும் வைக்கும்! ஆனால் அவர்களின் வாழ்க்கைமுறை பின்பற்றத்தக்க வாழ்க்கைமுறை இல்லை! அவர்களைப் போன்றவர்கள் அவர்கள் மட்டுமே!

காலங்கள் தோறும் விதிகள் வேறு!

தேவர்கள் விண்ணில் வாழ்பவர்கள். அசுரர்கள் பாதாளத்தில் வாழ்பவர்கள்! தேவர்களின் குரு வியாழன் என்னும் பிரகசுபதி. அசுரர்களின் குரு வெள்ளி என்னும் சுக்கிராச்சாரி.

வியாழன், வெள்ளி இருவருமே அறிவுக் கடல்கள்; இருவருமே பார்ப்பன குலத்தினர். இவர்கள் இருவரின் வழிகாட்டுதல்களில்தான் அடிக்கடி தேவ-அசுரப் போர் நடக்கும்! தேவர்கள் வெல்வதும் உண்டு; அசுரர்கள் வெல்வதுமுண்டு!

தேவர்களுக்கான வேள்விகளைச் செய்பவர் வியாழன். இந்த வேள்விகளை வியாழன் தனித் திருந்து செய்தால் வெற்றி கிட்டாது. அவருடைய மனைவி தாராவும் கணவன் வியாழன் அருகிருக்க வேண்டும். மனைவி என்பவள் சகதருமிணி! யாகங்களையும் தருமங்களையும் நடத்தத் துணையிருப்பவள்!

ஒரு நாள் வேள்வி தொடங்கிவிட்ட நிலையில் சகதருமிணியான தாராவைத் தேடுகிறார் வியாழன். அவளைக் காணோம்!

வேள்விப் புகையால் கண் சிவந்திருக்கும் வியாழனைவிட, வேட்கையினால் கண் சிவந் திருக்கும் சந்திரனைத் தாராவுக்கு மிகவும் பிடிக்கிறது. ஒரு நாள் சந்திரனோடு ஓடிப் போய் விடுகிறாள் தாரா! உத்தமம்!

வேள்வி நின்று போகிறது. தாரா கள்ளக் காதலனோடு ஓடிப் போய் விட்டது தேவர்களுக்குத் தெரிய வருகிறது. வேள்விகள் நடக்கவில்லை என்றால் பூமிக்கு வேண்டிய மின்னலையும் மழையையும் உண்டாக்க முடியாது! வேள்விகள் இல்லையென்றால் பூமியை வறட்சியும் இருளும் சூழும்!

தாரா, தான் விரும்புகின்றவனோடு வாழும் சுதந்திரத்தில் குறுக்கிட முடியுமா? அதே சமயம் வேள்விகள் அற்றுப் போனால் அவற்றின் விளைவுகள் என்ன?

வேள்விதான் முக்கியம் என்று முடிவாகிறது. வியாழனிடம் திரும்பி வந்து வாழுமாறு தாராவுக்கு இந்திரனால் கட்டளை பிறப்பிக்கப் படுகிறது! தாரா தயங்குகிறாள்! ஓடும்போது தனித்து ஓடியவள், திரும்பும்போது வயிற்றில் ஒரு சுமையோடு இருப்பதே அவளுடைய தயக்கத்திற்குக் காரணம்!

ஆனால் அது வியாழனுக்கு ஓர் உறுத்தலாகவே இருக்கவில்லை! தாராவின் வயிற்றிலுள்ள சுமைக்கு வியாழன் பொறுப்பேற்றுக் கொண்டுவிடுகிறான். ஒருவேளை தன்னுடையதாகவும் இருக்கக்கூடும் என்று கருதினானோ என்னவோ! ஆனால் ‘என்னுடைய பிள்ளைக்கு நீ எப்படிப் பொறுப்பேற்க முடியும்’ என்று சந்திரன் தன் குருவோடு மோதும்போதுதான், சத்தமில்லாமல் நடந்த ஒன்று சந்திக்கு வந்துவிடுகிறது!

வயிற்றில் இருக்கும் பிள்ளை தவித்துப் போய்விடுகிறது. தான் தோன்று வதற்குக் காரணமான விதை யாருடையது என்று அது தாயை வினவுகிறது. இந்தச் சிக்கலுக்கான விடை தாய் ஒருத்திக்கே தெரியும் என்று வயிற்றிலிருக்கும் பிள்ளை நம்புகிறது!

உண்மையைப் பொய்யிலிருந்து பிரித்தறியத் துணை புரிவது புத்தி என்கிற காரணத்தால், வயிற்றிலிருக்கும் புத்தி மிகுந்த பிள்ளைக்குப் புதன் என்று பெயரிடுகிறாள் தாரா!

‘இன்னும் கேள்விக்கு விடை சொல்லவில்லையே’ என்று மீண்டும் பிள்ளை வற்புறுத்த, தன்னுடைய விழிகளை அடிவயிற்றை நோக்கித் தாழ்த்திய தாரா வெட்கத்துடன் ‘சந்திரன்’ என விடை பகர்கிறாள்!

இது பிள்ளையின் காதில் மட்டுமல்ல; வியாழனின் காதிலும் விழுகிறது. சினம் கொப்பளிக்க வியாழன் அந்தப் பிள்ளையை அலியாகப் போகுமாறு சபித்துவிடுகிறான்!

இது மகாபாரதத்தின் முதல் அத்தியாயம் மட்டுமில்லை; முதல் சாபமுங்கூட!

இப்படியே விட்டால் எதிர்காலத்தில் இதுபோல் நிறைய மீறல் களையும் சாபங்களையும் எதிர்கொள்ள நேரிடும்; கடைசியில் தேவருலகம் அலிகளின் உலகமாகிவிடக் கூடும்! ஆகவே இந்தச் சமூகச் சிக்கல் குறித்து ஒரு நிலையான விதி ஒன்றினைப் பிறப்பிப்பது இன்றியமையாததாகிறது!

இந்திரன் தேவ உலகின் அரசன் என்ற முறையில் இந்தத் தீர்ப்பினைப் பிறப்பிக்கிறான்:

'வியாழனே! நீ எந்தப் பிள்ளையைச் சபித்தாயோ அந்தப் பிள்ளைக்குத் தந்தை நீதான்; சந்திரனில்லை! அந்தப் பிள்ளைக்குத் தாயான தாரா, உன் கையைப் பற்றிக்கொண்டு தீ வலம் வந்து உன்னை மணந்தவள்!'

'விதை யாருடையது என்பதோ, விதைத்தவன் எவன் என்பதோ முக்கிய மில்லை; விதைக்கப்பட்ட பூமியும்கூட முக்கியமில்லை; அந்தப் பூமி யாருக்குரியது என்பதுதான் முக்கியம்!'

'தாராவைச் சட்டபூர்வமாக அல்லது சடங்குபூர்வமாக மணந்த கணவன் நீயே என்பதால், அவளுடைய பிள்ளைகளுக்கெல்லாம் நீயே தகப்பன்; அவை உனக்குப் பிறந்தாலும், வேறு யாருக்குப் பிறந்தாலும், உங்களின் திருமணத்திற்குப் பிந்திப் பிறந்தாலும், முந்திப் பிறந்திருந் தாலும், அவை உன்னுடைய பிள்ளைகளாகவே கருதப்படும்!'

ஆகவே இந்திரனின் தீர்ப்புப்படி சந்திரனின் விதையில் தோன்றிய புதன், வியாழனின் மகனாகவே வளர்ந்தான்!

இந்தத் தீர்ப்பின்மூலம் உண்மையான தகப்பனான சந்திரன் உரிமை பாராட்டும் நிலையிலிருந்து விலக்கி வைக்கப்பட்டான்!

குருவம்சம் பின்னால் கடைப்பிடிக்கப் போகும் இனப்பெருக்கம் குறித்த விதிமுறைகள் இந்திரன் விதித்த தீர்ப்பின் சாயலைப் பெற்றவை!

இந்தச் செய்தி அருச்சுனனின் கொள்ளுப் பேரன் சனமேசயனுக்குச் சொல்லப்படும்போது, அருச்சுனன் பாண்டுவின் மைந்தன் என்று கருதப் பட்டாலும் பாண்டுவின் உண்மையான மைந்தன் அல்லன்; அவன் இந்திரனின் மகன் என்று எடுத்துச் சொல்லப்படுகிறது!

கொள்ளுப்பாட்டனின் தந்தையான பாண்டு அறியாமையால் மான் வேடம் தாங்கிப் புணர்ச்சியில் ஈடுபட்ட முனிவனைக் கொன்றதால், அந்த முனிவனின் சாபத்திற்கு உள்ளாகி விடுகிறான். அத்தகைய புணர்ச்சி உறவினை என்றும் பாண்டு மேற்கொள்ளாதவாறு சபிக்கப் பட்டுவிடுகிறான்! மீறி உறவு கொண்டால் அது நிகழும்போதே மரணமும் நிகழ்ந்துவிடும் என்பதுதான் சாபத்தின் சாரம்!

ஆயினும் மக்களைப் பெற வேண்டும்; குலம் பெருக வேண்டும் என்னும் வேட்கையில் பாண்டு தன்னுடைய மனைவிகளை அழைத்து, 'நீங்கள் எந்த முனிவனையாவது கூடிப் புத்திரர்களைப் பெறுங்கள்' என்று கூறுகின்றான்!

'வலிமையானவனைக் கூடி வலிமையான பிள்ளைகளைப் பெறுங்கள்' என்று கூறாமல், 'முனிவனைக் கூடுங்கள்' என்று சொல்லப்படுவதற்குக் காரணம் அறிவுடைய பிள்ளைகளைப் பெறுவதிலுள்ள வேட்கைதான்!

இது தகுதியா என்று மனைவியர் இருவரும் தயங்க, 'எனக்கில்லாத மானமும் ஈனமும் உங்களுக்கு வந்ததென்ன? நான் கூறுவது பழுதல்ல! நானும் என் தமையன் திரிதராட்டிரனும் தம்பி விதுரனும், என் தந்தை யாகிய விசித்திர வீரியனுடைய புத்திரர்களல்ல' என்று பாண்டு பல வகையாக அமைவு கூறவும், குந்தி 'எதற்கு முனிவர்கள்? நான் அழைத்தால் தேவர்களே வந்து கூடிப் புத்திரர்களைத் தருவார்கள்; அதற்கான உபாயத்தைத் துருவாச முனிவர் எனக்குப் போதித் திருக்கிறார்' எனக் கூற, அதைக் கேட்டுப் பாண்டு மனம் பூரித்து இசைய, குந்தி எமனை அழைக்கிறாள்!

'எமன் வர, குந்தி அவனை எதிர்கொண்டு அழைத்துப்போய் மலரணையில் இருத்தி, உபசரித்துத் தன்னுடைய முற்றா முலையை எமனது மார்பு ஊடுருவப் புல்லினாள். எமனும் அவளை இறுகத் தழுவிக் காமசாத்திரம் விதித்த அனைத்து முறைகளையும் கையாண்டு, இறுதியில் வீரியவிர்த்தியால் குந்திதேவி வயிற்றில் கருவுண்டாகி, குருவாரத்தில் நவக்கிரகங்களும் நல்ல நிலையில் இருக்கிற தருணத்தில் உலகையெல்லாம் ஒரு குடையில் ஆளத் தகுந்த சிறப்பினை உடைய ஒரு புத்திரன் பிறந்தான்!'

(மகாபாரதம் வசன காவியம் - ஆதி-பக்.190

சண்முகக் கவிராயர், இரத்தின நாயகர் அண்ட் சன் பதிப்பு. 1969)

இதுபோலவே குந்தி வகைக்கொருவராக இரு தேவர்களை அழைத்து இன்னும் இரண்டு பிள்ளைகளையும், மாத்திரி அவள் பங்குக்கு இதே விதமாக இரண்டு பிள்ளைகளையும் பெற, பாண்டு எல்லையில்லா மகிழ்ச்சி அடைந்து தன்னுடைய விலாசத்தை அவர்களுக்கு வழங்க, தருமன், வீமன், அருச்சுனன், நகுலன், சகாதேவன் என்னும் ஐவரும் பாண்டவர்கள் என வழங்கப்படலாயினர்!

கணவனின் இசைவோடு வகைக்கொரு தேவரை அழைத்து, அவர்களை மார்புறப் புல்லிச் சிறந்த மைந்தர்களைப் பெற்றெடுத்த குந்தி, ஏற்கெனவே இதுபோன்ற முறையில் ஒரு மைந்தனைப் பெற்றெடுத்ததைப் பாண்டுவிடம் சொல்லவில்லை.

திருமணத்திற்கு முன்பு துருவாச முனிவர் கூறிய மந்திரத்தைச் சோதித்தறிய விளையாட்டாக நினைக்கிறாள் குந்தி! கதிரவன் தோன்றி விடுகிறான்; அஞ்சுகிறாள் குந்தி; தேற்றுகிறான் கதிரவன்!

'கொங்கைத் தலம் பகலவனின் அழகிய மார்பில் பொருந்தத் தழுவிப் புணர்ச்சி நிகழ்த்திய பின், குந்தி அந்தச் சுகத்திலிருந்து விடுபட்டுத் தன்னினைவு எய்தக் கன்னியுங் கருக் கொண்டாள்' என எழுதுகிறார் வில்லி!

> தன தடம் திருமார்புறத் தழீஇய பின்
> தையல் தன்னினைவு எய்த (வில்லி. ஆதி. 192)

அவ்வாறு கருக் கொண்ட பிள்ளைதான் கருணன்; அவன் 'கள்ளப் பிள்ளை' என்பதால் பழிக்கு அஞ்சி ஒரு பெட்டியில் வைத்து நதிப் பெருக்கில் விட்டுவிடுகிறாள்!

எந்தப் பிள்ளையும் பாண்டுவுக்குச் சொந்தப் பிள்ளையாக இல்லாத போது, கருணனைமட்டும் கள்ளப் பிள்ளையாகக் குந்தி நினைத்து அவனுடைய பிறப்பைக் கடைசிவரை மறைக்க வேண்டிய கட்டாயம் என்ன?

வியாழனின் மனைவி தாரா சந்திரனுடன் கள்ள உறவுகொண்டு புதனைப் பெற, அவள் யாருக்குப் பெற்றிருந்தாலும், வியாழன்தான் அவள் பெற்ற பிள்ளைகளுக்கும் பெறப் போகிற பிள்ளைகளுக்கும் தகப்பன் என்று இந்திரன் ஏற்கெனவே தீர்ப்பளித்திருந்தது முதற் கட்டம்! அதுதான் குலப் பெருக்கம் குறித்த முதற் சட்டம்!

இந்திரனின் இந்தச் சட்டம் பெண்களை மிக மோசமான அளவுக்குக் கட்டவிழ்த்து விட்டுவிட்டது.

அப்போது உத்தாலகர் என்றொரு முனிவர் இருந்தார்; தவ வலிமை மிக்கவர்; அவருக்குச் சுவேதகேது என்றொரு மகன் இருந்தான்! தந்தையினும் மிக்கவன் சுவேதகேது. சுவேதகேதுவின் தாய் கட்ட விழ்த்துவிட்ட மாடுபோல் திரிந்தாள்!

ஒருநாள் சுவேதகேது தந்தையிடம் கேட்கிறான்:

'என்னை உங்களுக்குத்தானே பெற்றாள்?'

'தெரியாது!'

சுவேதகேது அதிர்ச்சியடைந்து விடுகிறான்!

'உன் தாயிடம் கேட்டுப் பார்; அவளுக்குத் தெரிந்திருக்கக் கூடும்.'

சுவேதகேது தாயிடம் கேட்கிறான்.

‘எனக்கும் தெரியாது! ஒரே சமயத்தில் அடுத்தடுத்துப் பல முனிவர்களோடு நான் உறவு கொண்டிருக்கின்றேன். ஆகவே எந்த விதையிலிருந்து நீ உருவானாய் என்பதை என்னால் அறிந்திருக்க முடியவில்லை’ என்று தாய் சொல்லுகிறாள்.

சுவேதகேது நொந்து போகிறான். ஒரு மகன் தன் தந்தை யார் என்று அறிய முடியாதா?

இந்திரனுடைய விதிக்குத் திருத்த விதி செய்கிறான் சுவேதகேது!

தாங்கள் யாருக்குப் பிறந்தோம் என்னும் தவிப்பைப் பிள்ளைகளுக்குத் தவிர்ப்பதற்காக, மனைவிமார்கள் கணவன்மார்களோடு இறுக்கமாகக் கட்டப்பட்டார்கள்! அவர்களைத் தங்கள் கணவன்மார்களின்வழியே பிள்ளைகள் பெற்றுக் கொள்ளும்படிச் செய்வதுதான் இத்தகைய இறுக்கத்தின் நோக்கம்!

‘ஒருவேளை கணவனின் வழியே பிள்ளைகள் பிறக்கவில்லை என்றால்?’

சுவேதகேது வழி கண்டே தீர வேண்டிய சிக்கலான கேள்வி இது! கொள்ளை நோய், பஞ்சம், பெரும் போர் இவற்றின் காரணமாக மனித குலம் பேரழிவுக்கு உள்ளாகும். பரசுராமன் கொண்ட பகையால் சத்திரியகுலத்தின் ஆணிவேரே அறுந்து விடவில்லையா?

இயற்கையான காலத்து விதிகள் வேறு; நெருக்கடியான காலத்து விதிகள் வேறு!

பண்டைக் காலத்தில் குல நலிவுகளும் பேரழிவும் கருத்தில் கொள்ளப் பட்டமையால், ஒழுக்கத்தைவிடக் குலப் பெருக்கத்துக்கே முதன்மை அளித்து விதிகள் வகுக்கப்பட்டது இயற்கைதானே!

கணவன் மனைவி உறவை வலுப்படுத்திக் குடும்பத்தை நிலைப் படுத்திப் பிள்ளையின் தந்தையை உறுதிப்படுத்தும் சுவேதகேதுவின் முயற்சிக்கு ஊறு விளைவிக்கும் வண்ணம் இந்தப் புதிய கேள்வி எழுகிறது!

‘கணவனின் வழியே பிள்ளைகள் பிறக்க முடியாதென்றால்’ என்னும் கேள்விக்கு இருபத்தி ஒன்றாம் நூற்றாண்டு இந்தியா ‘பிள்ளையைத் தத்து எடுத்து வளர்க்கலாம்’ என்று விடை கண்டது!

பிள்ளையைத் தத்தெடுப்பது என்பது ஒரு குடும்பத்திலிருந்து பிள்ளையை இன்னொரு குடும்பத்திற்கு இடமாற்றிக் கொள்வது! குந்தி அவ்வாறு தத்தெடுக்கப்பட்டுக் குந்தி தேசத்திற்கு வளர வந்தவள்தான்!

ஆனால் குல நலிவிலிருந்து விடுபடப் பெருக்கம் ஒன்றே வழி எனக் கருதும் சமுதாயத்திற்குத் 'தத்து முறை' பயன்படாது!

ஆகவே கணவன் தேர்வு செய்கின்ற ஆணிடம் போய், பிள்ளைகள் பெற்றுக் குலப் பெருக்கம் செய்து கொள்ளலாம் என்று சுவேதகேது திருத்தம் செய்கிறார்!

கணவனின் பிள்ளையாக அது இல்லையென்றாலும், 'கணவனின் விருப்பத்தின் பேரிலும், கணவன் தேர்வு செய்கின்ற ஆளிடமும்' என்னும் துணைவிதி (sub-clause) சேர்க்கப்படுவது, குறைந்தது கணவனின் அதிகாரத்தையாவது நிலைநிறுத்த உதவும் என்று சுவேதகேது கருதியிருக்கலாம்.

உத்தாலகர்போல் 'நீ யாருக்கு உண்டானாய்' என்பது தெரியாது என்று மகனிடமே சொல்லாமல், 'உன் தாயை இன்னாரிடம்தான் அனுப்பினேன்; ஆகவே நீ இன்னாரின் பிள்ளைதான்' என்று உறுதியாகச் சொல்ல முடியும்!

அப்படி நிகழும்போது அதை இன்னொருவரின் பிள்ளையாக்கிக் குடும்பத்தை வேறுபடுத்த சுவேதகேது விரும்பவில்லை. கணவனின் இசைவோடு வேற்று விதையில் பிறந்த பிள்ளை, கணவனின் பிள்ளையாகவே கருதப்படும்; அதற்கான பொறுப்பை கணவனே மேற்கொள்ள வேண்டும் என்று அந்த ஒன்றில் மட்டும் பழைய 'இந்திர விதியை' அப்படியே தழுவிக் கொள்கிறான் சுவேதகேது! சந்திரனுக்குப் பிறந்த புதன், தன்னுடைய பிள்ளை இல்லையென்றாலும் தன் மனைவி தாராவுக்குப் பிறந்ததால், வியாழன் அவனைத் தன் மகனாக ஏற்றுக் கொள்ள நேரிட்டது. சுவேதகேது கணவனின் இசைவோடு, கணவன் சுட்டுகிற ஆளோடுதான் உறவு கொள்ள வேண்டும் என்று விதி முறையை மாற்றியமைக்கிறான். அதுதான் வேறுபாடு! ஆசைக்கு எவனோடாவது போய்விடாமல், குலப் பெருக்கம் கருதி நடக்கின்ற காரியம் என்பதால், மனைவியின் கடிவாளத்தைக் கணவனிடம் கொடுக்கிறான் சுவேதகேது!

இப்படி உருவான விதிகளின்படிதான் பாண்டு தன் இரு மனைவிகளையும் குலப்பெருக்கம் கருதி வேற்றார்களிடம் அனுப்புகிறான்!

அப்படி வெவ்வேறு ஆட்களுக்குப் பிறந்தவர்கள்தாம் பாண்டவர்கள் எனினும், பாண்டுவின் இசைவோடு நடந்தமையால் பாண்டுவின் பெயரையே அவர்கள் ஐவரும் தாங்கிக் கொள்கிறார்கள் என்பது மட்டுமல்ல; பாண்டுவுக்கு உரிமையான நாட்டின் அரியணைக்கும் உரிமை கோருகிறார்கள்!

அதேபோல் விசித்திர வீரியன் பிள்ளை இல்லாமல் இறந்துபோய்விட்ட பிறகு, விசித்திர வீரியனின் தாயான சத்தியவதிதான், தன் மருமகள்களான அம்பிகாவும், அம்பாலிகாவும் யாரைப் புணர வேண்டும் என்று

தீர்மானிப்பவளாக இருக்கிறாள். அந்த உரிமை அந்த நிலையிலும் அம்பிகாவுக்கும் அம்பாலிகாவுக்கும் இல்லை. இவர்கள் இருவரின் கருப்பையிலும் விழுந்த விதை வியாசனின் விதை! உலகம் பூராவுமுள்ள ஆண்வர்க்கம் முழுதும் அலசிப் பார்த்தாலும் அயல் மகரந்தச் சேர்க்கைக்கு (cross-pollination) வியாசனின் விதையைவிடச் சிறந்த விதை கிடைக்கப் போவதில்லை! இதைவிடச் சிறந்த தேர்வு இருக்க முடியாது! ஆனால் அம்பிகாவும் அம்பாலிகாவும் இந்தத் தேர்வை ரசிக்கவில்லை என்பதனாலும், வேண்டாவெறுப்பாக அனுபவித்த தாலும் குறைபாடுடைய பிள்ளைகளைப் பெற்றார்கள் என்பது வேறு!

திரிதராட்டிரனும், பாண்டுவும், விசித்திர வீரியனின் சொந்த மக்களாகவே ஏற்றுக் கொள்ளப்பட்டு, இருவரும் ஆளுக்கொரு கட்டத்தில் குருவம்ச அரியணையில் ஏறுகிறார்கள்!

எந்தக் கட்டத்திலும் வியாசன் கௌரவர்களையும், பாண்டவர்களையும் தன் பேரர்களாகக் குறிப்பிட்டதே இல்லை என்பது கருத்தில் கொள்ளத்தக்கது!

இப்படி ஒரு நிலையிலும் கருணன் கள்ளப் பிள்ளையாக ஏன் கருதப்பட வேண்டும்? இறுதிவரை குந்தி அந்த இரகசியத்தை ஏன் பூட்டி வைக்க வேண்டும்?

பாண்டுவின் இசைவோடு குந்தி கதிரவனைப் பஞ்சணைக்கு இழுத்துத் தழுவி இருந்தால், பாண்டவர்கள் அறுவராகி இருப்பர்; பாஞ்சாலிக்கும் கூடுதலாக ஒரு கணவன் கிடைத்திருப்பான்!

ஒன்று கணவனுக்குப் பிறக்க வேண்டும்; இன்றேல் கணவனின் இசைவோடு மாற்றானுக்குப் பிறக்க வேண்டும்! இதுதான் சுவேதகேது வகுத்த ‘கற்பு’ விதி!

சுவேதகேதுவின் விதிதான் கருணனைக் கள்ளப் பிள்ளை ஆக்கி விட்டது!

இந்திர விதி வேறு; சுவேதகேதுவின் விதி வேறு; நிகழ்கால விதி வேறு!

காலங்கள் தோறும் விதிகள் வேறுவேறு!

கேட்டறியாத கொடுமை – ஏகலைவன்!

ஏகலைவன் குறிஞ்சி நிலத்திற்குரிய வேடன்; காட்டில் வாழ்பவன்; நிசாத குலத்தவன்!

ஒரு மிகச் சிறந்த வில்லாளனாக வேண்டுமென்பது அவனுடைய பெரு விருப்பம். அதற்குரிய ஆசிரியன் யாரெனெத் தேடி அலைகிறான்; துரோணரினும் மிக்க ஆசிரியன் யாருமில்லை என அறிந்து அவரைத் தேடிப் போகிறான்!

'நான் ஏற்கெனவே நூற்றைந்து இளவரசர்களுக்கு வில்வித்தை கற்பிக்கின்றேன்; எனக்கு நேரமில்லை' என்று சொல்லிவிடுகிறார் துரோணர். நூற்று ஆறாவது ஆள் ஓர் இளவரசனாக இல்லாத கட்டத்தில் அவருடைய நேரம் விரிந்துகொடுக்க வாய்ப்பில்லைதான்!

வாடிய முகத்தோடு திரும்பிச் செல்லும் ஏகலைவன் துரோணரைப்போல ஒரு சிலை செய்து வைத்து அதற்கு முன்னால் தன்னுடைய பயிற்சியினைத் தொடர்ந்து மேற்கொண்டு வருகிறான்!

ஒரு நாள் ஒரு நாய் அந்தப் பக்கமாக வருகிறது. துரோணர் சிலையைப் பார்க்கிறது. சிலை, விளக்குக் கம்பம், மைல்கல் இப்படி எதையாவது கண்டு விட்டால், காலைத் தூக்கிக் கொண்டு அதன்மீது சிறுநீர் கழிப்பது அதனுடைய பழக்கம்! வேதகால நாய்க்கும் இந்தப்பழக்கத்தில் மாறுதலில்லை! வழக்கம்போல் தன்னுடைய

9

வசதிப்படி காலைத் தூக்கிக்கொண்டு அது துரோணரின் சிலைக்குக் 'குடநீராட்டு விழா' நடத்தி விட்டது!

வேதமுழக்கம் இல்லாமல், முகூர்த்த வேளை பார்க்காமல், கருடன் வானத்தில் வட்டமிடாமல் இந்த நாய் தன் குருவுக்குச் செய்த திருக்குட நீராட்டு விழாவில் ஏகலைவனுக்குச் சம்மதமில்லைபோலும்!

வில்லை எடுத்தான்; அம்பைத் தொடுத்தான்; அதுவரை குரைத்துக் கொண்டிருந்த நாயின் வாயைக் கட்டிவிட்டான்!

அது தன் எசமானனிடம் போய், வாலை ஆட்டிக்கொண்டு தன்னுடைய வாய்க்கு நேர்ந்த இடர்ப்பாட்டைக் காட்டியது!

அந்த நாயின் எசமானனான அருச்சுனனும் ஒரு வில்லாளி! 'என்னுடைய நாய்க்கா இப்படி நடந்தது?' என்று சீறவேண்டியவன் அரண்டு போகிறான்!

இவ்வளவு வில்திறம் படைத்த வில்லாளிகள் உலகில் மூவர்தான் உண்டு என்று துரோணர் சொல்லுவார்!

'ஒருவர் அக்கினிகோத்திர முனிவர்; இன்னொருவன் துரோணனாகிய நான்; மூன்றாவது அருச்சுனனாகிய நீ' என்று துரோணர் இதுவரை சொன்னதெல்லாம் பொய்யா? துரோணருக்குக் கள்ள மாணாக்கன் உண்டா என்றெல்லாம் அருச்சுனன் கலங்கி நிற்பதை எப்படியோ அறிந்து கொண்டுவிட்ட துரோணர், தன்னுடைய மாறாத அரச விசுவாசத்தைக் காட்ட அருச்சுனனையும் அழைத்துக்கொண்டு அந்த வேடன் இருக்குமிடத்திற்கே வருகிறார்!

விசாரணையில், துரோணரின் சிலையை வைத்துக்கொண்டு அந்த வேடன் தானாகக் கற்றுக் கொண்ட வித்தை அது என்பது தெரிய வருகிறது.

'குரு விசுவாசம் யாருக்கிருக்கிறதோ, அவர்களுக்குத் தெய்வ அனுகூலம் உண்டு' என்று வாழ்த்திய துரோணர், ஏகலைவனிடம் 'குருதட்சணையாக உன்னுடைய வலதுகைக் கட்டை விரலைத் தா' என்று கேட்க, கண்ணிமைக்கும் நேரத்தில் குறுவாளை எடுத்துக் கட்டை விரலைத் துண்டித்துத் துரோணரின் காலடியில் காணிக்கையாக்குகிறான் ஏகலைவன்!

'முற்காலத்தில் குருபக்தியில் சிறந்தவன் உதங்கன்; இக்காலத்தில் நீதான் சிறந்தவன்' என்று துரோணர் வாழ்த்திவிட்டு அருச்சுனனுடனும் கட்டை விரலுடனும் விடைபெறுகிறார்!

செய்யாத குற்றத்திற்குத் தண்டனை அளிப்பது எப்படிக் கொடுமையோ, அப்படியே கற்பிக்காத வித்தைக்குத் தட்சணை கேட்பதும் கொடுமை தான்!

பழைய காலத்துக் கதை ஒன்று உண்டு!

அதில் மோகனாங்கி என்றொரு தாசி! பேரழகி! அவளோடு ஒரு நாள் ஒரு பொழுதாவது உறவு கொள்ளவில்லை என்றால், ஆணாகப் பிறந்த தற்கே பயனில்லை என்று அந்தத் தலைநகரிலுள்ள ஒவ்வொருவனும் கருதுகிறான்.

அடைய முடிந்தவர் சிலர்; அடைய முடியாமலேயே அவளோடு கற்பனையில் குடும்பம் நடத்திக் கொண்டிருந்தவர் பலர்.

அத்தகைய கற்பனைக் காதலர்களில் ஒருவன் கற்பனையில் மோகனாங் கியைத் தழுவிக் கொண்டதை உண்மைபோல் பெருமை பீற்றிக் கொண்டு திரிவது மோகனாங்கி காதுக்கு வந்து சேர்கிறது.

உடனே தன்னுடைய ஆளை அந்த 'மைனரிடம்' அனுப்பிய மோகனாங்கி, 'ஒரு இரவை இன்பமாகக் களித்ததற்கான கட்டணமான ஆயிரம் வராகனைக் கையோடு வாங்கி வா' என்று சொல்லி அனுப்பினாள்!

அந்த 'மைனர்' 'இதென்ன அநியாயமாய் இருக்கிறது' என்று பதறினான்!

மோகனாங்கி வழக்கை நீதிமன்றத்திற்குக் கொண்டு போனாள்! வழக்கு நடைபெற்றது!

நீதிமன்றத்தில் மோகனாங்கி கேட்டாள்: 'நீ என்னுடன் நேற்று இரவுப் பொழுதை இன்பமாகக் கழித்தாயா இல்லையா?'

மைனர் அமைதியாக இருந்தான்!

'உன் வீட்டில் என்னுடைய படம் இருக்கிறதா, இல்லையா?'

'இருக்கிறது!'

'அந்தப் படத்தைப் பார்த்துக்கொண்டே என்னோடு நீ சரசமாடினாயா இல்லையா? அந்தப் படத்திலிருப்பது என்னுடைய வடிவம்தானே? அதுதானே நீ சரசமாடுவதற்கான உந்துதலைத் தந்தது? அதற்குத்தான் ஆயிரம் வராகன்!'

மோகனாங்கி தன்னுடைய வல்லடி வழக்குக்கான உந்துதலைத் (inspiration) துரோணரின் 'கட்டை விரல் தட்சணையிலிருந்துதான்' பெற்றிருக்க வேண்டும்!

நூற்று ஐவர்க்குமட்டும் இல்லை; மோகனாங்கிகளுக்கும் துரோணர் தான் குரு!

வெறுஞ்சிலை துரோணர் ஆகாது என்று அதற்குக் குடநீராட்டு விழா நடத்திய நாய்க்குத் தெரிந்திருந்தது; ஏகலைவனுக்குத் தெரிந்திருக்க வில்லை! பக்தி கண்ணை மறைத்தது! பக்தி என்பது அறிவு சாராத பற்றுத்தானே!

கட்டை விரலைப் பெற்றுக்கொண்டு, ஏகலைவனை ஊனப்படுத்தி விட்டு, அவனுடைய குருபக்தியை வேறு மெச்சுகிறார் துரோணர்! 'தன்யனானேன்' என்று குளிர்ந்து போகிறான் ஏகலைவன்!

ஏகலைவன் செய்த குற்றமென்ன? ஏன் இந்தத் தண்டனை? அவனென்ன குருசேத்திரப் போரில் அருச்சுனனுக்கு எதிராகக் கருணன் நின்றதுபோல், துரியோதனாதிகளின் பக்கம் நிற்கப் போகிறானா?

எதிர்வரிசையில் நின்றால் என்ன செய்வது என்பதுதான் அருச்சுனனின் சிந்தனையானால், வெட்டப்பட்டிருக்க வேண்டியது துரோணரின் விரலே ஒழிய ஏகலைவனின் விரல் அல்லவே!

குருசேத்திரப் போர்க்களத்தில் பாண்டவர்களுக்கு எதிராக அறத்திற்கு மாறாக, அநியாயக்காரர்களின் போருக்கு ஐந்து நாள் தலைமை ஏற்று நடத்தப்போகிறவர் துரோணர்தான்!

நினைத்துப் பார்த்தால் வெட்கம் வராதா துரோணருக்கு? முறையான கல்வியைத் துரோணர் வழியாகப் பெற்ற அருச்சுனனும், முறைசாராக் கல்வியை (informal education) துரோணரின் தயவின்றிப் பெற்ற ஏகலை வனும் ஒன்று என்னும்போது துரோணர்கள் எதற்கு? ஆசிரியர் வழி சிறப் படைந்த அருச்சுனனிடம் என்ன இருக்கிறது? ஆசிரியர் இன்றியே அதே தரத்தை எட்ட முடிந்த ஏகலைவன் அல்லனோ அவனினும் சிறந்தவன்!

மேலும் அருச்சுனனுக்கு நிகரான வில்லாளியாக ஏகலைவன் இருப்ப தால் அருச்சுனனுக்கு வந்த கேடுதான் என்ன?

அருச்சுனனோ சத்திரியன்; ஏகலைவனோ வேடன்! வாழ்வின் எந்தக் குறுக்குச் சாலைகளிலும் சந்தித்துக்கொள்ளப் போகிறவர்கள் இல்லை! இருப்பினும் அருச்சுனனின் மனக்குறிப்பறிந்து ஏகலைவனின் கட்டை விரலை வாங்குகிறார் துரோணர்! 'நமக்கு நிகர் யாருமில்லை' என்னும் அருச்சுனனின் ஆணவம் ஊனப்பட்டுவிடக் கூடாது என்று பதறிய துரோணர் அருச்சுனனின் மனக் குறிப்பின்வழி செயல்பட்ட இடம் இது!

பொறுக்கவொண்ணா இந்தக் கொடுமை நடக்கும்போது, அருச்சுனன் அமைதியான ஒரு பார்வையாளனாகவே இருக்கிறான்!

எப்படி இப்படியெல்லாம் இருக்க முடியும்?

ஏன் முடியாது?

பாஞ்சாலி சேலையைத் துச்சாதனன் உரிந்தபோது, துரோணரும் பீசுமரும் அப்படி இருக்கவில்லையா?

கேட்டறியாத கொடுமை - கருணன்!

கருணன் பிறப்பால் யாராயினும், அது அறியப் படாத காரணத்தால் அவன் சூதர் குலத்த வனாகவே வளர்ந்தான்!

அவனுடைய தந்தை அதிரதன் ஒரு தேரோட்டி! கருணன் கண்டெடுத்து வளர்க்கப்பட்டவன்தான் என்பது அதிரதனால் கருணனுக்கு உணர்த்தப் பட்டிருந்தது!

பெற்ற தந்தையினை அறிய நேரிட்டாலும்கூட, வளர்த்த தந்தையினை அவனினும் மேலாகப் போற்றக் கூடியவன்தான் கருணன். அருச்சுன னோடு போட்டியிட மன்னர்கள் கூடிய அவையில் தோள்தட்டி நின்றபோது, அங்கு வந்த தேரோட்டி அதிரதனைத் 'தந்தையே' என்று முகமன் கூறிப் பணிந்து, தான் தேரோட்டியின் மகன்தான் என்பதைக் கூசாமல் வெளிப்படுத்திக் கொண்டவன் கருணன்!

சாதியால் வரும் இகழ்ச்சியும் புகழ்ச்சியும் கருண னுக்கு ஒரு பொருட்டில்லை. அதிரதனையும், சூதர் குலத்தினையும் மறைத்து ஒழுகினால் அனைத்துலகையும் கட்டியாளலாம் என்றாலும் கருணன் உடன்பட மாட்டான்!

திரௌபதி சுயம்வரம் நடந்தது. வில்வித்தையில் சிறந்தோரெல்லாம் அங்கு திரண்டிருந்தனர்; துரியோதனன், கருணன் உட்பட அனைவரும்!

பாஞ்சாலிக்கு இன்னும் மணமாகவில்லை என்னும் நிலையில், பாரத தேசத்தில் எவன்தான் வேறு பெண்ணை எண்ணிப் பார்ப்பான்?

துரியோதனனால் வில்லை நாணேற்றிக் குறிவைக்க முடியவில்லை; போய் அமர்ந்து விட்டான்.

கருணன் எழுந்து வில்லில் நாணேற்றிவிட்டான். இலக்கை அடித்து விடுவான் என்னும் நிலையில் பதறி எழுந்த பாஞ்சாலி, 'நான் தேரோட்டி மகனை ஒருபோதும் மணக்க மாட்டேன்' என்று கடூரமாகச் சொல்கிறாள்!

கருணன் இகழ்ச்சியாகச் சிரித்துவிட்டு, வில்லைப் போட்டுவிட்டுத் தன் இடத்திற்குச் செல்லுகிறான்! பிறப்புப்பற்றிய இகழ்ச்சி அவனுக்குப் புதியதல்லவே!

சத்திரியனல்லாதவன் என்பதற்காகப் பாஞ்சாலி கருணனை மணக்க உடன்படவில்லை என்றால், அங்கு யாருமறியாதவாறு பார்ப்பன வேடத்தில் வந்திருப்பதோடு, பார்ப்பனன் என்றே தன்னை உறுதிப் படுத்திக்கொண்டு அமர்ந்துள்ள அருச்சுனனைப் போட்டியில் கலந்து கொள்ள திரௌபதியும் துருபதனும் இசைவளிக்கிறார்களே ஏன்?

சாதியமைப்பில் கலப்பு தவிர்க்க இயலாதபோது மேல்நோக்கிச் செல்ல உடன்படுவதுண்டு; கீழ்நோக்கி வர இசைவதில்லை! அதுதானே பாஞ் சாலியின் இசைவுக்கும் காரணம்?

ஆனால் எதையும் மறைத்து எதையும் பெற நினைத்தவனில்லை கருணன்!

ஒரு கட்டத்தில் அவனுக்கு உயர்குரு ஒருவரிடம் வில்வித்தையின் அதியற்புதங்களைத் தெரிந்து கொள்ள வேண்டும் என்னும் உந்துதல் ஏற்படுகிறது.

துரோணருக்கே ஆசானாக இருந்த பரசுராமரைக் கண்டு தொழுது நிற்கிறான்!

பரசுராமருக்கு அரச குலத்தவர்மீது தீராத பகை.

சாதி அடுக்கில் பார்ப்பனர்கள் மேலானவர்களே ஒழிய, அரசு அதிகாரம் சத்திரியர்களிடமே இருந்தது.

பார்ப்பனர்கள் வேள்வி வளர்ப்பதிலிருந்து வேதம் ஓதுவதுவரை அனைத்திற்கும் அரசனின் தானத்தைச் சார்ந்திருப்பது மட்டுமல்ல; பாதுகாப்புக்கும் அவனையே சார்ந்திருக்கும் நிலையினர்!

அந்தணர் நூற்கும் அறத்திற்கும் ஆதியாய்
நின்றது மன்னவன் கோல்

(குறள். 543)

மன்னவன் காவல் இன்றேல், ஓதல், ஓதுவித்தல், வேட்டல் (யாகம் செய்தல்), வேட்பித்தல் (யாகம் செய்வித்தல்), ஈதல், ஏற்றல் (தானம் வாங்குதல்) என்னும் அறுதொழிலினரான பார்ப்பனர் வேதத்தை மறக்க நேரிட்டுவிடும் என்பான் வள்ளுவன். 'அறுதொழிலோர் நூல் மறப்பர்' (குறள் 560).

வரிசையில் முதல் நிலையிலுள்ள பார்ப்பனர் வாழ்க்கையில் இரண்டாம் நிலையினராகி விடுகின்றனர்.

இரண்டாம் நிலையிலுள்ளவர்களைச் சார்ந்தே முதல் நிலையினரின் வேள்வியும், வேதம் ஓதலும் நடக்க முடியுமென்னும்போது, வேதம் ஓதுவதை விட்டுவிட்டு வில்லெடுப்பதே சிறந்தது என்னும் கருத்துப் பரசுராமருக்கு ஏன் தோன்றுகிறது?

அதற்குச் சொந்தக் காரணமுண்டு. சமதக்கினிக்குப் பிறந்தவர் பரசுராமர். சமதக்கினியின் ஆசிரமத்தில் காமதேனு இருந்தது. விரும்பியதை எல்லாம் கொடுக்கவல்லது காமதேனு!

இது நம்மிடமல்லவா இருக்க வேண்டும் என்று கொடுங்கோலன் கார்த்த வீரியன் நினைக்கிறான். பரசுராமர் இல்லாதபோது ஆசிரமம் சூறையாடப் படுகிறது. வீறுகொண்ட பரசுராமர் கார்த்தவீரியனைக் கொல்கிறார்.

கார்த்தவீரியனின் மகன் தன் தந்தை கொல்லப்பட்டதற்குப் பழிவாங்கு வதற்காகப் பரசுராமரின் தந்தையைக் கொல்கிறான்.

கொதித்தெழுந்த பரசுராமர் கார்த்தவீரியன் மகனை மட்டுமல்ல; சத்திரிய இனத்தையே, அரச குலத்தையே பூண்டோடு ஒழிக்கப் புறப்படுகிறார். பரசுராமரின் கோடரியில் சத்திரிய இரத்தம் காய்ந்ததே இல்லை!

அடுத்தடுத்து ஒரு கொலைக்கு ஓராயிரம் கொலைகள்!

பார்ப்பனர்களுக்கு வில்வித்தையும் வாள்வீச்சும் கற்றுக் கொடுக்கத் தொடங்குகிறார் பரசுராமர்.

வேதத்தைவிட வாள் வலிமையானது என்னும் புதிய கோட்பாட்டை நிறுவுகிறார்! பார்ப்பனர்களுக்குப் போர்ப் பயிற்சி அளிக்கிறார்; சத்திரியர்களுக்கு அளிக்க மறுக்கிறார்.

மௌரியப் பேரரசின் கடைசி அரசனைக் கொலை செய்துவிட்டு அரசு கட்டில் ஏறிய புசியமித்திரன் ஒரு பார்ப்பனன். சத்திரிய ஆட்சியை

ஒழித்துப் பார்ப்பன ஆட்சியை ஏற்படுத்தி, அசோக மௌரியனின் காலத்தில் ஆலமரமாகிவிட்ட பௌத்தத்தின் வளர்ச்சியைத் தடுத்து நிறுத்தி, வேத மதத்திற்கு மீண்டும் புத்துயிர்ப்பு ஏற்படுத்தவேண்டு மென்பதே புசியமித்திரனின் நோக்கம்!

வாளை இரத்தத்தில் நனைத்துச் சத்திரியன் செய்ய வேண்டிய வேலையைப் பார்ப்பனனான புசியமித்திரன் மேற்கொண்டதற்கான உந்துதல், பரசுராமரிடமிருந்து புசியமித்திரன் பெற்றதாக இருக்கக் கூடும்!

புசியமித்திரன் ஆட்சியை நியாயப்படுத்துவதற்காகவே பகவத்கீதை எழுதப்பட்டு, மகாபாரதத்தில் செருகப்பட்டது என்று ஆய்வாளர்கள் கூறுவர்!

ஐந்தாம் வேதமெனப் போற்றப்படும் மகாபாரதம், வேதகாலத்தை அடுத்துப் பிறந்தது; மிகவும் முந்தியது! கீதை மௌரியப் பேரரசின் முடிவில் தோன்றியது! மிகவும் பிந்தியது! அறிஞர்களின் இந்தக் கூற்று தொடர்ந்து ஆராயப்பட்டு, ஏறத்தாழ ஏற்கப்பட்டுவிட்டது!

பரசுராமர் தோற்றுவித்த சத்திரிய ஒழிப்பு இயக்கத்தைத் தொடர்ந்து, பார்ப்பன மேலாண்மையை நிறுவுவதற்கு அவர் துரோணருக்குப் பயிற்சி அளித்தார்!

மிக ஏழ்மை நிலையிலிருந்த துரோணருக்கு ஆயுதப் பயிற்சி அளித்து விட்டு, ‘இந்தப் போர்த் தந்திரங்களை எக்காரணத்தைக் கொண்டும் சத்திரியர்களுக்குக் கற்றுக் கொடுத்துவிடாதே’ என்று சத்தியம் வாங்கிக்கொண்டார் பரசுராமர்!

ஆனால் ‘சத்தியமாவது பத்தியமாவது’ என்று துரோணர் அதைக் கங்கையிலே கரைத்துவிட்டார்.

துருபதன் துரோணரை அவமானப் படுத்தியபோது, பரசுராமர் தந்த வித்தைகளைப் பயன்படுத்திப் பரசுராமரைப்போல் கொதித்தெழுவதை விட்டுவிட்டு, அந்த வித்தைகளைக் குருவம்சத்தினரான கௌரவர் களுக்கும் பாண்டவர்களுக்கும் விற்றுவிட்டார்! இது துரோணர் பரசுரா மருக்குச் செய்த மாபெரும் துரோகம்! சத்திய அழிப்பு!

சத்திரியன் அருச்சுனன் துருபதனின் பாஞ்சால நாட்டை வென்று துரோணரிடம் வழங்கியபோது, அதில் பாதியை துருபதனுக்குத் திரும்பக் கொடுத்துப் பதிலுக்குப் பதில் அவமானப்படுத்தி, அற்ப மகிழ்ச்சி காண்கிறவராகத் துரோணர் இருந்தாரே தவிர, பரசுராமரின் ‘ஆரிய மேலாண்மையை நிலைநாட்டும் கோட்பாட்டாளராக’ இல்லை!

துரோணர்போலப் பரசுராமரிடம் ஆயுதப் பயிற்சிப் பெறப்போன இன்னொரு சீடன் கருணன்! இவன் பார்ப்பனன் அல்லன். பார்ப்பனனல்

லாதவனின் மூச்சுக் காற்றைக்கூடத் தன்மீது பட அனுமதிக்கமாட்டார் பரசுராமர்! ஆகவே பார்ப்பனனாக வேடம் புனைகிறான் கருணன்! பூணூலா கிடைக்காது?

சீடனாகச் சேர்ந்துவிட்டான். எல்லா ஆயுதப் பயிற்சியும் பெற்று விட்டான்! இப்படிப்பட்ட நிலையில் கருணன் ஆரியனல்லன் என்று அறியும்வண்ணம் ஒரு நிகழ்வு ஏற்பட்டுவிடுகிறது.

பார்ப்பனன் என்று சொல்லித் தன்னை ஏமாற்றி விட்டான் என்று கொதித்த பரசுராமர், 'எந்த நெருக்கடியான நேரத்தில் கருணனுக்கு இந்த வித்தை பயனளிக்க வேண்டுமோ, அந்த நேரத்தில் இது மறந்து போகட்டும்' என்று சபித்துவிடுகிறார்!

ஆகவே முயன்று கற்றுக் கொண்டதெல்லாம் வீண்; அது ஒரு காலக் கழிவு என்றாகிவிட்டது!

பரசுராமரின் சாபத்திற்குக் காரணம் தன்னிடம் கருணன் பொய் சொல்லிவிட்டானே என்பதுகூட அல்ல. பார்ப்பனர்களுக்கு மட்டுமே அளிப்பதற்குப் பூட்டி வைத்திருந்த வித்தையை ஒரு பார்ப்பனனல்லா தான் பெற்றுவிட்டானே என்பதுதான்!

ஆகவே அதைப் பயனற்றுப் போகும்படி சபித்து விட்டார்!

ஆனால் துரோணர் இதைப் பார்ப்பனரல்லாதாருக்குக் கற்பித்தால் அது அப்போதே பயனற்றுப் போக வேண்டுமெனத் துரோணருக்கும் கற்பித்தபோதே சபித்திருக்க வேண்டும்! பார்ப்பனத் துரோணரின் சத்தியத்தை நம்பிவிட்டார் பரசுராமர்!

பரசுராமரின் உருவாக்கம் பார்ப்பனரான துரோணர்; துரோணரின் உருவாக்கம் சத்திரியனான அருச்சுனன்!

பரசுராமரின் வித்தை அவருடைய விருப்பத்திற்கு மாறாக, சேரக்கூடாத சத்திரியனிடத்தில் போய்ச் சேர்ந்துவிட்டது.

இதில் கருணன் செய்த பாவம்தான் என்ன? அருச்சுனன் செய்த புண்ணியம்தான் என்ன?

சத்திரியர்களைக் கீழ்மைப்படுத்தி, பார்ப்பன மேலாதிக்கச் சமூகத்தை உருவாக்க வேண்டும் என்னும் பரசுராமரின் விருப்பம் அவர் காலத்தி லேயே தகர்ந்துவிட்டது என்றுதான் சொல்ல வேண்டும்!

இவையெல்லாம் ஒருபுறமிருக்கட்டும்!

தான் பிறந்த குலம் கருணனுக்குத் தெரியாது; அவன் வளர்க்கப்பட்டது சூதர் குலத்திலே! அதையே தன் குலமாக அவன் வரித்துக் கொண்டு

விட்டான்! அதை மறைத்துத் தன்னை உயர்குலமாகக் காட்டிக்கொள்ள அவன் என்றுமே முயன்றதில்லை!

அருச்சுனனை வீழ்த்தும் திறனிருந்தும் அரங்கில் தேரோட்டி மகன் என்று வீமனால் இழிவு படுத்தப்பட்டுப் போட்டியினின்று அப்புறப் படுத்தப்பட்டான்!

தன்னை மணக்கத் தேரோட்டி மகனுக்குத் தகுதியில்லை என்று அரங்கில் அனைவர் முன்னிலையிலும் கருணனைப் போட்டியினின்று விலக்கி இழிவுபடுத்தினாள் பாஞ்சாலி!

தான் தேரோட்டி மகனாக இருக்க வாய்ப்பில்லை என்றுகூட அவன் வாதிட முயன்றதில்லை. கடைசியில் அவன் சூதர் குலப் பெண்ணையே மகிழ்வுடன் மணந்தான்! சூதர் குலப் பெண்ணின் போகம் வேறா? சத்திரிய குலப் பெண்ணின் போகம் வேறா? இதைப் பகுத்துப் பார்க்க முடியாதவனா கருணன்?

பிரமன் படைத்துப் படைத்துக் கை பழகித் தேர்ச்சி பெற்று, இறுதியில் படைத்த பேரழகிதான் பாஞ்சாலி என்றாலும், சுயம்வரத்தில் கருணனின் முதன்மை நோக்கம் தன்னுடைய வில் திறனை மெய்ப் பிப்பதுதான்! பரிசுப் பொருள் பாஞ்சாலியாக இருந்தாலும் ஒன்றுதான்; பஞ்சு மிட்டாயாக இருந்தாலும் அவனுக்கு ஒன்றுதான்!

உயிரினும் மேலான உயர் விற்கல்வியை (தனுர் வேதம்) பயில்வதற் காக அவன் தன்னுடைய சாதி குறித்து இதுவரையிலும் இல்லாமல் முதன்முறையாகப் பொய் சொல்ல நேரிட்டது.

சாதியின் காரணமாகத் தனக்கு மறுக்கப்பட்ட எதையும் கருணன் ஒரு பொருட்டாக நினைத்ததில்லை!

ஆனால் தான் தேர்வு செய்து கொள்ளாத சாதி, என்ன முயன்றாலும் உதறவே முடியாத சாதி, தன்னுடைய கல்விக்குக் குறுக்கே வருகிற தென்றால், பொறுத்துக்கொள்ள முடியவில்லை கருணனால்! பொய் சொல்வதைத் தவிர கருணனுக்கு வேறு வழி இருக்கவில்லை!

இன்றைய இடஒதுக்கீட்டுக் கொள்கையில் (reservation policy) பார்ப் பனர்களுக்கு இடமில்லை; பரசுராமரின் இட ஒதுக்கீட்டுக் கொள்கையில் பார்ப்பனரல்லாதார்க்கு இடமில்லை!

பரசுராமர் காலத்திலிருந்து திராவிட இயக்கங்களின் ஆட்சிக்காலம் வரை, சலுகைகளுக்கும் சலுகை மறுப்புகளுக்கும் சாதிதான் அளவுகோல்!

வரலாற்றில் பின்னடைவு!

11

தான் பயிற்சி அளித்த இளவரசர்கள் நூற்று ஐந்து பேருடைய திறமையை உலகுக்குக் காட்டி மகிழ்வதற்காக ஆசிரியர் துரோணர் ஒரு நிகழ்ச்சி ஏற்பாடு செய்கிறார்.

கௌரவ மற்றும் பாண்டவ இளவரசர்கள் தங்கள் திறமையை வெளிப்படுத்துகின்றனர். பெருந் திரளாக மக்கள், அரசு அதிகாரிகள், பீசுமர், கிருபாச்சாரியார், குந்தி என அனைவரும் கூடியுள்ள அரங்கில், கூடியிருக்கும் கூட்டம் தங்களின் சுவைக்கேற்றவாறு அப்போதைக்கப் போது ஆரவாரித்துத் தன்னுடைய மகிழ்ச்சி யையும் பாராட்டையும் வெளிப்படுத்துகிறது.

'கதை' ஆயுத யுத்தத்தில் வீமனும், துரியோ தனனும் சிறந்து வெளிப்பட்டனர் எனினும், அருச்சுனனே அனைவரின் கவனத்தையும் ஈர்த்த வனாகத் திகழ்கிறான்.

'இப்படி ஒரு வீரனா?' எனக் கூட்டம் கைதட்டவும் மறந்து திகைப்புற்று இருக்கிறது.

அப்போது ஒருவன் அரங்கில் நுழைகிறான். 'அர்ச்சுனா! அளவுக்கு மீறி ஆட்டம் போடாதே; நீ செய்யும் அனைத்தையும் நானும் செய்வேன்; அவற்றை விஞ்சியும் செய்வேன்' என்னும் குரல் ஒலிப்பது கேட்டு அந்தத் திசையை நோக்கி அரங்கின் கவனம் திரும்புகிறது!

யாரென யாருக்கும் தெரியவில்லை. கவச குண்டலங்களோடும், யாரையும் மீண்டும்

கவனிக்க வைக்கும் தோற்றப் பொலிவோடும் உள்ளே நுழைந்தவன் கருணன். துரோணர் அவனுடைய பங்கேற்புக்கு இசைவளிக்கிறார்!

அருச்சுனன் செய்வதையெல்லாம் செய்கிறான் கருணன். செய்யாததையும் செய்வானோ என்று கூட்டம் திகைத்து நிற்கிறது.

இராசாசி இதை எழுதுகிறார்: அருச்சுனனுக்குக் கோபம் பொங்கி, 'கர்ணா! சபைக்கு அழைக்கப்படாமல் வந்தவர்களும், கேட்கப்படாமல் பேசுகிறவர்களும் இகழப்படுவார்கள்' என்று கொடுமையாகப் பேசுகிறான்.

'பல்குணா! இந்தச் சபை எல்லாருக்கும் பொது; உனக்கே உரிமையான தல்ல! ராசதருமமும் பலத்தைப் பின்தொடர்ந்தே செல்லுகிறது. வெறும் பேச்சில் என்ன இருக்கிறது? பாணங்களைக் கொண்டு பேசு' என்கிறான் கர்ணன்!

இவ்வாறு கர்ணன் அர்ச்சுனனை யுத்தத்திற்கு அழைத்ததும் சனக்கூட்டம் குதூகலங் கொண்டு இரண்டு கட்சியாகப் பிரிந்தது; பெண்களிலும்கூட இரண்டு கட்சிகள் உண்டாயிற்று. உலகம் எப்போதுமே இம்மாதிரிதான்!'

(இராசாசி, மகாபாரதம், பக்.49)

அப்போது கிருபர் எழுந்து பேசுகிறார்: 'அருச்சுனனோ பாண்டுவின் மகன்; முதலில் நீ எந்த இராச்சியத்தின் அதிபதி என்று சொல்; உன் குலம் யாது? பெருமையற்ற பரம்பரையில் வந்தவர்களோடு அரச குமாரர்கள் சரிசமமாக நின்று யுத்தம் செய்வதில்லை. முதலில் உன்னை அறிமுகம் செய்துகொள்!'

(மேற்படி .பக். 49)

கருணனின் முகம் சுருங்கி விடுகிறது; வெட்கப்பட்டு வெடவெடத்துப் போய் நிற்கிறான்!

எல்லாருடைய பார்வையும் கருணனின்மீது பதிந்திருக்கும்போது, துரியோதனன் யாரும் எதிர்பாராமல் எழுந்து கிருபருக்குப் பதில் கூறத் தொடங்குகிறான்!

'படித்தவர்களுக்கும், அழகு நிறைந்த இளம் கன்னிகளுக்கும், ஈகைக் குணம் மிக்கவர்களுக்கும், வீரர்களுக்கும், செல்வ வாழ்க்கை உடைய மன்னர்களுக்கும், உண்மையான குற்றமற்ற மெய்யியல் ஞானம்மிக்க நற்றவத்தோர்க்கும் சாதி ஒன்றே; அவர்களுக்கு உயர்வு தாழ்வு என்னும் பகுப்பு இல்லை!'

> கற்றவர்க்கும், நலன்நிறைந்த கன்னியர்க்கும், வண்மை கை
> உற்றவர்க்கும், வீரரென்று உயர்ந்தவர்க்கும் வாழ்வுடைக்

கொற்றவர்க்கும், உண்மையான கோதின் ஞான சரிதராம்
மற்றவர்க்கும் 'ஒன்று சாதி' நன்மை தீமை இல்லையால்!

(வில்லி. ஆதி. 342)

கருணனைத் துரியோதனனுக்கு முன்பின் தெரியாது. அவன் சில வித்தைகளைச் செய்து காட்டியபோது அவன் திறமை ஓரளவு துரியோதனனுக்குப் புலப்பட்டிருக்கக்கூடும். அருச்சுனனையே போருக்கு அழைக்கின்றவன் ஒன்று மூடனாக இருப்பான்; அல்லது பேராற்றல் உடையவனாக இருப்பான்!

கருணனைப்பற்றி எதையும் தெளிவாகக் கணித்தறியமாட்டாத நிலையிலும், பரிவுக்குரியவனின் பக்கம் நின்று பேசுகிறான் துரியோதனன்! இது ஒரு சிறந்த அரச குணம்!

அதுவும் சாதியின் இருப்பை ஏற்றுக்கொள்ளும் துரியோதனன் எங்கெங்கு சாதியைக் கொண்டாடுவது கேடு பயக்கும் என்று பாகுபடுத்துவது மிகச் சிறந்த சிந்தனையாகும்.

பாண்டவர்கள் துரியோதனாதிகளுக்கு என்றும் பகைதான்! இந்தியாவும் சீனாவும்போல! ஒருவரை ஒருவர் விஞ்சி நிற்கிற இயற்கையான, வழக்கமான போட்டியாகும் அது! அது வேறு!

கருணனை யாரென்றும் தெரியாது; அவன் திறமை முற்றாகவும் தெரியாது; அவன் பயன்படுவானா என்றும் தெரியாது!

இருப்பினும் தன்னை ஒப்பாரும் மிக்காரும் இல்லை என்னும் மமதையில் அருச்சுனன் யார்யாரையும் இழிவுபடுத்திப் பேசுவதும், திறமைக்கும் வீரத்திற்கும் சாதி மதம் கற்பித்து அருச்சுனனைப் பாதுகாக்க முயலும் கிருபரின் முயற்சியும், இன்னும் பலரைப்போல துரியோதனனையும் எதிர்நிலை எடுக்க வைத்ததில் வியப்பில்லை!

பீசுமரிலிருந்து துரோணர், கிருபர் ஆகியோர் 'மாற்றான் வீரத்தை எதிர்கொள்' என்று அருச்சுனனைக் களமிறக்குவதற்குப் பதிலாகச் சாதியின்பேரிலும், சமூகப் படிநிலையின்பேரிலும் அருச்சுனனைப் பாதுகாக்க நினைக்கும்போது, எல்லாவற்றிலும் இயல்பாகவே எதிர்முனையில் நின்று செயலாற்றிப் பழக்கப்பட்ட துரியோதனன் எதிர்வாதம் வைப்பது இயல்பே!

துரியோதனன் தொடர்கிறான்: 'ஒருவன் பிறப்பின் அடிப்படையில்தான் மதிக்கத் தக்கவன் என்றால் தூணிடத்தில் (நரசிங்க அவதாரம்) தோன்றிய அரியும், அப்சரசைப் பார்த்த மாத்திரத்தில் பரத்வாசருக்குப் பக்கத்திலுள்ள பானையில் சிதறிய இந்திரியத்தில் பிறந்த துரோணரும், அகத்தியரும், முருகக் கடவுளும் பெருமைக்குரிய பிறப்பினரா?'

(வில்லி. ஆதி. 343)

துரோணரை வைத்துக்கொண்டே துரோணரின் பிறப்புபற்றிய இழிவைத் துரியோதனன் சுட்டிக் காட்டியபொழுது துரோணர் அமைதியாக இருந்ததுபோல, பாண்டவர்களிடம் அவர்களுடைய பிறப்புக் குறித்து இழிவுபடுத்தியபோது அவர்களும் அமைதியாகத்தான் இருக்கின்றனர்.

'பாண்டவர்களாகிய உங்களுடைய பிறப்பு எவ்வகைப்பட்டது என்று எல்லாருக்கும் தெரியும்.'

(சோ, மகாபாரதம், ஆதி. பக்.107)

இழிந்த பிறப்பினர் அனைவரும், பிறப்பு இழிவு குறித்துப் பேசுவதுதான் விந்தை! அவை துரியோதனனால் எடுத்துக் காட்டப்பட்ட பிறகும் தங்களுடைய நிலைப்பாட்டினை யாரும் மாற்றிக் கொள்ளவில்லை!

அருச்சுனனின் வில்திறன் அங்குள்ள அரண்மனைவாசிகளுக்கு மகிழ் ஊட்டியது உண்மைதான். நிகரற்ற வில்லாளன் ஒருவன் துரோணரால் உருவாக்கப்பட்டுவிட்டது குறித்து எல்லாரும் இறும்பூதெய்தி இருக்கும்போது, அவனுக்கு யாரோ ஒருவனால் அறைகூவல் விடுக்கப் படுவதை யாராலும் சீரணிக்க முடியவில்லை.

வந்தவன் அருச்சுனனைவிடத் தேர்ந்த வில்லாளனாக இருக்க வேண்டிய கட்டாயமில்லை என்றாலும், அத்தகைய சோதனைக்கு அருச்சுனனை உட்படுத்திப் பார்க்கும் துணிவு அங்கு யாருக்குமே இல்லை!

'இவனே தலையாயவன்' என்னும் அருச்சுனனின் புகழ்த் தோற்றத்திற்கு (image) ஊறு நேர்ந்து விடாதவாறு, கருணனை விலக்கி வைக்கின்ற முயற்சியே கிருபரின் வாதம்! அதற்கு மற்றவர்கள் பக்கத்துணை!

கருணனின் பிறப்புக் குறித்த கிருபரின் கேள்வியைத் துரியோதனன் தகர்த்தெறிந்துவிட்டதோடு, துரோணர், கிருபர், பாண்டவர்கள் இவர்களின் பிறப்பையும் வெளிப்படுத்தி நாற அடித்து விட்டான்!

கிருபரின் இன்னொரு கேள்வி கருணன் எந்தத் தேசத்திற்கு அரசன் என்பது!

தலைகுனிந்து நிற்கிற கருணனைத் தன்னுடைய வாதத் திறமையால் மட்டுமே தூக்கி நிறுத்தவில்லை துரியோதனன்! அவனை ஒரு நாட்டின் அரசனாக்கி அவனைச் சத்திரியனாக்கிச் சாதி மாற்றத்தையும் நிகழ்த்திக் காட்டுகிறான்.

அன்று சூதன் மதலை தன்னை 'அங்க' ராசன் ஆக்கினான்

(வில்லி. ஆதி. 344)

கருணனை அங்கதேசத்திற்கு அரசனாக அறிவித்து மணிமுடியும் சூட்டு கிறான் துரியோதனன்.

இப்போது கருணன் அரச குலத்தவனாகிவிட்டான் என்பதற்காகக் கருணனின் அறைகூவலை அருச்சுனன் ஏற்கப் போகிறானா? அவனை ஏற்கும்படி அந்த அரண்மனைவாசிகள் செய்யப் போகிறார்களா என்றால் இல்லை என்றே சொல்ல வேண்டும்!

கருணன் அங்கதேச மன்னனான பின்பு, கிருபர் கேட்ட 'எந்த தேசத்திற்கு அரசன்' என்னும் கேள்வி பொருளற்றுப் போய்விட்டது!

ஆனால் சத்திரியனாகப் பிறக்க வேண்டுமே ஒழிய, அவ்வாறு ஆக முடியாது என்பதுதான் இன்னும் அவர்கள் தரப்பு வாதம் என்னும் போது, குருச்சேத்திரக் களத்தில் இதே கருணன் தலைமைப் பொறுப் பேற்றுப் போரிட வரும்போது, சூத குலத்தவனான கருணனோடு ஒரு சத்திரியன் போரிடுவது தகாது என்று அருச்சுனன் வில்லைக் கீழே போட்டுவிட்டு வெளியேறி விடுவானா? சூதன் விடுகின்ற அம்பு சத்திரியன் நெஞ்சைப் பிளக்காதா? சூதனை வென்றால்தான் நாடு திரும்பக் கிடைக்கும் என்னும்போது மட்டும் சாதி ஒரு பொருட்டாகத் தெரியாதா? ஓடி ஒளிவதற்கு எதற்குச் சாதித் திரை? அருச்சுனன் வீரத்தில் குறைவானவனில்லை; ஆனாலும் தன்னுடைய புகழ்த்தோற்றத்தைச் சோதனைக்கு ஆட்படுத்துவதிலுள்ள அச்சம்!

துரியோதனன் சொல்கிறான்: 'வேறு குலத்திலே பிறந்தவர்கள் பிறகு பிராமணராகி இருக்கிறார்கள்; சத்திரிய குலத்தில் பிறந்த விசுவா மித்திரர் பிராமணத் தன்மையை அடைந்தார்.'

(சோ, மகாபாரதம், பக்.107)

மேற்கண்ட துரியோதனனின் சான்று, வாழும் முறையால் குலம் தீர்மானிக்கப்பட வேண்டும் என்பதையும், முயன்று வருண ஏணியில் மேலேற முடியும் என்பதையும் நிலைநாட்டுகிறது!

பண்பால், வீரத்தால், ஞானத்தால் சாதி மாற்றம் நிகழமுடியும் என்னும் துரியோதனனின் ஒப்பற்ற சிந்தனை அன்று ஏற்கப்பட்டிருந்தால் சாதி 'இளகிய தன்மையுடையதாக' இருந்திருக்கும்! சாதியின் நச்சுக் கொடுக்கு நறுக்கப்பட்டிருக்கும்! இராசாசியைப்போன்ற ஞானிகள் பிறப்பாலும் வாழ்க்கை முறையாலும் அந்தணராகவே நீடித்திருப்பர்! அம்பேத்கார்போன்ற பேரறிஞர்களும், கக்கன்போன்ற தூய வாழ்க்கை யினரும் தாழ்த்தப்பட்டவர்களாகப் பிறந்தும் வாழ்க்கை முறையால் உயர்வு பெற்று அந்தணராகி இருப்பர்!

சாதி மறுப்பியக்கங்களும், எதிர்ப்பியக்கங்களும் இந்திய அரசியலில் தோன்ற வேண்டிய தேவையே ஏற்பட்டிருக்காது!

துரோணர் கிடந்துவிட்டுப் போகிறார்; அவர் ஏகலைவனின் விரலை வாங்கிக் கீழ்மைப்பட்டவர்! ஆனால் தன்னேரில்லாத கிருட்டிணனே தருமபுத்திரனிடம், 'பீசுமர் சாகப் போகிறார்; அதற்குள் அரசியல் குறித்த அறிவுப் புதையலை அவரிடம் பெற்றுக் கொண்டுவிடு' என்று சொல்லும் அளவுக்கு அறிஞரான பீசுமர், ஒரு வீரன் சாதியின் பெயரால் அவமதிக்கப்படும்போதும் பார்த்துக்கொண்டுதான் இருக்கிறார்; சேலையை உரிந்தாலும் பார்த்துக்கொண்டுதான் இருக்கிறார்!

வேதத்தை அடுத்து வந்த வேதவியாசர் காலச் சமூக அமைப்பில் வருணம் குறித்த நெகிழ்ச்சிப் போக்கு இருந்ததையும் அது தொடர்ந்து நிலைபெறவேண்டிய கட்டாயத்தையும் துரியோதனனின் வாதம் வலியுறுத்துகிறது!

மகாபாரதம் பிறந்த காலத்தில் இருந்த வருண நெகிழ்ச்சிப் போக்கு, பகவத் கீதை காலத்தில் மாற்றமுற்று வருணம் கெட்டிதட்டிப் போய் விட்டது என்பது மாபெரும் சரிவுதான்; அவலந்தான்! அதைப் பின்னால் பார்க்கலாம்!

மாபெரும் விவாதம் ஒன்று நடந்து முடிந்த இந்தக் கட்டத்தில் தேரோட்டி அதிரதன் அங்குவர, கருணன் ஓடிச் சென்று 'தந்தையே' என்று தாள் பணிய, தேரோட்டி மகன்தான் என்பது உறுதிப்பட்டுவிட்ட நிலையில் பூரிப்படைந்த வீமன், 'அருச்சுனனோடு போர் புரிய உனக்கென்ன தகுதி இருக்கிறது? வில்லைக் கீழே போடு; உன் குலத்திற்குத் தக்கபடி குதிரைச் சவுக்கைக் கையிலெடுத்துக் கொள்' என்று கூவுகிறான்!

இவ்வளவு நேரம் துரியோதனன் பேசிய சாதி மறுப்பு விவாதங்கள் வீமனின் மண்டையில் ஏறியிருக்கவில்லை; அவ்வளவுதான் அவன்! வாழ்நாள் முழுவதும் உண்டு கொழுத்து உடம்பை மட்டுமே வளர்த்தவன்! துரியோதனனின் அறிவார்ந்த வாதங்கள் அவன் மண்டைக்குள் நுழைய முடியவில்லை!

சாதியே கூடாதென்பது வேறு! ஏதாவது ஒரு பகுப்பு முறை எல்லாச் சமூகங்களிலும், எல்லாக் காலகட்டங்களிலும் இருந்தே வந்திருக்கிறது என்று இன்றும் சிலர் வாதிடுவதும் வேறு! அவை இருக்கட்டும்!

சாதியை 'இளகிய தன்மையுடையதாக்க' துரியோதனன் மேற்கொண்ட முயற்சி வரலாற்றுச் சிறப்புடையது! துரியோதனனின் பின்னடைவு வரலாற்றின் பின்னடைவு!

நாடு பிளக்கப்பட்டது!

பாண்டுவின் மறைவுக்குப் பிறகு, அத்தினாபுர அரண்மனையில் தன் மைந்தர்களை வளர்த்துக் கொண்டு குந்தி வாழ்வைக் கழித்துக்கொண்டிருந்த காலத்தில், தன் வாழ்வின் ஒரே ஆதாரமான தன் மைந்தர்களின் நல்வாழ்வுக்குக்காகப் பல பூசைகளையும், வழிபாடுகளையும் நடத்திக் கொண்டிருந்தாள்!

ஒரு சமயத்தில் யானைகளை வைத்து வழிபடுவது மைந்தர்களின் நல்வாழ்வுக்கு உகந்தது என்று அவளுக்குச் சொல்லப்பட்டபோது, மண் பாண்டம் செய்து தருபவர்களிடம் யானைகள் செய்து தரும்படிக் கேட்கிறாள்.

யானைகள் கூட்டம் கூட்டமாகத் திரிகின்ற காடு அழிந்து உருவான நாடு என்பதால்தான் அது அத்தினாபுரமாயிற்று; அது இந்திரப்பிரத்தத்திற்கு வடக்கே கங்கைக் கரையில் அமைந்தது! இந்திரப் பிரத்தம் என்பது ஏறத்தாழ இன்றையப் புதுதில்லி; யமுனைக் கரையில் அமைந்தது! இந்தியாவை ஆண்ட பேரரசுகள் எல்லாம் பெருமளவு தில்லியைத் தலைநகரமாகக் கொண்டு ஆண்டவைதான்.

குருவம்சத்தினரே அதற்குத் தோற்றுவாய்! சுல்தான்கள் ஆட்சி, தொடர்ந்து வந்த மொகலாய ஆட்சி, அதற்குப் பிந்திய 'கதிரவன் மறையாத பேரரசு' என்று சொல்லப்பட்ட வெள்ளைக் காரனின் ஆட்சி, எல்லாவற்றிற்கும் பிந்திய இந்தியக் குடியாட்சி என்று அனைத்து

ஆட்சிகளும் தில்லியை அல்லது இந்திரப்பிரத்தத்தைத் தலைநகராகக் கொண்டவைதாம்!

தார் பாலைவனத்தின் தாக்கம் காரணமாகக் கொடிய வெக்கையும், கொடிய குளிரும் உடைய இந்திரப்பிரத்தத்தை அனைத்துப் பேரரசுகளும் தேர்வு செய்தது பெரிய வியப்புத்தான்!

குந்தி தன் மைந்தர்களின் நலன் கருதி யானை வழிபாட்டுக்கு ஏற்பாடு செய்திருக்கிறாள் என்று கேள்விப்பட்ட காந்தாரி, தானும் தன் நூறு மைந்தர்களின் நன்மை கருதி யானை வழிபாடு செய்வதற்காகப் பொற் கொல்லர்களை அழைத்துத் தங்கத்தால் யானை செய்து தரும்படி கட்டளையிடுகிறாள்.

குந்தியின் யானைகள் களிமண்ணால் ஆனவை. காந்தாரியின் யானைகள் தங்கத்தால் ஆனவை என்னும்போது அரண்மனையின் அதிகார மையம் யார் என்பதும், யார் கட்டளையிட்டால் அரசுக் கருவூலம் திறக்கும் என்பதும் குந்திக்குப் புரிகிறது. அவள் மிகவும் நொந்து போகிறாள்!

குரு வம்சத்தினர் ஆட்சியில் குந்தி முன்னாள் மன்னனின் மனைவி; அவ்வளவுதான்! எல்லாவற்றையும்விட, கணவனை இழந்த கைம்பெண்!

சொத்துடைமைச் சமூகம் பிறப்பித்த தந்தைவழிச் சமூகத்தில் கைம்மை ஒரு சாபக்கேடு!

ஒரு சிற்றரசனின் மகளாகப் பிறந்து, இன்னொரு சிற்றரசனுக்கு வளர்ப்பு மகளாகி, குரு வம்சத்தில் வாழ்க்கைப்பட்டு, சில கால அரச வாழ்க்கை கணவன் முடி துறப்போடு முடிந்துவிட, காட்டில் மூன்று மக்களைப் பெற்று, கணவன் இறந்துவிட, தன்னுடைய பிள்ளைகளோடு தன் சக்களத்தி மாத்திரி பெற்ற இரு மக்களையும் கூட்டிக்கொண்டு, அத்தினாபுர அரண்மனையில் தான் வாழ்ந்து கொண்டிருக்கிற இரங்கத்தக்க வாழ்க்கையை எண்ணிக் கண்ணீர் வடிக்கிற குந்திக்கு அவள் வீர மகன் அருச்சுனன் ஆறுதல் கூறுகிறான்.

பிறப்பு, வளர்ப்பு, மற்றும் நெடிய அரண்மனை வாழ்க்கை அவளுக்குக் கற்பித்த பாடங்களெல்லாம் குந்தியை, அரசியல் உத்திகளை வகுக்க வல்ல ஓர் அரசியற் பெண்ணாக உருவாக்கியிருந்தன.

பின்னாளில் பாண்டவர்கள் அடைந்த ஏற்றத்திற்கு மிகப் பெரிய காரணம் குந்தியின் வளர்ப்பும், கிருட்டிணனின் ஆதரவும்தான்!

குரு வம்ச மூதாதையர் சொத்தில், குறைந்தது, பாண்டுவின் பங்கான பாதி நாடாவது தன் மக்களுக்கு வர வேண்டும் என்பதுதான் அவளுடைய ஒரே குறிக்கோள்.

சோற்றைத் தின்றுவிட்டு, சுகமாகப் பஞ்சணையில் தூங்கி எழுந்து, பார்வையற்றவனுக்குப் பக்கத்துணையாக, நானும் அரண்மனை வாசிதான் என்று விதுரனைப்போல் தன் மக்களும் வாழ்வதில் குந்திக்கு உடன்பாடில்லை!

அரசியற் பயிற்சி உடையவள் என்பதால், காலத்தை எதிர்நோக்கிக் காத்திருக்க அவளுக்குத் தெரியும்!

இதற்கிடையே, குரு வம்சத்தினர் அடுத்த வாரிசு குறித்த நிலைப் பாட்டில், பாண்டவர்கள் பக்கமும் கௌரவர்கள் பக்கமும் அவரவர் மனநிலைக்கேற்பப் பிரிந்து நின்றனர்.

தருமன் துரியோதனனினும் சிறிது மூத்தவன்; விசித்திர வீரியனுடைய பிள்ளைகளின் தலைமுறை முடிந்து, பேரர்கள் தலைமுறை மணிமுடி சூடிக் கொள்ளும்போது, மூத்த பேரன் தருமனே என்பதால் அவனே மணிமுடி சூடவேண்டும்! இது ஒரு வாதம்!

இன்னொரு வாதம், திரிதராட்டிரன் பார்வையற்றவன் என்பதால் பாண்டு மன்னனானான்; ஆட்சிக் கட்டில் திரிதராட்டிரன் வரிசையி லிருந்து பாண்டுவின் வரிசைக்கு மாறிவிட்டது. பாண்டு இறந்து விட்டான்; ஆகவே அவனுடைய வாரிசுகள் பட்டத்திற்குரியவர்கள்! அவர்கள் பிள்ளைப் பருவத்தினராக இருந்தபோதே பாண்டு இறந்து போய்விட்டதால், பாண்டவர்களின் பெரியப்பனான திரிதராட்டிரன் அரியணையிலிருந்தது, முதிராப் பருவத்தினரான பாண்டவர்களின் பகர ஆளுநராகவே (regent)! இனி நேரடியாகப் பொறுப்பேற்கத் தருமன் தயாராகிவிட்ட பின்பு, பகர ஆளுநர் உரியவனிடம் பொறுப்பைக் கொடுத்துவிட்டு ஒதுங்க வேண்டியதுதானே!

இதே சொற்களால் பாண்டவர்கள் நேரடியாக எப்போதும் பேசிய தில்லை என்றாலும் அவர்களின் தரப்பு வாதங்களில் இது தலையாய ஒன்று!

ஆனால் கௌரவர்களோ அரியணை தங்களுக்குத்தான் உரியது என்பதில் இன்னும் வலுவான கருத்தோட்டம் உடையவர்கள்!

அரசு மூத்தவனுக்கே உரியது. திரிதராட்டிரன் பார்வையற்றவன் என்பதன் பேரால், திரிதராட்டிரனைச் சேர வேண்டிய அரசுக் கட்டிலை ஓரவஞ்சகமாகப் பாண்டுவுக்கு மாற்றி விட்டனர்.

ஆட்சி உரிமை மூத்த வாரிசுகளின் வழிமுறையினைப் பின்பற்றி அமைவது என்பதால், இடையில் வந்துபோனது எதுவாக இருப்பினும், கௌரவர்களே ஆட்சிக் கட்டிலுக்கு உரியவர்கள் என்பது இவர்கள் தரப்பு வாதம்!

ஒரு நாள் இவற்றையெல்லாம் விட வலுவான கருத்தொன்றின்மீது துரியோதனனுக்கும் விதுரனுக்கும் விவாதம் நடக்கிறது.

துரியோதனன் சொல்கிறான்: 'நாங்கள் எங்கள் தந்தை திரிதராட்டிரனின் விந்தணுவில் உண்டானவர்கள். அவனுடைய சொந்த மக்கள்! ஆனால் பாண்டவர்கள் பாண்டுவுக்குப் பிறந்தவர்களல்லர்; யார் யாருக்கோ பிறந்தவர்கள்! ஆகவே அவர்கள் எப்படிக் குரு வம்சத்து அரியணையில் அமர முடியும்?'

இப்படி அதிர வைக்கும் வாதம் ஒன்றினைத் தங்களின் சார்பாக முன்வைக்கிறான் துரியோதனன்.

துரியோதனன் எந்தக் கட்டத்தில் வாதிட முற்படும்போதும் வலுவாக வாதிடுகின்றவனாகவே திகழ்கிறான்! எதையும் யோசித்துப் பேசும் தன்மையுடையவன் அவன்!

துரோணர் கூட்டிய அரங்கில், அருச்சுனனுக்கு நிகரான தன்னுடைய வில்திறனைக் காட்ட வந்த கருணன் சாதியின் பெயரால் இகழப் பட்டபோது, சாதியமைப்பே தகர்ந்து போகும்வண்ணம் துரியோதனன் வைத்த வாதங்கள் வரலாற்றில் பொறிக்கத் தக்கவை!

அதேபோலத் திரிதராட்டிரனின் சொந்த இரத்தத்தின் மக்களான தங்களைத் தள்ளி வைத்துவிட்டு, யார்யாருக்கோ பிறந்த பாண்டவர்கள் ஆட்சி உரிமை கோருவதிலுள்ள நியாயம் என்ன என்று துரியோதனன் இரத்த வம்சாவளி பேசும்போது, குருச்சேத்திரப் போரே அதருமமான காரணத்திற்காகத்தான் நடந்ததோ என்று அதிர்ந்து போகிறோம்!

ஆனால் விதுரன் அந்த அதிர்ச்சியை நீக்கிவிடுகிறான். 'நீங்கள் திரிதராட்டிரனின் விந்தணுவில் தோன்றினீர்கள் என்பது சரிதான்! ஆனால் உங்கள் அப்பன் திரிதராட்டிரன் உங்கள் பாட்டன் விசித்திர வீரியனின் விந்தணுவில் தோன்றியவன்தானா?'

'உங்கள் பாட்டன் விசித்திர வீரியன் இறந்துபோன பின்தான் அவனுடைய மனைவிகளான உங்கள் பாட்டி அம்பிகாவும், பாண்டவர் களின் பாட்டி அம்பாலிகாவும் கருத்தரித்தனர்!'

'மிகத் தொடக்ககாலக் குழப்படிகளை விட்டுவிட்டு, வம்சாவழியைச் சந்தனு வழியாகப் பார்த்தால், வீடுமனாகிய பீசுமன் மட்டும்தான் இரத்தப் பெருமை பேசத் தகுதியுடையவன்!'

'உங்கள் பாட்டி அம்பிகாவுக்கும், பாண்டவர்களின் பாட்டி அம்பாலி காவுக்கும் 'கர்ப்பதானம்' செய்தவன் வியாசன்!'

விதுரனின் இந்த வாதம் துரியோதனனை வாயடைக்கச் செய்து விடுகிறது!

தந்தைவழிச் சொத்தை இரத்த வம்சாவழிப்படி பங்கு பிரித்துக் கொள்வதென்றால், கௌரவர்களும் பாண்டவர்களும் வியாசன் தொகுத்து வைத்திருந்த வேதங்களைத்தான் ஆளுக்கு இரண்டாகப் பங்கு பிரித்துக் கொள்ள முடியும்! வியாசனிடம் வேதங்களைத் தவிர வேறென்ன சொத்து இருந்தது?

ஆயினும் இந்தச் சொத்துப் பிரிவினைச் சண்டை ஓயவில்லை! திரிதராட்டிரன் அரியணையில் இருந்ததால், கௌரவர்களே அரண்மனைச் செல்வாக்குடையவர்களாக இருந்தார்கள். பாண்டவர்களின் தாய் அரண்மனையில் வாழ அனுமதிக்கப்பட்ட ஒரு கைம்பெண்! அவ்வளவுதான்!

இரு தரப்பு இளைஞர்களுக்கும் வீடுமன் எனப்படும் பீசுமர் கல்வி கற்கவும், துரோணரிடம் ஆயுதப் பயிற்சி பெறவும் ஏற்பாடு செய்திருந்தார்!

இருப்பினும் அவர்களுக்குள் இருக்கும் மனப் பகை அப்போதைக்கப் போது ஒருவரை ஒருவர் அழிப்பதற்கான முயற்சிவரை சென்றது.

அருச்சுனனின் வில்திறனைக் கண்டு கௌரவர்கள் அஞ்சினர். வீமன் மிகுந்த உடல் வலிமை கொண்டவன்; அருச்சுனனைப்போல ஒதுங்கி இருக்கவும் மாட்டான்!

தன் உடல் வலிமை குறித்துப் பெருமிதம் ஒருபுறம்; கௌரவர்கள் பகைப்புலத்தினர் என்னும் எண்ணம் இன்னொருபுறம்! இவற்றின் காரணமாகக் கௌரவர்களைப் பிடித்துத் துன்புறுத்திக்கொண்டே இருப்பது வீமனுக்கு ஒரு விளையாட்டு!

துரியோதனாதிகள் மரத்தில் ஏறி விளையாடும்போது, வீமன் அந்த மரத்தைப் பிடித்து உலுப்பி அவர்களை உதிர்ந்து விழும்படிச் செய்வான்!

இவனுடைய தொல்லை தாங்க முடியாமல், கௌரவர்கள் வீமன் உண்ணும் இனிப்புப் பண்டத்தில் நஞ்சைக் கலந்து, அவன் உணர் விழந்தபோது, அவனுடைய கைகால்களைக் கட்டி ஆற்றில் வீசிவிடுகின்றனர்.

நாகர்கள் அவனைக் கண்டெடுத்து நஞ்சு நீக்கித் திருப்பி அனுப்பி வைக்கின்றனர்.

இன்னொரு கட்டத்தில் திரிதராட்டிரனே பாண்டவர்களுக்கு ஒரு மாளிகையை வாரணத்தில் கட்டி, அங்கே போய்த் தங்கி வரும்படி அனுப்ப, விதுரன் அது ஓர் அரக்கு மாளிகை என்றும், இவர்களை உயிரோடு கொளுத்திவிடத் திட்டம் தீட்டியிருக்கிறார்கள் என்றும்

எச்சரித்து, ஓர் சுரங்கப் பாதை அமைத்துக் கொடுத்து அதன் வழியாகப் பாண்டவர்கள் தப்பிப்பதற்கு ஏற்பாடு செய்கிறான்!

குந்தியும் பாண்டவர்களும் தங்களை அழிப்பதற்கு நடக்கும் நாச வேலைகள் குறித்துக் கலங்கிப் போகின்றனர். சிறிது காலம் மறைந்து வாழ எண்ணுகின்றனர்.

இந்தச் சமயத்தில் திரௌபதி சுயம்வரம் அறிவிக்கப்பட, அருச்சுனன் தன்னுடைய வில்லாற்றலால் அவளை வெல்ல, குந்தி பாஞ்சாலியை ஐவருக்கும் பங்கிட, பாஞ்சாலியின் தந்தையான துருபதனின் உறவு, படைவலிமை உள்ள ஒருநாட்டின் வலிமையை இவர்களுக்குத் தர, புதிய வலிமையோடு அத்தினாபுரத்திற்குத் திரும்பிய பாண்டவர்களின் பேர ஆற்றல் (bargaining power) இப்போது கூடியிருக்கிறது!

திரிதராட்டிரன் அரியணையைத் துறந்துவிட்டுத் தருமபுத்திரனுக்கு முடி சூட்டவேண்டும் என்று அறிவுரை பகர்கிறான் விதுரன்!

விதுரனின் யோசனைகளுக்கு வீச ரூபாய் (ஒரு ரூபாயில் பதினாறில் ஒரு பங்கு) மதிப்புக்கூட இல்லாமல் போவதற்கு, இதுபோல் நடப்புக்குப் (reality) பொருந்தி வராத யோசனைகளை அவன் அள்ளி வீசிக் கொண்டே இருப்பதுதான் காரணம்!

தருமனுக்கு மணிமுடி சூடத் திரிதராட்டிரன் மணிமுடி துறக்க வேண்டும் என்றும், அப்படிச் செய்தால்தான் தம்பி மக்களின்மீது அன்புடையவன் என்று திரிதராட்டிரன் காட்டிக்கொள்ள முடியும் என்றும் விதுரன் சொல்கிற யோசனை அரசியல் நடப்புத் தெரிந்தவன் சொல்கிற யோசனை போலவா இருக்கிறது?

அரியணைக்கான போட்டி நடக்கிறபோது, தன்னைப் பிறர் பாராட்ட வேண்டும் என்பதற்காக ஒருவன் அரியணையைத் துறக்க முன் வருவானா? பதவி என்ன பஞ்சு மிட்டாயா? தம்பி மகன் தின்னட்டும்; தனக்கு வேண்டாம் என்று கருதுவதற்கு?

நடப்பது அரியணைக்கான போட்டி! ‘பதவியைத் துறந்து பேர் வாங்கு’ என்றால் எவன் கேட்பான்?

பதவியைத் துச்சமாகக் கருதத் திரிதராட்டிரனும், துரியோதனாதிகளும் என்ன, தயரதன் மகன் இராமனா?

தருமபுத்திரனே அரியணை வேண்டாம் என்று சொல்லிவிடத்தான் முடியுமா? குந்தி அனுமதிப்பாளா? பாஞ்சாலி பாண்டவர்களுக்குச் சோறுவடித்துப் போட்டுப் பிள்ளை பெற்றுக் கொடுக்கத்தான் வாழ்க்கைப்பட்டு வந்தாளா?

பாண்டவர் தரப்பு அரியணைக்கான போட்டியில் போர் முரசு கொட்டத் தயாராக இருக்கும் நிலை!

சந்தனுவின் இரத்த வம்சாவளி யார்? வஞ்சிக்கப்பட்டவன் திரிதராட்டிரனா? அல்லது பாண்டுவின் வம்சாவழியா? எல்லா நியாயங்களும் அலசிப் பார்க்கப்பட்டுத் தீர்வு காண முடியாத நிலையில், விதுரன் சொல்வது எப்படித் தீர்வாக முடியும்?

பாஞ்சாலியை மணந்த பிறகு பாண்டவர்களின் வலிமை போர் முரசு கொட்டுகிற அளவுக்கு மாறி விட்டது!

இந்த அரசியற் சூழலில் தீர்வு என்ன?

இதற்குத் தீர்வு காணக் கிருட்டிணன் வரவேண்டும்; மேதைமை மிக்க கிருட்டிணனும் வருகிறான்!

கிருட்டிணன் பாண்டவர்கள் பக்கம் இருக்கின்றவன்போல் தோன்றினாலும், மாற்று நியாயத்தையும், எது நடக்கக் கூடியது என்பதையும் சீர்தூக்கிச் சொல்லக்கூடியவன்!

மொட்டையாகத் 'தருமனுக்கு முடி சூட்டுவதற்கு நீ கீழே இறங்கு' என்று விதுரனைப்போல் திரிதராட்டிரனிடம் சொல்கின்றவன் இல்லை கிருட்டிணன்!

பாண்டவர்களுக்குக் கீழிருக்கக் கௌரவர்கள் உடன்பட மாட்டார்கள். திரிதராட்டிரனின் ஆட்சி இப்போதுபோலவே தொடரப் பாண்டவர்கள் ஒப்புக்கொள்ள மாட்டார்கள்!

'நாட்டை இரு கூறாக்கி விடுங்கள்; போரையும் இரத்தம் சிந்தலையும் தவிர்க்க இது ஒன்றே வழி' என்கிறான் தருமத்தை நிலைநாட்ட வந்தவனும், மிகப் பெரிய அரசியல் சூழ்ச்சியாளனுமான (strategist) கிருட்டிணன்!

இதுவரை பிளவு படாத நாட்டை, இப்போது பிளப்பதா என்று பீசுமர் முதலில் எதிர்க்கிறார் .

அமைதி நிலவ அதைத் தவிர வேறு வழியில்லை என்னும் நிலையில் கடைசியில் உடன்படுகிறார்.

நாடு பிளக்கப்பட்டது!

மூன்றாம் தலைமுறையிலும் மாறவில்லை பீசுமர்!

பாஞ்சாலியை அடைவதற்காக நடந்த சுயம் வரத்திற்குத் துரியோதனனும் போயிருந்தான். வில்லில் தேர்ச்சி பெற்ற மன்னன்தான் பாஞ் சாலியை அடைய முடியும் என்னும் நிலையில் துரியோதனன் வில்லைத் தூக்கிப் பார்த்ததோடு, அவனுடைய முயற்சி முடிந்து விட்டது!

பாஞ்சாலியை அடைய முடியவில்லை என்பது துரியோதனனுக்கு உறுத்தலாக இல்லை; அதை ஒரு பொருட்டாகவே நினைக்கவில்லை அவன்!

அதற்குப் பிறகு பலராமனின் தங்கை சுபத்தி ரையை துரியோதனனுக்கு மணம் பேசி உறுதிப் படுத்திக் கொள்ளப்பட்டிருந்தது! சுபத்திரை பலரா மனுக்கு மட்டுமன்று; கிருட்டிணனுக்கும் உடன்பிறந்த தங்கைதான்!

ஆயினும் பலராமன்தான் துரியோதனனோடு நட்புப் பூண்டவன்; ஆகவே அவனுடைய வற்புறுத்தலின் பேரில்தான் இந்த மணம் உறுதிப் படுத்தப்பட்டிருந்தது. பலராமனை எதிர்த்துப் பேசச் சுபத்திரையால் முடியாது!

பாஞ்சாலியைப் பற்றிய கருத்தின்றியே அவளு டைய சுயம்வரத்திற்குச் சென்றான் துரியோ தனன்! ஆனால் சுபத்திரையை மணம் பேசி முடித்தவுடன் அவள் நினைவாகவே இருக்கிறான்!

யாதவ குலத்தினளான சுபத்திரை அழகி மட்டு மல்லள்; இந்தத் திருமணத் தொடர்பு அரசியல் ரீதியாகவும் வலுவுடையதுதான் என்று நினைக் கிறான் துரியோதனன்.

13

ஆனால் சுபத்திரை மனத்தினில் அருச்சுனன் இருந்தது துரியோதனனுக்கோ பலராமனுக்கோ தெரியாது!

அதைக் கிருட்டிணனிடம் மட்டும் கூறியிருக்கிறாள் சுபத்திரை. ஆகவே அருச்சுனனைத் துவாரகைக்கு அழைத்துச் செல்லக் கிருட்டிணன் விரும்புகிறான்!

'அவள் ஏற்கெனவே துரியோதனனுக்கு மணம் பேசி முடிக்கப்பட்டிருக் கிறாள் அல்லவா' என்று அருச்சுனன் குழம்பிப் போய்க் கேட்கிறான் கிருட்டிணனிடம்!

'சுபத்திரை துரியோதனனை விரும்பவில்லை; அவள் உன்னைத்தான் விரும்புகிறாள். துரோணர் ஏற்பாடு செய்த போட்டி அரங்கில், துரியோதனன் ஒரு தேரோட்டி மகனை உனக்கு மாற்றாகத் தூக்கிப் பிடித்ததை ஒரே ஒருத்தி மட்டுமே வெறுப்போடு பார்த்தாள்; அவள் சுபத்திரைதான்! அருச்சுனா, சுபத்திரையின் மனநிலை தெரிந்த பிறகு அவளைத் துரியோதனனுக்கு மணம் செய்து கொடுக்க நான் அனுமதிப்பேன் என்று நீ கருதுகிறாயா?'

ஒரு நாள் துரியோதனனின் நண்பர்களெல்லாம் கூடியிருக்கிறார்கள். அங்கு பாஞ்சாலி தன்னுடைய சுயம்வரத்தில் கருணனைத் 'தேரோட்டி மகன்' என்று இழிவுபடுத்தியது குறித்த பேச்சு எழுகிறது! இது பாஞ்சாலியின் திமிர் என்றும் பேசப்படுகிறது! கூட்டத்தில் அப்போது கருணன் கூறுகிறான்: 'பாஞ்சாலி அவளுடைய பிறப்புக் குறித்த பெருமிதத்தோடு பேசுகிறாள்; அது எப்படிக் குற்றமாகும்? இன்னும் சொன்னால் அவள்தான் என்னுடைய கண்களைத் திறந்து விட்டவள். நான் அடிப்படையில் ஒரு சூத குலத்தினன்தானே! என் நண்பன் துரியோதனனின் பெருந்தன்மை காரணமாக மதிப்புக்குரியவர்களிடம் சமமாகப் பழகும் வாய்ப்பு எனக்குக் கிடைத்திருக்கிறது! நான் அங்க தேசத்திற்கு அரசனாக்கப்பட்டது உண்மை என்றாலும், என்னைச் சூத குலத்திலிருந்து விடுவிக்க அது போதுமானதில்லை என்று பாஞ்சாலி கருதியிருக்கலாம்!'

அப்போது அசுவத்தாமன் துரியோதனனிடம், 'நீங்கள் எப்போது மணந்து கொள்வீர்கள் என்று தவித்துப் போயிருக்கிறான் கருணன்' என்று சொல்கிறான்

'ஏன்...? ஏன்...?'

'உங்கள் திருமணம் முடிந்த கையோடு தன் திருமணத்தையும் வைத்துக் கொண்டு விடலாம் என்று உங்கள் அரண்மனையின் ஓலை எழுது பவனை மோப்பம் பிடித்துக்கொண்டு அலைகிறான் அவன்!'

‘என் நண்பனின் கரம் பற்றப் போகும் அந்தப் பேறுபெற்ற இளவரசி யாரோ?’ துரியோதனனின் குரல் அன்பில் குழைந்து வெளிப்படுகிறது!

‘ஐயையோ... அவள் இளவரசி எல்லாம் இல்லை; சாதாரண சூத குலப் பெண்! அவள் பெயர் விருசாலி!’ கருணன் வீரிடுகிறான்!

‘அவளுக்குத் தாய் மட்டுமே இருக்கிறாள்; தகப்பன் படைப்பிரிவில் பணியாற்றும்போது இறந்து விட்டானாம்! அரசாங்கத்திடமிருந்து இழப்பீடு வாங்குவதற்கு அலைந்துகொண்டிருந்தாள்; ஊழல் அதிகாரிகள் அவளை இழுத்தடித்துக்கொண்டிருந்தனர். அந்த அரசில் கொஞ்சம் செல்வாக்குள்ள குதிரை வணிகன் என்று எண்ணி என்னுடைய உதவியை நாடினாள். ஊழல் அதிகாரிகளைத் தண்டித்து, அரசு உதவியைப் பெற்றுக் கொடுத்தேன்! இப்போதும்கூட நான் அங்க தேச அரசன் என்பது அவளுக்குத் தெரியாது.’

கருணன் சொல்வதைக் கண்கள் விரியக் கேட்டுக்கொண்டிருக்கிறது நண்பர்கள் குழாம்!

கருணன் தொடர்கிறான்: ‘அத்தினாபுரத்திற்கு முடிசூட்டிக் கொள்ள விருக்கும் அரசனை எனக்குத் தெரியும்’ என்றேன்!

‘ஊர்வலத்தில் பார்த்தீர்களா?’ அவள் கேட்டாள்!

‘இல்லை; மன்னர் என் நண்பர்!’

‘எல்லாக் குடிமக்களுக்கும் ஒரு நல்ல மன்னர் நண்பர் போன்றவர்தான்’ என்றாள்!

‘இல்லை; உண்மையான மன்னரை எனக்கு...’

‘எனக்கு உண்மையான மன்னர் நீங்கள்தான்’ என்று சிணுங்கிக் கொண்டே கழுத்தைக் கட்டிப் பிடிக்கிறாள்; என்னை நம்ப மறுக்கிறாள்; என்னுடைய குதிரை வணிகத்தைப்பற்றியே விசாரிக்கிறாள்!

‘கருணா... உடனே நான் அவளைப் பார்க்க வேண்டும்; உன்னைப்பற்றி நிறையக் கதைகள் இருக்கின்றன; அவளிடம் சொல்ல வேண்டும்’ என்கிறான் துரியோதனன்!

அந்த ஏழை விதவைப் பெண்ணின் மகள் விருசாலியை அங்க தேச அரியணையில் கருணன் பக்கத்தில் உட்கார வைத்துப் பார்க்க வேண்டும்! ‘உன் கணவனிடம் எச்சரிக்கையோடு இரு; அவன் ஒரு பெரிய கொடையாளி; யாருங் கேட்டுவிட்டால் கட்டியிருக்கிற வேட்டியைக்கூட உரிந்து கொடுத்துவிட்டுச் சும்மா நிற்பான்! எதற்கும் ஒரு மாற்று வேட்டியை எந்த நேரமும் தயாராகக் கைவசம் வைத்திரு’

என்று எச்சரித்து வைக்க வேண்டும். துரியோதனன் இவ்வாறு சொன்னதும் நண்பர்களிடையே சிரிப்பு அலையலையாக எழுகிறது! கருணனை வெட்கம் ஆட்கொள்கிறது! கருணனின் கொடையை வானளவு உயர்த்துகின்ற கேலி! தன்னால் தூக்கி நிறுத்தப்பட்டவன் கருணன் என்னும் எண்ணம் துரியோதனனுக்கு என்றுமே இருந்ததில்லை!

உண்மையான நண்பர்கள்; உண்மையான அன்பு; நண்பர்களுக் கிடையே இடைவெளி இல்லை; ஏனெனில் மேல் கீழ் என்னும் வேற்றுமை இருந்தால் அது நட்பாக இருக்க முடியாது! அந்தப் பெருமை துரியோதனனையே சாரும்! இடைவெளியை ஏற்படுத்த முடிந்தவனும், ஏற்படுத்தாதவனும் அவன்தானே!

துருபதனும் துரோணரும் ஒரு சாலை மாணாக்கர்கள்; இளமைதொட்டு நண்பர்கள்!

பிற்காலத்தில் தன் பிள்ளை அசுவத்தாமனுக்குப் பாலில்லை என்று துரோணர் ஒரு பசுமாடு தானம் கேட்கத் துருபதனிடம் போகிறார்! நண்பன்தானே என்று பெயர் சொல்லி அழைத்து ஒரு பசுமாடு தானங் கேட்கிறார்!

'நீ ஒரு பார்ப்பான்; நான் நாடாளும் மன்னன்; நமக்கிடையே சமநிலையில் நட்பிருக்க முடியாது! பசுமாடு தானம் வேண்டும் என்று இறைஞ்சிக் கேள்; தருகிறேன்! நட்பெல்லாம் பாராட்டிக் கொண்டு இங்கு வராதே' என்று முகத்தில் அறைந்ததுபோல் சொல்லி விடுகிறான் துருபதன்!

துரோணர் அவமானப்பட்டு வெளியேறுகிறார். அப்போது துரோணருக்கும் துருபதனுக்கும் ஏற்பட்ட மன விரிசல், குருச்சேத்திரப் போரில் ஒருவரை ஒருவர் அழித்துக் கொண்டுதான் முடிவடைகிறது!

ஆனால் துரியோதனன், தான் ஒரு மன்னன் என்பதை மறந்து சமநிலையில் நட்புப் பாராட்டும் தன்மையால், நெகிழ்விக்கப் பெற்ற கருணன் குருச்சேத்திரப் போரில் தன் உயிரையே துரியோதனனுக்காகத் தியாகம் செய்கிறான்.

துரியோதனன் தன் தொண்ணூற்றி ஒன்பது தம்பிகளின் சாவிலும் வடிக்காத கண்ணீரைக் கருணன் சாவில் வடிக்கிறான். கருணன் செத்தபோது, தான் கைம்பெண் ஆகிவிட்டதுபோல் உணர்கிறான்.

அதுபோல் துரியோதனனின் மரணப் படுக்கையில் அசுவத்தாமன் போரின் தலைமையை ஏற்று பாண்டவர் வம்சாவளியையே அழித்து விடுகிறான்!

மிக உயர்ந்த நட்பு துரியோதனன்- கருணன்-அசுவத்தாமன் நட்பு! அது உயிர் வழங்கும் நட்பு!

இப்படி உண்மையான நண்பர்களின் அளவளாவலுக்கிடையே விதுரர் அங்கு வருகிறார். பீசுமர் உடனடியாகத் துரியோதனனைப் பார்க்க விரும்புவதாகச் சொல்கிறார்!

சாதாரணமாக விதுரர் வர மாட்டார்; பீசுமர் உடனடியாகப் பார்க்க விரும்புவதும், இதைச் சொல்ல விதுரரையே அனுப்பி இருப்பதும் ஏதோ அசாதாரணமான சூழலாகவே துரியோதனனுக்குப் பட்டது. அதனால் துரியோதனனிடம் கொஞ்சம் பதற்றம்கூட ஏற்பட்டது!

பீசுமருக்குப் பக்கத்தில் திரிதராட்டிரனும் காந்தாரியும் அமர்ந்திருக் கிறார்கள். முழு அவையும் கூடியிருக்கிறது. வழக்கத்திற்கு மாறாக அவையில் முழு அமைதி நிலவுகிறது. பலராமன் அங்கு வந்து அமர்ந்திருப்பது ஒரு திகைப்பை உண்டாக்குகிறது துரியோதனனுக்கு! இவன் எதற்கு வந்தான்?

பலராமனை வரவேற்கத் துரியோதனன் நெருங்குவதற்குள், பலராமன் விரைந்து வந்து துரியோதனன் கைகளைப் பற்றிக் கொள்கிறான்.

‘இளவரசே, என்னைப் பொறுத்துக் கொள்ளுங்கள்; உங்களுக்கும் உங்கள் அரசுக்கும் பெருத்த அவமானத்தைச் சுமந்து வந்திருக்கிறேன்; என்னாலேயே தாங்கிக்கொள்ள முடியவில்லை; இதை எப்படிச் சொல்வதென்றே எனக்குப் புரியவில்லை!’ பலராமனின் குரல் தழுதழுத்தது!

‘சுயோதனா... பலராமன் மிகவும் உடைந்து போயிருக்கிறான்; அவனுக்கு இந்தச் செய்தியை எப்படி வெளிப்படுத்துவதென்றே புரியவில்லை. உனக்கு மணம் பேசி முடிக்கப்பட்டிருந்த அவனுடைய தங்கை சுபத்திரை அருச்சுனனோடு துவாரகையைவிட்டே ஓடிப் போய்விட்டாள். இந்த மோசமான காரியத்திற்குக் கிருட்டிணன் துணையாக இருந்திருக்கிறான். அவன் ஊட்டிய ஊக்கம்தான் இதைச் செய்வதற்குரிய துணிவை அவர்களுக்குக் கொடுத்திருக்கிறது.’ பீசுமர் குறுக்கிட்டு விளக்குகிறார்!

‘என்னை மன்னித்து விடு சுயோதனா...’ மீண்டும் பலராமன் உடைந்து விட்டான்!

அந்த அவையில் இருந்த ஒவ்வொருவருக்கும் சினம் உச்சத்தைத் தொட்டது. ஒருவனுக்கு மணம் பேசி முடிக்கப்பட்டவள் இன்னொரு வனோடு ஓடுவதென்றால்... இதை யாராலும் பொறுத்துக் கொள்ள முடியவில்லை!

‘சுயோதனா... இது அத்தினாபுரத்திற்கே பெருத்த இழிவுதான்! விந்திய மலைக்கு வடக்கே உள்ள பெரிய நாட்டை ஆளுகிற வம்சத்தைச் சேர்ந்த ஒருவனுக்குப் பேசி முடிக்கப்பட்ட ஒரு பெண்ணை இன்னொருவன் இழுத்துக்கொண்டு ஓடுவதென்றால், அதுவும் அதைச் செய்தவன் ஒரு பங்காளி என்னும்போது, இந்த இழிவு பொறுத்துக்கொள்ள முடியாத தாய் இருக்கிறது!’ இவ்வாறு பீசுமரே பேசுவது சுயோதனனுக்கு வியப்பாக இருக்கிறது.

தன்னுடைய நியாயத்தைத் தனக்கு இழைக்கப்பட்ட கொடுமையைத் தான் எடுத்துச் சொல்ல வேண்டாமலேயே அவை உணர்ந்திருப்பது, குறிப்பாகப் பீசுமர் உணர்ந்திருப்பது துரியோதனனுக்கு ஆறுதலாக இருக்கிறது!

‘சுயோதனா... இப்போது முடிவெடுக்க வேண்டியவன் நீ! யாதவர்களுக்குப் பாடம் கற்பிப்பதும், அருச்சுனனிடமிருந்து உனக்குரியவளை மீட்டு வருவதும் சத்திரிய முறைக்கு உகந்த காரியம்தான்! நீ விரும்பியபடி செய்யலாம்! அருச்சுனன்மீதும் அவனுக்கு உதவிய கிருட்டிணன்மீதும் போர் தொடுக்கலாம்’ என்று பீசுமர் பேசுவது எதிர்பார்க்க முடியாத ஒன்று!

சற்று நேரம் யோசனையிலிருக்கிறான் சுயோதனன். அந்த அவையின் பார்வை அவன்மீதே படிந்திருக்கிறது!

சுயோதனன் பலராமனைப் பார்த்துக் கேட்கிறான்: ‘அருச்சுனன் அவளைக் கடத்திச் சென்றானா... அல்லது...’

‘அந்தத் தேரை அருச்சுனனை வைத்துக்கொண்டு ஓட்டிச் சென்றவளே சுபத்திரைதான்!’ பலராமன் தலையைக் குனிந்துகொண்டு கூறுகிறான்.

அதன் பிறகு சுயோதனன் எதுவுமே சொல்லாமல் எழுந்து, அவையை விட்டு வெளியேறத் தொடங்குகிறான்!

‘சுயோதனா... நில்...! எனக்கு விடை சொல்லி விட்டுப் போ! உனக்குரியவளை இன்னொருவனிடமிருந்து மீட்பது ஒரு சத்திரியக் கடமை. இதைப் பொறுத்தவரை முழுப் படையும், நாங்களும் உன்னுடைய முடிவுக்குக் கட்டுப்படுகிறோம்!’ பீசுமர் எழுந்து சுயோதனன் பின்னாலேயே வருகிறார்!

‘பிதாமகரே..! சுபத்திரைதான் அருச்சுனனைத் தேர்வு செய்திருக்கிறாள். அவளுடைய விருப்பத்தை முறியடிப்பதற்கு நம்முடைய படை பட்டாளம், கருவூலம் ஆகிய அனைத்தையும் பயன்படுத்துவதற்கு நான் விரும்பவில்லை! இது அரசு சார்ந்த ஒரு சிக்கலில்லை;

தனிப்பட்டவர்களின் விருப்பு, வெறுப்புச் சார்ந்தது!' துரியோதனனின் சிந்தனைப் போக்கு அவையினரைத் திகைக்கச் செய்கிறது.

'சுபத்திரை அவளுடைய விருப்பம்போல் வாழட்டும்! என்னுடைய சொந்த விருப்பு, வெறுப்புகள் அரசியலில் கலக்க வேண்டாம். என்னுடைய நண்பன் பலராமன் என்னைவிட அதிகமாக நொந்து போயிருக்கிறான்; இவ்வளவு தூரம் பயணம் செய்து நேரில் வந்து நம்மோடு உணர்வைப் பகிர்ந்து கொள்ள நினைத்த பலராமனை நான் மிகமிக மதிக்கிறேன்! இந்தச் சிறிய நிகழ்ச்சியால் துவாரகையோடு கௌரவர்களுக்கு உள்ள உறவு சிராய்ப்புற வேண்டாம்!' துரியோதனன் பேசிவிட்டு வாயிலை நோக்கி நடக்கிறான். கனத்துக் கிடந்த அவனுடைய மனம் எளிதாகி விட்டது!

'சுயோதனா!' பீசுமரின் குரல் சுயோதனை நிறுத்துகிறது. சுயோதனன் திரும்பிப் பார்க்கிறான்.

பீசுமரின் கண்களில் பளபளத்த கண்ணீர் விழியின் ஓரத்தில் திரண்டு கன்னத்தில் வழிகிறது. 'மகனே நீ பெருமைக்குரியவன்.' பீசுமரின் குரல் உடைந்து குமுறி அழும் நிலைக்கு வந்து விடுகிறார்!

அவை உணர்ச்சியில் தத்தளிக்கிறது. நிச்சயதார்த்தத்திற்குப் பின் சுபத்திரை செய்த துரோகம்; இதற்கு அருச்சுனனின் இசைவு; அதற்குக் கிருட்டிணன் செய்த உதவி; இவற்றால் அவையினர் அடைந்திருந்த சீற்றம்; இவை எல்லாம் மனத்தைவிட்டு மறைந்து துரியோதனனின் அறிவார்ந்த, முதிர்ந்த போக்கு ஒவ்வொருவரின் மனத்தையும் நிரப்பத் தொடங்குகிறது.

சுயோதனன் பீசுமருக்குத் தலை வணங்கி மரியாதை செலுத்திவிட்டுப் புறப்படுகிறான்!

பீசுமர் முன்மொழியும் சத்திரிய தருமம் வன்முறையை அடிப் படையாகக் கொண்டது. வலிமையுள்ளவன் மாற்றாரின் விருப்பத்தை அல்லது அதிலுள்ள நியாயத்தைக் கருத்தில் கொள்ளத் தேவையில்லை என்பது அந்த தருமத்தின் அடிப்படை!

விசித்திர வீரியனுக்காக ஒரு சுயம்வர மண்டபத்திற்குள் அதிரடியாகப் புகுந்து, அந்த மணப்பெண்களின் விருப்பத்தைப் பற்றியே கவலைப் படாமல், 'அத்தினாபுரி விரும்பியது போக எச்சம்தான் பிறர்க்கு' என்னும் அடிப்படையில் வன்முறையையே தாரக மந்திரமாகக் கொண்டு, அம்பை, அம்பிகை, அம்பாலிகை என மூன்று பெண் களையும் கடத்திக் கொண்டுவந்து, அம்பையின் பகைக்கு ஆளாகி, அம்பையால் இறுதியில் அழியப் போகும் பீசுமர், மீண்டும் அத்தினா

புரியின் மானத்தைப்பற்றிப் பேசிப் போர் தொடுக்கச் சொல்வது, எந்த வகையில் அறிவானது?

குதிரையை நீர்த்துறைக்குக் கூட்டிச் செல்ல முடியும்; அது நீரைக் குடிக்கும்படிச் செய்வது நம் கையிலில்லையே!

அதுபோல சுபத்திரையை வென்று அருச்சுனனை வீழ்த்தி விட்டாலும், அவளுடைய மனத்தினில் இடம் பிடிப்பது வாளின் துணையால் செய்யக் கூடிய காரியம் இல்லையே!

இந்த வேறுபாடு பீசுமருக்குப் புரியவில்லை. ஆடு, மாடு, கன்னிப் பெண் யாராக இருந்தாலும் சத்திரியனுடைய வாளுக்குக் கீழேதான் எதுவும் என்னும் கொள்கையுடையவர் அவர்.

சுபத்திரை தான் விரும்பிய ஒருவனைத் தழுவிக் கொள்வதில் அத்தினா புரத்தின் மானம் எவ்வகையில் பாதிக்கப் படமுடியும்?

சுபத்திரை காலத்தோடு முடிவெடுப்பதில் பல இடர்ப்பாடுகளும், அச்சமான சூழல்களும் இருந்திருக்கக் கூடும்! தாலி கட்டிக்கொண்டு தடுமாறினால்தானே அது கற்புக் குற்றம்!

இதைத் தெளிவாகப் புரிந்துகொள்ளத் துரியோதனனால் முடிந்திருப்பது அவனுடைய அறிவுத் திறத்தைக் காட்டவில்லையா?

ஆனால் மூன்றாம் தலைமுறையிலும் மாறவில்லை பீசுமர்!

விசுவநாதன் தேடித் தந்த விசாலாட்சிதான் பானுமதி!

துரியோதனன் தன் நண்பர்கள் கருணன், அசுவத்தாமனை உட்படுத்திக்கொண்டு, விதுரர் உள்ளிட்ட அரசுப் பரிவாரங்களோடு காசிக்கு யாத்திரையாக வருகிறான். தங்கை துச்சளையும் அவள் கணவன் சயித்திரதனும் உடன்வரு கின்றனர். திருமணமாகி இரண்டாண்டு களாகியும் பிள்ளை இல்லாத குறையை விசுவ நாதரிடம் நேரடியாகச் சொல்லிவிட்டு வருவது தங்கை குடும்பத்தின் யாத்திரை நோக்கம்!

சுயோதனன் கங்கைக் கரையை அடைகிறான். அழுக்குகள், குப்பை கூளங்கள் மிதந்து வருவதைப் பார்க்கிறான். ஒரு பக்கம் ஆறுகளின் புனிதம் பற்றிப் பேசிக்கொண்டு, அவற்றை வணங்கும் மக்கள் கூட்டம், இன்னொரு பக்கம் அவற்றை மாசு படுத்துவது கண்டு வெறுப்புறுகிறான்!

மயங்கிய மாலைப் பொழுது கழிந்து, இருள் படரத் தொடங்கும் நேரம்! கரையினின்று கங்கைக்குள் காலை வைக்கப் போகிறான்.

அவனுக்குப் பக்கத்திலிருந்து யாழை மீட்டியது போல் ஒரு தீங்குரல் ஒலிக்கிறது. 'எடுத்தவுடன் தாயின் தலையில் காலை வைக்காதீர்கள்; அவளை அள்ளித் தலையில் தெளித்துக்கொண்டு அப்புறம் காலை வையுங்கள்!'

சுயோதனன் குரல் வந்த பக்கம் திரும்புகிறான். அவனுடைய இதயம் ஒரு துடிப்பைத் தவற விட்டு விடுகிறது.

'பெண்ணே, உன் மாதாவின் தலையில் கால் படக் கூடாது என்று புனிதம் பேசுகிறாய்; ஆனால் பாதி எரிந்த பிணங்கள் மிதந்து வந்து உன்னை முட்டிக்கொண்டு செல்வது உனக்கோ உன் தாய்க்கோ அருவருப் பானதாக இல்லையா?'

நிமிர்ந்து பார்க்கிறாள் அந்த இளம்பெண். இது போன்ற கூரிய கேள்வி களை அவள் சந்தித்ததில்லை. அவனுடைய அறிவு அவளை மிரட்டுகிறது; அவளுடைய கரிய விழிகளில் படபடக்கின்ற இமைகள் அவனை மிரட்டுகின்றன.

அவனால் பார்வையைத் திருப்ப முடியவில்லை. அவளுடைய விழிகள் ஓரத்திற்கு வந்து, அவன் தன்னைப் பார்ப்பதைக் கண்டுவிட்டு, அவசர மாகத் தரையை நோக்கித் திரும்பிக் கொள்கின்றன!

அவள் எண்ணெய் நிரப்பப்பட்டுத் திரி கொளுத்தப்பட்ட மண் விளக்கை அமைதியாகப் பரபரப்பில்லாமல் நகர்ந்துகொண்டிருக்கும் கங்கையின்மீது மிதக்க விடுகிறாள். இவனும் தன் பங்குக்கு ஒன்றை மிதக்க விடுகிறான். வெவ்வேறு இடத்தில் விடப்பட்டாலும் அவை இரண்டும் ஓரிடத்தில் சேர்ந்து இணை பிரியாமல் பயணத்தைத் தொடர்கின்றன.

'தேவியின் பெயரைத் தெரிந்து கொள்ளலாமா?'

அவள் நிமிர்ந்து பார்க்கிறாள். கேட்டது தப்போ என்னும் பயத்தில் நாக்கு அவனுக்கு மேலன்னத்தில் போய் ஒட்டிக் கொண்டு விடுகிறது!

யானைப்படை, குதிரைப்படை, தேர்ப்படை, காலாட்படை என்றினைய படைகளைப் பெற்ற பெருமன்னன் சுயோதனன், இவளிடம் இருக்கும் 'முகபடாம் போட்ட இரு யானைகளுக்கு' ஆற்ற மாட்டாது தவித்து வேர்த்துப் போய் விடுகிறான்!

'பானுமதி; பாகதத்த மன்னனின் மகள்.' மீண்டும் யாழ் ஒலிக்கிறது!

'நான் சுயோதனன்; திரிதராட்டிர மன்னனின் தலைமகன்.'

'எனக்குத் தெரியும்; கேள்விப் பட்டிருக்கிறேன்.' பேச்சை வளர்க்கிறாள்!

'மோசமாக ஒன்றும் இல்லையே...'

'அப்படியும் சில..' குறும்பு அவளுடைய இதழ்களில் நெளிகிறது.

அந்தக் குறும்பு இவனுக்கு ஊக்கத்தைக் கொடுக்கிறது!

'என்னை மணந்து கொள்வாயா?'

‘இது அபத்தமாக இல்லையா?’ அவள் வெட்கத்தால் முகந்திருப்பிக் கொள்கிறாள்!

இவ்வளவு அவசரமாக இந்தக் கேள்விக்கு வந்திருக்கக் கூடாதோ? நமக்கு இதெல்லாம் பழக்கமில்லை... அவன் மிரண்டு விடுகிறான்!

‘ஆனால் எனக்கு அபத்தங்களும் பிடிக்கும்!’ மிரண்டவனுக்கு அபய மளிக்கிறாள்! ‘தன் நினைவில்லாத அந்தப் பேச்சிலேதான் ஒருவரைப் பற்றித் தெளிவாகத் தெரியும்; என் தகப்பனார் விசுவநாதர் கோயிலில் இருக்கிறார்!’

இனந்தெரியாத உற்சாகத்தில் கங்கைக்கரையில் மான்போல் துள்ளிக் குதித்துக்கொண்டு படிக்கட்டில் தாவித்தாவி வந்தவள் விதுரர்மீது மோதிக்கொண்டு விடுகிறாள். இந்தப் பெண்ணுக்கு என்ன ஆனது என்று மேல்படியில் நின்று கவனித்துக்கொண்டிருந்த விதுரர், தரையைப் பார்த்துச் சிரித்துக்கொண்டே வந்த துரியோதனனை நிறுத்தி, ‘அவளுடைய தகப்பனாரிடம் பேசவா?’ என்று கேட்கிறார். துரியோதனன் அவளைவிட வெட்கப்படுகிறான்!

துரியோதனன் - பானுமதி திருமணம் உடனடியாக மிக எளிமையாக விசுவநாதனைச் சாட்சியாகக் கொண்டு நடக்கிறது! தேடித் தந்தவன் தானே சாட்சியாக முடியும்!

காசியில் கங்கைக் கரையில் தேடவேண்டிய பெண்ணைத் துவாரகையில் பலராமன் வீட்டிலும், பாஞ்சாலத்தில் பாஞ்சாலி சுயம் வரத்திலும் தேடினால் கிடைப்பாளா? துரியோதனனுக்குச் ‘சரிபாதி யாக’ விளங்கப் போகும் ‘பாகம்பிரியாளைப்’ பலராமனுக்குத் தெரியுமா? இல்லை; துருபதனுக்குத்தான் தெரியுமா? விசுவநாதனுக் கல்லவா தெரியும்!

விசுவநாதன் தேடித் தந்த விசாலாட்சிதான் பானுமதி!

உலகம் எப்போதும் இரு கூறானது!

பாண்டவர்களுக்கு அரசைப் பிரித்துக் கொடுப்பது எனத் தவிர்க்க இயலாமல் முடிவா கிறது. காடும் கரடுகளும் நிறைந்த பகுதி பாண்ட வர்களுக்கு அளிக்கப் படுகிறது. சொத்தைப் பங்கு!

ஆனால் அதைப் பெரிதாக எடுத்துக்கொண்டு பாண்டவர்கள் மனம் சோரவில்லை. அவர்கள் தேவதச்சன் மயனின் துணையோடு கட்டிய மைத்த புதிய தலைநகர் தேவருலகத்தை நிகர்க்கிறது!

புதிய நாடு, புதிய தலைநகர், புதிய அரண்மனை, மக்களை அறத்தின்வழி திறம்பட ஆட்சி செய்யும் முறைமை, இவற்றினால் மக்களிடம் ஏற்பட்டிருக்கும் பிடிப்பு, இவை எல்லா வற்றிற்கும் மேலாக யதுகுல மன்னன் கிருட்டிணனின் நட்பு!

மனம் நிறைவடைகிறதா? இல்லையே! இன்னொரு இலக்கைத் தேடுகிறது!

வாழ்க்கை என்பது தொடுவானத்தை நோக்கிச் செல்லும் பயணம்தானே! எவ்வளவு தொலைவு பயணம் நிகழ்ந்தாலும், இலக்குக்கான தொலைவு குறைவதேயில்லை; அல்லது புதிய இலக்குகள் தோன்றிக்கொண்டே இருக்கின்றன! புதிய இலக்குகள் என்பவை புதிய ஆசைகள் தாமே! விளைவு நல்லதானாலும், கெட்ட தானாலும், ஆசைதானே உந்து விசை!

15

இப்படிப்பட்ட சூழலில் ஒரு நாள் கிருட்டிணனிடம் தருமன் இராசசூய யாகம் செய்வது குறித்துக் கருத்துக் கேட்கிறான்.

இராசசூய யாகம் என்பது பார்ப்பனர்களை அழைத்துத் தீ வளர்க்கும் வேள்வியன்று; நெய்தானே செலவு என்று எளிதாகச் செய்து முடிப்பதற்கு !

தன்னைச் சுற்றியிருக்கும் மன்னர்களை எல்லாம் தன்னுடைய அதிகாரப் பிடிக்குள் கொண்டுவந்து பேரரசு கட்டும் முயற்சி அது! மன்னனாகி விட்ட ஒருவனின் அடுத்த முயற்சி மாமன்னன் ஆவதுதானே!

ஒரு அசுவமேதக் குதிரையை அருச்சுனன் தலைமையில் ஒவ்வொரு நாடாக அனுப்பி வைத்தால், ஒன்று பணிந்து திறை செலுத்த வேண்டும்; அல்லது அருச்சுனன் தலைமையிலான படையோடு போர் புரிந்து அவனை வீழ்த்த வேண்டும்!

இது குறித்துக் கிருட்டிணனிடம் அறிவுரை கேட்கிறான் தருமன்! கிருட் டிணனிடம் கருத்துக் கேட்காமல் பாண்டவர்கள் ஒரு துரும்பைக்கூடக் கிள்ளிப்போடத் துணிபவர்கள் அல்லர்.

கிருட்டிணனின் அறிவுரை இல்லாமல் அவர்கள் செய்த காரியம் இரண்டு .

ஒன்று பாஞ்சாலியின் சுயம்வரத்திற்குச் சென்று அவளை வென்று ஐவரும் மனைவியாக்கிக் கொண்டது! இன்னொன்று பாஞ்சாலியைச் சூதாடித் தோற்றது!

கிருட்டிணன் ஒரு பேரரசு கட்டுவதில் உள்ள இடர்ப்பாட்டை விரித்துச் சொல்லியபோதுதான் தருமனுக்கு அது தெளிவுபட்டது!

'பாரத நாடே நடுங்கத் தக்க அளவுக்கு வல்லமையுடைய சராசந்தன் மகத நாட்டின் மன்னன்! கம்சனை நான் கொன்ற பிறகு என்னுடைய மதுராவை அவன் சூழ்ந்துகொண்டான். அவனோடு பதினெட்டு முறை போர் செய்தும் வெற்றிபெற முடியவில்லை! அவனுடைய படைக்கு முன் என்னுடைய படை போதிய வலிமை உடையதாக இல்லை. பொழுது விடிந்து பொழுது போனால் அவனோடு சண்டை செய்வதே தொழிலாயிற்று.'

'அவனுக்கு அஞ்சி நான் மதுராவை விட்டுவிட்டுத் துவாரகைக்குச் செல்லவேண்டிய நிலை ஏற்பட்டது! அவன் இதுவரை நூறு மன்னர் களைச் சிறைப்படுத்தி வைத்திருக்கிறான்; அவர்களைக் கொன்று தன்னுடைய மனித வேள்வியை நிறைவு செய்ய இருக்கிறான். அவனுடைய வேள்விக்கான எரிபொருள் நெய்யில்லை; மனித

உயிர்கள்! போரினால் அவனை வெல்வது அரிது: சூழ்ச்சியால்தான் அவனை அழிக்க வேண்டும்' என்று கிருட்டிணன் கூற தருமன் திகைத்துப் போகிறான். ஆனால் எதுவாக இருந்தாலும் வழிநடத்தக் கிருட்டிணன் இருக்கிறான். 'பாரம் அவனுக்கு அன்னாய்; நெஞ்சமே அஞ்சாதே நீ' என்று பட்டினத்தார் பாடியதுபோல, சுமை கிருட்டிணனுக்கு உரியது.

கிருட்டிணன் சொன்ன யோசனையின்படி, பார்ப்பன வேடத்தில் மகதத் திற்குள் நுழைந்து, சராசந்தனுடைய விருந்தாளிகளாகி, விருந்தினர் களின் விருப்பத்தை நிறைவு செய்யவேண்டிய கட்டாயத்திற்கு அவனை உள்ளாக்கி, நேருக்குநேராக இருவர்மட்டுமே புரியும் மற்போருக்கு வீமனைக்கொண்டு கேட்கவைத்து, எந்த ஆயுதத்தாலும் கொல்ல முடியாத அவனுடைய உடலை இரு கூறாகக் கிழித்து, கிருட்டிணனின் யோசனைப்படி இடம் வலமாக மாற்றிப்போட்டு மீண்டும் அந்த இரண்டு கூறுகளும் சேர முடியாதபடிச் செய்து அவனைக் கொல்கிறான் வீமன்!

இப்போது பாரத நாட்டின் மிகக் கொடூரமான பேரரசன் சராசந்தன் வீழ்த்தப்பட்டு விட்டபடியால், அவனால் சிறை வைக்கப்பட்ட மன்னர் களெல்லாம் விடுதலை செய்யப் பெற்று, பாண்டவர்களின் நாட்டை வாழ்த்து முழக்கத்தோடு பேரரசாக அங்கீகரிக்கத் தயாராகி விட்டார்கள்!

பல மன்னர்களோடு மோதி, பல்லாயிரம் தலைகளை உருளச் செய்து, மனிதக் குருதியால் மண்ணைச் சகதியாக்கிக் கட்டியமைக்கப்பட வேண்டிய பேரரசு, கிருட்டிணனின் தந்திரத்தால் மிக எளிதாக உருவாக் கப்பட்டது. உலகத்திலேயே குறைந்த நேரத்தில், குறைந்த இரத்தத்தில், குறைந்த சேதத்தில் கட்டியமைக்கப்பட்ட பேரரசு பாண்டவர்களின் பேரரசுதான்!

இந்திரப்பிரத்தம் முடிசூட்டு விழாவுக்குத் தயாராகிறது. முடிசூட்டு விழாவில் முதல் மரியாதை கிருட்டிணனுக்கு ஏன் என்று கேட்ட பழைய எதிரி சிசுபாலனின் தலை துண்டிக்கப்பட்டு அவனுடைய கணக்குக் கிருட்டிணனால் முடிக்கப்படுகிறது!

சராசந்தனின் கூட்டாளிகளும், சிசுபாலனின் நண்பர்களுமான சால்வன் போன்றவர்கள் மண்டபத்தைவிட்டு வெளியேறுகிறார்கள்! முடிசூட்டு விழாவில் சிசுபாலன் கொல்லப்பட்டது சத்திரியர்களிடையே ஒரு எதிர்ப்புணர்ச்சியையும் அதிருப்தியையும் தோற்றுவிக்கிறது.

மங்கலமாக முடிய வேண்டிய முடிசூட்டு விழா சுபக்கேடாக முடிகிறது!

முற்றாக ஏற்கப்பட்டவர்களும் இல்லை; முற்றாக எதிர்க்கப்பட்டவர் களுமில்லை. எந்த ஒரு மகிழ்ச்சியும் கடைசியில் அடிநாக்கில் கசப்பை வைத்துவிட்டே முடிகிறது!

இந்தச் செய்தி மகாபாரதம் முழுவதும் பல்வேறு கட்டங்களில் பல்வேறு கோணங்களில் சொல்லப்படுகிறது!

கொடியவன் கம்சனைக் கிருட்டிணன் ஒழித்தது நியாயந்தானே என்று அவனுடைய மாமனார் சராசந்தன் ஏற்றானா?

மனித உயிர்களைக்கொண்டு வேள்வி நடத்தப் பல மன்னர்களைக் கொல்வதற்காக அடிமையாக்கிச் சிறைப்பிடித்து வைத்திருந்த சராசந்தன் அழிந்தது நியாயந்தானே என்று சிசுபாலன் ஏற்றானா?

சிசுபாலனின் தலையைத் துண்டித்தபோது சால்வன் போன்றவர்கள் அதன் நியாயத்தை உணர்ந்தார்களா?

இந்தக் கொடியவர்களெல்லாம் அழிக்கப்பட்டதால்தானே நாம் சுதந்திர மாக நடமாட முடிகிறது என்று அவையிலிருந்து வெளிநடப்புச் செய்த மன்னர்கள் எண்ணிப் பார்த்தார்களா?

தருமம் வென்றாக வேண்டும் என்னும் கவலை எல்லாருக்கும் உரியதாகத் தெரியவில்லை! தங்கள் தங்கள் கோணத்திலிருந்துதான் எல்லாரும் தருமத்தைப் பார்க்கிறார்கள்!

'வாய்மையே வெல்லும்' என்று அரசு இலச்சினைகள் தெரிவிக்கின்றன! ஆளுநர் மற்றும் மந்திரிகளிலிருந்து வட்டாட்சியர் அலுவலக எழுத்தர் வரை யாராவது இதை உண்மையிலேயே நம்புகிறார்களா? உண்மை தான் வெல்லும் என்பது நூற்றுக்கு நூறு உண்மையானால், யார்தான் பொய் சொல்லித் தோற்க விரும்புவார்கள்? ஆனால் யாரும் வாயைத் திறந்துவிட்டால், 'பொய்தானே' பேசுகிறார்கள்! பொய்யின் நீண்ட கால விளைவு என்னவாகவோ இருக்கட்டும்; ஆனால் உடனடி விளைவு காரியம் முடிகிறது! ஆகவே பெரும்பான்மையோரின் விருப்பத் தேர்வு பொய்தான்!

'அறம் வெல்லும்; பாவம் தோற்கும்' என்பதும் பெரிய அளவில் பேசப் படுகிறதே ஒழிய, சிறிய அளவுக்குத்தானே கடைப்பிடிக்கப்படுகிறது!

இந்த நம்பிக்கை தருமனுக்கு முற்றாக இருந்தது; ஆனால் துரியோ தனனுக்குக் கொஞ்சமுமில்லை!

தீங்குதான் உடனடியாகப் பயன் தருவது என்னும் நிலையிலும் தருமன் அறத்தினின்று வழுவான்! பதின்மூன்று ஆண்டுகளுக்குப் பின்னர் துரியோதனன் தன்னுடைய நாட்டைத் திருப்பித் தரப் போவதில்லை

என்றாலும்கூட, வாக்குத் தவறுவது அறக்கேடு என்பதை உறுதியாகப் பற்றி நின்று வனவாசம் செல்கிறான் தருமன்!

ஆனால் துரியோதனன் குருச்சேத்திரக் களத்தில், 'அறத்திற்கு மாறு பாடாக நடந்தீர்களே நியாயமா?' என்று கிருட்டிணனிடம் பாண்டவர் களிடமும் கேட்பது, அறத்தை இவன் மாறாமல் கடைப்பிடித்ததால் அன்று; பகைவர்கள் அதைத் தொடர்ந்து கடைப்பிடிப்பது தனக்கு வசதியானது என்னும் அடிப்படையில்தான்!

துரியோதனன் சாகும்வரையில் அறநோக்குப் பெற்றவனுமில்லை; சாகும் நாளில்கூட பெறவில்லையே என்று வருந்தியவனுமில்லை! உலகில் சிறுபான்மையினர் அறத்தைப்பற்றி நிற்கின்றனர்; பெரும் பான்மையர் அறமல்லாதனவற்றையே பற்றி நிற்கின்றனர்!

உலகம் எப்போதும் இரு கூறாகவே வகுபட்டிருக்கிறது!

தன்னை நிலைகலக்கிக் கீழிடுவானும் தான்!

தருமன் பேரரசனாக முடி சூட்டிக்கொண்டு விட்டான் என்பதைப் பொறுக்கமுடியாத துரியோதனன் சகுனியிடம் கூறுவான்:

...அவர்
பேற்றை அழிக்க உபாயம் சொல்வாய்
என்றன் மாமனே!
தீச்செயல் நற்செயல் ஏதெனினும்
ஒன்று செய்து நாம் அவர்
செல்வங் கவர்ந்து அவரை விட
வேண்டும் தெருவினிலே

(பாஞ்சாலி சபதம் I: 6: 52)

இராவணன், துரியோதனன் இருவருமே கெடுமதியாளர்கள் (villains) என்ற வகையில் ஒரு தன்மையானவர்கள்தாம்; இருவருமே வல்லமை, சூழ்ச்சி என்னும் இரண்டைமட்டுமே நம்புபவர்கள். அறம் என்னும் கோட்பாடு கையாலாகாதவர்களுக்குரியது என்று இருவருமே கருதக் கூடியவர்கள். தங்களின் விருப்பங்களை நிறைவேற்றிக்கொள்ள இருவருமே எந்த எல்லைக்கும் போகக்கூடியவர்கள்! ஒருவனின் நோக்கம் பெண்; இன்னொருவனின் நோக்கம் மண்! அதுதான் வேறுபாடு!

16

ஆனால் துரியோதனன் தீமை புரிவதற்கான யோசனையிலிருந்து அதனை வெற்றிகரமாக நிறைவேற்றிக் கொள்வதுவரை அனைத்துக்கும்

பிறரைப் பயன்படுத்துபவன்! அவர்களை வெற்றிகரமாக ஒருங்கிணைத்துச் செயல்பட வைக்கும் இணையற்ற தலைமைக் குணம் வாய்க்கப் பெற்றவன்!

ஆனால் இராவணன் பிறரிடமோ மந்திரிசபையிலோ ஆலோசனை கேட்பது ஒரு சடங்கு மட்டுமே! அவன் விரும்பாததைச் சொல்பவர்க்கு வீடணனுக்கு நேரிட்ட கதியே நேரிடும்! 'நீ சீதையை விட்டுவிடுவது தான் ஏற்புடைய செயல்; இல்லாவிடில் பெருந் தீங்கைச் சந்திக்க நேரிடும்' என்று அவனுடைய மகன் இந்திரசித்து இறுதிக் கட்டத்தில் சொல்லும்போது, 'என்னையே நம்பி நான் இப்பழி ஏற்றுக் கொண்டேன்' என்று உதறிவிடுகிறான் இராவணன்!

பழியை ஏற்றுக்கொள்ளும் தன்மை; அதற்காக எந்த நிலையிலும் போராடும் தளர்ச்சியின்மை, தடந்தோள்கள் என்றெல்லாம் பார்க்கும் போது இராவணன் கூடுதல் தகுதிகளை உடையவன்!

ஆனால் துரியோதனனுக்கு யோசனை சொல்லச் சகுனி வேண்டும்; அதை நிறைவேற்றித் தரக் கருணன், பீசுமன், துரோணன், அசுவத்தாமன் என்று எண்ணிறந்த பலர் வேண்டும்!

ஆள்வோரும் குடிமக்களும் ஒரே வகையான நீதியமைப்புக்கு உட்பட்டவர்கள் என்பதை ஏற்பவன் அல்லன் துரியோதனன். அப்படி ஏற்காதவன் தான் மட்டுமில்லை; வியாழ முனிவனும்தான் என்று பேசுபவன் அவன்! அவரவர் வகுத்துக் கொண்ட கொள்கைகளே அவரவரை வழி நடத்துகின்றன!

> மன்னர்க்கு நீதி ஒருவகை - பிற
> மாந்தர்க்கு நீதி மற்றோர் வகை - என்று
> சொன்ன வியாழ முனிவனை

(பாஞ்சாலி சபதம், I: 11: 87)

ஆட்சி என்பது ஒரு பொறுப்புதான்; அது சுகபோகமன்று; அது கிடைத்தால் அறத்தின்வழி அதை நடத்தலாம்; அது கிடைக்கா விட்டால் அதை அடைவதற்கான சூழ்ச்சிகளில் ஈடுபடத் தேவையில்லை; சுமை அகன்றது என்று தன் வழியிலேயே செல்லலாம் என்று கருதிய இராமன்தான் மகாத்மா காந்திக்கே வழிகாட்டியாக இருக்க முடியும்! இந்தியாவுக்கு மகாத்மா வழிகாட்டி; மகாத்மாவுக்கு இராமன் வழிகாட்டி!

இராமனுக்கு வியாழ முனிவன் உந்து சக்தியாக இருக்க முடியாது; அவரவர் அடைய விரும்பும் இடத்திற்கேற்ற வழிகாட்டிகளைத் தேர்வு செய்து கொள்கிறார்கள்.

‘எளிய மனிதர்களுக்குத்தான் கடைப்பிடிப்பதற்குரிய முறை முக்கியம்; நம்மைப்போன்ற மன்னர்களுக்கு அடையவேண்டிய இலக்குமட்டுமே முக்கியம்’ என்று கருதுகிறவன் துரியோதனன்!

வழிவழியாக உலகெங்கிலும் உள்ள மன்னர்கள் எப்படியோ அப்படியே துரியோதனனும்!

பிறர் மண்ணைப் பறித்துக் கொள்ளல்; தன்னை இழிவு படுத்தியவர் களை நேரம் வரும்போது திரும்ப இழிவுபடுத்தி மகிழ்தல் என்று நாம் காலந்தோறும் வரலாற்றில் சந்திக்கின்ற மன்னர்களில் ஒருவன்தான் துரியோதனன்.

தந்தை திரிதராட்டிரன், மகன் துரியோதனனோடு பல நேரங்களில் இசைந்து போக மறுப்பான்; ஆனால் அவனை வழிக்குக் கொண்டுவந்து விடுவதில் துரியோதனன் மன்னன்!

தம்பி விதுரனின் அணுக்கம் திரிதராட்டிரனை அப்போதைக்கப்போது நேரிய வழியில் திருப்பும்!

ஆனால் நேரிய வழி எது என்பதற்கு எதிர்வாதம் வைப்பான் துரியோதனன்.

நல்வழி தீயவழி - என
நாமதிற் சோதனை செயத் தகுமோ?
செல்வழி யாவினுமே - பகை
தீர்த்திடல் சாலு மென்றனர் பெரியோர்

(பாஞ்சாலி சபதம், I: 13:101)

வெல்லும் வழியெல்லாம் செல்லும் வழிதான் என்னும் துரியோதனனின் வாதத்திற்கு எதிர்வாதமில்லை திரிதராட்டினனிடம்; ஆகவே மகன் செலுத்திய வழியே செல்வதற்குத் தயாராவதைத் தவிர வேறு வழியில்லை.

மகன்மீது கொண்ட தனித்த அன்புமட்டுமே காரணமில்லை. மகனுடைய வாதத்தை எதிர்கொள்ள முடியாமையும் முக்கியமான காரணம்தான்!

துரியோதனனின் கொள்கை உலகுக்குப் பழக்கப்பட்ட கொள்கை; ஆனால் தருமனின் கொள்கை பழக்கப்படாதது! இதுவரை சோதித்து அறியப்படாதது; பழம்பெருங்காலத்தில் தருமத்தின் முதற் சோதனை யாளன் தருமனே!

ஆபத்து அரசர்க்கு வேறுண்டோ - தம்மில்
அன்னியர் செல்வம் மிகுதல் போல்

(பாஞ்சாலி சபதம், I: 8:64)

என்னும் துரியோதனனின் அயல்விவகாரக் கொள்கைதான் அரசுமுறை ஏற்பட்ட காலத்திலிருந்து இன்று புதிதாய்த் தலைமையமைச்சர் பதவி ஏற்றிருக்கும் மோடி காலம்வரை கடைப்பிடிக்கப்பட்டு வருகின்ற 'அயல் விவகாரக் கொள்கையாக' (foreign policy) இருந்து வருகிறது!

துரியோதனனின் கருத்து ஏற்கத்தக்கது என்றாலும் மறுக்கத்தக்கது என்றாலும், அரசநீதி குறித்து அவனுக்கென்று ஒரு பார்வை இருக்கிறது.

தந்தையிடம் துரியோதனன் பேசுகிறான்: 'ஒரே தொழிலில் ஈடுபட்டவர்களிடம் பகைமை உண்டாகிறது. நாமும் சரி, பாண்டவர்களும் சரி, இராச்சிய பாரத்தைத் தொழிலாக ஏற்றிருக்கிறோம்! நமக்குள் பகைமை வருவதைப்பற்றி மனம் சஞ்சலப்படுவதில் அர்த்தமில்லை. அது இயற்கை. நம்மைவிட நம் பகைவன் வளர்வதைக் கண்டு அலட்சியமாக இருந்தால் நாம் அழிந்து போய்விடுவோம்.'

(சோ, மகாபாரதம், I, சபா. பக்.214)

அத்தினாபுரத்திற்கு இந்திரப்பிரத்தம்தான் பக்கத்து நாடு. அந்த நாடு இப்போது பேரரசு நிலை எய்தி இருக்கிறது.

என்னதான் ஒரே வம்சத்தினர் என்றாலும், வாயும் வயிறும் வேறுதான்!

ஆகவே பாண்டவர்களை நமக்குக் கீழ்க் கொண்டுவராவிட்டால் நாம் ஒரு நாள் அவர்களுக்குக் கீழ்ச் செல்ல நேரிடும். இயற்கை விதி அதுதான். இதுதான் துரியோதனன் கருத்து!

ஆகவே துரியோதனன் முன்கை எடுக்க நினைக்கிறான். ஆனால் நல்லதையும் கெட்டதையும் சீர்தூக்கிப் பார்க்கும் கூர்மையுடையவன் அவன் என்பதால் போரில் பாண்டவரை வெல்வது இயலாது என்பது அவனுக்குத் தெரிந்தே இருந்தது!

வெஞ்சமர் செய்திடு வோமெனில் - அதில்
வெற்றியும் தோல்வியும் யார் கண்டார்? - அந்தப்
பஞ்சவர் வீரம் பெரிதுகாண் - ஒரு
பார்த்தன்கை வில்லுக்கு எதிருண்டோ?

(பாஞ்சாலி சபதம், I: 7: 55)

ஆகவே சகுனியையும் சூதையும் துணையாகக் கொண்டு பாண்டவர்களை அழிக்கத் திட்டமிடுகிறான். தாயாதிகள் என்பதால், 'மண்டபங் காண வாருங்கள்' என்றால் வருவார்கள்! தருமனுக்குச் சூதின்மீது மையலுண்டு; சகுனி சூதில் புலி!

சூது நடந்தது; எதிர்பார்த்தவாறு நாடு பறிக்கப்பட்டுவிட்டது. ஆனால் பாண்டவர்கள் சூதில் தங்களை வைத்து இழந்ததும் பாஞ்சாலியை வைத்து இழந்ததும் எதிர்பாராமல் நடந்த கொடுமை!

'கூந்தலைப் பற்றி இழுத்து வந்த துச்சாதனனின் இரத்தத்தைப் பூசித்தான் அவிழ்ந்த இந்தக் கூந்தலை முடிப்பேன்; அதுவரை முடியேன்' என்று பாஞ்சாலி சூளுரைக்கவும், 'தன் தொடையில் வந்து அமருமாறு பாஞ்சாலியை அழைத்த துரியோதனனின் தொடையைப் பிளந்து உயிரை மாய்ப்பேன்' என்று வீமன் சூளுரைக்கவும், 'பாதகக் கருணனைப் போரில் மடிப்பேன்' என்று பார்த்தன் சூளுரைக்கவுமான நிலைகள் ஏற்பட்டு, இறுதியில் பாண்டவர்கள் வனவாசம் புறப்படு கிறார்கள்.

அரசியல் சாம, பேத, தான, தண்டத்தை உத்திகளாகக் கொண்டது. இன்னின்னார் அமெரிக்க உளவுத் துறையான C.I.A.-வின் பணம் பெறுவோர் பட்டியலில் (pay roll) இருக்கிறார்கள் என்று இன்றும் குற்றமாகப் பேசப்படுகின்ற நிலையும், பழைய காலத்தில் மாற்றானின் ஆட்களை தானத்தால் விலைக்கு வாங்கும் நிலையும் ஒன்றுதான்! அரசியலில் நிறுவனங்கள் (institutions) மாறியிருக்கின்றனவே ஒழிய தன்மை மாறவில்லை!

இன்னும் அரசியலில் கையாளத் தக்கன, கையாளத் தகாதன என்று பழைய காலத்திலேயே பல உத்திகள் வகுக்கப்பட்டிருக்கின்றன!

அவற்றில் ஒன்று: 'நன்மை செய்யா உவகை!' எளியவர்களை அழித்து விட்ட மட்டு மீறிய மகிழ்ச்சியில் வலியார்மீதும் செல்லுவது! இந்தக் குற்றத்திற்கு ஆட்பட்டு அழிந்தவன் வாதாபி!

இன்னொன்று : 'மாண்பில்லா மானம்!' அஃதாவது நன்மையின் நீங்கிய மானம்!

தொடங்கிய செயல் நன்மை பயவாது என்பதை உணர்ந்தும், கருதியதை முடிக்க வேண்டும் என்று அதனை விடாது தொடர்ந்து செயல் படுத்துவது! இதனால் கெட்டவன் துரியோதனன்!

துரியோதனனின் அரசியல் அவனுடைய தொடை பிளக்கப்படுவதில் வந்து முடிந்தது!

தேருக்குத் தாங்குதளம் பூமியல்ல; தருமம்தான்!

பாண்டவர்களுக்கிடையே உள்ள உறவின் இறுக்கம் மிகவும் வலிமையானது. ஆயினும் ஒரு கட்டத்தில் தருமனுக்கெதிராகப் பொங்கி எழு கிறான் வீமன்!

எந்தப் பாஞ்சாலி ஐவரின் உறவில் விரிசல் ஏற்பட்டுவிடக் கூடாது என்பதற்காக ஐவரையும் ஒரு சேர மணந்தாளோ, அந்தப் பாஞ்சாலியே தருமனை வீமன் தரக்குறைவாகப் பேசக் காரண மானாள்!

ஆங்காங்கே உரத்த குரலில் தருமனுக்கு எதிர்க் கருத்துச் சொல்லும் இயல்பு வீமனுக்கும் உண்டு; பாஞ்சாலிக்கும் உண்டு! அவர்கள் இருவருமே வெளிப்படையாகக் கருத்துக்களை வெளிப் படுத்தும் பான்மையினர்! மிக உயரமான தருமனைத் தங்கள் மட்டத்திற்குக் கொண்டு வர அவர்கள் இருவருமே இடையறாது முயல் வார்கள்! ஆனால் யட்சன்போன்ற தெய்வ வீறுள்ளவர்களையே மட்டாந்து போகச் செய்து விடும் தருமனுக்கு, இவர்களெல்லாம் எந்த மூலைக்கு? கடைசியில் தருமனின் வழிக்கு அவர் களும் வந்துவிடுவார்கள்!

சரியாகச் சிந்திக்கக் கூடியவன் தருமன் என்பது மட்டுமில்லை; தருமத்திற்கு மாறுபடாமல் செயல்படக் கூடியவனுங்கூட! வினை வேறு; சொல் வேறு என்னும் குற்றத்திற்கு ஆட்படாதவன் தருமன்!

அத்தகைய தருமனை ஒரு கட்டத்தில் வீமன் தாறுமாறாகப் பேசுகிறான். பாஞ்சாலியை அவையில் கௌரவர்கள் இழிவுபடுத்துவதைப் பொறுக்கமாட்டாமல், வீமன் கொதிமொழிகளைக் கொட்டுகிறான்!

'பாஞ்சாலியைச் சோரத்தினால் பெற்றோமா? சூதினாற் பெற்றோமா? வீரத்தினால் அல்லவா பெற்றோம்! வெம்போர் வெற்றியினால் அல்லவா படைத்தோம்; பொக்கென ஓர் கணத்தே எல்லாவற்றையும் போகத் தொலைத்து விட்டாயே! இரு பகடை என்றாயே; ஐயோ இவர்க் கடிமை என்றாயே!'

இது பொறுப்பதில்லை - தம்பி
எரிதழல் கொண்டு வா
கதிரை வைத்திழந்தான்- அண்ணன்
கையை எரித்திடுவோம்!

(பாரதி, பாஞ்சாலி சபதம், II: 28:77)

எரிக்கச் சொன்னது, சேலையை உரியச் சொன்ன துரியோதனன் கையை அல்ல; அதை உரிந்த துச்சாதனன் கையையும் அல்ல; தருமனின் கையை! 'எதிரிகள் இழிவானவர்கள் என்பது தெரியாததா? அவர்களின் வன்மம் அறியாததா? அறிந்தும் விளைவைப்பற்றிச் சிந்திக்காமல் பகடையைக் கையிலெடுத்தவன் கையைக் கொளுத்த வேண்டாமா? சகாதேவா! எரிதழல் கொண்டு வா; அண்ணன் கையை எரித்திடுவோம்' என்று கூச்சலிடுகிறான் வீமன்!

பதறிப் போய்ப் பார்த்தன் குறுக்கிடுகிறான்:

'யாரைச் சொன்னாய்? எங்கு சொன்னாய்? யாவர் முன்னே? திரிலோக நாயகனையா சினந்து சொன்னாய்?' என்று அருச்சுனன் கேட்கும்போது இவ்வளவு இழிந்த செயலுக்குப் பிறகும் தருமன் போற்றுதலுக்குரிய இடத்தில் உடன்பிறந்தார்களின் நெஞ்சில் இருப்பது மனத்தினைக் குழையச் செய்கிறது!

'மூன்று உலகுக்கும் நாயகனென போற்றப்படத் தக்கவனுக்கா நல்லது எது, கெட்டது எது எனப் பாகுபடுத்தி அறியத் தெரியாது? இவ்வளவும் அறிந்தவனின் கண்ணை மூட வைத்தது எது? அறிவார்ந்த தருமனின் அறிவை முடக்கி வைத்து, அவனைக் கண்மூடித்தனமாகச் செயல்பட வைத்தது எது? விதியல்லவா' என்கிறான் அருச்சுனன்!

இழப்பிக்கின்ற ஊழ் அல்லது விதி, முதலில் ஒருவனை மடைமைப் படுத்தி, அவனை அந்தச் செயலுக்குப் பொறுப்பாக்கித்தான் இழப்பிக்கும் என்னும் இந்தக் கருதுகோளில் அறிஞர்க்கெல்லாம் அறிஞனான வள்ளுவனுக்கும் உடன்பாடுண்டு! 'பேதைப்படுக்கும் இழவூழ்' (குறள் 372). இதுதான் இந்தியச் சிந்தனையும்கூட!

தருமத்தின் வாழ்வதனைச் சூது கவ்வும்
தருமம் மறுபடி வெல்லும் எனும் இயற்கை
மருமத்தை நம்மாலே உலகங் கற்கும்
வழிதேடி விதி இந்தச் செய்கை செய்தான்

(பாரதி, பாஞ்சாலி சபதம், II: 29:79)

எந்தத் துயரத்திலும் தருமத்தின்மீது ஊன்றி நிற்கிறவனைத்தான், விதி தன்னுடைய சோதனைக்குப் பயன்படுத்திக்கொள்ள முடியும்! தீமை அடைகின்ற வெற்றியோ, நன்மை அடைகின்ற தோல்வியோ நிலைத்த தன்மை உடையதல்ல! தீமையை நன்மை வென்றே தீரும் என்பதை உலகுக்கு எடுத்துக்காட்ட, விதி நம்மையெல்லாம் ஆடு கருவிகளாகக் கையிலெடுத்துள்ளது! கட்டுண்டு விட்டோம்; பொறுத்திருப்போம்; காலம் மாறும் என்று அமைதி கூறுகிறான் அருச்சுனன்!

அருச்சுனன் மிக அறிவாக மிக அபூர்வமாகப் பேசிய இரண்டொரு இடங்களில் இது ஒன்று! இன்னொன்று மிகப் பெரிய மெய்யியல் நூலான பகவத்கீதையின் மாபெரும் விவாதத்தைத் தொடங்குவதற்குக் காரணமான கேள்விகளை முன்வைத்தது!

அரண்மனை வாசம் வனவாசமாக மாறப்போகிறது! இரண்டுக்கும் இடையே உள்ள இடைவெளி வாழ்ந்து பார்க்கிறபோதுதான் தெரியும்! ஓராண்டு, ஈராண்டல்ல; பதின்மூன்றாண்டுகள்! அதிலும் கடைசி ஓராண்டு அஞ்ஞாதவாசம்! யாராலும் அறியப்படாமல் வாழ வேண்டும்! எளிதா இது? எண்ணிப் பார்ப்பதற்கே அயற்சியாக இருக்கிறதே!

பாண்டவர்களின் தந்தை பாண்டு தன்னுடைய இரண்டு மனைவி களோடும் ஆட்சிக் கட்டிலைவிட்டு இறங்கிக் காட்டில் வாழ்ந்தவன் தான்! பாண்டவர்கள் ஐவரும் காட்டிலேயே பிறந்து, காட்டிலே வளரத் தொடங்கியவர்கள்தாம்! பாண்டுவும், அவனுடைய இரண்டாவது மனைவி மாத்திரியும் காட்டிலேயே இறந்துபோய்விட்டபடியால், முதல் மனைவி குந்தி ஐந்து பேரையும் அழைத்துக்கொண்டு அத்தினா புரத்திற்கே வந்துவிட்டாள்! இப்போது மீண்டும் வனவாசம். பாண்டுவின் வனவாசம் விரும்பி ஏற்றது! பாண்டவர்களின் வனவாசம் தாங்களாகவே ஒருவகையில் தங்கள்மீது திணித்துக் கொண்டது!

பாண்டவர்கள் காடு செல்லும் காட்சியைப் பார்வையற்ற திரிதராட்டி ரனுக்கு விதுரன் எடுத்துச் சொல்கிறான்: 'தருமபுத்திரன் ஓர் ஆடையினால் முகத்தை மூடிக்கொண்டு செல்கிறான்; திரௌபதி தனது விரித்த கூந்தலினை இழுத்து முகத்தை மறைத்துக்கொண்டு செல்கிறாள். மக்க ளெல்லாம் பாண்டவர்கள் பின்னால் ஓடி வருகிறார்கள்! துச்சாதனன், துரியோதனன், சகுனி ஆகியோரை மக்கள் மண்ணை வாரித் தூற்றுகிறார்கள்!'

இப்படியாகப் பாண்டவர்களும் பாஞ்சாலியும் துவைத வனத்திற்கு வந்து புதிய வாழ்க்கையைத் தொடங்குகிறார்கள்.

காட்டில் அறுவர்க்கும் பொழுது நிரம்ப இருக்கிறது. அரண்மனை வாசத்தில் பக்கத்தில் அமர்ந்துகொண்டு, 'உங்களைப்போல் உண்டா? மழையே நீங்கள் விரும்பினால்தான் பெய்யும்; விரும்பும்போதுதான் பெய்யும்; விரும்பும் அளவுக்குத்தான் பெய்யும்; கதிரவன்கூட உங்களுக்கு விருப்பமில்லை என்றால் மேகங்களுக்கிடையே ஒளிந்து கொண்டு விடும்' என்று இச்சகம் பேசும் கூட்டம் இப்போது பாண்டவர் களைச் சுற்றி இல்லை! அந்தக் கூட்டத்திற்கு அரண்மனை அல்லாத இடங்களில் வேலை இல்லை!

ஆகவே செய்துவிட்ட தவறுகள் குறித்தும், அவற்றை ஒழுங்கு செய்து கொள்வதற்கான வழிவகைகள் குறித்தும் சிந்திப்பதற்கும் விவாதிப் பதற்கும் நிறையப் பொழுது இருக்கிறது.

வீமனும், பாஞ்சாலியும் இதற்கு முன்னர் தங்களை இந்த நிலைக்கு ஆளாக்கிவிட்டது குறித்துச் சூதாடு களத்திலேயே தருமனைக் கடுமையாகச் சாடியதுண்டு. தருமனுடைய கட்டுக்குள் இருந்து விடுவித்துக்கொண்டு வெளியேற, இந்த வனவாசத்தை ஏற்க மறுக்க அந்த இருவரும் எல்லா வகையாலும் சுதந்திரமுடையவர்கள்தாம்!

வீமன் உடல் வலிமை மிக்கவன். நாட்டை வைத்துச் சூதாடும்போதும், தன்னை வைத்துச் சூதாடும்போதும் வீமன் எதிர்த்திருக்கலாம்! இன்றைய அரசியற் கட்சிகள் குறிப்பிட்ட ஒரு தலைப்பின் கீழ் ஆராய வேண்டியதைத் தீர ஆராயாமல், அது குறித்துத் தலைவன் விரும்பிய வாறு முடிவெடுக்க அவனுக்கு முழு அதிகாரம் கொடுத்துவிட்டு, பிறகு கட்சி தோற்றுப் போகும்போது, 'இவனென்ன தலைவன்' என்று சாடுவதுபோல்தான், வீமனும் தருமனைச் சாடுகிறான்!

ஆடும்போதே வீமன் கட்டுப்பட மறுத்திருந்தால், அவனுக்கு வனவாசம் நேரிட்டிருக்காது. தன்னை வைத்துச் சூதாடியது குறித்துப் பொங்கி எழுந்த பாஞ்சாலி, மன்னனான தன் தந்தை துருபதன் உதவியை நாடியிருந்தால் இந்தக் கொடிய வனவாசத்தைத் தவிர்த்திருக்கலாம்.

இராமனின் வனவாசம் கைகேயியால் திணிக்கப்பட்டது. இராமன் மட்டுமே அதை ஏற்று, மரவுரி தரித்துப் புறப்படத் தயாராகும்போது, சீதை அவனைப் பிரிந்திருக்க மறுத்து, தன்னையும் அழைத்துச் செல்லு மாறு சண்டை போடுகிறாள். 'காட்டு வாழ்க்கை எளிதானதில்லை; வேண்டாம்' என இராமன் மறுத்தபோது, 'உன் பிரிவினும் சுடுமோ பெருங்காடு' எனக் கூறிப் புறப்படத் தயாராகிவிடுகிறாள். அதுதான் இலக்குவன் நிலையும்! 'நானும் சீதையும் யார் உளர் எனில் உளோம்' என்று கேட்டுவிட்டு அவனும் உடன் புறப்படத் தயாராகி விடுகிறான்!

இராமனின் வனவாசத்தில் சீதையின் உடன்வருகையும், இலக்குவன் உடன்வருகையும் அவர்கள் தாங்களாகவே எடுத்த முடிவு!

பாண்டவர் வனவாசத்தில், பாஞ்சாலி மற்றும் நான்கு பாண்டவர்களின் வனவாசம், தருமனின் பொறுப்பற்ற செய்கையால் அவர்களின்மீது திணிக்கப்பட்ட ஒன்று! அருச்சுனனும் நகுலனும் சகாதேவனும் அதை எதிர்ப்பின்றி ஏற்றுக்கொள்ளும் மனநிலையினர். வீமனும் பாஞ் சாலியும்கூட வனவாசத்தை ஏற்றுக்கொள்ளத்தான் செய்தனர். எனினும் இது தேவைதானா என்னும் கேள்வி அடிக்கடி அவர்களை அரிக்கிறது! ஆகவே நினைத்து நினைத்துத் தருமனோடு கடுமையாக வாதிடுகின்றனர்!

தருமனின் நிலைப்பாடு, தான் கொடுத்த வாக்கினை என்ன விலை கொடுத்தேனும் காக்க வேண்டும் என்பது!

பணத்தையோ, ஒரு பொருளையோ அரங்கில் வைத்துச் சூதாடும்போது தோற்றுவிட்டால், வெற்றி பெற்றவன் அந்தப் பணத்தையோ, பொரு ளையோ தன்பக்கம் இழுத்துக் கொள்வான்!

ஒரு நாட்டை வைத்துச் சூதாடும்போது தோற்றுவிட்டால்,தோற்றவன் வெற்றி பெற்றவனிடம் அந்த நாட்டை ஒப்படைத்துவிட்டு வெளியேறி விடுவான் என்னும் நம்பிக்கைதான் ஒரு நாடு பணயப் பொருளாக ஏற்கப்படுவதற்கான அடிப்படை!

நாடாவது கைமாற்றிவிடத் தக்கது; வனவாசம் செல்லுவதை ஒரு பணயப் பொருளாக்கித் தோற்கும்போது, தோற்றவன் தானாக முன்வந்து வனவாசத்தை ஏற்றால்தான் உண்டு; இல்லையென்றால் இல்லைதான்!

தோற்கிறவன் சாதாரண ஆளாக இருந்து, அவன் தன்னுடைய வாக்கைக் காப்பாற்றவில்லை என்றால், அவனைச் சிறைப்படுத்தலாம்; நாடு கடத் தலாம்; சிரச்சேதம்கூடச் செய்யலாம்!

பல அரசர்களைச் சிறைப்படுத்திய சராசந்தன்போன்ற நினைத்துப் பார்க்க முடியாத கொடிய வல்லாட்சியாளனையே கொன்று, அவனால் சிறைப்பட்ட எல்லா அரசர்களையும் விடுதலை செய்து, அந்த நன்றியின் காரணமாக அவர்கள் மட்டுமல்லாது, அருச்சுனன் தலைமையில் புறப்பட்டுப் போன சிறு படையினை எதிர்கொள்ள முடியாத அரசர்களெல்லாம் அஞ்சித் தாங்களாகவே முன் வந்து பாண்டவர்களுக்குத் தலை வணங்கித் திறை செலுத்தத் தருமன் நடத்திய இராசசூய யாகத்தில் காத்துக் கிடக்கின்ற அளவுக்கு, கிருட்டிணன் துணையோடு பேரரசனாக முடி சூட்டிக்கொண்ட தருமன் வனவா சத்தை ஒரு பணயப் பொருளாக்கினால், அதைத் தானாக முன்வந்து நிறைவேற்றினால் உண்டு; இல்லையென்றால் இல்லைதானே!

அந்த நம்பிக்கைக்கு மாறாகத் தருமன் நடக்கமாட்டான் என்னும் நம்பிக் கையில்தானே கௌரவர்கள் மேலும் மேலும் பணயம் உரைக்கின்றனர். அந்த நம்பிக்கையை,அந்த வாக்குறுதியை எந்த விலை கொடுத்தேனும் காப்பது தன் உயிரினும் மேலான கடமை என்று தருமன் நினைக்கிறான்!

வனவாசம் தருமனுக்கு ஒரு பொருட்டேயில்லை! மஞ்சத்தில் துயில்வதும் மண்ணில் துயில்வதும் மனம் சம்பந்தப்பட்ட ஒன்றே ஒழியச் சுகம் சம்பந்தப்பட்ட ஒன்றில்லை!

பீமனும் பாஞ்சாலியும்கூட வசதி போய்விட்டதே என்பதைவிட உரிமை போய்விட்டதே என்பது குறித்தே மிகுதியாகக் கவலைப்படுகின்றனர்.

ஒரு சத்திரியனுடைய வாழ்க்கை முறை வேறு! ஒரு எளிய குடிமகனுடைய வாழ்க்கைமுறை வேறு என்பது அவர்களின் கருத்து.

'கோபமே சத்திரியனுக்கு லட்சணம் என்றும், சத்திரியனுக்குப் பொறுமை தகாது என்றும் அது அவமானத்தில் முடியும் என்றும் பெரியோர் வாக்குகளையும் நியாயங்களையும் பிரமாணமாகக் காட்டி, பீமசேனனும் பாஞ்சாலியும் வாதிப்பார்கள்!'

'வனவாசத்தை நிறைவேற்றவேண்டிய தேவையில்லை; உடனே துரியோதனனைத் தாக்கி, அவனையும் அவன் துணைவர்களையும் கொன்று, இராச்சியத்தை மீட்கவேண்டும் என்பது பீமனுடைய வாதம்!'

'சத்திரியனாகப் பிறந்த நீர் வேறு குலத்தின் தருமத்தை அனுசரிக்கப் பார்க்கிறீர்! இது பயன் தராது! சத்திரியனுக்குக் குரூரமும் கோபமும் லட்சணம். நீசர்களிடம் நம்முடைய இராச்சியத்தை விட்டுவிட்டு, பிரதிக்ஞையின் பேரால், மலைப்பாம்புபோல் செயலற்றுக் கிடக்கிறீர்'

(இராசாசி, மகாபாரதம், பக்.127)

வீமன் மேலும் மேலும் சொல்கிறான்: 'சத்திரியன் வேடனைப் போன்றவன்; மிருகங்களுக்கு ஆசையுள்ள உணவைக் காட்டி, அவற்றை நம்பச் செய்து, அவற்றைப் பிடித்துக் கொன்று, தனக்கு உணவாகக் கொள்கிறான் வேடன்! அதேபோல் மற்றவர்களிடமிருந்து அபகரித்துத் தான் சத்திரியன் தனது ராச்சியத்தை விருத்தி செய்துகொள்கிறான்.'

(சோ, மகாபாரதம், வன. பக்.263)

வீமன் மற்றும் பாஞ்சாலி கருத்துப்படி சத்திரிய தருமம் பொதுவான தருமத்திலிருந்து வேறானது! கபடம், சூது, வஞ்சகம், நம்பிக்கை மோசம் இவையெல்லாம் சத்திரியனுக்கு அனுமதிக்கப்பட்டவை! இதே நிலைப்பாடுடையவன்தான் துரியோதனனும்! துரியோதனன் இதேபோன்ற கருத்துக்களை வியாழ முனிவனை மேற்கோள் காட்டித் திரிதராட்டிரனிடம் பேசுவான்!

வாக்கு மீறல் என்பது எல்லா மனிதர்களுக்கும் அன்றிலிருந்து இன்று வரை இயல்பான வாழ்க்கை முறையாகவே இருந்து வருகிறது. ஒப்பந்தங்களை எழுத்தில் கொள்வது நவீன கால வளர்ச்சி நிலை. அதையும் மீறுகிறார்களே என்று, ஒப்பந்தங்களைப் பதிவு அலுவல கங்களில் சாட்சிகளோடு முன்கூட்டியே பதிந்துகொள்வது இன்னும் அடுத்த வளர்ச்சி நிலை!

ஒரு மனிதன் நெஞ்சார ஒப்புக்கொண்டு தானாகக் கட்டுப்பட்டால் ஒழிய, இத்தகைய மீறல்களுக்கான தீர்வு எந்த நீதிமன்றத்திலும் கிடையாது.

ஒருவன் எதை எழுதிக்கொடுத்து ஆவணப்படுத்தியிருந்தாலும், சட்டப் படி முற்றிலும் செல்லாது; null and void என்று நீதிமன்றம் கூறிவிட்டால், நியாயம் எதுவாக இருந்தால் என்ன? ஆவணத்தைத் தூக்கி அடுப் பெரிக்க வேண்டியதுதான்!

நீதியை நடைமுறைப்படுத்தத்தான் சட்டம் என்றாலும், நீதி சட்டத்தின் வழியே முழுமையாக நிறுவப்பட்டுவிடுவதாகச் சொல்ல முடியாது!

சட்டத்தை உருவாக்குபவர்கள் சட்டமன்ற உறுப்பினர்களும், பாராளு மன்ற உறுப்பினர்களும்தாமே! அவர்களின் உயரமே சட்டத்தின் உயரம்; சட்டத்தின் உயரமே நீதியின் உயரம்!

நீதிமன்றங்கள் சட்டத்தை மறுவிளக்கப்படுத்துவதுதான் (interpretation) தீர்ப்பு! இப்படி மறுவிளக்கப்படுத்துவதிலுள்ள மாறுபாடுகள் காரணமா கத்தான் மாறுபட்ட தீர்ப்புகள் வெளிவருகின்றன.

கீழ் நீதிமன்றத்திலே 'ஆம்'; உயர் நீதிமன்றத்திலும் 'ஆம்'; உச்சநீதி மன்றத்தில் 'இல்லவே இல்லை!' ஒரு நிகழ்வைச் சட்டத்தோடு பொருத்திப் பார்க்கும்போது, ஒன்றுக்கொன்று மாறான தீர்ப்புகள் வெளிப்படுத்தப்படுகின்றன! அதே சட்டம்; அதே நிகழ்வு; நீதிபதிகளின் பார்வை மாறுபாடே தீர்ப்பு மாறுபாட்டுக்குக் காரணம்!

உச்சநீதிமன்றத்திலே மூன்று நீதிபதிகள் அமர்வில் ஒரு தீர்ப்பு; ஐந்து நீதிபதிகள் அமர்வில் வேறொரு தீர்ப்பு; பின்பு பதினொரு நீதிபதிகள் அமர்வில் ஐந்து நீதிபதிகள் 'இல்லை' என்றும் ஆறு நீதிபதிகள் 'ஆம்' என்றும் தீர்ப்புரைத்தால், கடைசி ஒருவர் எந்தப் பக்கம் சாய்கிறாரோ அந்தப் பக்கத்தின் தீர்ப்பே தீர்ப்பாகி விடுகிறது!

சட்டத்தின் தன்மை வேறு; தருமத்தின் தன்மை வேறு; சட்டத்திற்கு உட்பட்டு வாழும் குடிமகனுக்கு (law abiding citizen) நீதிபதி என்பவர் அவனுக்கு வெளியே இருக்கிறவர்; ஆகவே பல வகையான தீர்ப்புகள்! தருமத்தின்படி வாழுகின்ற ஒவ்வொருவனுக்கும் அவனவனே

நீதிபதியாக இருக்க முடியும்! ஆகவே ஒரே தீர்ப்புத்தான்! 'தன்னெஞ்சு அறிவது பொய்யற்க' (குறள் 293) என்பான் வள்ளுவன்.

சட்டம் என்ன சொல்லுகிறது? தருமனுக்கு முக்கியமில்லை! சத்திரிய தருமம் என்ன சொல்லுகிறது? தருமனுக்கு முக்கியமில்லை! அந்தி பட்ட பிறகு, நிலவொளியில், தருமனின் நெஞ்சில் தலை சாய்த்துக் கொண்டு அவனுடைய நெஞ்சு முடியைக் கோதிக்கொண்டு, குழறிக் குழறிப் பாஞ்சாலி கொஞ்சுமொழி பேசுகிற வேளையில்கூட, தருமன் காலம் என்று ஒன்றிருப்பதையே உணராமல் அவளோடு முற்றாகக் கரைந்துவிட்ட நிலையிலும்கூட, அவனைத் தருமத்தினின்று புரட்ட முடியாது!

கொஞ்சியும் புரட்ட முடியாது; கோபப்பட்டும் புரட்ட முடியாது; வாதிட்டும் புரட்ட முடியாது; வழக்காடியும் புரட்ட முடியாது!

'பதின்மூன்று ஆண்டுகள் கழித்த பிறகு நாட்டைத் திருப்பித் தருவான் துரியோதனன் என்பதற்கு என்ன உறுதி' என்று பாஞ்சாலி கேட்கின்ற போது, 'ஊகத்தின் அடிப்படையில் செயல்பட முடியாது; அதை அப்போது பார்ப்போம்' என்பதுதான் தருமனின் மறுமொழி!

கொடுத்த வாக்கை முறிப்பது என்பது சத்தியத்தைக் குலைப்பதாகும்; தருமத்தைத் தகர்ப்பதாகும் என்பது தருமனின் நிலைப்பாடு!

வாக்கை முறிப்பதைவிட உயிரை முடித்துக்கொள்வது கூடுதலான தில்லை என்று நினைக்கும் தருமனுக்குப் பதின்மூன்று ஆண்டு வனவாசமா கூடுதலாகத் தெரியப் போகிறது?

தருமனின் தேர்ச் சக்கரம் மண்ணில் பட்டதில்லை; பூமிக்கு நான்கு அங்குலம் மேலாக அந்தரத்தில் ஓடியது என்று சொன்னால், அந்தத் தேருக்குத் தாங்கு தளம் எது?

தருமம்! தருமம்! தருமம்!

வனவாசம்

நாணமில்லா நால்வரணி!

அத்தினாபுரம் ஏற்கெனவே கௌரவர்களின் நாடு; இந்திரப்பிரத்தம் சூதினால் வெல்லப்பட்டு அத்துடன் இணைக்கப்பட்டுவிட்டது. பாண்டவர்கள் காட்டில் தங்கள் காலத்தைக் கழித்துக் கொண்டிருக்கிறார்கள்!

இன்னும் குறைந்தது பதின்மூன்றாண்டுகளுக்குப் பாண்டவர்கள் இந்திரப்பிரத்தத்தைத் திரும்பக் கோரப்போவதில்லை.

தன்னுடைய நாடு பெரிதாகிவிட்டது குறித்தோ, பாண்டவர்கள் அழிந்துவிட்டது குறித்தோ ஏற்பட்ட இணையற்ற மகிழ்ச்சி, கொஞ்ச நாளில் பழகிச் சலித்துவிட்டது கௌரவர்களுக்கு!

மகிழ்ச்சியும், வருத்தமும் மனம் சார்ந்தவை! துரியோதனன், வீமன், பாஞ்சாலி, கருணன் ஆகியோர் ஒரு குறிப்பிட்ட காரணம்பற்றி ஒரே வகையான உணர்ச்சிக்கு ஆளாகிறவர்கள்! சிறு நன்மைக்குக் களிப்படைந்து பொங்குவதும், சிறு துயரத்தால் வெம்பிச் சூம்பிப் போவதும் இவர்களின் இயல்பு!

இவர்களைப் போன்றவர்களுக்கு இருக்கும் ஒரே மாதிரியான இன்னொரு மோசமான இயல்பு, மாற்றார் துயரம் இவர்களுக்கு மகிழ்ச்சி தருவதும், மாற்றார் மகிழ்ச்சி இவர்களுக்கு வருத்தம் தருவதும்தான்!

இந்திரப்பிரத்தத்தில் மயனால் வடிவமைக்கப்பட்ட மண்டபம் இந்திர உலகத்துச் சிறப்பினை

உடையது! நாடற்ற பாண்டவர்களை மணந்தவள் பாஞ்சாலி! அதன் பின்னர் பாதி நாட்டைப் பிரித்து வாங்கிக் கிருட்டிணனின் துணையோடு இராசசூய யாகம் செய்து பேரரசைக் கட்டுகின்ற நிலை ஏற்படும்போது, வழக்கம்போல் உறவினர்கள், பங்காளிகள், பன்னாட்டு மன்னர்கள் அந்த யாகத்திற்கு அழைக்கப்படுகின்றனர்.

அந்த மண்டப அழகு துரியோதனாதிகளை மிரளச் செய்கிறது. நீர்நிலையோ என்று கருதித் துரியோதனன் ஆடையைத் தூக்கி நடக்க, அது வெறுந் தரையாய் இருக்க, அது வெறுந்தரைதான் என்று எண்ணி ஆடையைத் தூக்காமல் நடக்க ஆடை நனைந்துவிட, இவற்றைக் கண்டு பாஞ்சாலி பிற மாதருடன் கைகொட்டி நகைக்கிறாள்!

துரியோதனன் வெட்கத்தால் குன்றிப் போகிறான்! பாஞ்சாலியின் நகைப்பு ஆணவத்தின் வெளிப்பாடு! இத்தகைய மண்டபம் எந்த நாட்டிலும் இல்லை. இதை நிருமாணிக்க மயனால்தான் முடியும்; மயன் அருச்சுனனுக்காகச் செய்துகொடுத்தானே ஒழிய, அவன் பெயர் விலைப்பட்டியலில் உள்ள பெயரில்லை!

புதிய நாடு; புதிய செல்வம்; புதிய அதிகாரம்; பேரரசி; அதுவும் ஓரரசி என்னும் மமதை பாஞ்சாலியைத் துரியோதனனைப் பார்த்துக் கைகொட்டிச் சிரிக்க வைக்கிறது!

முதல் நாள் போரில் இராமனிடம் தோற்றுப்போன இராவணன் வானவர் நகுவர், மண்ணவர் நகுவர், பகைஞரெல்லாம் நகுவர் என்று நாணவில்லையாம்! சீதை சிரிப்பாளே என்பதை எண்ணி நொந்து போனானாம்!

> சானகி நகுவள் என்றே நாணத்தால் சாம்புகின்றான்
>
> *(கம்ப. கும்பகருண. 7282)*

அதுபோலவே இந்திரப்பிரத்தத்திலிருந்து திரும்பி வந்த துரியோதனன் சகுனியிடம் பாண்டவர்கள் ஏன் வீழ்த்தப்பட வேண்டும் என்பதற்கான அரசியற் காரணங்களை அடுக்கிச் சொல்கிறான்! பாஞ்சாலி ஆணவத் தால் தன்னைப் பார்த்துச் சிரித்ததும் அக்காரணங்களுள் ஒன்றாக இருந்தது!

> ஏந்திழை யாளும் எனைச் சிரித்தாளிதை எண்ணுவாய்
>
> *(பாரதி, பாஞ்சாலி சபதம், I: 6: 52)*

பாஞ்சாலி அடக்கமானவளே அல்லள்; மிகவும் ஆணவமானவள்! துரியோதனன் யாகத்திற்கு அழைக்கப்பட்ட பங்காளி மட்டுமில்லை; வேற்று நாட்டு மன்னனும் விருந்தாளியுங்கூட! உபசரிக்கப்பட வேண்டி யவனை எள்ளி நகையாடினால், அந்த வஞ்சம் நெஞ்சைவிட்டு அகலும்

தன்மையதாய் இருக்கமுடியுமா? இந்தக் காலத்தில் பக்கத்து நாட்டோடு தேவையில்லாமல் உராய்வு ஏற்படுத்தும் இது போன்ற நடத்தைக் கோலத்தை, 'ஏறுமாறான இயைபிணக்க நிலை' (erratic diplomacy) என்பர்!

அதனால்தான் சூதாட்டத்தில் இந்திரப்பிரத்தத்தை வென்று, பாண்டவர்களை நாடிழக்கச் செய்தபோது அடைந்த மகிழ்ச்சியைவிட பாஞ்சாலியை வென்றபோது சொல்லொணா மகிழ்ச்சி அடைந்தனர் கௌரவர்கள்!

இந்த வெற்றியை ஈட்டித் தந்த மாமன் சகுனியைத் தேவநிலைக்குத் தூக்கி, 'உனக்குப் பூசைகள் புரிவோம்; பொங்கலிடுவோம்' என்று துரியோதனன் கூத்தாடுவதற்குக் காரணம், பாஞ்சாலியால் அன்றொருநாள் வந்த 'ஏளனக் கணக்கைச்' சகுனி நேர் செய்துவிட்டான் என்பதுதான்!

என் துயர் தீர்த்தா யடா - உயிர் மாமனே
ஏளனந் தீர்த்து விட்டாய்!
அன்று நகைத்தா ளடா - உயிர் மாமனே
அவளை என் ஆளாக்கினாய்!
பூசை புரிவோ மடா - உயிர்மாமனே
பொங்கலு னக்கிடு வோம்!
நாசமடைந்ததடா - நெடுநாட் பகை
நாமினி வாழ்ந்தோ மடா!
பேசவும் தோன்று தில்லை - உயிர் மாமனே
பேரின்பங் கூட்டி விட்டாய்!

(மேற்படி, II: 16:45 - 46)

பாஞ்சாலியோடு துரியோதனனுக்கு என்ன பகை இருக்கமுடியும்? துரியோதனனுக்கும் பாண்டவர்களுக்கும் உள்ள பகையாவது பங்காளிப் பகை; பக்கத்துப் பக்கத்து நாடுகளின் பகை! இதில் பாஞ்சாலி ஏன் நுழைய வேண்டும்?

பாஞ்சாலி கௌரவர்களுக்குப் பகையானதற்குக் காரணம் அவளுடைய தன்னடக்கமின்மை; ஆணவம்!

பாஞ்சாலியை நகலெடுத்தது போன்றவர்களே கருணனும், துரியோதனனும்!

பாண்டவர்கள் நாடிழந்து வனவாசம் மேற்கொண்டிருக்கும் நிலையில் ஒரு நாள் கருணன் துரியோதனனிடம் கூறுகிறான்:

'நீ இந்த நிலையில் வனத்திற்குச் சென்று பாண்டவர்களைப் பார்க்க வேண்டும். மலை உச்சியில் நிற்பவன் தரையில் இருப்பவர்களைப்

பார்ப்பதுபோல், நல்ல நிலையில் உள்ளவன் தாழ்ந்த நிலையில் இருக்கும் பகைவர்களைப் பார்க்கிறான். அதனால் வரும் சுகம் அலாதியானது!

படை பட்டாளத்தோடு மிகுந்த ஆரவாரத்துடன் நீ அவர்களைப் பார்க்கும்போது, அவர்களது மனத்தில் பெருந்துன்பம் விளையும். அதைவிட நமக்கு இன்பம் தரக்கூடியது வேறெதுவுமில்லை!'

(சோ, மகாபாரதம் I, பக்.297)

கருணனின் யோசனையைக் கேட்டு வனத்திலுள்ள பசுக்களைக் கணக்கிடச் செல்வதுபோல், பாண்டவர்கள் இருக்கும் துவைத வனத்திற்குப் பேராரவாரத்தோடு புடை சூழச் செல்கிறான் துரியோதனன்.

அங்கே மாய அத்திரங்களைப் பயன்படுத்த வல்ல சித்திரசேனன் தலைமையிலுள்ள கந்தர்வர்களோடு எதிர்பாராமல் மோதல் ஏற்பட்டுக் கருணனும் படைகளும் தெறிபட்டு ஓட, துரியோதனன் சிறை பிடிக்கப் படுகிறான்! நினைத்தது ஒன்று; நடந்தது வேறொன்று!

இந்தச் செய்தி அதே வனத்தில் பக்கத்திலிருந்த பாண்டவர்களுக்குத் தெரிய வருகிறது.

வீமன் துரியோதனன்போலவே சிந்திக்கக்கூடியவன் என்பதால், துரியோதனன் சிறைப்பட்டது குறித்து மகிழ்வதோடு, நம்மை ஏளனம் செய்ய வந்தவர்கள் ஏளனமடைந்தார்கள் என்றும் நாம் செய்ய வேண்டியதைக் கந்தருவர்கள் செய்துவிட்டார்கள் என்றும் தருமனிடம் கூறி இறும்பூதெய்துகிறான்! பாஞ்சாலியும் அந்த நிலையினளே!

அப்போது தருமன் கூறுகிறான்: 'பிறரால் அவமானம் ஏற்படும்போது, நாம் நூற்றி ஐந்து பேர்கள்; நமக்குள் விரோதம் ஏற்படும்போது நாம் ஐவர்; துரியோதனாதிகள் நூறு பேர்! இப்போது பிறரால் அவமானப் பட்டு நிற்கும் துரியோதனனைக் காப்பாற்றுவது நம் கடமை.'

இப்படிச் சிந்திக்க தருமன் ஒருவனாலேயே முடியும்! எந்தக் கட்டத்திலும் ஐவரைத் தங்கள் எண்ணிக்கையோடு சேர்த்து அறியாத வர்கள் துரியோதனாதிகள்! ஆனால் வாழ்க்கையைத் துரியோதனனைப் பார்த்துப் பழகிக் கொண்டவனில்லையே தருமன்!

தருமனின் சொல்லுக்குக் கட்டுப்பட்ட நான்கு பாண்டவர்களும் அருச்சுனன் முன்னிற்கக் கந்தர்வர்களிடமிருந்து துரியோதனனை விடுவிக்கின்றனர்!

தெறிபட்டு ஓடித் திரும்பி வந்த கருணனிடம், 'பாண்டவர்களால் உயிர்ப் பிச்சை பெற்றேன் என்ற அவப் பெயரைத் தாங்கி நிற்பதைவிட,

உண்ணாநோன்பிருந்து உயிரைவிடுவது தக்கது என்று முடிவெடுத்து விட்டேன்; இனித் துச்சாதனன் நாடாள்வான்' என்று நொந்து பேசுகிறான். இதைக் கேட்டுத் துச்சாதனன் 'வந்தது வாழ்வு' என்று மகிழவில்லை; அண்ணன் காலைக் கட்டிப் பிடித்துக்கொண்டு கதறி அழுகிறான்! உடன்பிறந்தார்கள் என்னும் முறையில் பாண்டவர்களிடம் காணப்படும் அதே பாசம் கௌரவர்களிடமும் காணப்படும்.

இங்கே தருமனின் சொல் வேதம் என்றால் அங்கே துரியோதனன் சொல் வேதம்!

மானம் என்பதற்குக் கல்விவல்ல பரிமேலழகன் உரையெழுதுவான்: 'எஞ்ஞான்றும் தம் நிலையின் தாழாமையும், தெய்வத்தால் தாழ்வு வந்துழி உயிர் வாழாமையுமாம்.'

இப்போது துரியோதனனுக்கு வந்த தாழ்வு, தெய்வத்தால் வந்த தாழ்வு அன்று; கருணனால் வந்த தாழ்வு!

இன்னொருவரின் தாழ்வுநிலையைக் கண்டு பூரிக்க எண்ணும் பூரியர் மனநிலை அது!

துரியோதனன் மழுங்கலானவன் இல்லையெனினும், மானம் பாராட்டி உயிரை விட்டுவிடுகின்ற கூரிய உணர்வுடையோனும் அல்லன்!

ஆனால் இதற்கு நேர்மாறானவன் தருமன்!

ஆனால் யாராலேயோ சிறைப்பட்ட துரியோதனனை அருச்சுனனை அனுப்பி விடுவிக்க வேண்டுமென்ற கட்டாயம் தருமனுக்கில்லை! துரியோதனன் துயரம் குறித்து வீமன்போல் கழிபேருவகை கொள்ளத் தருமனால் முடியாது என்பது வேறு!

துரியோதனனை விடுவிக்கப் பீசுமர் இருக்கிறார்; துரோணர் இருக்கிறார்; கிருபர் இருக்கிறார்; அசுவத்தாமன் இருக்கிறான்! ஓடிப் போனாலும் திரும்ப வந்து போரிடக் கருணன் இருக்கிறான்! இது தருமனின் வேலை அன்று!

இப்போது துவைத வனத்தில் துரியோதனன் மன்னனில்லை; ஒரு கைதி! பேழையுள் அடைபட்டுவிட்ட பாம்பு!

ஒருவேளை துரியோதனாதிகள் நூறுபேருக்கும் கந்தருவர்கள் சிரச்சேதம் விதித்துக் காலத்தாழ்வின்றி நிறைவேற்றியிருந்தால், அப்போதும் பானுமதியை அரசியாக்கிவிட்டுப் பாண்டவர்கள் வனவாசத்தைத் தொடர்ந்திருப்பார்களோ என்னவோ! எதுவும் செய்வான் தருமன்!

இவற்றையெல்லாம் நினைத்து நினைத்துப் பார்த்து நெகிழ்ந்திருக்க வேண்டியவன் துரியோதனன். நினைத்தானா? நெகிழ்ந்தானா?

பொய் மானம் பாராட்டுகிறான்! பாண்டவர்களால், தான் காப்பாற்றப் பட்டது குறித்துக் கசிந்து கண்ணீர்விட்டு, 'இது பெரிய அவமானம்' என்று கருதுகிறான்! உயிரை விட்டிருக்க வேண்டியதுதானே! அதைச் சொன்னானே தவிரச் செய்தானா?

துரியோதனாதிகள் நூற்றுவரும் இன்று தாங்கிக்கொண்டு நடமாடும் உயிர், தருமன் வழங்கிய கொடையல்லவா! இந்த எண்ணம் துரியோ தனனுக்குப் பிறந்திருந்தால், பகை தொடர முடியுமா?

உறுத்தாதா துரியோதனனுக்கு? உறுத்தவில்லையே! துரியோதனனின் சேர்க்கை அப்படி!

விதுரனைப்போலவும், வீடுமனாகிய பீசுமனைப்போலவும், அறிஞர்கள் நிறைந்த அவையிலே, துரியோதனன் யோசனைகளுக்குக் கருணனையும், சகுனியையும் சார்ந்திருந்தான்! துரியோதனனால் அவர்கள் கெட்டார்கள்; அவர்களால் துரியோதனன் கெட்டான்!

> இன்னா செய்தாரை ஒறுத்தல் அவர் நாண
> நன்னயம் செய்து விடல்

(குறள், 314)

என்பான் வள்ளுவன்!

தனக்குக் கேடு செய்தவரைத் தண்டிக்க வேண்டும் என்னும் கொள்கை யுடையவன்தான் வள்ளுவன்! எதிரி நாணுமாறு அவனுக்கு நல்லதைச் செய்து தண்டிக்க வேண்டும் என்பது அவன் காட்டும் அரிய நெறிமுறை!

வரலாறு நெடுகத் தேடினும் இதற்குச் சான்றவர் மிகச் சிலரே! ஒருவன் தருமபுத்திரன்; இன்னொருவர் ஏசு; இன்னும் வெகு சிலர்!

மக்களைப் புதிய நெறிமுறைகளுக்கு இட்டுச் சென்றவர் இறை மகன் ஏசு என்பதுதான் அவர் செய்த குற்றம்! மோசேயினை (Moses) நேரடியாக மறுக்காமல், கால நிலைக்கேற்ற புதிய வளர்ச்சியையும், தேவையையும் கருத்தில் கொண்டு புதிய நாகரிகம் படைக்க முயன்றார் ஏசு! அது யூதர்களுக்குப் பிடிக்கவில்லை.

'பல்லுக்குப் பல்' என்று எதிர்ப் பகைமை பாராட்டிய மோசேயினை மறுத்து, 'ஒரு கன்னத்தில் அறைந்தவனுக்கு மறு கன்னத்தைக் காட்டு' என்று எதிரியை வெல்வதற்குப் புதிய முறையினைக் கற்பித்தார் ஏசு!

'மோசேயினைவிடப் பெரிய தீர்க்கதரிசியா நீ' என்று ஏசுவைச் சிலுவையில் அறைந்தனர். 'இவர்கள் அறியாமல் செய்கிறார்கள்;

தேவனே இவர்களை மன்னியும்' என்று சொல்லிச் சிலுவையில் உயிர் நீத்தார் ஏசு!

தன்னைக் கொடியமுறையில் கொன்றவர்களிடம்கூடப் பகைமை பாராட்டாத இந்த ஒப்பற்ற பண்பு எண்ணிப் பார்க்க முடியாத ஒன்று!

ஏசுவின் நிலை வேறு!

ஆனால் தருமனோ அரசியற் தலைவன்! அவனுடைய நாட்டை வஞ்சத்தால் பறித்துக்கொண்டான் ஒருவன்; அவனுடைய மனைவியைக் கூந்தலைப்பற்றி இழுத்தான்; 'தொடைமீது வந்து அமர்' என்று அழைத்தான்; அவை நடுவே அவள் கட்டியிருந்த சேலையை உரிந்தான்! இவ்வளவுக்கும் பிறகு பதின்மூன்று ஆண்டுகள் இவர் களைக் காட்டுக்கு அனுப்பி வைத்தான்!

அத்தகைய வஞ்சகன் எதிர்பாராத வகையில் வேற்றுக் கூட்டம் ஒன்றிடம் சிறைப்பட்டு விட்டான்! அவனை உயிருடன் விடுவார்களா என்று தெரியவில்லை!

இத்தகைய நிலையில் தானாகவே முன்வந்து தன் தம்பிகளை அனுப்பி, துரியோதனாதிகளுக்கு விடுதலை தேடித் தருகிறான் தருமன்!

எதிரி நாணுமாறு நன்மை செய்து அவனை வெல்ல வேண்டும் என்றானே வள்ளுவன். அப்படித்தான் செய்தான் தருமபுத்திரன்! துரியோதனன் நாணினானா?

பெண்ணின் நாணம் காமத்தைப் பெருக்கும் தன்மையது; அது வேறு! பழிபாவத்திற்கு அஞ்சும் மானமுடையோனின் நாணமே உலகு உய்யப் பயன்படுவது!

நாணமே இல்லாதவர்கள் நான்கு பேர்!

துரியோதனன், துச்சாதனன், சகுனி, கொஞ்சம் கருணன்!

நல்லதற்குக் காலமில்லை!

பாஞ்சாலி பல சத்திரியர்களைத் தடுமாற்றத்திற்கு உள்ளாக வைத்தவள்! அவள் எட்டாக் கனி என்று விலகியவர்கள் உண்டு; வம்பு செய்து அசிங்கப்பட்டவர்கள் உண்டு; இறுதிவரை விடாது போராடி உயிரிழந்தவர்களும் உண்டு!

ஒரு நாள் வனவாசத்தின்போது, பாண்டவர்கள் வேட்டையாட அடர்ந்த காட்டுக்குள் செல்ல, திரௌபதி மட்டுமே பர்ணசாலையில் இருக்கிறாள்.

அப்போது தற்செயலாய்க் காட்டுப் பகுதிக்கு வந்த சிந்து நாட்டு மன்னன் சயித்திரதன் பாஞ்சாலிதான் அந்தப் பர்ணசாலையில் இருப்பவள் என்று அறிந்துகொண்டு உள்ளே நுழைகிறான்.

அவன் கௌரவர்களின் ஒரே தங்கையான துச்சளையை மணந்தவன்! தங்கள் குலத்தின் ஒரே பெண்ணை மணந்தவன் என்ற முறையில், தண்ணீரும் பழங்களும் கொடுத்து உபசரித்து, 'இவ்வளவு தூரம் காட்டுக்குள் வர நேரிட்டது எப்படி?' என்று உறவு பாராட்டி உசாவுகின்றாள் பாஞ்சாலி.

'உனக்காகத்தான் வந்தேன்!'

பாஞ்சாலி திடுக்கிடுகிறாள். பேச்சின் தொனி சரியாக இல்லையே! ஒரு பெட்டியை எடுத்து முன்னால் வைக்கிறான்! உயர் ரகத் துணிகள், நகைகள், வாசனைத் திரவியங்கள்!

'இன்னும் எத்தனையோ உண்டு; நீ சிந்துவுக்கு வந்தால்!'

திரௌபதி வந்திருக்கும் மனிதனின் நாகரிகமற்ற போக்கைக் கண்டு அருவருப்புக் கொள்கிறாள்!

'நான் இந்திரப்பிரத்தத்தின் அரசி; பாண்டவர்களின் மனைவி; என்னிடம் இப்படியெல்லாம் பேச உன்னால் எப்படி முடிகிறது? இந்தத் தைரியம் எங்கிருந்து வந்தது?'

சயித்திரதன் கெக்கெலி கொட்டிச் சிரிக்கிறான்! 'உங்களிடம் எந்த நாடும் இல்லை; நீ எதற்கும் அரசியுமில்லை! நீ ஒரு பிச்சைக்காரி! ஐந்து பேர் பொதுவில் வைத்துக் கொண்டிருக்கும் ஒரு தாசி!'

சயித்திரதன் தீர்மானமாக மேலும் பேசுகிறான்: 'உன்னைக் கௌரவர்கள் அரங்கத்தில் வைத்துத் துகில் உரிந்தார்கள்! இன்னும் என்ன வெட்கம் உன்னிடம் பாக்கி இருக்கிறது? என்னுடைய அரண்மனைக்கு வா! அந்தப்புரத்தில் என்னுடைய போற்றதலுக்குரிய ஆசைநாயகியாய் இருக்கலாம்; இந்தப் புழுதிக் காட்டில் இருந்து உனக்கு ஆகப் போவதென்ன?'

பேசிக் கொண்டிருக்கும்போதே அவளுடைய கைகளைப் பற்றி இழுத்துக் கொண்டுபோய் தன்னுடைய தேரில் தள்ளிவிட்டான்! குதிரையின்மீது சவுக்கு விழுந்தது.தேர் வேகம் எடுத்தது!

'நீ என்னுடைய கணவன்மார்களிடம் சாகப் போகிறாய்.'

இதுவரை பாஞ்சாலியிடம் இருந்த தைரியம் புலம்பலாக மாறுகிறது!

இந்தக் கொடுமைகளை எல்லாம் பார்க்க நேரிட்ட முனிவர்களின் மூலமாய்த் தகவல் போகிறது. அருச்சுனனும் வீமனும் பின்தொடர்கிறார்கள்! அருச்சுனனின் அம்பு சயித்திரதனின் தேர்ச் சக்கரங்களை முறிக்கிறது! வீமன் சயித்திரதனின் மீது பாய்கிறான். கட்டித் தூக்கி வந்து ஒரு மூட்டையைப் போல் தருமனின் முன்னால் அவனை வீசுகிறான் வீமன்!

தன் வலிமை, மாற்றான் வலிமை, தான் செய்கிற செயலின் தன்மை இவற்றை எல்லாம் சீர்தூக்கிப் பார்க்கின்ற அறிவு சயித்திரதனுக்கு இல்லாத காரணத்தால், 'தாசியடி தாசி' எனப் பழித்த அந்தப் பாஞ்சாலியின் முன்னாலேயே தலைகுனிந்து நிற்க வேண்டியவனானான்!

இவனைக் கொல்லாமல் விடப்போவதில்லை எனத் துடிக்கும் வீமன் ஒருபுறம்; இவன் செய்ததனைத்தும் கண்ணுக்கு முன்னால் தெரிந்த பிறகும் இவனைக் கொன்று தூக்கி வீசாமல் இவனை நிற்க வைத்துப் பேசுவதற்கு என்ன இருக்கிறது என்று சினம் தலைக்கேறி நிற்கும் பாஞ்சாலி இன்னொருபுறம்!

‘சயித்திரதனுக்கு உறவுமுறை தெரியவில்லை; காட்டில் இருக்கும் விலங்குகளைப்போல் பேதாபேதம் தெரியாமல் நடந்துகொண்டிருக்கிறான் என்றாலும் இவனைக் கொன்று ஆகப் போவதென்ன? அவன் நம்முடைய குலத்திற்கே ஒரு பெண்ணாகப் பிறந்த நம்முடைய தங்கை துச்சளையின் கணவன்! நம்முடைய தங்கையை விதவையாக்கி நீங்கள் அடையப் போவதென்ன?’ என்று தருமன் பேசுகிறான். வழக்கம்போல் தருமனின் முடிவே வெல்கிறது. சயித்திரதன் விடுவிக்கப்படுகிறான்.

ஆனால் விடுபட்ட சயித்திரதன் சிந்து தேசத்திற்குச் செல்லவில்லை! காட்டுக்குள் நுழைந்து ஒரு முனிவருக்குச் சீடனாகிறான். அவரைப் பணிந்து தவம் செய்கின்ற முறைகளையும், மந்திரங்களையும் கற்றுக் கொள்கிறான்! கயிலயங்கிரியானை நோக்கிக் கடுந் தவம் செய்யத் தொடங்குகிறான்!

தன்னை வருத்திக்கொள்ளும் அளவு கூடக்கூட, கயிலைமலையானின் காட்சி உறுதிப்பட்டு விடும்.

சிவன் உறுதியாகக் காட்சி தருவார்; என்ன வேண்டும் என்று கேட்பார்; அவன் கேட்பதில் வழங்கத் தக்கது எது; வழங்கத் தகாதது எது என ஆய்வு செய்வார்!

தொடர்வண்டியில் பயணம் செய்வதற்கு முன்னாலேயே இருக்கை பதிவு செய்வதுபோல, ஒருவேளை அந்தக் குறிப்பிட்ட இருக்கை வேறொருவனுக்கு வழங்கப்பட்டிருந்தால், அதை விட்டுவிட்டு வேறொன்றுக்கு விண்ணப்பிக்குமாறு அந்த எழுத்தர் அறிவுறுத்துவது போல, சிவனும் முன்பே யாருக்காவது அதே வரத்தை வழங்கி இருந்தால், அந்த வரத்தை நீக்கி வேறு வரம் கேட்கச் சொல்லுவார்! அந்த அடிப்படையில் கடலை மிட்டாய் கிடைக்கவில்லை என்றால் சவ்வு மிட்டாயாவது கிடைக்கும்!

அப்படி ஒரு கட்டத்தில் காட்சி அளித்த சிவனிடம், பாரதப் போரில் பாண்டவர்களைக் கொல்லும்படியான வரமும், அதற்கான ஆயுதமும் வழங்க வேண்டும் என்று வாய் புதைத்துக் கைகட்டி, வணங்கிக் கேட்கிறான்.

வெகுநேரம் வெயிலில் வேர்த்து விறுவிறுத்து வேர்வை வடிய நின்றுகொண்டிருக்கும் பிச்சைக்காரனுக்குக் குடும்பத்தலைவி இரக்கப்பட்டுச் சோறு போடுவதுபோல, தன் உடலை வருத்தித் தவம் இருப்பவனுக்கு அவர்கள் வருந்திய வருத்தத்திற்குத் தக வரம் தருவான் சிவன் என்று சொல்லப்படுகிறது.

பாண்டவர்களைக் கொல்லும் வரத்தைக் கேட்ட சயித்திரதனுக்கு அதை வழங்கத் தோதில்லை என்று சிவன் சொல்லிவிட்ட காரணத்தால், மாற்று வரமாகப் பாண்டவர்களை வெல்லும் வரத்தைக் கேட்கிறான்!

'அருச்சுனனை வெல்ல உன்னால் ஆகாது; மற்ற நான்கு பாண்டவர் களையும் ஒரே ஒரு நாள் போரில் வெல்லக் கடவை' என்று வரமளிக்கிறான் சிவன்!

அந்த வரத்தைப் பெற்றுக்கொண்டு சிந்து தேசம் சென்று, பாண்டவர்மீ தான பகையை விடாமல் பாராட்டிக்கொண்டு திரிகிறான் சயித்திரதன்!

(மகாபாரத வசன காவியம், ஆரணிய. II, பக். 395)

அந்த ஒரு நாளில் மட்டும் பாண்டவர்களில் நால்வரை வெல்ல முடிவதே முற்றாக வென்றதற்கு இணை என்று நினைக்கிறான் சயித்திரதன்!

மேலும் பாண்டவர்கள் செய்த குற்றம் என்ன? தங்கள் மனைவியை அவளுடைய விருப்பத்திற்கு மாறாக சயித்திரதன் வலுக்கட்டாயமாகத் தேரிலேற்றிச் சென்று பெண்டாள நினைத்ததை முறியடித்துத் தங்கள் மனைவியை மீட்டுச் சென்றனர் பாண்டவர்கள்!

மாற்றார் மனைவியைப் பெண்டாள நினைத்த சயித்திரதனின் உயிரை உடலில் இருந்து எடுத்துவிட எண்ணிய வீமன், அதை வழிமொழிந்த பாஞ்சாலி, இவர்களின் விருப்பத்திற்கு மாறாக, தருமன் தங்களின் தங்கை துச்சளை விதவையாகிவிடக் கூடாது என்பதற்காகப் பெருந் தன்மையாக மன்னித்து அவனை விடுவிக்கிறான்!

அதற்குக் கைம்மாறாகப் பாண்டவர்களைக் கொல்லச் சிவனிடம் ஆயுத வரம் கேட்கிறான் சயித்திரதன்!

நல்லதற்குக் காலமில்லை!

தெய்வம் மடிதற்றுத் தான் முந்துற்றது!

வனவாச வாக்குறுதியை நிறைவேற்றிவிட்டு, பதின்மூன்றாண்டுகள் கழித்துப் போய்க் கேட்டாலும் துரியோதனன் நாட்டை ஒப்படைக்கப் போவதில்லை!

என்றைக்கிருந்தாலும் போரின் மூலம்மட்டுமே இந்திரப்பிரத்தத்தைத் திரும்பப் பெற முடியும் என்றும் அதற்குரிய தயாரிப்புகளில் இப்போதிருந்தே ஈடுபடுவதுதான் அறிவுடைமை என்றும் எண்ணிய அருச்சுனனும் வீமனும் அதற்கான முயற்சிகளில் இறங்குகின்றனர். அருச்சுனன் திட்டமிட்டும், வீமன் தற்செயலாகவும் அந்த முயற்சிகள் நிறைவெய்தப் பெறுகின்றனர்!

வடகிழக்கிலிருந்து வீசுகின்ற மெல்லிய காற்று இதுவரை நுகர்ந்தறியாத சிறந்த மணத்தைச் சுமந்து வருகிறது.

வழக்கம்போல் அந்த மணத்தை நுகர்ந்துவிட்ட பாஞ்சாலி, அந்த மணத்திற்குக் காரணமான மலர் வேண்டும் என்று வீமனிடம் அடம் பிடிக்க, அந்த மணத்திற்குக் காரணமான மலரைத் தேடிக் களைத்துப்போய், இறுதியில் பறித்து வந்து பாஞ்சாலியைக் குளிர்வித்து விடுகிறான் என்றாலும், அதைத் தேடிப் போகும்போது அங்கே ஒரு கிழக் குரங்கு படுத்துக் கிடக்க, அதை 'விலகு' என்று வீமன் அதட்ட, 'விலக்கிக் கொண்டு போ' என்று அது சொல்ல, அதன் வாலைப் பிடித்து அப்பால் தூக்கி எறிந்துவிட்டுச் செல்லலாம் என்று வீமன்

அலட்சியமாய் வாலைப் பிடித்துத் தூக்கப் போக, அதை அசைக்கவே முடியாத நிலை ஏற்பட்டு, வாழ்க்கையில் முதன்முறையாக சிறுத்துப் போன உணர்வுக்கு ஆளாகிறான் வீமன்!

வீரர்களைக் கண்டால் வீமன் மட்டிலா மகிழ்ச்சி கொள்வான்; தன்னை விஞ்சிய வீரன் என்றால் துதிக்கத் தொடங்கிவிடுவான்!

வீமன் தன்னிடம் காட்டிய பணிவைக் கண்டு மகிழ்ந்து, அந்தக் கிழக் குரங்கு தன்னுடைய முழு வடிவைக் காட்ட, பாதம் மண்ணிலும் தலை விண்ணிலும் என்னும் நிலையினைக் கண்டு, வீமனின் வாய் திறந்தது திறந்தபடியே நின்றுவிட்டது.

அவனுடைய வாயைச் சாத்தும்படிச் சொல்லிவிட்டு, அந்தக் குரங்கு 'நீ யார்?' எனக் கேட்கிறது. 'குரு வம்சத்தினன்; குந்தியின் மைந்தன்; வாயுதேவன் வழியாகப் பிறந்தவன்.'

'வாயுதேவன் உன்னைப் பெறுவதற்கு முன்னரே என்னைப் பெற்று விட்டான்' என்று சொல்லித் தம்பியை இறுகத் தழுவி அணைக்க, அனுமனின் முழுவலிமையும் வீமனுக்கு இடம் பெயர்ந்தது!

குந்தி யாரோ ஒருவனைத் தழுவி விலாசம் போட்டுக் கொள்ளத்தான் பிள்ளை என்று பெறாமல், தேவர்களை மண்ணுக்கழைத்து, அவர்களைப் புல்லித் தானும் மகிழ்ந்து, அவர்களையும் மகிழ்வித்துப் பெற்ற பிள்ளைகளானதால், அவர்களனைவரும் மீமனிதர்களாக (supermen) விளங்குகிறார்கள்!

வாயுதேவன் அனுமன்மூலம் வீமனையும், இந்திரன் அருச்சுனனை நேரடியாகத் தேவசபைக்கே அழைத்துச் சென்றும், குருச்சேத்திரப் போருக்குத் தங்கள் மைந்தர்களைத் தயார் செய்கின்றனர்! பாண்டு மைந்தர்கள் தோற்கலாம்; தேவ மைந்தர்கள் தோற்கலாமா?

தேவேந்திரன் அருச்சுனனிடம் 'உனக்கு என்ன வேண்டும்?' எனக் கேட்க, 'அத்திரங்கள்' என்கிறான்!

'தனஞ்சயா! அத்திரங்களால் என்ன பயன்? போகங்களைக் கேள்; மேலான உலகங்களைக் கேள்; வரம்பில்லாமல் பெருகிக் கிடக்கும் இன்பங்களை வயதுள்ளபோதே அனுபவி!'

'எனக்குப் போகங்கள் வேண்டாம்; பாஞ்சாலியும், உடன்பிறந்தார் களும் காட்டில் நிர்க்கதியாய் இருக்கிறார்கள்; எனக்கு அத்திரங்களே வேண்டும்!'

'அப்படியானால் சிவனைக் குறித்துத் தவம் செய்' என்று அதற்கான வழிமுறையைச் சொல்லி விட்டுச் செல்கிறான் இந்திரன்!

அருச்சுனன் கடுந்தவம் புரிகிறான்; ஆண்டுகள் ஐந்து கழிகின்றன. நீண்ட தவம் சிவனை நெகிழச் செய்துவிட்டது! சிவன் உமையவளோடும் பரிவாரங்களோடும் வேட்டுவத் தோற்றத்தில் இறங்கி வருகிறான்! அருச்சுனனோடு மற்போர் புரிகிறான் வேடுவன் சிவன். உமையவள் கட்டித் தழுவும் மார்பைக் கட்டித் தழுவும் பேறு மானிடப் பூச்சிகளில் அருச்சுனன் அல்லாத யாருக்கு வாய்த்திருக்கிறது?

வீமனை அனுமன் தழுவினான்; வலிமை இடம் விட்டு இடம் பெயர்ந்தது; புதிய பலம் பெறுகிறான் வீமன்! அருச்சுனன் பரம் பொருளாலேயே கட்டித் தழுவப் பெற்றான்; சிவன் தழுவிய மார்பை இனி எந்தப் பாணத்தால் பிளக்க முடியும்?

அருச்சுனன் தனக்கு எதிரே எழுந்தருளியுள்ள சிவனை நேருக்கு நேராக நின்று துதிக்கிறான்!

'கடப்பதற்கு அரிய இருவினைகளிலும் வீழ்ந்து, நாயினும் கடைப்பட்டு வருந்துகின்றவனாகிய நான்' என்று பரம்பொருளிடம் தன்னுடைய இரங்கத்தக்க நிலையை எடுத்துரைக்கிறான்!

விழுந்தரு வினையின் மெலிந்து நாயினும்
அழுந்திய பிறவியின் அயருவேன் முனம்

(வில்லி. ஆரணிய. தவநிலை. 117)

அருச்சுனன் தவம் மேற்கொண்டது போர்த் தேவை கருதித்தான் என்றாலும், பரம்பொருளே நேரில் காட்சி அளித்தவுடன், பிறவிச் சுழற்சியிலிருந்து விடுபடுவது குறித்த கவலை அவனுடைய தேவைப் பட்டியலில் முன்னுரிமை (priority) பெற்றுவிடுகிறது!

சிவனைக் கண்ட சிலிர்ப்பில் அருச்சுனனின் சிந்தனைப் போக்கில் மாற்றம் தென்பட்டாலும், அருச்சுனன் வந்த நோக்கத்தையும் மறந்து விடவில்லை! காட்டு விலங்குபோல் எதற்கும் கட்டுப்படாத துரியோதனனை எதிர்கொள்ளப் போகும் குருச்சேத்திரப் போர்தானே அருச்சுனனின் பிறப்பு நோக்கம்; அப்புறம் பிறவிச் சுழற்சிக்கு வழி தேடிக் கொள்ளலாம்!

'பாரத அமரில் பகைவர்களின் உடல்களைச் சிதறடிக்கக்கூடிய, உன் பேரால் அமைந்த, தெய்வ வாளியான பாசுபத அத்திரத்தைத் தந்தருள்' என்று சிவனிடம் கேட்கிறான் அருச்சுனன்!

எந்தை! பாரத அமர்க்கு இசைந்த வீரர் மெய்
சிந்த, நின்பேர் பெறு தெய்வ வாளியைத்
தந்தருள் என்றனன்

(மேற்படி, 128)

அவ்வாறே சிவன் பாசுபத வாளியைத் தந்தருள்கிறான்! தவம் செய்த நோக்கம் நிறைவேறுகிறது!

ஆனால் இதற்குச் சற்று முன்பு சிவனைத் துதித்துத் தொடர்ந்து பேசும்போது, 'உன்னை நேரில் போற்றும் பேறு பெற்றேன்; நல் பரம்பொருளான கண்ணனுக்கு நண்பனாயினேன்; அன்பு மிகுந்த தருமனுக்குத் தம்பியானேன்; என் பெருந்தவப் பயனை வேறே யாவர் பெற்றார்' என்கிறான்!

அன்புறு தருமனுக்கு அனுசன் ஆயினேன்
நற் பரம்பொருளுக்கு நண்பும் ஆயினேன்
பொன் புரை மேனியாய் போற்றினேன் உன்னை
என் பெருந் தவப் பயன் யார் பெற்றார்களே!

(மேற்படி, 121)

கிருட்டிணன்தான் மாபாரதத்தின் மையம்; பாசுபத வாளி கிடைத்தாலும் வழிநடத்தக் கிருட்டிணன் வேண்டும்!

வில்லை வளைப்பவன்தான் அருச்சுனனே தவிர, குறியைத் தீர்மானிப்பவன் கிருட்டிணன்தானே! அதை உணர்ந்து போற்றத் தெரிந்திருக்கிறது அருச்சுனனுக்கு! அது மட்டுமில்லை. தன்னைத் தருமனின் தம்பி என்றும் அது தனக்கு வாய்த்த இன்னொரு நற்பேறு என்றும் அருச்சுனன் கூறுவது மனத்தினை நெகிழ்விக்கிறது! தருமனுக்கு எப்படிப்பட்ட ஒரு தம்பி அருச்சுனன்; இராமனுக்கு இலக்குவன்போல!

வீமன் அனுமனிடம் அறிமுகப்படுத்திக் கொள்ளும்பொது, குரு வம்சத்தவன், குந்தியின் மைந்தன், வாயுதேவனின் புத்திரன் என்பான்!

இவை எவையும் அருச்சுனனின் பட்டியலில் இல்லை! குரு வம்சம் என்ன குரு வம்சம்? விசித்திர வீரியனும், திரிதராட்டிரனும், பாண்டுவும் தானே குரு வம்சம்! இந்தக் குரு வம்சத்தில் பிறந்திருந்தால்தான் என்ன? பிறந்திருக்காவிட்டால்தான் என்ன?

வீடுமன் என்னும் பீசுமன் ஒருவன்தானே தியாகம், வீரம், அரசியல் ஞானம் ஆகியவற்றால் வேறுபட்டு நிற்கிறான்! குரு வம்சத்தால் அடையாளம் பெற்றவனில்லை தருமன்; தருமனால் அடையாளம் பெற்றது குரு வம்சம்! அதனால்தான் குருவம்சத்தினன் என்பதை விட்டு விட்டுத் தருமனின் தம்பி என்று சிவனிடம் தன்னை முன்னிறுத்திக் கொள்கிறான் அருச்சுனன்!

'என் குடியினை உயரச் செய்வேன்' என்று முடிவு எடுத்துக்கொண்டு, அதற்கேற்ற கருமங்களில் முயலும் ஒருவனுக்கு உதவத் தெய்வம்

ஆடையை மடித்துக் கட்டிக்கொண்டு முந்தி வந்து நிற்கும் என்பான் வள்ளுவன்!

> குடிசெய்வல் என்னும் ஒருவற்குத் தெய்வம்
> மடிதற்றுத் தான்முந் துறும்

(குறள். 1023)

வீமன் நிரம்பவும் வெளிப்படையானவன்; நல்லவன்; நன்றாகக் 'கர்லாக் கட்டை' சுற்றுபவன்; நன்றாகச் சமைப்பவன்; மரத்தைத் தூரோடு பிடுங்கி எறிந்துவிடும் அளவுக்கு உடல் வலிமை மிக்கவன்; எப்போதும் இதுபோன்ற வேலைகளில் ஒன்றைச் செய்துகொண்டிருப்பான்; அல்லது பாஞ்சாலிக்கு ஏதாவது ஏவல் புரிந்து கொண்டிருப்பான்!

பாஞ்சாலி தன்னுடைய கொண்டை ஊசியை இந்திரப்பிரத்தத்தில் வைத்துவிட்டு வந்துவிட்டதாக வீமனிடம் கொஞ்சிக்கொண்டு சொன்னால் போதும்; வனவாசம், பிரதிக்ஞை என்று எதைப் பற்றியும் கவலைப்படாமல், தருமனுக்கும் தெரியாமல் இரவோடிரவாக இந்திரப்பிரத்தம் போய்க் கொண்டை ஊசியோடு திரும்பிவிடுவான்!

ஒரு நாள் பாஞ்சாலி அடம் பிடித்த மலரைப் பறிக்க, அதைத் தேடிக் கொண்டு போன வீமனின் பாதையில் குறுக்கே கிடந்து, இவனை வம்புக்கிழுத்து, கட்டியணைத்து, தன் வலிமையை வீமனுக்கு இடமாற்றம் செய்கிறான் அனுமன்!

தெய்வம் மடிதற்றுத் தான் முந்துற்றது !

தவமிருக்கிறான் அருச்சுனன்; சிவன் வேடனாக வந்து, அருச்சுனனோடு மற்போர் புரிந்து, அதனைச் சாக்கிட்டு அருச்சுனனை இறுக்கமுறத் தழுவி, எந்த அத்திரத்தாலும் பிளக்க முடியாத வலிய மார்புடைய வனாக அருச்சுனனை உருவாக்கியதோடு, அவனுக்குப் பாசுபத வாளியையும் அளிக்கிறான் சிவன்!

தெய்வம் மடிதற்றுத் தான் முந்துற்றது!

உற்றது பகர்ந்தால் அற்றது பொருந்தும்!

பாண்டவர்களும் பாஞ்சாலியும் காட்டிலுள்ள விண்ணைத் தொடும் மரங்கள், அருவிகள், மலைகள், தாவிக் கொண்டும் மோதிக் கொண்டும் திரியும் விலங்குகள், வட்டமிடும் பறவைகள், வண்ணமிகு பூக்கள் என்றிவற்றை எல்லாம் பார்த்துக் களித்துக் கொண்டும், இயற்கையிட மிருந்து பாடங் கற்றுக் கொண்டும் ஏறத்தாழப் பன்னிரண்டு ஆண்டுகளைக் கழித்துவிட்டனர்.

யாருடைய கண்ணிலும் படாதவாறு மறைந்து உறைய வேண்டிய அஞ்ஞாதவாச காலத்தைப் பற்றி விவாதித்துக் கொண்டும், காட்டின் குளுமையைச் சுவைத்து விளையாடிக் கொண்டும் திரிந்தபோது, ஒரு நெல்லிக்கனி ஒரு இளங் கொம்பில் பழுத்துத் தொங்கிக் கொண்டு இருப்பதை பாஞ்சாலி பார்த்துவிட்டாள்!

அருச்சுனனின் தோள்களைப் பற்றித் தழுவிக் கொண்டு, அந்த நெல்லிக்கனியைக் காட்டிச் சிணுங்கிக் கொண்டே, ‘எனக்கு அது வேண்டும்’ என்று குழற, அருச்சுனன் ‘பூ! இவ்வளவுதானா?’ என்று வில்லை எடுத்தான்; அம்பைப் பூட்டினான். அடுத்த கணம் அந்த நெல்லிக்கனி பாஞ்சாலி மடியில் வந்து விழுந்தது!

நெல்லிக்கனி கிட்டியதைக் கண்டு பாஞ்சாலி குதூகலிக்க, அதே சமயம் அருகிருந்த முனிவர்கள் பதறிக்கொண்டு பாஞ்சாலியை நோக்கி ஓடி வந்து, ‘என்ன காரியம் செய்தீர்கள்?

21

இதன் விளைவை எங்ஙனம் எதிர்கொள்வீர்கள்?' என்று ஓலமிட, உடனே அருச்சுனன் பாஞ்சாலியிடமிருந்த நெல்லிக்கனியை எடுத்து முனிவர்கள் முன்வைத்து, 'மன்னிக்க வேண்டும்' என்று மண்ணில் விழுந்து தொழுது நின்றான்!

அந்த முனிவர்கள், 'ஓ அரச குமாரனே! இந்த வனத்திற்கு மித்திர மகரிசி வனம் என்று பெயர். நாங்கள் அவருடைய சீடர்கள்!'

'இந்த நெல்லி மரம் இரண்டு ஆண்டு பூத்துப் பிஞ்சாகி, இரண்டு ஆண்டு காயாகி, இரண்டு ஆண்டு செங்காயாகி, ஆறு ஆண்டுகள் இரசம் பெருகிக் கனியாகி, அந்த மாமுனிவரின் கையில் வந்து இறங்கும்! அந்தக் கனியைக் கைலாசபதிக்குக் காணிக்கையாக்கிவிட்டுப் புசிப்பார். மீண்டும் இதை உண்பதற்கு அடுத்த பன்னிரண்டாண்டுகள் காத்திருப்பார்! நாளை அந்த நாள். என்ன சாபம் நேருமோ?' என்று முனிவர்கள் கலங்குகின்றனர்.

பாண்டவர்கள் கிருட்டிணனை நினைக்க, அங்கே உடனே வந்து சேர்ந்த கிருட்டிணன் நிலைமையைச் சீர் செய்ய, அந்தக் கனியைக் கொப்போடு பொருந்தச் செய்ய என்ன செய்யலாம் என்று ஆழ்ந்து யோசித்து, 'பெரியோர் உரைத்த மொழி ஒன்றுண்டு; அவ்வண்ணம் செய்தால் சிக்கல் தீரும்' எனச் சொல்ல, 'அது என்ன' எனப் பாண்டவர் கேட்க, 'உற்றது பகர்ந்தால் அற்றது பொருந்தும்' எனக் கிருட்டிணன் உரைக்க, ஒவ்வொருவராகத் தங்கள் நெஞ்சில் உள்ளதை ஒளிக்காது வெளிப் படையாகக் கூறக் கனி இரண்டிரண்டு முழங்களாகக் கொப்பை நோக்கி உயர்ந்து செல்கிறது!

தருமன், வீமனுக்குப் பிறகு, அருச்சுனன் தன் பங்கிற்குச் சொல்கிறான்: 'என் வில்லையாவது என் தமையனையாவது பழித்தவர்களைக் கொல்லாமல் விடுவதில்லை என்பதே என் உள்மனவோட்டம்.'

அருச்சுனன் தன் தமையன்மீது கொண்ட நேசம் உண்மை என்பதால், கனி மேலும் இரண்டு முழம் உயர்கிறது.

பின்னர் நகுல, சகாதேவர்களும் தங்கள் உள்ளக்கிடக்கையை ஒளிக்காது சொல்ல, கனி அந்தக் கொப்பிற்கு இரண்டு முழம் அருகாமையில் அந்த ரத்தில் நிற்கிறது.

இப்போது பாஞ்சாலியின் முறை; அவள் நெஞ்சில் உள்ளதைப் பாண்ட வர்களைப்போல் ஒளிக்காமல் சொல்லிவிட்டால், அந்தக் கனி கொப்பில் போய் ஒட்டிக் கொண்டுவிடும். அந்த மாமுனிவரின் சாபத்திலிருந்து தப்பிவிடலாம்!

பாஞ்சாலி தயங்குகிறாள்; கிருட்டிணன் அதட்டுகிறான்!

‘நீ தூயவளாக இருந்தால் உன் கற்பின் மாட்சியால் இந்தக் காரியத்தை நீ ஒருத்தியாகவே கட்டளையிட்டுச் சாதித்திருக்க முடியும்; என்னை அழைத்திருக்க வேண்டிய தேவையே இல்லை; சரி இப்போது சொல்’ என்று கிருட்டிணன் தூண்டுகிறான்!

‘நான் தூயவள்தான்! எனக்கு ஐந்து கணவன்மார்கள்; ஒவ்வொரு ஆண்டும் முறை வைத்துக் கொண்டு எந்தக் கணவனோடு வாழ்ந்தேனோ, அந்தக் கணவனோடு அந்த ஆண்டு முடியும்வரை மாறாத விசுவாசம் பாராட்டி வாழ்ந்திருக்கிறேன்.’

எல்லாரும் அந்தரத்தில் தொங்கும் கனியைப் பார்க்கிறார்கள்; அது அதே நிலையிலேயே நிற்கிறது!

தன்னுடைய சொல் செல்லுபடியாகவில்லை என்று அறிந்த பாஞ்சாலி, ‘நான் கிருட்டிணனை மிகவும் நேசிக்கிறேன்; ஆனால் கணவனாகவோ, காதலனாகவோ அல்ல; நண்பனாக’ என்று சொல்கிறாள். கனியின் நிலையில் எந்த மாறுதலுமில்லை! அந்தரத்தில் தொங்கும் கனியை ஒட்டச் செய்ய அந்தரங்கத்தைச் சொல்ல வேண்டும்; அறிந்ததையே சொல்லக் கூடாது!

கிருட்டிணன் அவளையே பார்த்துக் கொண்டிருக்கிறான்! முனிவரின் சாபம் என்னும் நிலையில்கூட பாஞ்சாலி எதையோ மறைத்துக்கொண்டு சொல்ல மறுக்கிறாளே என்று பாண்டவர்கள் மனம் நோகிறார்கள்!

பாஞ்சாலிக்கு அழுகை வெடிக்கிறது; குமுறி அழுகிறாள்; பிறகு அழுகை ஓய்ந்ததும் சொல்கிறாள்: ‘நான் கருணனையும் விரும்புகிறேன்! அவனைச் சாதியைச் சொல்லிப் புறக்கணித்ததை எண்ணி என் மனம் இப்போது தவிக்கிறது! ஒன்றைவிட்டு ஒன்று நீங்காத ஐம்புலன்களைப் போல், பாண்டவர் ஐவரும் எனக்கு நாயகராக இருந்தும், இன்னமும் வேறொருவன் எனக்குக் கணவனாகும்படியாக விரும்புகிறது என்னுடைய பெரிய மனம்!’

> ஐம்புலன்களும் போல் ஐவரும் பதிகளாகவும் இன்னம் வேறொருவன் எம்பெருங் கொழுநன் ஆவதற்கு உருகும் இறைவனே எனது பேரிதயம்

(வில்லி. ஆரணிய. பழம்பொருந்து சருக்கம், 21)

சொல்லி முடித்த கணத்தில் கனி சடக்கென்று மேலேறிக் கொப்பில் ஒட்டிக்கொண்டது!

விதியின் போக்கு வினோதமானது.

ஒரு கட்டத்தில் சுயம்வரத்தில் பங்கு கொண்டு, தன்னுடைய வில்திறனைக் காட்டி, திரௌபதியைக் கைப்பிடிக்க வந்து

போட்டியாளர்களிடையே காத்திருந்து, தன்னுடைய முறை வந்தபோது வில்லை எடுத்து நாணேற்றி இலச்சினையை வீழ்த்தப் போகும் தருணம், திரௌபதி எழுந்து, 'தேரோட்டி மகனை நான் மணவேன்' என்று இழிவுபடுத்தியமையால், வில்லைப் போட்டுவிட்டுக் கருணன் வெளியேற நேர்ந்தது.

பின்பு அருச்சுனனால் வெல்லப்பட்டு, ஐவரை மணந்து, தருமனால் சூதில் பணயமாக்கப்பட்டு, துச்சாதனனால் குழலினைப் பற்றித் தெருவெங்கும் இழுத்து வரப்பட்டு, துரியோதனன் அவையில், அதே கருணனால், 'பாண்டவர் மார்பினில் உள்ள அரச அடையாளங்களை மட்டுமல்ல, திரௌபதியின் சேலையையும் களையுங்கள்' என்று ஏவப்பட்டு, கதியற்று நின்றாள் திரௌபதி!

'மார்பிலே துணியைத் தாங்கும்
வழக்கம் கீழ் அடியார்க்கு இல்லை;
சீரிய மகளும் அல்லள்
ஐவரைக் கலந்த தேவி;
யாரடா பணியாள்! வாராய்!
பாண்டவர் மார்பில் ஏந்தும்
சீரையும் களைவாய்; தையல்
சேலையும் களைவாய்' என்றான்!

(பாரதி, பாஞ்சாலி சபதம், II: 31: 86)

முதலில், தானே கருணனை மறுத்து, பின்பு அதே கருணனால் அவையில் இழிவுபடுத்தப்பட்டு, அரசி என்னும் நற்பேற்றினை இழந்து, நாட்டைவிட்டுத் துரத்தப்பட்டு, காட்டில் தன் ஐந்து கணவர்களோடும் பன்னிரண்டு ஆண்டு காலமாக ஒரு நரக வாழ்க்கை வாழ்ந்துகொண்டிருந்த காலத்தில், ஒரு மாமுனிவரின் சாபத்திற்கு ஆட்படாமலிருக்க, உள்மன ரகசியத்தை ஒளிவு மறைவின்றிச் சொல்லியாகவேண்டிய கட்டாயத்தில், வெடித்துக் கிளம்பும் அழுகையொலிக்கிடையே, அவமானத்தைத் தாங்கிக்கொண்டு, தன்னுடைய கணவன்மார்கள் முன்னிலையில், 'நான் கருணனையும் ஆசைப்படுகிறேன்' என்று சொல்ல நேர்ந்தது எவ்வளவு பெரிய அசிங்கம்!

நகுலனும் சகாதேவனும் இதைக் கேட்டு என்ன நினைத்துவிடப் போகிறார்கள்? அவர்களைப் பாஞ்சாலிதான் பெரிதாகக் கருதப் போகிறாளா என்ன?

தருமபுத்திரன் என்ன நினைக்கப் போகிறான்? பெண்ணின் மன ஆழத்தை அறிய அரியால் மட்டுமே முடியும் என்று அவனாகவே அமைதி கொண்டுவிடுவான்!

ஆனால் அழகனும் வீரனுமான அருச்சுனனும், வலியனான வீமனும், தங்களின் மனைவி தங்களின் பிறவிப் பகைவனான கருணனை ஆசைப்படுவதாக அவள் வாயாலேயே சொல்லக் கேட்பதை, வெந்த புண்ணில் வேல்கொண்டு பாய்ச்சுவதனினும் கொடுமையானதாகக் கருதமாட்டார்களா?

மனைவி மாற்று மனிதனிடம் கள்ள ஆசை கொள்வதையே மானமுடைய எவனும் பொறுக்க மாட்டான்! அதுவும் பிறவிப் பகைவனின்மீது கள்ள ஆசை என்றால்...?

பாஞ்சாலியைப் பணயப் பொருளாக வைத்துச் சூதாடியதற்காகத் தான் தொழுது போற்றும் அண்ணனின் கையையே எரிக்கப் புறப்பட்டானே வீமன்!

எரிதழல் கொண்டு வா!
கதிரை வைத்திழந்தான் - அண்ணன்
கையை எரித்திடுவோம்

(பாரதி, பாஞ்சாலி சபதம், II: 28: 77)

என்று கனல் கக்கவில்லையா வீமன்! இப்போது என்ன செய்யப் போகிறான்?

குருச்சேத்திரப் போரில் கருணனைக் கொன்றுவிட்டான் அருச்சுனன் என்றெண்ணிக் குதூகலப்பட்ட தருமன், அவ்வாறு நடக்கவில்லை என்றவுடன் கடுஞ்சினம் கொண்டு, அருச்சுனனை நேருக்கு நேர் பார்த்து, அவனுடைய வில்லைப் பழித்தான்.

'உனக்கெதற்குவில்? கிருட்டிணனிடம் அதைக் கொடுத்துவிட்டு, அவனுக்குத் தேரோட்டு; அவன் கருணனை நாசம் செய்வான்!' என்று அருச்சுனனின் வில்லைத் தருமன் பழித்துவிட்ட காரணத்தால், தருமனைக் கொல்லத் தன் கத்தியை உறையிலிருந்து உருவிவிட்டான் அருச்சுனன்!

கிருட்டிணன் உள்ளே நுழைந்து அமைதிப்படுத்தி இருக்காவிட்டால், தருமனின் தேர் தரையில் உருளாவிட்டாலும், தலை தரையில் உருண்டிருக்கும்!

வில்லைப் பழிப்பது ஒரு பெண்ணின் கற்பைப் பழிப்பதுபோல் என்று அருச்சுனன் வாளை உருவுவானேயானால், பிறவிப் பகைவனான கருணனைப் பாஞ்சாலி ஆசைப்பட்டதாகச் சொன்னதற்கு, அருச்சுனன் எதைத்தான் உருவ மாட்டான்? என்னதான் செய்ய மாட்டான்?

ஆனால் அருச்சுனனும், வீமனும் எந்த உணர்ச்சியையும் வெளிப்படுத்தவில்லையே ஏன்?

காம்பில் போய்க் கனியை ஒட்டச் செய்துவிட்டு, ஒன்றுமே நடக்காதது போல் கிருட்டிணன் மதுராபுரிக்குப் புறப்பட்டு விட்டானே ஏன்?

இவ்வளவு வம்பையும் உண்டாக்கியவன் அவன்தானே!

ஒவ்வொருவருடைய மனமும் ஓர் அழுக்குக் கூடை! அதைக் கிளறுவது தேன் கூட்டைக் கலைப்பது போன்றது!

ஒரு மனிதன் தன்னிடம் தோன்றும் தேவையில்லாத அசிங்கங்களை எல்லாம் அடிமனத்தில் (sub-conscious mind) போட்டுப் புதைத்து விடுவதாகச் சொல்லுவான் சிக்மண்ட் பிராய்டு!

கிருட்டிணன் அந்த அடிமனத்திற்குள் குச்சியைவிட்டுக் கிளறும்படிச் செய்துவிட்டான்!

கீழ்மை, மேன்மை, மேன்மை கலந்த கீழ்மை, கீழ்மை கலந்த மேன்மை என்று வகைவகையான மனிதர்களை உளப்படுத்திக் கொண்டிருப்பது உலகம்!

அவர்கள் அத்தனை பேரையும் பாத்திரங்களாக்கி, நிகழ்வுகளை வடிவமைத்து, கதை வாயிலாக நம் மனத்தினில் உலவவிடுவதில் வியாசனுக்கு இணை வியாசனே! வியாசனின் பாத்திரங்கள் வியாசனால் நேரடியாக ஏதாவது ஒரு கட்டத்தில் கண்டறியப்பட்ட மனிதர்களே!

அதற்குக் கூரிய பார்வை வேண்டும்; ஒவ்வொருவரின் தனிப் போக்குகளையும் கண்டறிய, ஊடுருவிப் பார்க்கும் திறன் வேண்டும்!

வெறுங்கற்பனையில் பாத்திரங்களை உருவாக்க முடியாது! அது காற்றைக் கையால் பிடிப்பது போன்றது!

ஞானத்தின் வடிவம் தருமன்!

ஒரு முனிவருக்கு உதவுவதற்காக மானைத் துரத்திய பாண்டவர்கள் களைத்துப் போனார்கள். தாகம் அவர்களை வாட்டியது. மரத்திலேறி எங்காவது நீர்நிலை தென்படுகிறதா என்று நகுலனைப் பார்க்கச் சொல்கிறான் தருமன்!

ஒரு குளம் தென்படுகிறது; நீரருந்திவிட்டு, மற்றவர்களுக்கும் எடுத்து வரக் குளத்தில் இறங்குகிறான். அசரீரியாக ஒரு குரல் ஒலிக்கிறது. 'என்னுடைய கேள்விகளுக்கு விடையளிக்காமல் நீ நீரருந்தினாலோ எடுத்துச் சென்றாலோ மாள்வாய்' என்று அதட்டும் குரலுக்குரியவன் யார் என்று சுற்றுமுற்றும் பார்த்து யாரையும் காணாமல், நகுலன் நீரைக் குடித்துவிட்டு அப்படியே சாய்ந்து மாண்டு விடுகிறான்.

சென்றவனைக் காணவில்லையே என்று தருமன் அடுத்தவனை அனுப்ப, இப்படியே அனைவரையும் அனுப்பித் திரும்பி வராததால் தருமன் தானே கிளம்பி வருகிறான்!

அதே குரல் தருமனிடமும் ஒலிக்கிறது. 'என் உடன்பிறந்தார்களை வீழ்த்தி விட்டாய்; நீ வலியவன்தான்; உன் விருப்பந்தான் என்ன' என்று தருமன் கேட்க, 'நான் யட்சன்; இந்தக்குளம் என் கட்டுப்பாட்டில்; ஒன்று என் கேள்விகளுக்கு விடையளி; இல்லாவிடில் வந்த வழியே நீரருந்தாமல் திரும்பிப் போ; மீறி நடந்தால் உன் உடன்பிறந்தவர்களின் நிலையே உனக்கும்' என்று அந்தக் குரல் மிரட்டுகிறது.

'அறிவுக்கெட்டியவரை விடையளிக்கிறேன்' என்று தருமன் அடக்கமாகக் கேள்விகளை எதிர்நோக்கி நிற்கிறான்.

மாபாரதம் ஒரு விரிந்த கதை. பொதுவாகக் கதை சொல்கிறவர்கள் கதையின் சுவை குன்றக் கூடாது என்று கதையைச் சுவைபட வளர்க்கும் போக்கிலேயே குறியாக இருப்பார்கள்.

ஆனால் மனித குலத்தின் விடை கிடைக்காத கேள்விகளை எல்லாம் எழுப்பி அவற்றிற்குக் கதை நடுவே விடையும் கண்டு, அதே சமயம் கதையைச் சுவை குன்றாமல் நடத்திச் செல்வதில் வியாசனுக்கு இணையாக உலகில் எந்த நூலாசிரியனுமில்லை!

யட்சன் கேள்விகளை வீசுகிறான்; அவன் வாய்மூடுவதற்குள் தருமன் விடையளிக்கிறான்!

'தூங்கும்போது கண்ணை மூடாமல் இருப்பது எது?'

'மீன்.'

'பிறந்தும் அசைவற்று இருப்பது எது?'

'முட்டை .'

'தன்னுடைய வேகங் காரணமாக வளர்வது எது?'

'ஆறு.'

'நோயாளிகளுக்கு நண்பன் யார்?'

'மருத்துவன்.'

இவைபோன்ற எளிய கேள்விகளும் யட்சனால் கேட்கப்பட்டுத் தருமனால் விடையிறுக்கப் படுகின்றன!

ஆனால் உடன்பிறந்தார்களின் உயிர்களை மீட்க இவை போதுமானவை இல்லை.

'எதை விடுவதன் மூலம் பிறருடைய அன்பைப் பெறமுடியும்?'

'ஆணவத்தை விட்டுவிட்ட மனிதன் மற்றவர்களின் அன்பைப் பெறுகிறான்.'

தருமனின் இந்த விடை இணையற்றது. யாரும் யாருடனும் பழக முடிய வேண்டும்; அது இயல்வதில்லை. காரணம் ஒவ்வொருவனும் தன்னை இன்னார் என்று தானே வரித்துக்கொள்வதன்மூலம், தன்னைவிடக் குறைவானவர்கள் என்று இவன் யாரையெல்லாம் கருதுகிறானோ, அவர்களெல்லாம் நெருங்க முடியாதபடி செய்துகொள்கிறான்!

ஆணவம் அவர்களின் அன்பைப் பெற முடியாதபடி குறுக்குச் சுவர் எழுப்புகிறது!

'அன்பு கண்ணீர்வழியாகத் தன்னை வெளிப்படுத்திக் கொள்கிறது' (குறள்71) என்பான் பேரறிவாளன் வள்ளுவன்!

அன்பு மனத்தினைக் குழையச் செய்து கண்ணீரை வெளிப்படுத்துகிறது. அந்தக் கண்ணீரைத் தடுப்பது ஆணவம்.

எல்லாரும் ஒரு நிகழ்ச்சியைக் காண ஓர் அரங்கில் குழுமியிருக் கிறார்கள். அரங்கு நிரம்பி வழிகிறது. ஒருவர் நேரங் கழித்து வருகிறார்; அரங்கில் இடமில்லை. ஓரமாக நின்றுகொள்கிறார். அவரைத் தெரிந்த ஒருவர் 'நீங்கள் உட்காருங்கள்; நான் நின்றுகொள்கிறேன்' என்று எழுந்து தன்னுடைய இடத்தைக் கொடுக்கிறார். அவர் 'வேண்டாம்' என்று மறுத்தும், மல்லுக்கட்டி அவரை அமர வைக்கிறார்.

எழுந்து இடம் கொடுத்தவரின் அன்பு, உட்கார்ந்திருப்பவரை நெகிழச் செய்கிறது. நிகழ்ச்சி முழுவதும் கால்கடுக்க நின்று கொண்டிருந் தாலும், அதை இடம் கொடுத்தவர் ஒரு பொருட்டாக நினைக்க வில்லை. ஆனால் இடம் பெற்றவர் கொடுத்தவரின் அன்பால் நெகிழ்ந்து போகிறார்!

அன்பு ஒரு விலை கேட்கிறது; வெயிலில் படுத்துக் களைப்பாறும் பெண் மானுக்கு ஆண் மான் நின்றுகொண்டு தன் உடல் நிழலை அளித்து அதனை வெயிற் கொடுமையிலிருந்து காக்கிறது.

ஒரு குட்டையிலுள்ள குளத்திற்குத் தாகங்கொண்ட ஆண்யானையும் பெண் யானையும் நீரருந்தச் செல்ல, குட்டையில் இருக்கும் நீர் ஒரு யானைக்கே போதுமானது என்னும் நிலையில், இரு யானைகளும் நீர்ப் பரப்பில் தும்பிக்கையை வைக்க, பெண் யானை நீரை உறிஞ்சிக் குடிக்க, ஆண் யானை குடிப்பதுபோல் நடிக்க, தாகந்தீர்ந்த பெண் யானை மகிழ்ச்சி அடைய, ஆண் யானை தாகத்தைத் தாங்கிக்கொள்ள, இதுதான் அன்பின் தன்மை! இவையெல்லாம் சங்க இலக்கியக் காட்சிகள்!

அன்பு செலுத்துவோன் சுமையைத் தனக்குரியதாக எடுத்துக் கொள்கிறான்! அது எல்லார்க்கும் இயலாததால்தான், அன்பு செலுத்துவது எல்லார்க்கும் எளிதானதாக இல்லை!

செருமானிய வல்லாட்சியாளனான இட்லருக்கு நண்பனே இல்லை; அவன் யாரிடமும் கனிவாகப் பேசியதில்லை; அவனுடைய தோளில் கை போட்டு அவனை யாரும் பெயர் சொல்லி அழைக்க முடியாது.

அவனுக்கு மனைவி இல்லை; காதலி இல்லை; ஏனெனில் அவர்களெல்லாம் சமஉரிமையில் அவனிடம் உறவு கொள்ளக்

கூடியவர்கள். யாரும் தனக்குச் சமமாக முடியாது என்னும் அளவுக்கு ஆணவம் கொண்டவன் இட்லர்; அதனால் திருமணம் செய்து கொள்ள வில்லை. அவனுக்கு ஒரு காமக்கிழத்தி உண்டு; அவள் பெயர் ஈவா பிரான்! அவளும் படுக்கை அறையில் மங்கிய வெளிச்சத்தில்கூட, எல்லாரையும்போல் அவனை Fuhrer (தலைவர்) என்றே பயந்து கொண்டு அழைப்பாளாம்.

ஆணவமே வடிவான இட்லர் இரண்டாம் உலகப் போருக்குக் காரண மானவன் மட்டுமல்லன்; யூத இனத்தையே ஏறத்தாழ அழித்துவிட்ட கொடுங்கோலன். போரின் முடிவில் தோல்வியைத் தாங்க முடியாமல், தான் செய்ததெல்லாம் தன்னை நோக்கித் திரும்பும் என்னும் அச்சத்தில் சுட்டுக்கொண்டு தற்கொலை செய்துகொண்டான்!

இன்னொரு ஆணவக்காரி உலகப் பேரழகி கிளியோபாட்ரா. பாம்புப் பேழைக்குள் கையை விட்டுப் பாம்பைக் கடிக்கச் செய்து தற்கொலை செய்துகொண்டாள்!

இவர்களெல்லாம் நெகிழ்ச்சியற்ற வாழ்க்கை வாழ்ந்ததற்கு இவர்கள் தங்களுக்குள்ளே எழுப்பிக்கொண்ட ஆணவச் சுவரே காரணம்!

விழித்திரையில் உள்ள படலத்தை நீக்கிவிட்டால், பார்வை தெளிவாகத் தெரிவதுபோல், ஆணவம் நீங்கப் பெற்றால், அன்பு செலுத்தவும், அன்புக்கு பாத்திரமாகவும் முடியும் என்று தடையைக் கண்டறிந்து சொல்கிற தருமன் அறிவு யட்சனை மிரட்டியதில் வியப்பென்ன?

அதுபோல் வேலைக்காரர்களுக்குப் பணம் கொடுப்பது அவர்களை வசப்படுத்த என்றும், அரசர்களுக்குப் பணம் கொடுப்பது அவர்களிட மிருந்து பயமின்றி வாழ்வதற்கு என்றும், முடிவே இல்லாத வியாதி பேராசை என்றும், தான் செய்யும் தருமத்தை ஊரறியச் செய்யும் இழிதகைமைதான் டம்பம் என்றும் சொல்கின்ற தருமன், தாங்கும் சக்தியில் பூமியைவிடக் கூடுதலாகத் தாங்க வல்லது எது என்னும் கேள்விக்குத் தாயின் மனம் என்று விடையளிக்கிறான்!

கைம்மாறு கருதாத தாயின் நிகரற்ற அன்பு அவள் அளிக்கின்ற முலைப் பால்போல் கலப்பற்றது; திரிபற்றது! தன் மக்களுக்காக எதையும் தாங்கும் ஆற்றலில் அவள் பூமியைவிடக் கூடுதலானவள்தான்!

பார்ப்பனத் தாயும், சூத்திரத் தாயும், ஐரோப்பியத் தாயும், நீக்ரோத் தாயும், சீனத் தாயும், எசுகிமோத் தாயும் இதில் ஒரு நிகரானவர்களே! பலன் கருதாமல் அன்பு செலுத்துவது அவள் உயிரில் கலந்த இயல்பாக (instinct) இருக்கிறது. பூமியைவிடக் கனமானது பூமியே என்று விடையிறுப்பது அறிவியற் பார்வை; தாங்கும் ஆற்றலிலும்,

விசாலத்திலும் பூமியினும் மிக்கது தாயின் மனமே என்று விடையிறுப்பது வாழ்வியற் பார்வை!

தருமனின் பதில்கள் 'கேட்டறியாதன கேட்டேன்' என்னும் சுவைக்கு ஆட்படுத்தி, யட்சனை மேலும் மேலும் கேள்விகள் கேட்க வைக்கின்றன!

'வாழும்போதே செத்தவனாக எவன் கருதப்படுவான்?'

'தன்னுடைய செல்வத்தைத் தெய்வ பூசனைக்கும், மூதாதையர்க்கும், விருந்தினர்க்கும், தன்னுடைய பணியாட்களுக்கும், தன்னால் காக்கப்பட வேண்டிய விலங்குகளுக்கும் பகிர்ந்து பயன்படுத்தாதவன், வாழும்போதே செத்தவனாகக் கருதப்படுவான்!'

'காற்றை விட வேகமானது எது?'

'மனம்.'

'பொன்னை விட மதிப்புடையது எது?'

'அறிவு.'

'மனிதன் எதனால் அளக்கப் படுகிறான்?'

'அவனுடைய நடத்தையால்.'

'சரியான பாதையை எவ்வாறு அறிவது?'

'விவாதங்களினால் அல்ல; அவற்றால் முடிவுக்கு வரவே முடியாது! ஆசிரியர்களின் வழியாக அல்ல; அவர்கள் அபிப்பிராயங்களை மட்டுமே முன்வைக்கிறவர்கள்! தனிமையான சூழலில், அமைதியான மனநிலையில் தன்னை உள்முகமாகப் பார்க்கப் பார்க்கச் (reflection) சரியான பாதை புலனாகும்!'

மகாபாரதத்தில் வரும் எந்தப் பாத்திரமும், கிருட்டிணன் நீங்கலாக, இவ்வளவு தெளிந்த விடைகளைச் சொல்ல முடியாது. நகுலனை அழகுக்குக் குறிப்பிடுவதுபோல், சகாதேவனை அறிவுக்குக் குறிப்பிடு கிறார்கள். சகாதேவனின் அறிவு சாத்திர அறிவு. தருமனின் அறிவே நிறையறிவு! தருமன் நிரம்பக் கற்றவன் மட்டுமில்லை; பல முனிவர் களிடமும், ஞானிகளிடமும் விவாதித்துத் தெளிந்த அறிவினைப் பெற்றவன்!

கடைசியாக யட்சன் கேட்ட கேள்விகளில் சில:

'தினந்தோறும் நடந்து வரும் நிகழ்ச்சி எது?'

'உயிரினங்கள் எமலோகம் சென்றுகொண்டே இருப்பது'

‘எது ஆச்சரியம்?’

‘உயிரினங்கள் தினந்தோறும் எமலோகம் சென்றுகொண்டே இருப்பதைப் பார்த்தும்கூட, மனிதர்கள் தங்களுக்கு மரணமில்லாதது போல் நினைத்துக்கொண்டு, நல்ல கதியை அடைய முயலாமலேயே வாழ்நாளைக் கழித்துவிடுகிறார்கள்; அதுதான் ஆச்சரியம்!’

ஒரு சிறுபொழுதுகூடப் பயனுள்ள வழியில் வாழ்வதை அறியாதது மனிதக் கூட்டம் என்பது திருக்குறள்! ‘ஒரு பொழுதும் வாழ்வது அறியார்’ (337). ஒரு நாட்காட்டியில் ஒரு நாள் கிழிபடும்போது வாழ்நாளில் ஒரு நாள் அறுபட்டு விட்டது என்று உணர முடியாதவர்கள், ‘இன்று பொழுது நன்றாகப் போனது’ என்று மகிழ்கிறார்கள்! ‘நாள் என ஒன்றுபோல் காட்டி உயிர் ஈரும் வாள்.’ (குறள் 334)

வியாசன் தொடங்கி வள்ளுவன்வரை ‘எது மெய்யானது’ என்று பகுத்துக் காட்டி அறம் உரைப்பதில் ஒரே போக்குடையவர்கள்!

தருமனின் விடைகள் யட்சனை வீழ்த்தி விடுகின்றன.

அதற்குப் பரிசளிக்க நினைக்கிறான் யட்சன்! தான் ஏற்கெனவே வீழ்த்தி விட்ட தருமனின் உடன்பிறந்தார் நால்வரில் ஒருவன் உயிரை மீட்டுத் தருவதாக உறுதி அளிக்கிறான்.

‘நகுலனின் உயிரைத் தா’

யட்சன் திகைத்துப் போகிறான்! கௌரவர்களை எதிர்கொள்ளத் தருமனின் உடனடித் தேவை தன்னிகரில்லாத வில்லாளன் அருச்சுனன்! அவனைத்தான் கேட்பான் என்று யட்சன் கருதுகிறான்! ஒருவேளை அருச்சுனன் இல்லாவிட்டாலும் தோள்வலிமைமிக்க வீமனைக் கேட்டிருக்கலாம்!

இவர்களையெல்லாம் விட்டுவிட்டு நகுலனைக் கேட்டதன் நோக்கம் அறிவோடு பொருந்தியதுதானா என்னும் திகைப்பிலிருந்து யட்சனால் விடுபடமுடியவில்லை!

ஆனால் தருமனின் பார்வை வேறு!

‘என் தந்தைக்கு இரு மனைவிகள்! முதலாமவள் குந்திக்குப் பிறந்தவர்கள் மூவர்; இரண்டாமவளான மாத்திரிக்குப் பிறந்தவர்கள் இருவர். குந்தி மக்களில் நான் உயிருடன் இருக்கிறேன்; ஆகவே மாத்திரி மக்களில் ஒருவனான நகுலனை உயிர்ப்பித்துத் தா!’

நாட்டின் நிருவாகத்தை நடத்தும் போதும், போர்க்களத்திலும், இலாப நட்டங்களைச் சீர்தூக்கிப் பார்ப்பவன்தான் தருமன்! ஆனால் குடும்பம்

என்று வந்து விட்டால், இலாப நட்டங்கள் என்பது தருமனிடம் இல்லை! அவ்வளவு மனச் சமநிலை உடையவன் அவன்!

தருமன் சொன்ன அறிவார்ந்த விடைகள் எல்லாவற்றையும்விடத் தருமனின் நடத்தையிலுள்ள மேன்மை யட்சனைக் கிறுகிறுக்கச் செய்து விடுகிறது.

உலகெங்கிலும் உள்ள துச்சாதனர்களை நாளாசரியாக எதிர்கொள்ளும் போது, 'இப்படித்தான் இருப்பீர்கள்; வேறு எப்படி இருக்க முடியும்?' என்று அலட்சியப்படுத்த முடிந்த யட்சன், தருமனுடைய விடைகளாலும், எல்லாவற்றிற்கும் மேலாக அவனிடம் காணப்படும் மனச் சமநிலையினாலும் வீழ்ந்து விடுகிறான்!

வீழ்ந்துவிட்ட யட்சன் ஏற்கெனவே தன்னால் வீழ்த்தப்பட்டு மரம்போல் கிடக்கின்ற நால்வரில் தருமன் கோரிய நகுலனை மட்டுமல்ல; மற்ற மூவரையும் சேர்த்தே உயிர்ப்பித்துக் கொடுக்கிறான்!

தருமனின் அறிவால் நகுலன் உயிர் பெற்றான்; வேண்டுதல் வேண்டாமை இல்லாத் தருமனின் நடத்தை, மற்ற மூவரின் உயிரையும் மீட்டுத் தந்தாக வேண்டிய கட்டாயத்தை யட்சனுக்கு ஏற்படுத்துகிறது!

ஞானத்தின் வடிவம் தருமன்!

கண்டார் உயிர் உண்ணும் கூற்று!

பன்னிரண்டு ஆண்டுகள் வனவாசம் முடிந்தது; இன்னும் ஓர் ஆண்டு யார் கண்ணிலும் படாமல் அஞ்ஞாத வாசத்தை முடித்துவிட்டால், மீண்டும் இந்திரப்பிரத்த அரியணையில் ஏறிவிடலாம்!

அஞ்ஞாத வாசத்திற்கு விராடனின் மத்சய தேசத்தைத் தேர்வு செய்கின்றனர். தருமன் பார்ப்பன வேடம் பூணுகிறான்; வீமன் சமையற் காரனாகிறான். அருச்சுனன் ஏற்கெனவே ஊர்வசியால் பெற்ற சாபத்திற்குத் தகுந்தபடி அலியாகிச் சேலை உடுத்திக்கொண்டு நடன ஆசிரியையாக மாறுகிறான்; நகுலன் குதிரை லாயத்தைப் பேணுபவனாகவும், சகாதேவன் மாட்டு வைத்தியனாகவும் மாற்றமுறுகின்றனர்! திரௌபதி ஒப்பனைக்காரியாக மாறுகின்றாள்; அவள் பெயர் விரதசாரிணி!

அவள் அரசி சுதேசினையிடம் வேலைக்கு அமர் கிறாள். அரசிக்கு ஒரு தம்பி; அவன் பெயர் கீசகன்; அவனே அந்நாட்டின் தளபதியுங்கூட! கீசகனின் அக்காள் கணவன் விராடன் பெயருக் குத்தான் அரசனே தவிர, உண்மையான அதிகாரம் கீசகன் கையில்தான்!

அக்காளைப் பார்க்க வந்த கீசகன் விரதசாரிணி எனப்படும் பாஞ்சாலியையும் பார்த்து விடுகிறான்.

அவளுடைய வடிவத்தைக் கண்கள் நொடிப் பொழுதில் படமெடுக்க, பொறி கலங்கிப் போகிறான்!

23

அவளுடைய இடுப்பு இளங்கொம்புபோல் ஒடுங்கிக் கிடக்கிறது; அதற்கு மாறாகப் பொன்னனைய கொங்கைகளோ பருத்துப் பெரும் பரப்பை அடைத்துக்கொண்டு நிமிர்ந்து நிற்கின்றன.

இளங் கொம்பொடு ஒத்து இடை சோர,
பணைத்த பொற் கொங்கையாள்

(வில்லி. விராட. கீசகவதை, 2)

கீசகனுக்கு விரதசாரிணியைக் கண்டதுமே விரகதாபம் தலைக்கேறி விட்டது. அவள் தன் அக்காளிடம் ஏவற்பணி செய்பவள் என்பது அணுகுவதற்கு எளிதானவளாக அவளை அவனுக்குக் காட்டுகிறது.

ஏவற் பெண்தானே! என்ன தயக்கம்? நேரடியாக அவளிடமே அவள் மீது கொண்ட பித்தை வெளிப்படுத்துகிறான். அவள் மறுக்கிறாள்; அவன் விடாது தொடர்கிறான்!

விரதசாரிணி நேரடியாக அரசியிடம் புகார் செய்கிறாள். 'என் உடலைக் காந்தருவர்கள் காக்கின்றனர் என்பதை முன்னரே உங்களிடம் சொல்லி யிருக்கிறேன். உங்கள் தம்பியின் இச்சை பெரிதென்றால், விலைப் பொருட்டாகப் புணர்ச்சியை நிகழ்த்துகின்ற வேசியரைக் கொண்டு, உங்கள் தம்பியின் வேட்கையையும் வருத்தத்தையும் மாறச் செய்யுங்கள்; இல்லையென்றால் உங்கள் தம்பியின் அரிய உயிரே போய்விடும்' என்று விரதசாரிணி எச்சரிக்கிறாள்!

சுரதமாடும் மகளிரைத் தேடி நின் துணைவன்
வேட்கையும் சோகமும் மாற்றிடு

(மேற்படி, 10)

ஆனால் அக்காளும் திருந்தியபாடில்லை; தம்பியும் திருந்தியபாடில்லை! ஒரு நாள் அரசி மதுச் சாடி ஒன்றினைக் கொண்டுபோய் இரவு நேரத்தில் தம்பியிடம் கொடுத்துவிட்டு வரச் சொல்கிறாள்!

இப்படியே போய்க்கொண்டிருப்பதைப் பொறுக்க இயலாத நிலையில் பாஞ்சாலி தருமனிடம் 'ஒரு நாள் கீசகனால் தன் ஒழுக்கத்திற்கு மாசு ஏற்படக் கூடும்' என்று எச்சரிக்கிறாள்!

அதற்குத் தருமன் கூறுகிறான்: 'நான் உனக்கு உதவிக்கு வர இயலாத நிலையில் இருக்கிறேன். அஞ்ஞாதவாசம் முடியப் போகும் தருணம் இது. இப்போது ஏதாவது தாறுமாறாக நடந்து நாம் அடையாளம் காணப்பட்டுவிடும் நிலை ஏற்பட்டால், நாட்டை மீட்க முடியாதது மட்டுமல்ல; மறுபடியும் வனவாசம் என்னும் நச்சுச் சுழற்சி தொடரும்! எத்தகைய அவமானமாக இருந்தாலும் பல்லைக் கடித்துக்கொண்டு பொறுத்துக் கொள்; சாதுரியத்தைக் கடைப்பிடி!'

தன்னை ஒருவன் கெடுக்க நினைக்கிறான் என்னும் நிலையில்கூட தருமன் பதற்றமுற வில்லையே என்பதைப் பாஞ்சாலியால் பொறுத்துக் கொள்ள முடியவில்லை. அருச்சுனனிடமோ மற்ற இருவரிடமோ போகலாம். அவர்கள் மூவரும் அண்ணனைக் கேட்காமல் ஒரு கொசுவை அடிப்பதற்குக்கூட உடன்பட மாட்டார்கள்! உணர்ச்சியில் செயல்படுபவன் வீமன் மட்டுமே என்பதால் அவனைக் காண, இரவுப் பொழுதில் யாருக்கும் தெரியாமல் சமையற்கட்டை நோக்கிப் போகிறாள்!

நடந்ததையெல்லாம் கேட்டுவிட்டு, வழக்கம்போல் கொதிக்கிறான் வீமன். திட்டம் தீட்டப்படுகிறது. பாஞ்சாலி இணங்கியவள்போல் நடித்து, தனி வீட்டுக்குக் கீசகனை வரச் சொல்கிறாள். குடிபோதையில் கீசகன் மிக மகிழ்ச்சியோடு அங்கு வர, இவளுக்குப் பதிலாக இருட்டில் சேலை கட்டிக்கொண்டு அமர்ந்திருந்த வீமனைக் கீசகன் தழுவ, 'என்ன தொடையெல்லாம் ஒரு பெண்ணுக்கு இவ்வளவு கெட்டியாகவா இருக்கும்? கையெல்லாம் இப்படித் திண்டு திண்டாகவா இருக்கும்?' என்று எண்ணிக்கொண்டே கீசகன் உண்மையை அறிவதற்குள், வீமன் அவனை நசுக்கி உயிரிழக்கச் செய்துவிடுகிறான்!

விரதசாரிணியின் காதலர்களான கந்தவர்கள் கீசகனைக் கொன்று விட்டதாக, இவள் பரப்பியவாறே அரண்மனை முழுதும் நம்புகிறது!

பலராமனும், வீமனும், கீசகனும் சமவலிமை உடையவர்கள் என்பதால் கீசகனைக் கொன்றவன் வீமனே என்று கருதி, மத்சய தேசத்திற்கு உளவாளிகளை அனுப்புகிறான் துரியோதனன்! அது வேறு!

ஒரு பெண் எத்தனை பேரைத்தான் தடுமாற விடுவாள்? துரியோதனனும் கருணனும் பாஞ்சாலிமேல் ஆசைப்பட்டதுண்டு; வாய்க்கவில்லை என்றவுடன் விலகி விட்டனர்.

அருச்சுனன் பாஞ்சாலியை வென்றாலும், பாண்டவர்கள் அத்தனை பேரையும் அவள் அவதிக்குள்ளாக்கித் தூக்கமில்லாமல் செய்து விட்டாள் என்பதால், ஒருவேளை இவளால் உடன்பிறந்தார்களுக் கிடையே பிரிவு ஏற்பட்டு விடுமோ என்றஞ்சி, குந்தி வழக்கத்திலில்லாத வழக்கமாக அவளை ஐவருக்கும் கூட்டு மனைவி ஆக்கிவிடுகிறாள்!

அதற்குப் பிறகு வன வாழ்க்கையில் துரியோதனனின் தங்கை துச்சளையின் கணவனான சயித்திரதன், யாருமில்லாத நேரத்தில் பர்ணசாலையிலிருந்து பாஞ்சாலியைத் தூக்கித் தேரில் வைத்துக் கடத்த முனைகையில், வீமனாலும் அருச்சுனனாலும் பிடிபட்டுப் பின்பு மிதிபட்டு நைந்து அசிங்கப்பட்டுவிடுகிறான்!

இறுதியாகக் கீசகன். பாஞ்சாலியைப் பார்த்தவுடனேயே போதை தலைக்கேறி, எவ்வளவு எச்சரிக்கப்பட்டும் கேட்காமல், கடைசியில் வீணாக மாண்டான்!

தமிழில் 'பேரிளம்பெண்' என்றொரு சொல்லுண்டு! முப்பத்திரண்டு வயதிலிருந்து நாற்பது வயதுவரை உள்ளவளே பேரிளம்பெண்! பாஞ்சாலி இளம்பெண் அல்லள்; ஆனால் இளமையை முற்றாகத் தாண்டிவிட்ட பெண்ணும் அல்லள்.

பொதுவாக வயதின் ஏற்றம் அழகுக்குப் பகை! வயதின் இயல்பே அழகைக் கொஞ்சம் கொஞ்சமாக அரிப்பதுதான்! அழகு இளமையோடு இணைந்தது; இளமையோ நிலையில்லாதது. ஆனால் பாஞ்சாலியின் அழகில் கைவைக்க வயதுக்குக்கூடத் தயக்கம்போலும்!

மொட்டு அவிழ்ந்த சுயம்வர வயதில் பாண்டவர்கள் உட்படப் பலரையும் அவதிப்பட வைத்தது சரிதான்!

ஆனால் பேரிளம்பெண் ஆகிவிட்ட நிலையிலும், சயித்திரதனையும், கீசகனையும் புத்தி பேதலிக்கச் செய்கிறாள் பாஞ்சாலி என்றால், இவளைச் சொல்வதா? அல்லது இவளைப் படைத்தவனைச் சொல்வதா?

கண்டார் உயிர் உண்ணும் கூற்று!

துப்பியதை எடுத்து விழுங்கினான் துரியோதனன்!

வீமனின் மகன் கடோத்கசன் துவாரகையிலும் அத்தினாபுரியிலும் நடப்பவற்றை எல்லாம் வனத்திடையே வாழும் பாண்டவர்களுக்கு அடிக்கடி வந்து எடுத்துச் சொல்கிறான். பாண்டவர்கள் வனத்தில் தனித்து வாழ நேரிட்டாலும் அத்தினாபுரத்தில் என்ன நடக்கிறது என்பதைத் தெரிந்து கொள்வது அவர்களுக்கு முக்கியம்!

வான் வழியே செல்லும் ஆற்றலுடையவன் என்பதால் இவர்களோடு தொடர்பிலுள்ளவன் கடோத்கசன் ஒருவனே!

திரௌபதியின் மக்களெல்லாம் வளர்ந்து பெரியவர்களாகி விட்டார்கள்! அவர்களெல்லாம் துவாரகையில் கிருட்டிணனின் பிள்ளைகளோடு சேர்ந்து வளர்கிறார்கள்!

பலராமனும் கிருட்டிணனும் அண்ணன் தம்பிகள். அருச்சுனனின் மகன், சுபத்திரை வழியாகப் பிறந்த அபிமன்யு அழகிய இளைஞனாகவும், வில்லில் தேர்ந்த பயிற்சியுடையவனாகவும் ஆகி இருக்கிறான்; புலிக்குப் பிறந்ததல்லவா! சுபத்திரை பலராமன் மற்றும் கிருட்டிணனுக்கு உடன்பிறந்தவள்!

பலராமனுக்கு வத்சலை என்றொரு அழகிய மகள்; அவள் அருச்சுனன் மகன் அபிமன்யுவை விரும்புகிறாள்.

24

ஆனால் பலராமனோ துரியோதனனின் மகன் இலக்குமணனுக்குத் தன் மகளை மணம் செய்விக்க நினைக்கிறான்!

எப்போதுமே பலராமன் துரியோதனன் வகையினரோடு மிகுந்த நேசமுடன் இருப்பான்; கிருட்டிணனோ பாண்டவர்களுக்குப் பக்கத் துணையானவன்!

பலராமன் விரும்பியவாறு, துரியோதனன் மகன் இலக்குமணனுக்கும் வத்சலைக்கும் திருமணம் பேசி முடிக்கப்பட்டு, திருமணத்திற்கான நாள் குறிக்கப்படுகிறது.

வத்சலை தன்னுடைய காதலைக் கிருட்டிணனிடம் சொல்லி அழுகிறாள். தன்னுடைய தந்தை பலராமனை எதிர்த்து நிற்க ஊக்கமில்லை; தன் காதலைக் கைவிடவும் மனமில்லை.

வயதில் கூடிய பாண்டவர்களிலிருந்து, வயதுப் பெண்ணான வத்சலை வரை அனைவருக்குமே புகலிடம் கிருட்டிணன்தான்! எந்த வயதினர்க்கு முள்ள எந்தச் சிக்கலையும் புரிந்துகொண்டு தீர்வு சொல்லக் கூடியவன் கிருட்டிணன்!

இவ்வளவுக்கும் சுபத்திரையின் மகன் அபிமன்யு வத்சலைக்குச் சொந்த அத்தை மகன்! உறவை விட்டுவிட்டுப் பலராமன் துரியோதனனின் மகனைத் தேர்வு செய்வதற்கு அவனுக்கும் துரியோதனனுக்கும் உள்ள ஆழமான நட்பே காரணம்!

சுபத்திரையையே துரியோதனனுக்குத்தான் மணம் முடித்துக் கொடுக்க விரும்பினான் பலராமன். அவளையும் அருச்சுனனோடு ஓடிப் போக வைத்தவன் கிருட்டிணன்தான்!

நியாயம்-அநியாயம், தருமம்-அதருமம் என்பதன் அடிப்படையில் மட்டுமே பார்க்கின்றவன் கிருட்டிணன். உணர்ச்சி அடிப்படையி லேயே எதையும் பார்க்கின்றவன் பலராமன்! அதனால்தான் எல்லாருடைய மனங்களிலும் கிருட்டிணன் பெற்ற இடத்தைப் பலராமன் பெறமுடியவில்லை!

துரியோதனனிடமிருந்து எந்தப் பயனையும் பெற வேண்டிய நிலையில் உள்ளவனில்லை பலராமன். ஆயினும் தொடக்கம் முதல், துரியோ தனனின் இறுதிக் காலம்வரை பலராமனின் இந்த நட்பு மாறாமலேயே இருந்து வருகிறது.

துரியோதனனிடம் நம்பிக்கை கொள்வதற்கும், நட்புக் கொள்வதற்கு முரிய ஏதோ ஒரு சிறந்த அம்சம் அவனிடம் இருக்க வேண்டும்!

அவனோடு ஒட்டியவர்கள் யாருமே அவனை விட்டு வெட்டிக் கொள்வதில்லை.

கருணன் துரியோதனனுக்காகச் சாகவே தயாராயிருக்கிறான்; துரியோதனனின் மரண நிலையிலும், காலங் கடந்து களத்திற்கு வந்த பலராமன் வீமன் வகையினரின் அதருமமான போர் முறையைக் கடுமையாகச் சாடிப் பேசுகிறான்!

துரியோதனனுக்காக ஆயுதமேந்தக் கூடியவன்தான் பலராமன். அவனை அவ்வாறு செய்ய விடாதவாறு அவனுக்குப் போக்குக்காட்டி, திசை திருப்பி அவனைத் தன்னுடைய கட்டுக்குள்ளேயே வைத்துக் கொள்வதில் கிருட்டிணன் கில்லாடி!

திருமண நாள் மிகவும் நெருங்கி விட்ட நிலையில் தன் சிற்றப்பன் கிருட்டிணனிடம் கதறி அழுகிறாள் வத்சலை! கடோத்கசனை வரச் சொல்லி, அவனுடைய தோளில் அபிமன்யுவையும் வத்சலையையும் துவாரகைக்கு வெளியே உள்ள மலைக்குத் தூக்கிச் செல்ல வைத்து, அங்கே மரங்களைச் சான்றாளர்களாக வைத்து ‘காந்தருவ மணம்’ புரிந்து கொள்ளச் செய்கிறான் கிருட்டிணன்!

இந்தச் செய்தியை நடந்தது நடந்தபடி பாண்டவர்களிடம் வருணிக்கின்றான் கடோத்கசன்!

‘துரியோதனன் கொந்தளித்திருப்பானே’ என்று கேட்டுச் சிரிக்கிறான் வீமன். ‘துரியோதனன் பலராமனின் தங்கை சுபத்திரையைக் கட்டிக் கொள்ள ஆசைப்பட்டான்; சுபத்திரை அருச்சுனனைக் கட்டிக்கொண்டு விட்டாள். பலராமனின் மகளையாவது தன் மகனுக்குக் கட்டி வைக்க ஆசைப்பட்டான்! அவளும் அருச்சுனன் மகனைக் கூட்டிக்கொண்டு ஓடிப் போய் விட்டாள்!’

கைகொட்டிச் சிரித்து மகிழ்கிறான் வீமன். வத்சலை யாரைக் கூட்டிக் கொண்டு ஓடினாலும் வீமனுக்கு ஆகப் போவது எதுவுமில்லை! துரியோதனன் ஏமாற்றமடைவதிலும், ஆத்திரப்படுவதிலும் ஏற்படும் மகிழ்ச்சி!

ஆனால் துரியோதனன் மழுங்கலான ஆளில்லை. தன்னுடைய மகள் இலக்குமணியைக் கிருட்டிணனின் மகன் சம்பா விரும்பிய நிலையில், அந்தத் திருமணத்திற்கு ஏற்கெனவே இசைந்திருந்தான் துரியோதனன். பலராமன் மகள் துரியோதனன் வீட்டுக்கு வருவாள்; துரியோதனன் மகள் கிருட்டிணன் வீட்டுக்குச் செல்வாள் என்று எல்லாமே இணக்கமாக நடந்து கொண்டிருந்தபோது, கிருட்டிணனின் குறுக்கீட்டில்தான் பலராமன் மகள் தன் மருமகளாவது நின்று விட்டது என்றவுடன்,

துரியோதனன் தன் மகள் இலக்குமணி திருமணத்தை நிறுத்தி விட்டான்! யாதவர்களுக்கு, குறிப்பாகக் கிருட்டிணனுக்குப் பாடம் புகட்டியே தீர வேண்டும் என்று கொதித்துப் போயிருந்தான் துரியோதனன்!

இலக்குமணி இல்லாத வாழ்வா என்று தவித்துப்போன சம்பா, யாருக்கும் தெரியாமல் அத்தினாபுர அரண்மனைக்குள் நுழைந்து அவளைக் கடத்திப்போய் மணப்பது என்னும் இரகசியத் திட்டத்தோடு, அரண்மனைக்குள் ஓர் இரவுப் பொழுதில் ஊடுருவியபோது, துரியோதனனின் ஆட்களிடம் பிடிபட்டு விடுகிறான்!

தன்னை அசிங்கப் படுத்தியவர்களைத் திரும்ப அசிங்கப் படுத்துவதில் முனைந்து நின்ற துரியோதனன் சம்பாவைச் சிறையில் அடைத்து விட்டான்! இது மிகவும் கூடுதலானது! சிறையிலடைத்தது எவனோ ஒரு சம்பாவை என்றால் அது ஒரு பொருட்டில்லை; இருட்சிறையில் கூட அடைக்கலாம்; அடைத்தது கிருட்டிணனின் மகனை! அது மிகப் பெரிய எதிர்விளைவுகளை ஏற்படுத்தும் என்று துரியோதனனுக்குத் தெரிய வேண்டாமா?

துப்புவது எளிது; அதைத் திரும்ப எடுத்து விழுங்கும் கட்டாயம் ஏற்பட்டால்...? அசிங்கம் யோசனையில்லாமல் துப்பியவனுக்குத் தானே!

மேலும் சம்பா துரியோதனனின் மகளைக் காதலிப்பதில் கிருட்டிணனின் தூண்டுதல் எதுவும் இருந்ததா? இல்லையே! அது சம்பாவும் இலக்குமணியும் சேர்ந்து எடுத்த முடிவு; இதில் எதற்குத் துரியோதனன் மூக்கை நுழைக்க வேண்டும் என்பதுதான் கிருட்டிணனின் நிலைப்பாடு!

அதுபோல பலராமனின் மகள் வத்சலை அருச்சுனனின் மகனைக் காதலிக்கும்போது, அதில் பலராமன் குறுக்கிட்டது தப்பு; சொன்னாலும் பலராமன் கேட்க மாட்டான் என்று அவர்கள் இருவரும் ஓடிப் போவதற்கு வழி செய்து கொடுத்தான் கிருட்டிணன்! அவ்வளவே!

கிருட்டிணன் பாண்டவர் பக்கமிருந்து இந்தச் சம்பந்தத்தின் காரணமாகத் தன் பக்கத்திற்கு மாறி விடுவான் என்றால் துரியோதனன் தன் மகளைத் துவாரகைக்கே அழைத்துக்கொண்டுபோய்த் திருமணம் செய்து கொடுத்திருப்பான்!

ஆனால் பூமியின் சுழற்சியில் தடப்பிறழ்ச்சி ஏற்பட்டாலும், கிருட்டிணனின் நிலைப்பாட்டில் தடப்பிறழ்ச்சி ஏற்படாது என்பது துரியோதனனுக்குத் தெரியும். அப்புறம் தேவையில்லாமல் எதற்குக் கிருட்டிணன் வீட்டுச் சம்பந்தம்?

கைது நடவடிக்கையால் மோசமான எதிர்விளைவு ஏற்பட்டது. மிகுந்த நண்பனான பலராமன் எரிமலைபோல் அத்தினாபுரிக்குள் நுழைகிறான்! சம்பா பலராமனின் தம்பி மகன்; தசை ஆடாதா? பலராமனைப் பகைப்பது துரியோதனனுக்கு அறிவான செயலும் இல்லை; இயலக் கூடிய செயலுமில்லையே!

துரியோதனன் இறங்கி வந்து சம்பாவை விடுதலை செய்து, மகள் இலக்குமணியைத் திருமணம் செய்து கொடுத்து, இருவரையும் இணையாகத் துவாரகைக்குப் பலராமனுடன் அனுப்பி வைக்கிறான்!

துப்பியதை எடுத்து விழுங்கினான் துரியோதனன்!

கருணனுடன் கொடை போயிற்று!

அருச்சுனன் பெருவீரன்; அதுபோன்றவனே கருணனும்! நான்கு காரணங்கள்பற்றி ஒருவனுக்குப் பெருமிதம் தோன்றும் என்று தொல்காப்பியம் கூறும்! தொல்காப்பியனின் அளவுகோல்படி கல்வி, வீரம், புகழ்மை, கொடை என நான்கும் ஒருவனைப் பெருமிதம் கொள்ளச் செய்வன!

புகழுடைய சமக்கிருத மொழிக்கு இலக்கணம் உண்டு. அதை எழுதியவன் பெரும்புகழ்ப் பாணிணி! தமிழுக்கு நிகரான செம்மொழிகளில் சமக்கிருதம் ஒன்று. ஆனால் எல்லா மொழிகளும் எழுத்து, சொல் ஆகியவற்றுக்கு மட்டுமே இலக்கணம் பெற்றன. உலகிலேயே தமிழ் ஒன்று தான் எழுத்து, சொல்லோடு, பொருளுக்கும் இலக்கணம் பெற்ற மொழி! மொழி சிதையாமல் அதை எவ்வாறு கையாள்வது என்று இலக்கணம் வரையறை செய்வதுபோல், வாழ்க்கை சிதை யாமல் எவ்வாறு வாழ்வது என்பதையும் தொல் காப்பியம் வரையறை செய்கிறது!

> கல்வி, தறுகண், புகழ்மை, கொடை எனச்
> சொல்லப்பட்ட பெருமிதம் நான்கே.
>
> *(தொல்காப்பியம், மெய்ப்பாட்டியல், 9)*

கல்வி என்பது விச்சை (அறிவு).

தறுகண் என்பது அஞ்சத்தக்கன கண்டவிடத்து அஞ்சாமை (வீரம்).

25

புகழ்மை என்பது இன்பமும் பொருளும் இறப்பப் பயப்பினும் பழியோடு வருவன செய்யாமை.

கொடை என்பது உயிரும், உடம்பும், உறுப்பும் முதலாகிய எல்லாப் பொருளும் கொடுத்தல்.

பெருமிதமென்பது எல்லாரொடும், ஒப்பநில்லாது பேரெல்லையாக நிற்றல் என்று மேற்படி நூற்பாவுக்குப் பேராசிரியர் உரை எழுதுகிறார்.

மேற்சொல்லப்பட்ட நான்கும் பிறனொருவனினும் மிகுதிப்பட்டுத் தன்னிடம் விளங்கும் நிலையில், தன்னைப் பெரியனாக நினைக்கும் பெருமிதம் தோன்றும்!

அருச்சுனனும் கருணனும் பெருவீரர்கள்; அதுமட்டுமல்லாது அது குறித்த பெருமிதமும் அவர்களுக்கு உண்டு!

அருச்சுனன் பெருமிதம் வீரத்தோடு நின்று விடுகிறது. எனினும் இந்த நான்கில் ஒன்றைப் பெற்றிருப்பினும் போதும்; அவன் புகழும் இறவாது நிற்கும்; அருச்சுனன் புகழ் இன்றும் நின்று நிலவவில்லையா?

கருணன் வீரத்தில் அருச்சுனனுக்கு நிகரானவன் என்பதோடன்றி நிகரற்ற கொடையாளி என்னும் கூடுதல் சிறப்பால் அருச்சுனனினும் மேம்பட்டு விளங்குகிறான்!

அவனைக் குறித்து மக்களிடையே மிகுதியும் பயில்கின்ற கதை ஒன்று உண்டு!

கருணன் குளிப்பதற்குத் தங்கக் கிண்ணத்தில் நல்லெண்ணெயை வைத்து உடல் முழுதும் பூசித் தேய்த்துக் கொண்டிருந்தபோது, ஒருவன் வந்து இரந்து நிற்க, இடது கையால்பற்றி இருந்த தங்கக் கிண்ணத்தை அப்படியே தூக்கி இடது கையாலேயே கொடுத்து விட்டான் என்பர்!

இடது கையால் எதையும் கொடுப்பது மதிப்புக் குறைவான செயல் என்று கருணன் அறிந்திருந்தாலும், அதை வலது கைக்கு மாற்றிக் கொடுப்பதற்குள் மனம் பதினாயிரம் தடவை மாறிவிடும் என்பதால், அப்படியே கொடுத்து விட்டான் என்று அதற்குக் காரணமும் கூறுவர்!

கருணனின் கொடைகள் அளவற்றவை; இரந்து நிற்கிற ஒருவருக்கு 'உண்டு' எனக் கொடுக்கும் வண்மை அவனுக்குண்டே தவிர, 'இல்லை' என மறுக்கும் வன்மை அவனிடத்தில் இல்லை!

'மாபாரதத்திற்கு மிஞ்சிய கதையும் இல்லை; கருணனுக்கு மிஞ்சிய கொடையும் இல்லை!' 'கார்த்திகையோடு மழை போயிற்று; கருணனோடு கொடை போயிற்று!' என்று மக்கள் வழங்கும் பழமொழிகளிலெல்லாம் கருணனின் புகழ் இன்றும் பட்டொளி வீசிப் பறக்கின்றது!

மக்கள் தங்களுக்குப் பிறக்கின்ற பிள்ளைகளுக்குப் பெயர் சூட்டுகின்ற போது, தருமனின் பெயர் முன்னிலையிலும், அடுத்துக் கருணனின் பெயரும் பெருவரவாக இருக்கின்றன!

பாண்டவர்களின் வனவாசம் பன்னிரண்டு ஆண்டுகள் முடிந்துவிட்ட நிலையில் இந்திரன் தன் மகன் அருச்சுனனின் வெற்றியை உறுதிப் படுத்தும்வண்ணம், அவனின் எதிரிகளை எல்லாம் நிராயுதபாணி களாக்கக் களத்தில் இறங்குகிறான்.

அருச்சுனனின் தலையாய பகைவன் கருணனே! கருணன் கவச குண்டலத்தோடு பிறந்தவன்! அவை அவன் உடலோடு இருக்கும்வரை அவனை வெல்லவும் முடியாது; அவன் இறக்கவும் மாட்டான்!

இந்திரன் தன் மகன் அருச்சுனனுக்காகக் களம் இறங்குவதுபோல, கதிரோனும் தன் மகனைக் காக்கக் களம் இறங்குகிறான்.

'தேவேந்திரன் விருத்தப் பார்ப்பனனாக வேடம்கொண்டு, கவச குண்டலங்களை யாசிக்க வருவான்; முன்னெச்சரிக்கையோடு நடந்து கொள். அவை இரண்டையும் வழங்குவதைத் தவிர்த்து விடு' என்று பகலவன் திருப்பித் திருப்பித் தன் மகனுக்குப் பாடம் படிக்கிறான். கேட்கின்ற மகனில்லையே கருணன்!

தருமம் குறித்துத் தருமன் எப்படி உறுதியான பற்று கொண்டவனோ, அதுபோலக் கொடை குறித்துக் கருணன் உறுதியான பற்று உடையவன்!

அந்த உறுதியான பற்றின் காரணமாக மாடிழந்து, வீடிழந்து, நாடிழந்து, காட்டுக்குப் போகும் நிலை ஏற்பட்டும், அதை மகிழ்ச்சியுடன் ஏற்றுக் கொள்கிறான் தருமன்! அதுதான் தருமன்!

அதுபோலக் கருணனும் 'இல்லை' என்று சொல்வது தனக்கு இயலாது என்பதால், உயிரிழக்க உடன்படுவானே ஒழிய, 'இல்லை' என மறுக்க அவனால் இயலாது!

முன்னெச்சரிக்கை செய்யப்பட்டிருந்தும், வேடமிட்டு வந்திருப்பது இந்திரன் என்பது தெரிந்தும், கவச குண்டலங்களை வழங்குவது தோல் வியுமாம், உயிரிழப்புமாம் என்பது புரிந்தும், அவை இரண்டையும் விடக் கடினமானது, 'இல்லை' எனச் சொல்வதுதான் என்று ஒருவன் கொடையை ஒரு நோன்பாகக் கடைப்பிடிப்பானேயானால், அவன் காண்பதற்கு அறியவன்தானே!

கருணன் கவசகுண்டலங்களைக் குருதி பீறிடச் சதையோடு அறுத்துக் கொடுக்கும்போது, இந்திரனே கிறுகிறுத்துப் போகின்றான்! தன்னை அறியாமல் தன்னிடம் உள்ள சக்தி ஆயுதத்தை வரம்புக்குட்படுத்தி அவனுக்கு அளிக்கிறான்!

தேவர்கள் பாரிசாத மலர்களை வாரி மாரிபோல் பொழிகின்றனர்; துந்துபிகள் முழங்குகின்றன!

மனித நிலைக்கு மேலாக ஒருவன் செயல்படும்போது, தேவர்களே ஆரவாரிக்கின்றனர்! 'வானுறையும் தெய்வத்துள் வைக்கப்படும்' (குறள் 50) என்பான் வள்ளுவன்!

மனிதர்களின் புகழ்ச்சி பாகுபாடுடையது. தற்சார்பு, தன் கொள்கை, தன் குணம், தான் சார்ந்திருக்கும் கூட்டம் இவற்றிற்கேற்ப ஒருவனுடைய பாராட்டும் பழிப்பும் அமையும்! துரியோதனன் தருமனை நடைமுறை தெரியாத பேதை என்றுதான் கருதியிருப்பான்! அவனால் தருமனைப் பாராட்ட முடியும் என்றால் அவன் வாழ்க்கை மாற்றமுற்றுவிடுமே!

பசி, காமம் இரண்டோடு முடிந்துவிடவேண்டிய வாழ்க்கையில், உந்து விசையாக நின்று செயல்படுத்துவது புகழ் என்னும் மயக்கம்தான்!

பசியும், காமமும் நிறைவுறத் தக்கவை; அவற்றை அடைவதற்கான மனித முயற்சியும் சிற்றளவானது!

ஆனால் புகழை அடையக் கொடுக்கும் விலை பேரளவானது!

வீரத்திற்கான புகழ் சாவை உள்ளடக்கியது; கொடைக்கான புகழ் வறுமையை உள்ளடக்கியது.

வள்ளல் பாரி குறித்து அந்தணாளன் கபிலன் பாடுவான்:

> முந்நூறு ஊர்த்தே தண்பறம்பு நாடு;
> முந்நூறு ஊரும் பரிசிலர் கொண்டனர்;
> யாமும் பாரியும் உளமே;
> குன்றும் உண்டு; நீர் பாடினிர் செலினே

(புறநானூறு, 110)

கேட்டு வந்தோர்க்கு முந்நூறு ஊர்களையும் வழங்கி விட்டான் பாரி; பறம்பு மலை மீதமிருக்கிறது; மூவேந்தர் சேர்ந்தும், அதை வென்று அடைய முடியாது; இரந்து அடையலாம் என்பதைப் படிக்கும்போது கண்கள் மட்டுமா குளமாகின்றன? எலும்பே நெக்குருகவில்லையா?

இதுவே உண்மைப் புகழ்; வறிய நிலை வரும் எனினும் உண்மைக் கொடையாளி கொடையைக் கைவிடுவதில்லை.

தன்னுடைய செல்வத்தை வழங்குவது என்பது வேறு; தன்னுடைய உயிரைப் பாதுகாக்கும் கவச குண்டலத்தையே வழங்குவது என்பது வேறு!

விச்சை என்பதை வித்தை எனக்கொண்டு, பாடகியின் புகழ், நாட்டியக் காரியின் புகழ், நட்டுவனாரின் புகழ், திரைப்பட நடிகரின் புகழ், கிரிக்கெட் ஆட்டக்காரரின் புகழ் என்றிவற்றை எல்லாம் புகழ்மை வரிசையில் சேர்ப்பர்.

இவை நிலைத்த புகழல்ல! பி.யூ. சின்னப்பா புகழைத் தியாகராச பாகவதர் மறக்கடிப்பார்; பாகவதர் புகழை கே.ஆர்.இராமசாமி மறக்கடிப்பார்; அவரை சிவாசி கணேசன் விஞ்சி நிற்பார்; சிவாசி கணேசனை ரசினிகாந்த் விஞ்சி நிற்பார்!

புகழ்மைக்கு அடிப்படை ஒரு வித்தையில் வெளிப்படும் உச்சநிலை அல்ல; எந்த வித்தையும் மனிதர்களைச் சிறிது நேரம் இன்புறுத்தவே பயன்படுவது! அந்தப் புகழ் 'சந்தைப் புகழ்!' அந்த நடிகைக்கு 'மார்க்கெட்' போச்சு; இந்தப் பாடகிக்கு 'மார்க்கெட்' போச்சு' என்னும் பேச்சுகள் இவர்களின் புகழுக்கு ஏற்ற இறக்கம் உண்டு என்பதைத் தானே காட்டுகிறது! பாரியின் புகழுக்கு ஏற்ற இறக்கம் உண்டா?

'இன்பமும் பொருளும் இறப்பப் பயப்பினும், பழியொடு வருவன செய்யாமையே புகழ்மை' என்பார் உரையாசிரியர் பேராசிரியர்!

நியாயத்திற்கான போரில் தன்னை முன்னிறுத்திக்கொண்ட அருச்சுனன், விடுதலைப் போரில் தூக்கிடப்பட்ட பகத்சிங் ஆகியோர் வீரத்திற் காகவும், தன்னுடைய உயிரினும் மேலானது கேட்டார்க்கு வழங்குவது எனக் கவச குண்டலத்தை வழங்கிய கருணன், முந்நூறு ஊரையும் வழங்கிய வள்ளல் பாரி, தான் குடியிருந்த வீட்டையும் வழங்கிவிட்ட வள்ளல் அழகப்பர் ஆகியோர் கொடைக்காகவும்.

அறியாமைச் சேற்றில் அமிழ்ந்து கிடக்கும் உலகத்திற்கு அறிவூட்டி, துயர நீக்கத்திற்கு வழி வகுத்த புத்தன், வான்புகழ் வள்ளுவன், புதிய பாரதம் படைக்கப்பட மகாபாரதம் படைத்த வேதவியாசன் ஆகியோர் அறிவுக்காகவும்.

உலகமே பரிசாகக் கிடைப்பினும் 'பழியோடு வருவன செய்யாத' மகாத்மா காந்தியும், குந்தியின் மகன் தருமனும் புகழ்மைக்காகப் போற்றப்படுகின்றனர்; மேற்காட்டிய இவை போன்றனவே நிலைத்த புகழ்! ஒல்காப் புகழ்த் தொல்காப்பியன் சுட்டும் புகழ் இதுவே!

நான்கு பேரைத் தூண்டிவிட்டு, தந்திக் கம்பத்திற்குத் தந்திக் கம்பம் உருவப் படத்தோடு, 'நீயே வரலாறு; நீயே கடவுள்' என்னும் வாசகங் களோடு வைக்கப்படும் விளம்பரத் தட்டிகள் (Digital banners) காற்றடித்து வீழ்ந்துவிடுகிறபோது, அவை குறித்த நினைவும் வீழ்ந்துபடும்!

செய்தித்தாள்களில் பல இலட்சம் ரூபாய் செலவழித்து முழுப் பக்க விளம்பரம் கொடுத்து, பெரும் புகழ் பெற்றுவிட்டதாக இறும்பூது எய்தும் மனிதர், மறுநாள் அந்தச் செய்தித்தாள் கழிவுத்தாளாகி விடும்போது அவரும் கழிவு மனிதராகிவிடுவார்!

கருணனிடம் கொடை மட்டுமன்று; அவனை வானளாவத் தூக்கி நிறுத்துகிற இன்னும் எண்ணற்ற நிறைகளும் உண்டு; அந்த நிறைகளோடு பொருந்தாத சில அற்பத்தனங்களும் உண்டு; அது வேறு!

கருத்தாய்வுகள்

பார்ப்பன - சத்திரியப் போராட்டம்!

துரோணர் மிகப் புகழ்பெற்ற வில்லாளர்; பரசுராம முனிவரிடம் விற்பயிற்சி பெற்றவர்! அரச குலத்தைப் பூண்டறுக்க வேண்டுமென்பதற் காகப் பரசுராமர் விரும்பி விற்பயிற்சி அளித்த மாணாக்கர்களில் துரோணர் ஒருவர்! பார்ப்பன குலத்தில் வேதகாலம் தொடங்கி இன்றுவரை தொடர்ச்சியற்றுப் போகாமலும் புகழோடும் தொடர்கிறதே பரத்துவாச கோத்திரம், அந்தக் கோத்திரத்தைத் தொடங்கிவைத்த பரத்துவாச முனிவர்தான் துரோணரின் தந்தை!

முதற் கட்டத்தில் அக்கினிவேசர் என்பவரின் ஆசிரமத்தில் துரோணர் ஆயுதப் பயிற்சி பெற்றார். அப்போது அவருடன் பயின்ற ஒருசாலை மாணாக் கன் பாஞ்சால நாட்டு இளவரசன் துருபதன்!

இருவரும் இணைபிரியா நண்பர்களாயினர். துரோணரின் வில்திறத்தினாலும், அன்பினாலும் கவரப்பட்ட துருபதன் ஒருமுறை உணர்ச்சிவசப் பட்ட நிலையில், 'நான் அரசனான பின்பு உனக்குப் பாதி நாட்டைத் தருவேன்' என்று நெகிழ்ந்து சொல்கிறான்!

தந்தை புருசதன் காலத்திற்குப் பின், துருபதன் பாஞ்சால நாட்டின் அரசனாகிறான்.

துரோணர் கிருபரின் உடன்பிறந்தாளான கிருபியை மணக்கிறார்; அசுவத்தாமன் பிறக்கிறான்! காதல் மனைவியை 'உயிரே' என்றழைப்போர் உலகில்

பலர். மகனைத் தன் உயிராகக் கருதுவோர் மிகச் சிலரே!தயரதனும் துரோணரும் அத்தகையவர்கள்! இருவருமே மகன்குறித்த அவலச் செய்தி கேட்டு உயிரையே விட்டுவிட்டவர்கள்!

அவ்வளவு போற்றப்பட்ட மகனை ஊட்டி வளர்க்கப் பாலில்லை! வறுமையால் தாயின் மார்பு வறண்டு கிடக்கிறது! வீட்டிலோ இரண்டாம் தாயாகக் கருதத்தக்க பசு மாடும் இல்லை! சோறு கொதிக்கும் உலைநீரையே பால் எனப் புகழ்மிக்க மகனுக்கு அளிக்க வேண்டிய அவல நிலை!

கிருபி சொல்கிறாள்: 'உங்களின் இளமைக் கால நண்பன் துருபதன் பாஞ்சால நாட்டின் அரசனாக இருக்கிறானே! ஒரு பசுகூடவா தர மாட்டான்? போய் வாங்கி வாருங்கள்' என்று அனுப்பி வைக்கிறாள்!

துருபதனிடம் போனார் துரோணர். தன்னுடைய இளமைக் கால நண்பனான அவனிடம் உரிமையுடன் பெயர் சொல்லி, வேற்றுமை யின்றி ஒருமையில் இயல்பாகப் பேசுகிறார்! தனக்கு ஒரு பசு வேண்டு மெனக் கேட்கிறார்!

துருபதனுக்குச் சினம் தலைக்கேறுகிறது:

'என்னை நண்பன் என்கிறாயே; உமக்கென்ன புத்தி மாறாட்டமா? பெரும் செல்வத்திற்கு அதிபதியாக இருக்கிற அரசனுக்கு, பொருளில்லாத உம்மைப் போன்ற ஏழைகளுடன் நட்பு ஏற்பட முடியாது! பால்ய சிநேகிதம் வயதானபோது மறைந்து விடுகிறது.

ஏழை பணக்காரனுடன் நண்பனாக முடியாது; கோழை வீரனுடன் நண்பனாக முடியாது; பொருள், கல்வி, பலம், திறமை, பதவி இவை யார் யாருக்குச் சம அளவில் இருக்கின்றனவோ, அவர்களுக்குள்தான் நட்பும், திருமணமும் பொருத்தமாக இருக்கும்!

அறியாப் பருவத்தில் ஏற்பட்ட நட்பைப்பற்றி இப்போது நீர் பேசுவது முட்டாள்தனம் !'

துரோணர் தனக்கு வந்த கோபத்தை அடக்கிக்கொண்டு துருபதன் சபையிலிருந்து வெளியேறினார்!

(சோ, மகாபாரதம், ஆதி. பக்.95)

பழைய நண்பன் பசுமாடுதானே கேட்கிறான் என்று எதுவும் பேசாமல் கேட்ட கணத்திலேயே துருபதன் கொடுத்திருந்தால், துரோணர் நண்பனைப் பாராட்டிவிட்டுப் பசுமாட்டோடு போயிருப்பார்; மனைவி கிருபியும் மகிழ்ந்திருப்பாள்; அசுவத்தாமனும் பசும்பால் குடித்துக் கொழுகொழுவென்று வளர்ந்திருப்பான்!

ஆனால் பசு அல்ல துருபதனின் பிரச்னை! தன்னோடு இன்னொரு மன்னன்தான் நட்புப் பூண முடியும் என்னும் அவனுடைய எண்ணம் தான் அவனுக்குப் பிரச்னை!

தன்னை ஒரு ஏழைப் பார்ப்பான் 'நண்பன்' என்று அழைத்ததைப் பொறுக்கமாட்டாமல் பொங்கிவிடுகிறான் துருபதன்!

துரோணர் பரத்வாச முனிவரின் மகன்; நிகரற்ற பரசுராமரின் நிகரற்ற மாணாக்கர்!

அரசன் என்பதுதானே துருபதனின் கூடுதல் உயரம்; அந்த மகுடத்தைப் பறித்துவிட்டால்? துரோணரின் மனம் உலை கொதிப்பதுபோல் கொதிக் கிறது! வாய்ப்பை எதிர்பார்த்துக் காத்திருக்கும் துரோணர், ஒரு கட்டத்தில் தன்னுடைய மாணாக்கனும் ஒப்பற்ற வில்லாளியுமான அருச்சுனனிடம் குரு தட்சணையாகத் துருபதனைச் சிறைப்பிடித்துத் தருமாறு கேட்க, துருபதனைத் தன்னுடைய வருங்கால மாமனார் என்று அறிந்திருக்க முடியாத அருச்சுனன் அவ்வாறே துருபதனை சிறைப் படுத்திக் கொடுக்க, நாடற்றுப் போய்விட்ட துருபதனிடம், 'நீ இப்போது வெறும் ஆள்; பாஞ்சால நாடு என்னுடையது; நீயும் நானும் சமநிலையில் இல்லை; ஆகவே உனக்குப் பாதி நாட்டைத் தந்து என்னுடன் நட்புப் பாராட்டத் தகுதியுடையவனாக்கிக் கொள்கிறேன்' என்று பாதி நாட்டைக் கொடுக்க, துருபதன் அவமானத்தால் கூனிக் குறுகிப் போகிறான்!

ஒரு வகையில் பார்த்தால் துருபத - துரோணர் மோதல் என்பது சத்திரியப் பார்ப்பன மோதல்தான்! சமூகப் படிநிலையில் யார் மேல், யார் கீழ் என்பதைக் குறித்த மோதல்தான்!

இது ஏற்கெனவே மன்னன் கார்த்தவீரியனுக்கும் பரசுராமருக்கும் நிகழ்ந்த மோதல் போன்றதுதான்! சத்திரியர்களைக் கருவறுத்துப் பார்ப்பன மேலாண்மையை நிலை நிறுத்துவதை இயக்கமாக்கினார் (movement) பரசுராமர். அதற்காகத் துரோணர் போன்றவர்களைப் பயிற்றுவித்தார்! ஆனால் பரசுராமர்போல் இயக்கத் தலைமைக்கான முனைப்பும் உந்துதலும் துரோணரிடம் இல்லை!

துருபதனின் அவமதிப்புக்கு எதிர் அவமதிப்பு என்ற வகையில் அமைதிப்பட்டுவிடுகிறார் துரோணர்.

தனக்கு ஏற்பட்ட அவமதிப்பைத் தனக்கு மட்டுமே ஏற்பட்டதுபோல் பார்த்தார் துரோணர்; அதற்கான கணக்கை அருச்சுனன்மூலம் தீர்த்துக் கொண்டு தன்னுடைய தன்மானம் காக்கப்பட்டுவிட்டதாகப் பெருமிதம் கொண்டார்!

ஆனால் கார்த்தவீரியனின் அடாவடி நடவடிக்கையை அரச குலத்தின் அடாவடித்தனமாகப் பார்க்கிறார் பரசுராமர்! கழுதையைத் தூக்கி அரியணையில் வைத்தாலும், அதுவும் இன்னொரு கார்த்தவீரியனாக மாறும்! அந்த வீரியம் கார்த்தவீரியனுக்கு உரியதில்லை; அரியணைக் குரியது!

அமைதியாக ஆசிரமத்தில் வாழ்ந்த சமதக்கினி கொல்லப்படுகிறார்; காமதேனுவைக் கொள்ளையடிக்க முயற்சி நடக்கிறது.

தர்ப்பைப் புல் சுமக்கிறவர்கள்தாமே என்னும் எண்ணமுடைய அரச சாதியினர்க்குப் புத்தி கற்பிக்கப் புறப்படுகிறார் பரசுராமர். அதைத் தனக்கு மட்டுமே நேரிட்ட தீங்கு என்று பரசுராமர் கருதியிருப் பாரேயானால், கார்த்தவீரியனையும், அவன் மகனையும் தீர்த்துக் கட்டியதோடு, அவர் தவ முயற்சிகளுக்குத் திரும்பி இருப்பார்! ஆனால் மீண்டும் வேதம் பயிலும் சமூகத்திற்கு இத்தகைய இடர்ப்பாடு நேரக் கூடாது என்று கருதியதால்தான், ஊழித் தீ போன்ற பரசுராமர் இருபத்தொரு தலைமுறை மன்னர்களைக் கருவறுக்கப் புறப்படுகிறார்!

'உற்ற பகையைக் கருவறுத்து ஒடுக்கி, உலகத்தை முனிவர்கள் வாழத்தக்க இடமாக ஆக்கினேன்! இந்தச் சமயத்தில் நீ சனகனின் வில்லை முறித்த ஓசையை என் காதுபடக் கேட்டு, உன்னோடு போர் புரிய இங்கு வந்தேன்; மோதும் ஆற்றல் உண்டென்றால் வில்லை வளை' என்று இராமனைப் பார்த்து அறைகூவல் விடுக்கிறார் பரசுராமர்!

'உலகுஎலாம் முனிவற்கு ஈந்தேன்
உறுபகை ஒடுக்கிப் போந்தேன்
சிலையை நீ இறுத்தஓசை
செவிஉறச் சீறிவந்தேன்
மலைகுவன், வல்லைஆயின்
வாங்குதி வில்லை' என்றான் *(கம்ப. பால. 1382)*

பரசுராமப் படலம் என்றே கம்பன் இதை விரிவாக எழுதியுள்ளான்.

இராமன் மறுமொழி பேசுகிறான்:

'நிலவுலக அரசர்களை எல்லாம் கொன்றவன் நீ; உன்னைக் கொல்வ தால் பிழை இல்லை என்றாலும், நீ வேத வித்தின் மைந்தன்; உன்னைக் கொல்லல் தகாது; ஆகவே என் அம்புக்கு இலக்குச் சொல்' (1384) என்கிறான்!

'என் செய்தவம்' (1387) எனத் தன் தவத்தை இலக்காக்குகிறான் பரசுராமன்.

வாழ்க்கையிலேயே முதன்முறையாகத் தோற்று விடை பெறுகிறான் அஞ்சத்தக்க பேராற்றலுடைய பரசுராமன்! இராமனைக் 'கண்ணிய!' 'புண்ணிய!' என்றெல்லாம் புகழ்ந்துவிட்டு விடைபெற்றுக் கொள்கிறான்!

இராமனும் ஒரு சத்திரியன் என்பதால் 'எடு வில்லை; தொடு போரை' என்று பகை பாராட்டிய பரசுராமன், ஒரு வேறுபட்ட சத்திரியனை, 'வேதமே அன்ன' 'அற வடிவான' சத்திரியனை முதன்முதலாகக் காண நேரிட்டதால், அவனுடைய சத்திரியப் பகை தானாகவே முற்றுப் பெற்றுவிடுகிறது. தன்னுடைய தவத்தை எல்லாம் இராமனின் அம்புக்கு இலக்காக்கிவிட்டு, நேரிய சத்திரியனான வள்ளல் இராமனை வணங்கி விட்டு, மேரு மலைக்குப் புறப்பட்டுவிடுகிறான் பரசுராமன்!

விரும்பியதை அடைய யாரையும் கொலை செய்யத் தயங்காத கார்த்த வீரியனிடம் தொடங்கிய சத்திரியப் பகை, அறமே வடிவான பிறிதொரு சத்திரியனான இராமனிடம் வந்து முற்றுப் பெற்றுவிடுகிறது!

உலை கொதிக்கும்போது மூடியைத் தூக்கி விடுகிறது; அளவுக் கதிகமான புழுக்கம் மழையைக் கொண்டு வருகிறது.

கார்த்தவீரியர்களின் கொடுமை தர்ப்பைப் புல் ஏந்திய கையை மழு (கோடரி) ஏந்தச் செய்தது.

வள்ளல் இராமனின் வருகை மழுவை எறியச் செய்து, மீண்டும் பழைய தவ வாழ்க்கைக்கே திருப்பியது!

மகாபாரதத்தில் தொடங்கிய பரசுராமனின் அரசகுலப் பகை இராமா யணத்தில் வந்து முடிவு பெறுகிறது.

கொக்கென்று நினைத்தாயா கொங்கணவா?

பத்தினிகளின் மேன்மையைப்பற்றித் தருமபுத் திரனிடம் விளக்கிக் கொண்டிருந்த மார்க் கண்டேயர் அத்தகைய ஒரு பெண்மணியின் கதையைக் குறிப்பிடுகிறார்!

கௌசிகன் என்றொரு பார்ப்பனன் வசிட்டரிடம் வேதப் பயிற்சி பெற்றவன்; தருமம் தவறாதவன்; தவம் மேற்கொண்டவன்! ஒருநாள் வெக்கையின் வருத்தம் நீங்க, ஒரு மரத்தின்கீழ் ஒதுங்கி நின்றான்! அந்தச் சமயத்தில் மேலே இருந்த ஒரு கொக்கானது எச்சமிட, அது அவன் தலையில் வந்து விழுந்தது!

எரிச்சலில் தலை நிமிர்த்தி அந்தக் கொக்கைப் பார்த்தான்; கொக்கு எரிந்து கீழே விழுந்தது. தன்னுடைய தவ வலிமை குறித்து அந்தப் பார்ப் பனத் தவசிக்குப் பெருமிதம் உண்டாயிற்று.

ஒரு நாள் பார்ப்பனச் சேரி ஒன்றுக்குப் பிச்சை ஏற்கப் போனான்! வாசலில் நின்றான்; குரல் கொடுத்தான்! ஒரு பெண் குறுக்கும் நெடுக்கு மாய்ப் பரபரப்போடு இயங்கிக்கொண்டிருப் பதைப் பார்த்தான். அவளுடைய காதில் இவனுடைய குரல் விழாமல் இருக்க வாய்ப்பில்லை!

இன்னும் சிறிது நேரம் நின்றான்; சினம் அவனைத் தன்னிலை இழக்கச் செய்திருந்தது.

27

ஒரு வழியாகக் கணவனுக்கும் வீட்டிலுள்ள முதி யோர்க்கும் தவிர்க்க இயலாப் பணிவிடைகளை

முடித்துவிட்டு, பிச்சையோடு அவள் வாசலை நோக்கி வர, பார்ப்பனத் தவசி விழிகளில் கனல் தெறிக்க அவளைப் பார்க்கிறான்! பார்த்ததோடு சரி; எதுவுமே நடக்கவில்லை!

'கொக்கென்று நினைத்தாயா கொங்கணவா?' அவள் சிரித்துக் கொண்டே கேட்கிறாள்! வெலவெலத்துப் போகிறான் பிச்சை ஏற்க வந்தவன்!

கொக்கை எரித்தது இவளுக்கு எப்படித் தெரியும்? இவள் யார்? இவ்வளவு ஆற்றல் இவளுக்கு எப்படி வந்தது?

அந்தப் பத்தினிப் பெண் சொல்கிறாள்: 'சினம் மனிதனின் உடலுக்குள் இருக்கும் மிகப் பெரிய பகையாகும்! அதை நீ அறிந்திருக்கவில்லை. என்னைப் பொறுத்துக்கொண்டு, நீ மிதிலைக்குச் சென்று, அவ்விடத்தி லிருக்கும் தரும வியாதனிடம் உபதேசம் பெறு!'

மிதிலைக்குப் புறப்படுகிறான் கௌசிகன்! தரும வியாதன் அங்கே ஓர் ஆசிரமம் வைத்துக் கொண்டு, சீடர்களுக்கு ஞானத்தைப் போதிக்கின்ற வனாக இருக்கக்கூடும் என்று எண்ணி உள்ளூர்வாசிகளிடம் 'தரும வியாதன் ஆசிரமம் எங்கே இருக்கிறது?' என்று விசாரிக்கிறான்.

'அப்படி எந்த ஆசிரமமும் இங்கே இல்லையே; அந்தப் பெயரை உடைய ஒருவர் கசாப்புக் கடைதான் வைத்திருக்கிறார்' என்று அந்தக் கசாப்புக் கடையை அடையாளம் காட்டுகிறார்கள்!

'தருமத்தைப் போதிக்கிறவன் முதலில், தான் அதைக் கடைப்பிடிக் கிறவனாக இருக்க வேண்டாமா? உயிர்களைக் கொல்வதையே தன்னுடைய பிழைப்புக்குரிய தொழிலாகக் கொண்டிருக்கிறவன் எப்படித் தருமத்தை அறிந்தவனாக இருக்க முடியும்?' இப்படிப் பலவகையான குழப்பங்களுக்கு ஆட்பட்ட அந்தப் பார்ப்பன நோன்பி, அந்த தரும வியாதனின் நடவடிக்கைகளைச் சிறிது நேரம் கூர்ந்து கவனிக்கிறான்!

ஒரு பார்ப்பனப் பத்தினிப் பெண், ஒரு பார்ப்பன நோன்பியான தன்னை ஒரு கசாப்புக் கடைகாரனிடம் நுட்பமான தருமம் குறித்து அறிந்து கொள்ள அனுப்பியிருக்கிறாள் என்றால், அந்தக் காசாப்புக் கடைக் காரனிடம் உரையாடித்தான் பார்ப்போமே என்றெண்ணி அவனை அணுகுகிறான்!

கௌசிகனை வரவேற்கிறான் தருமவியாதன்; பேச்சுப் பல கோணங்களில் விரிவதற்கு முன்னர், தன்னை உறுத்திக்கொண்டிருக்கும் தரும வியாதனின் தொழில் குறித்துக் கேட்கிறான்?

'இறைச்சி விற்கும் தொழிலை ஏன் நீர் செய்ய வேண்டும்?'

‘என் பாட்டனும், தகப்பனும் செய்து வந்த தொழில் அது; என் குலத்திற்குப் பழக்கப்பட்ட தொழில்!’

மிகக் கூர்மையான மறுமொழி இது! இந்தத் தொழிலை நியாயப் படுத்தும் வண்ணம் ஒன்றிரண்டு கருத்துக்களைத் தரும வியாதன் எடுத்து மொழிந்தாலும், அவன் தன்னுடைய தொழிலுக்குக் கற்பித்த முதல் நியாயமும் முற்றான நியாயமும், அது வழிவழியாகச் செய்துவரப் படுகின்ற குலத்தொழில் என்பதுதான்!

தன்னுடைய தொழில் பார்ப்பன நோன்பியை உறுத்துகிறது என்றவுடன், அது குறித்துச் சிறிது விளக்கமாகப் பேசுகிறான் தரும வியாதன்!

‘பயிர்த் தொழில் உலகில் சிறந்த தொழிலாகக் கருதப்படுகிறது! ஆனால் கலப்பையால் பூமியை உழுகிறவர்கள் பூமிக்குள் இருக்கும் நூற்றுக் கணக்கான உயிர்களை அழிக்கிறார்கள்! மனிதர்கள் நடக்கும்போது பல சீவராசிகள் மனிதர்களின் காலடியில் மிதிபட்டுச் சாகின்றன.’

‘ஆகையால் இயற்கையின் அமைப்பை ஒட்டி நடக்கும் என் தொழில், உமது பரிதாபத்திற்குரியதல்ல; இந்தத் தொழிலை நான் நேர்மையாகச் செய்கிறேன்; அதுதான் முக்கியம்.’

(சோ, மகாபாரதம், வன. பக். 292)

‘பொய் சொல்லக் கூடாது என்பது பொதுவான தருமம். ஆனால் நடந்த உண்மையை நிர்வாணமாக அப்படியே கூறுவது பிற உயிர்களுக்குத் தீங்கு விளைவிக்குமானால் அந்த உண்மையால் பயனில்லை.’

‘இந்த உலகில் உயிர் எப்போதும் தன்னுடைய வினைப் பயன்களால் தொடரப்பட்டுப் பூமியில் பிறக்கிறது.’

‘நல்ல மனிதர்கள் தங்களுடைய முயற்சிகளுக்குப் பலனே இல்லாமல் போவதைக் காண்கிறார்கள்; கெட்ட வழியில் செல்லும் ஒருவனோ சுகத்தை அனுபவிப்பதைக் காண்கிறோம். இதற்கெல்லாம் காரணம் முன் பிறவியில் செய்த வினையே!’

(மேற்படி, பக். 294)

தரும வியாதன் பேசும் பல அறக் கோட்பாடுகள் புதியவை அல்ல; ஆயினும் இவற்றையெல்லாம் ஒரு கசாப்புக் கடைக்காரன் பேசுவது வியப்பிலும் வியப்பே!

வசிட்டரிடம் வேதம் பயின்ற கௌசிகன் போன்ற ஒரு பார்ப்பன நோன்பி, கொக்கைப் பார்வையாலேயே எரித்துவிடும் அளவுக்கு நோற்பாற்றல் கைவரப் பெற்ற ஒருவன், தருமம் குறித்த பார்வையைப்

பெற ஒரு கசாப்புக் கடைக்காரனிடம் அனுப்பி வைக்கப் பெற்றதற்குக் கட்டாயம் ஒரு நோக்கம் இருக்க வேண்டும்!

கௌசிகனுக்கு வயதான தாய் தந்தையர் வீட்டிலுண்டு; பேணுவாரற்ற நிலையிலுள்ள அவர்களைத் தவிக்க விட்டுவிட்டு, கௌசிகன் நோற்பு வாழ்க்கையை மேற்கொள்ள, வீட்டைவிட்டு வெளியேறி வந்து விடுகிறான்! அதன்மூலம் அவன் ஒரு கொக்கைப் பார்வையாலேயே எரித்து விடும் ஆற்றலைப் பெற முடிந்தது என்னவோ உண்மைதான்!

நோன்பினால் கைவரப் பெற்ற எரிக்கும் ஆற்றலை, இயல்பான கடமை களைச் செய்து வாழும் ஒரு பத்தினிப் பெண் செயலற்றுப் போகுமாறு செய்துவிட முடிகிறது என்றால், தவத்திலெல்லாம் பெரிய தவம் தாய் தந்தையரைப் பேணுவதாகத்தானே இருக்க முடியும்!

அடுத்தது வருண அமைப்பில் உயர் படிக்கட்டில் உள்ள ஒருவனுக்குக் கீழ்ப் படிக்கட்டில் உள்ள ஒருவன் உயர் தத்துவம் போதிக்கிறான்!

விடுதலை பெற்ற இந்தியாவில் அல்லாடி கிருட்டிணசாமி ஐயரை உள்ளடக்கிய அரசியல் சாசனக் குழுவுக்கு அம்பேத்கார் தலைமை ஏற்க வில்லையா? அதை நாடு தலை வணங்கி ஏற்றுக் கொள்ளவில்லையா?

'தருமவியாதர் கதையே கீதையின் உபதேசமும்! சமுதாய அமைப் பினாலோ, முயற்சியின் பயனாகவோ மனிதனுக்குத் தொழில்கள் ஏற்படுகின்றன. எந்தத் தொழிலையும் தருமம் தவறாமல் சரிவரச் செய்து வந்தால், அதுவே பகவானை உபாசித்தபடியாகும்! கசாப்புக் கடை வேலையும் இதில் சேரும்!'

(இராசாசி, மகாபாரதம், பக். 166)

பாட்டனும், முப்பாட்டனும் செய்து வந்த கசாப்புத் தொழில் என்பதால், தானும் அதையே செய்து வருவதாக தரும வியாதன் பெருமை பேசுவதை, அவனுடைய விருப்பப்படி அவனுடைய தனிப் பெருமையாகக் கொள்ளமுடியுமே தவிர, பொது நியாயமாக எப்படிக் கொள்ளமுடியும்?

தாழ்த்தப்பட்ட வகுப்பில் பிறந்த அம்பேத்கார் உயரறிவு பெற்றுச் சட்ட அமைச்சரானார் என்பது பாராட்டுக்குரியதாக இருக்குமா? அல்லது சட்ட அறிவைக் கௌசிகன் போன்ற சிலருக்குப் போதிப்பதற்கு வைத்துக்கொண்டு, 'நான் என் முப்பாட்டன் தொழிலையே பெருமை யோடு செய்து வருவேன்' என்பது பாராட்டுக்குரியதாக இருக்குமா?

உபாலி போன்ற ஒரு சவரத் தொழிலாளி பௌத்த சங்கத்தின் தலைவனாக உயர்ந்தான் என்பதுதானே பெருமைக்குரியது! முயற்சியுடைய யாருக்கும் ஏணி இடங்கொடுக்கும் என்றால்தானே

எண்ணற்ற உபாலிகள் உருவாவார்கள்! தரும வியாதன் இவ்வளவு சாத்திர அறிவுக்கிடையே கசாப்புத் தொழிலைத் தொடர்ந்து செய்து வருவதைப் பெருமையாகச் சொல்வது வலிந்து கொள்ளப்பட்ட பெருமையே ஒழிய, இயல்பான பெருமை ஆகாது; பிறர் பின்பற்றத்தக்க பெருமையும் ஆகாது!

வருண வேறுபாடுடைய சமூகத்தில்தான் மகாபாரதம் பிறந்தது! ஆனால் வருணபேதச் சமூகத்தை நிலைநாட்டிக் கெட்டிப் படுத்துகின்ற முயற்சி புசியமித்திரன் காலத்தில்தான் பெரிய அளவுக்கு மேற்கொள்ளப் பட்டது! அந்தக் காலகட்டத்தில்தான் கீதை மகாபாரதத்தில் செருகப் பட்டது! இது அறிஞர்களின் முடிவு! அதற்கு முன்னோட்டமாக எழுதிச் சேர்க்கப்பட்ட கதைதான் தரும வியாதன் கதையும்!

ஒவ்வொருவருக்கும் ஒரு மதிப்புண்டு சமூகத்தில். அந்த மதிப்பைத் தனக்குப் பிறர் தவறாமல் வழங்க வேண்டுமென்று அந்தந்த நிலைகளிலுள்ளோர் எதிர்பார்ப்பர்!

அரசு அலுவல் சார்ந்த வேலைகளில் இருப்போரில் யார், யாருக்குக் கீழே என்பது சட்டரீதியாகவரையறுக்கப் பட்டிருக்கும்! தனக்கு மேலே உள்ள அதிகாரி வரும்போது எழுந்து நிற்காதிருப்பதுகூடச் சட்டப்படி நடவடிக்கைக்கான குற்றம்தான்!

ஒரு நீதிமன்றத்திற்குள் நீதிபதி நுழையும்போது, அங்கே உள்ள அனைவரும் எழுந்து நின்று, நீதிபதி அமர்ந்த பிறகே அமர்வர்!

இப்படி எழுதப்பட்ட, எழுதப்படாத சட்டங்கள் எல்லாக் காலங்களிலும் உண்டு. எழுதப்பட்ட சட்டங்களை நடைமுறைப்படுத்துவது எளிது! எழுதப்படாச் சட்டங்களை ஒருவர் கடைப்பிடிக்கவில்லை என்றால் அதற்காக அவர்மீது நடவடிக்கை எடுக்க முடியாது! ஆனாலும் பாதிக்கப்பட்டவர் தன்மானமுடையவராக இருந்தால், மரியாதைக் குறைவான இடத்திலிருந்து தன்னை விலக்கி வைத்துக்கொள்ள முடியும்!

மூன்று உலகங்களுக்கும் அதிபதியாக இருந்தான் இந்திரன்! மிதமிஞ்சிய அதிகாரம் எவனையும் மிதமிஞ்சிய ஆணவக்காரனாக மாற்றி விடும்!

மதிப்புநிலை வரிசையில் அரசனே முதலானவன் என்பதால் அவன் யாருக்காகவும் எழுந்திருக்கத் தேவையில்லை; அவனுக்குத்தான் பிறர் எழுந்திருக்க வேண்டும் என்று சாத்திரம் இருப்பதாக அறிய நேர்ந்த இந்திரன், தேவகுருவான வியாழன் அவைக்கு வந்தபோது, கண்டு கொள்ளாமலேயே அமர்ந்திருந்தான் - ஏதோ அவமதிப்பதைக்கூட சாத்திரப்படிதான் செய்கின்றவன் என்பதுபோல!

மன்னன் அதிகாரமுள்ளவன்; அவனாகவே அடக்கமாக நடந்து கொண்டால் உண்டு; இல்லையென்றால் இல்லை! ஆகவே வருத்த முற்ற வியாழன் அரங்கைவிட்டு ஒன்றும் சொல்லாமல் வெளியேறிப் போய்விட்டார்!

நாளாக நாளாக தேவகுரு இல்லாமல் அவை பொலிவிழந்துவிட்டதை இந்திரன் உணர்ந்தான்! அசுரர்கள் மீண்டும் தாக்கத் தொடங்கியபோது, யோசனை கேட்கும் இடம் காலியாக இருந்ததால், இந்திரன் தவித்தான்!

யாராவது ஒரு குரு கட்டாயம் வேண்டும்! ஆகவே பலரின் யோசனைப்படி துவட்டாவின் மகனான விசுவரூபனை ஆச்சாரியனாக்கிக் கொண்டான் இந்திரன்!

கொஞ்ச காலம் ஓடியது! விசுவரூபனுக்குத் தகப்பன்தான் மேல்குலமே தவிர, தாய் எதிரிகள் குலமான அசுரகுலம் என்று தெரிய வந்தபோது இந்திரனுக்குத் தூக்கம் வரவில்லை! எதிரிகள் விசுவரூபனைத் தங்கள் சாதி என்று கருதிப் பயன்படுத்திக் கொள்ளக்கூடும் என்று இந்திரன் அஞ்சினான்!

விசுவரூபனுக்குப் பல வகையில் கேடு விளைவித்துத் தானாகவே அவனைப் போகும்படி வைத்து விடலாம் என்று பார்த்தான் இந்திரன்! நடக்கவில்லை! இனிப் பொறுக்க முடியாது என்ற நிலையில் வச்சிராயுதத்தைப் பயன்படுத்தி ஆச்சாரியன் விசுவரூபனைக் கொன்றே விட்டான் இந்திரன்!

அவ்வளவுதான்; குருவைக் கொன்ற பிரும்மகத்தித் தோசம் இந்திரனைப் பிடித்தது! இந்திரன் ஒடுங்கி நிலைகலங்கிப் போனான்.

தேவேந்திரனின் நிலை கண்டு பரிவுகொண்டு தேவர்கள் பூமியில் உள்ள மணல், தண்ணீர், மரங்கள், பெண்கள் என்று இவைகளைப் பார்த்து, இந்திரனின் பாவத்தைப் பங்கிட்டுக்கொள்ள முடியுமா என்று கேட்க, அந்தப்பாவத்தை நாங்கள் வாங்கிக்கொள்வதால் எங்களுக்கு என்ன இலாபம் என்று அவையெல்லாம் திரும்பக் கேட்க, ஏற்றுக் கொள்ளும் பாவத்திற்கு ஈடாக வேறு சில நன்மைகளைத் தருவதாக அமரர்கோன் வாக்களிக்கிறான்.

பண்ட மாற்றுப்போல் பாவ மாற்று நிகழ்கிறது. அதன் விளைவாகச் சில சலுகைகள் வழங்கப் படுகின்றன. இனிப் பூமியில் வெட்டிய பள்ளம் வெட்டியவாறே இல்லாமல் தானாகவே தூர்ந்து போகும்; தண்ணீர் இறைக்க இறைக்க வற்றிப் போகாமல் மேலும் மேலும் சுரக்கும்; மரங்களை வெட்டினாலும் அவை அழிந்து போகாமல் மீண்டும் மீண்டும் துளிர்க்கும்! உலகிலுள்ள விலங்கினங்களெல்லாம் கருத்தரித்த பிறகு உடலுறவு கொள்வதில்லை. அதற்கு மாறாகப் பெண்கள் கருத்தரித்த பிறகு பிள்ளை பெறும் காலம்வரையிலும் உடலுறவு கொள்வது நீட்டிக்கப்பட்டது.

இவை புதிய சலுகைகளாக வந்ததுபோல, இந்திரனின் பிரம்மகத்திப் பாவம் நான்கு கூறாக்கப் பட்டுப் பகிர்ந்தளிக்கப்பட்டது. அது சில விளைவுகளைப் பூமியில் ஏற்படுத்தியது! பூமியில் உவர்மண் ஏற்பட்டது; நீரில் நுரை ஏற்பட்டது; மரங்களில் பிசின் தோன்றியது; பெண்களுக்கு மாதவிடாய் உண்டானது!

இதற்கிடையே தன் மகன் கொல்லப்பட்டதில் ஆத்திரம் கொண்ட துவட்டா, வேள்வித் தீ வளர்த்து அதிலிருந்து உண்டான விருத்தி ராசுரனை இந்திரனை அழிக்க அனுப்புகிறான்!

இறுதியில் திருமாலின் துணையுடன் விருத்திரன் கொல்லப்படுகிறான்! ஆனாலும் இந்திரன் தன்னுடைய செய்கைகளின் தொடர்விளைவு களாலும் வாய்மை பிழைத்ததனாலும் அவமானம் அடைந்து, வெட்கப் பட்டு ஒருவருடைய கண்ணுக்கும் புலப்படாமல் இமயத்தின் கொடு முடியான மானசரோவருக்குப் போய் மறைந்து வாழ்கிறான்!

அரசன் இல்லாமல் நாடு இருக்க முடியாதே! யாரை அரசனாக்கலாம் என்று சிந்தித்த தேவர்கள், வலிமை, புகழ், நற்குணங்கள், ஒழுக்கம், குடிகளிடம் பரிவு இவையெல்லாம் கொண்ட பூவுலக மன்னன் நகுசனிடம் சென்று, இந்திரனாக மகுடம் சூடிக்கொள்ள வேண்டும் என்று வேண்டுகிறார்கள்!

'இந்திரன் எங்கே? நான் எங்கே' என்று நகுசன் அடக்கத்துடனும், அச்சத்துடனும் மறுத்து விடுகிறான். 'பயப்படாதே; அந்த அரியணையில் அமர்ந்துவிட்டால் அதற்குரிய வலிமையும், பவிசும் தாமாகவே வந்துவிடும்' என்று தேவர்கள் நம்பிக்கையூட்டி அவனை இந்திரப் பதவியில் அமர்த்துகிறார்கள்!

நகுசன் அமராவதிக்கு அதிபதியாக இந்திரப் பதவியில் அமர்ந்ததும், அவனுடைய போக்கே முற்றாக மாறிவிடுகிறது.

இதுவரை தாறுமாறாய் நடந்த இந்திரன் இப்போது இருக்குமிடம் தெரியாமல் இருக்கிறான்! இதுவரை இருக்குமிடம் தெரியாமல் இருந்த

நகுசன் இப்போது தாறுமாறாய் ஆடத் தொடங்கி விடுகிறான்! அவன் இருக்கும் அதிகாரத்தை இழந்தவன்; இவன் இல்லாத அதிகாரத்தைப் பெற்றவன்!

‘ஒருநாள் சபையில் கூடியுள்ளோரைப் பார்த்து நகுசன் கேட்கலானான்: தேவராசனுடைய மகிசியான சசிதேவி என்னை ஏன் அடையவில்லை? நானல்லவா இப்போது இந்திரன்? சீக்கிரமே இந்திராணியை என் கிரகத்திற்கு அனுப்புவீர்களாக என்று உத்தரவிட்டான்!’

(இராசாசி, மகாபாரதம், பக். 237)

நகுசன் கேட்டதில் ஒரு பொருள் இருக்கிறது! அவள் இந்திரனுக்குத் தானே மனைவி? இப்போது இந்திரன் நகுசன்தானே!

நம்முடைய அரசு தலைமைச் செயலகத்தில் தலைமைச் செயலாளர் உண்டு. ஆட்சி மாறியவுடன் புதிய முதலமைச்சரிடம் அதே தலைமைச் செயலாளர் பணியாற்றுவார்! முதலமைச்சர்கள் யாராயினும் தலைமைச் செயலாளர் அவரே! ஆட்சியாளர்கள் (rulers) மாறுவார்கள்; அதிகார வர்க்கம் (bureaucracy) மாறுவதில்லை! அதே நிலைதான் இந்திராணியின் நிலையும்!

சசிதேவிதான் இந்திராணி; இந்திரன் எவனாக இருந்தாலும் அவனுக்கு அவள்தான் ராணி! இந்திரர்கள்தான் மாறுவார்கள்; இந்திராணி மாறுவதில்லை!

ஆனால் இந்திராணி வஞ்சகமானவள். என்ன காரணம்பற்றியோ நகுசனை இந்திரனாக ஏற்க அவளுக்கு மனம் வரவில்லை! இது ஒரு தலைமைச் செயலாளர் இன்ன முதலமைச்சரை நான் ஏற்க மாட்டேன் என்று சொல்வதுபோன்றது!

அந்த உரிமை இந்திராணிக்கு இல்லை. பதிவிரதையாக இருக்க விரும்புவள் இந்திராணி ஆகக் கூடாது.

தேவர்களின் உலகம் போகத்திற்கென்றே படைக்கப்பட்டது! எந்த வரைமுறையுமற்றது; நெறி சார்ந்த முனிவர்களின் தவத்தைக் கலைப்பதற்கென்று மேனகை, ஊர்வசி போன்றவர்களை அனுப்பி வைப்பதைத் தவிர இந்திரனுக்கு வேறு உருப்படியான வேலை இருப்பதாகத் தெரியவில்லை!

மீதியுள்ள நேரங்களில் அவனே பூமிக்கு அப்போதைக்கப்போது இறங்கி வந்து அகலிகையைப் போன்றவர்களைக் கெடுத்து அவள் கல்லாவதற்குக் காரணமாவதோடு, கோசிகனால் சபிக்கப்பட்டு, தன் உடல் முழுவதும் அம்மைத் தழும்புபோல அடுத்தடுத்து ஆயிரம்

யோனிகள் உண்டாகப் பெறுகின்றவன்தான் இந்திரன்! இப்படிப் பட்டவனின் மனைவிதான் இந்திராணி!

நல்லதோ கெட்டதோ, உனக்குப் பிடிக்கிறதோ இல்லையோ, தேவேந் திரனாகிய நகுசனின் விருப்பத்திற்கு இசைவதே நல்லது என்று தேவர்க ளெல்லாம் எடுத்துச் சொல்கிறார்கள்! கண்டிப்பாக யாரும் ஒரு பதிவிரதையை இத்தகைய கட்டாயத்திற்கு உள்ளாக்க மாட்டார்கள்!

இந்திராணியின் தயக்கம் பூமியிலிருந்து வந்த மானிடனிடமா போவது என்பதன் காரணமாக இருக்கலாம்!

கடைசியில் இந்திராணி நகுசனைச் சந்தித்து, ‘பழைய இந்திரன் ஏழு முனிவர்கள் தூக்கி வரும் பல்லக்கில்தான் எப்போதும் பயணம் செய்வான்! அப்படி நீயும் இந்திரனாக வா; காத்திருக்கிறேன்’ என்று சொல்லிவிட்டுச் செல்கிறாள்!

ஏழு முனிவர்களில் அகத்தியர் மிகவும் குட்டை; ஆகவே பல்லக்குத் தூக்கிகளில் அகத்தியரின் வேகமின்மை பல்லக்கின் வேகத்தைக் குறைக்கிறது. இந்திராணி மேல் உள்ள மோகம் தலைக்கேறப் பெற்ற நகுசன் காலால் அகத்தியரை எற்றி, ‘நட, நட’ என்னும் பொருளில் ‘சர்ப்ப, சர்ப்ப’ என்று வேகப்படுத்த, ‘நீ சர்ப்பமாகவே ஆகு’ என்று அகத்தியர் சபிக்க, அவன் மலைப்பாம்பாகப் பூமியில் வந்து விழுகிறான்! பிறகு பூமியில் தருமனிடம் ‘பிரும்மம்’ என்பதன் பொருள் அறிந்து சாபத்திலிருந்து விடுதலை பெறுகிறான் என்பது வேறு!

மூன்று உலகத்திற்கு அதிபதியான தான், வியாழன் என்னும் சாதாரண குருவுக்கு ஏன் எழுந்து நின்று மரியாதை காட்டவேண்டும் என்பதில் தொடங்கி, அதனால் தேவகுரு வியாழன் வெளியேற, மாற்றுக் குருவாக விசுவரூபனை நியமித்து, பிறகு அவனுடைய குலப்பிறப்பை ஐயுற்று, வச்சிராயுதத்தால் விசுவரூபனைக் கொன்று, பிரம்மகத்திப் பாவம் பீடிக்கப் பெற்று, இந்திரப் பதவியில் நீடிக்க முடியாமல், யார் கண்ணிலும் பட நாணப்பட்டு, மானசரோவர் மலையில் போய் ஒளிந்து கொள்ள நேரிட்டது என்று சங்கிலிப் பின்னலாக ஏற்பட்ட நிகழ்வுகள் எல்லாமே வியாழனை அவமானப்படுத்துவதில் தொடங்கியதுதானே!

அதுபோல் அகத்தியனைக் காலால் எற்றிய நகுசனின் செயலும் ‘நான் இந்திரன் அல்லனோ?’ என்னும் திமிரின் வெளிப்பாடுதானே!

அதிகாரம் எளிய மக்களைக் கீழ்ப்படியச் செய்துவிடும்; ஆனால் அதுவே அறிவுடைய சான்றோர்மீது செலுத்தப்படும்போது அவர்களை வீறு கொண்டெழச் செய்து எதிர்நிலை கொள்ள வைக்கும்! அரச பீடங்களைச் சாய்த்துவிடும்!

நந்த வம்சத்தைப் பூண்டோடு அழித்ததும், மௌரியப் பேரரசைச் சந்திரகுப்தன் தலைமையில் கட்டியமைத்ததும் சாணக்கியனின் அறிவுதானே!

'நீ வெறுங் குருதானே; நான் மூன்று உலகுக்கும் அதிபதி அல்லனோ?' என்னும் அதிகாரப் போதை இந்திரப் பதவியைப் பிடுங்கி இந்திரனைத் தாங்கொணா அவமானத்திற்குள்ளாக்கி, அவனை ஒளிந்து வாழும் வாழ்க்கைக்குத் தள்ளவில்லையா?

அதே அதிகாரப் போதை நகுசனிடமிருந்து இந்திரப்பதவியைப் பிடுங்கி, ஒரு மலைப் பாம்பாக்கி அவனைப் பூமியில் வீசி எறிய வில்லையா?

பாடாய்ப் படுத்தும் அதிகாரம்!

அற்பத்தனங்களும் முடிசூடிக் கொள்கின்றன!

பாண்டவர்கள் கௌரவர்களுக்குக் கொடுத்திருந்த வாக்குப்படி ஓராண்டு காலம் யாரும் அடையாளம் கண்டுவிடாதபடி மறைந்து வசித்தல் வேண்டும்!

அதற்கு அந்தக் காலகட்டத்தில் அவர்கள் பல்வேறு பணிகளைச் செய்வதென்று முடிவெடுத்து அதற்கேற்ற வேடங்களைப் பூணுகிறார்கள்.

வெளிப்படையாகப் பன்னிரண்டாண்டுகள் காட்டில் வாழ்ந்தவர்கள் மறைந்து வசிப்பதற்கு நாட்டைத் தேர்வு செய்கிறார்கள்! அடர்ந்த காட்டுக்குள் இன்னும் ஓராண்டு காலம் வாழக் கூடாதா என்றால் அது அவ்வளவு பாதுகாப்பானதில்லை.

அடர்ந்த மயிர்க் கற்றைக்குள் நெருக்கமான பல்லுள்ள சீப்பைக் கொண்டு வாரி இழுத்தால் பேன்கள் பொலபொலவெனக் கொட்டி விடுவதைப்போல், ஒரு பெரிய சேனை காட்டுக்குள் புகுந்து அலசினால், அவர்களுடைய இருப்பிடம் வெளிவந்து விடும்.

ஆனால் நாட்டுக்குள் வேறு தோற்றத்தோடு மக்களோடு மக்களாய் வாழும்போது, எந்தக் கொம்பனாலும் அடையாளம் காணமுடியாது!

ஆனால் இராசசூய யாகம் செய்து, பல சிற்றரசர்கள் கப்பங் கட்ட வாழ்ந்த பாண்டவர்கள், ஒரு மன்னனை அண்டி அவன்

29

ஏவியதைச் செய்கின்றவர்களாக வாழ்வது மனத்திற்கு எவ்வளவு துயரம்! இதற்குக் காட்டு வாழ்க்கை எவ்வளவோ மேல்!

'நம்மைப் பணிவாரையெல்லாம் நாம் பணியும் காலம் வந்ததே' என்று தருமன் தௌமியரிடம் சொல்லும்போது அனைவரின் நெஞ்சும் கலங்குகிறது

மறைந்து வாழும் வாழ்க்கைக் காலத்தில் ஒரு மன்னரிடம் ஏவற் பணி உட்படப் பல பணிகளைச் செய்யப் புறப்பட்ட பாண்டவர்களுக்கு, தௌமியர் அரசனைச் சேர்ந்தொழுகுவதில் உள்ள இடர்ப்பாடுகள், அரசனிடம் கவனத்தோடு நடந்துகொள்ள வேண்டிய முறைகள், பொதுவாக அரசனின் மனப்பான்மை இவற்றையெல்லாம் எடுத்துரைக்கிறார்.

அரசனைச் சேர்ந்து பணியாற்றும் ஒவ்வொருவரும் அறிந்து மேற்கொள்ள வேண்டிய நடைமுறை இது!

அதுவும் பாண்டவர்களுக்கு மிகவும் தேவையான இன்றியமையா நடைமுறை இது! அவர்கள் அரசுக் கட்டிலில் இருந்து அதிகாரம் செய்து பழகியவர்களே தவிர ஏவற்பணி செய்யப் பழக்கப்பட்டவர்களில்லை. அவர்களுடைய கவனக் குறைவு அவர்கள் மறைந்து வாழும் வாழ்க்கையை வெளிப்படுத்தி விடக்கூடும் என்னும் அச்சம்தான் தௌமியரை இவ்வளவு விரிவாக மன்னரைச் சேர்ந்தொழுகல் குறித்துப் பேச வைக்கிறது!

தௌமியர் சொல்கிறார்: 'ஓர் அரசனிடம் பணியாற்றச் செல்கின்றவன் எவ்வளவு பெரிய வீரனானாலும், தான் ஒருவனுக்குக் கீழ்ப் பணியாற்ற வந்தவன்தான் என்னும் நினைவோடு பணியாற்ற வேண்டும். தன்னுடைய பெருமையை அவனிடம் பேசுவதோ, உணர்த்துவதோ கூடாது. பெருமை என்பது மன்னர்களுக்கு மட்டுமே உரியது என்பது அவர்களின் எண்ணம்!

ஒரு குறிப்பிட்ட காரியத்தை வெகு நேர்த்தியாய்ச் செய்து முடித்ததைப் பாராட்டி அவையில் அரசன் மிகப் பெரிய வெகுமதியை அளித்தாலும், அதைக் கொண்டு வாழ்வதில் பணியாளனுக்கு அடக்கம் வேண்டும்!

தன்னைப் புனைந்து கொள்ளும்போது, அரசனை விஞ்சியதாக அந்தப் புனைவு அமையக் கூடாது. அரசனுடைய உடையை விஞ்சிய உடையை உடுத்துவதோ, அவன் பயன்படுத்தும் வாசனைத் திரவியத்தை அவனை விஞ்சும் வகையில், தான் பூசிக் கொள்வதோ கூடவே கூடாது!

'உன்னைவிட நான் எதிலும் கூடுதலானவன் இல்லை' என்று உணர்த்தும் வகையில் பணியாளர்கள் நடந்துகொள்வதை அரசர்கள் மிகவும் விரும்புவார்கள்!

அரசன் இசைவுக்குப் பின்னரே அவனைப் போய்ப் பார்க்கவேண்டும்! அரசன் கேட்டால்தான் யோசனை சொல்ல வேண்டும்.

அரசவையில் இருக்கும்போது மற்றவர்கள் எந்த இருக்கையைத் துச்சமாக மதிப்பார்களோ, அதில் போய் அமர்ந்துகொள்ள வேண்டும்.

அரசனுக்கு முன்புறமோ பின்புறமோ செல்லக் கூடாது. அவனுக்கு முன்புறம் சென்றால் அவனை மறைத்துக்கொண்டு செல்வதுபோல் இருக்கும். அவனுக்குப் பின்புறம் மெய்க்காப்பாளனுக்கு உரியது!

அரசன் ஒரு காரியத்தைச் சொல்லும்போது, அதைச் செய்து முடிப்பதாக நம்பிக்கையூட்டும் வகையில் சொல்ல வேண்டும். தயக்கம் காட்டு கிறவனை அரசன் விரும்ப மாட்டான்!

அரசன் கௌரவிக்கும்போது அடக்கமாக இருக்க வேண்டும்; அவன் அவமானப்படுத்தும்போதும் வருத்தத்தை வெளிப்படுத்தக் கூடாது!

அரசன் வெறுக்கின்றவர்களைப் பற்றியோ, வெறுப்பவற்றைப் பற்றியோ அவனிடம் பேசக் கூடாது!

அரசனின் இரகசியங்களை இலேசாக வெளிப்படுத்திக் காட்டி, அதன்மூலம் அவனுக்கும் தனக்குமுள்ள நெருக்கத்தைப் புலப்படுத்திப் பிறரை அஞ்சச் செய்யும் இத்தகைய பேதைமையான போக்கு உயிருக்குக் கேடு பயக்கும் செயலாகிவிடும்!

அரசனின் காரியங்களைச் செய்வதற்கு மக்களிடம் லஞ்சம் வாங்கக் கூடாது.

ஒரே விதமான பதவியில் இருக்கும் இருவரில் ஒருவனுக்கு அரசன் அதிக ஆதரவு தந்தால், அதற்காக அரசனைக் குறை கூறிப் பேசக்கூடாது.

பல காரியங்களுக்கு அறிவாளிகளை விட்டுவிட்டு, சாதாரணமானவர் களை நியமிப்பதே அரசனின் வழக்கம்; இதற்காக அரசனை நொந்து கொள்ளக்கூடாது!

தன் மகன் தன்னிடம் வரம்பு மீறி நடந்து கொண்டால்கூட, அரசன் அதை விரும்ப மாட்டான்!

அரசனின் மனைவியின் நட்பை நாடக்கூடாது. இன்னும் சொன்னால் அரசனின் மனைவிக்குப் பணி செய்யும் வேலையையும் எப்பாடு பட்டாவது தவிர்த்துவிட வேண்டும்.

மற்ற அரசர்களின் தூதுவர்களோடு நெருங்கிப் பழகினால் அரசனுக்கு ஐயம் ஏற்படும்!

அரசனின் முன்பு தேவையில்லாமல் அடிக்கடி சிரிக்கக் கூடாது.

அரசனின்மீது முழு நம்பிக்கை வைத்துவிடக் கூடாது. புத்திசாலியான மனிதன் அரசனும் பாம்பும் சக்தி இழந்திருக்கும்போதுகூட, அவர்களை அலட்சியமாக நடத்திவிடக்கூடாது.'

(சோ, மகாபாரதம், I: 334-35)

'கேட்ட பின்னரே யோசனை சொல்ல வேண்டும்; கேளாமல் ஒருபோதும் அரசனுக்கு யோசனை சொல்லப் புகலாகாது.

சமயம் பார்த்து அரசனைப் புகழ வேண்டும்!

அற்ப காரியம் ஆனாலும் அரசனிடத்தில் தெரிவித்தே செய்ய வேண்டும்.

அரசன் மனித உருவம் கொண்ட நெருப்பு ஆவான்! அதிகம் கிட்ட நெருங்கக்கூடாது; அலட்சியம் செய்யக்கூடாது!

எவ்வளவு நம்பிக்கையும் அதிகாரமும் பெற்றபோதிலும் எந்தச் சமயமும் நீக்கப்படலாம் என்று வாயிலைப் பார்த்த வண்ணமாகவே எப்போதும் இருக்க வேண்டும்!

அரசர்களிடம் நம்பிக்கை வைத்தல் மூடத்தனமாகும்! அரசனுடைய அன்பைப் பெற்றுவிட்டதாக எண்ணி, அவனுடைய வாகனத்திலாவது, ஆசனத்திலாவது, ரதத்திலாவது ஏறக் கூடாது.'

(இராசாசி, மகாபாரதம், பக்.191)

சோ இந்தப் பகுதிக்கு 'விராட பருவம்' என்று தலைப்பிட்டிருக்கிறார்; வில்லிபுத்தூர் ஆழ்வார் இதை 'நாடு கரந்துறைச் சருக்கம்' என்று அழைக்கிறார்; இராசாசி இதற்கு 'அடிமைத் தொழில்' என்று தலைப்பு கொடுத்திருக்கிறார்.

மூன்று தலைப்புகளுமே பொருத்தமானவையே என்றாலும், இராசாசியின் தலைப்பு வழக்கமாகப் புலவர்கள் பெயரிடும் மரபுக்கு மாறானது! அதை அரசுத் தொழில் என்று கருதாமல் அடிமைத் தொழில் என்று இராசாசி தலைப்பிட்டதன் நோக்கம் அதன் தன்மை கருதியே!

'மன்னரைச் சேர்ந்தொழுகுதல்' என்பது கீழ்மட்ட ஏவலர்களுக்குச் சொல்லப்பட்டதன்று. அமைச்சர், குருக்கள், படைத்தலைவர், தூதர், ஒற்றர் ஆகிய ஐம்பெருங்குழுவினர் அரசனையடுத்து ஒழுகும் முறை அது; ஏனெனில் அவர்கள்தாம் அரசனிடம் நெருக்கமானவர்கள்!

திருக்குறளும் இதுபோன்ற கருத்துக்களை வழிமொழிந்திருக்கிறது: மன்னன் விரும்புவதை விரும்பாதொழிக!

'மன்னன் விரும்புவன என்றது உண்டி, ஆடையணி, உறையுள், ஊர்தி, பெண்ணின்பம் முதலியவற்றுள் சிறந்த வகைகளையும்,

அரசனுக்கென்று ஒதுக்கப்பெற்ற நீர்நிலை முதலானவற்றையும்!

அரசனுக்கு ஒப்பாதல் அஞ்சி இவற்றை விரும்பாதொழிய, அரசனே அவ்வச்சத்திற்கு மகிழ்ந்து, பல வகைச் செல்வத்தையும் நிலையாக நுகரத் தருவான் என்பதாம்!'

மன்னர் விழைப விழையாமை மன்னரான்
மன்னிய ஆக்கம் தரும்

(குறள். 692)

மன்னன் விரும்புவதை மற்றவர்கள் விரும்புவதால் மன்னனுக்கு வரும் கேடு எதுவுமில்லை. ஆயினும் மன்னன் அணியும் ஆடையை அலுவலன் தவிர்ப்பது குறித்து மன்னன் மகிழ்கிறான். அவ்வாறு செய்வதன் மூலம் அரசனோடு தன்னை ஒப்பிட்டுக்கொள்வதற்கு அலுவலன் அஞ்சுவதாக மன்னன் அறிய நேர்கையில், மன்னனுக்கு மகிழ்வு ஏற்படுகிறது. இது எவ்வளவு அற்பத்தனமானது! ஒருவன் முடிசூடிக் கொள்ளும்போது, அவன் மட்டுமா முடிசூடிக் கொள்கிறான்? அவனுடைய அற்பத்தனமும் சேர்ந்துதானே முடிசூடிக் கொள்கிறது!

அதிகாரத்தில் அவன் முதன்மை நிலையினன் என்பது சரியே! ஆனால் உண்டி, உறையுள், உடைபோன்ற எளிய நுகர்ச்சிகளில்கூட மன்னனே முதன்மையாக இருக்க வேண்டும் என்பதற்காக, மற்றவர்கள் அவற்றின் நுகர்ச்சியைத் தவிர்த்துவிடுவதையே மன்னன் விரும்புகிறான் என்பதை வள்ளுவன்வரை உடன்பட வேண்டியதிருக்கிறது!

இவையெல்லாம் போலியானவை; தகாதவை என்றாலும்கூட வள்ளுவன் 'மன்னன் விரும்பிய வழியில் செல்' என்று ஒத்திசைந்து அறிவூட்டுவதற்குக் காரணம் மன்னன் முற்றான அதிகாரம் உடையவன் என்பதுதான்! அவன் யாருக்கும் தன்செயல் குறித்து நியாயப்படுத்த வேண்டிய தேவை இல்லாதவன்!

யாரின் உயிரையும் போக்கிவிடக் கூடிய அதிகார வாள் வைத்திருப்பவன் மன்னன்! எரிச்சலில் அவன் எடுக்கின்ற முடிவுகள் ஒருவன் வகிக்கின்ற உயர் பதவியைப் பறித்துவிடக் கூடும்! சில வேளைகளில் ஒருவனின் அரிய உயிரையே போக்கிவிடக் கூடும்!

ஆகவே மன்னனிடம் வளைந்து கொடுத்துப் போகச் சொல்லி தௌமியரி லிருந்து வள்ளுவன்வரை மன்னர்களின் போக்குக்கேற்ப விதி வகுக்க வேண்டிய நிலை ஏற்பட்டுவிட்டது!

கடிகாரம் பின்னோக்கித் திருப்பப்பட்டு விட்டது!

பாண்டவர்களின் படையும், கௌரவர்களின் படையும் குருச்சேத்திரப் போர்க்களத்தில் எதிரெதிராக அணிவகுத்து நிற்கின்றன.

கௌரவர்களின் தளபதியாகப் பீசுமர் களமிறக் கப்படுகிறார்.

'வீரர்களே! இதோ உங்களுக்கெதிரில் சொர்க்க வாயில் திறந்து கிடக்கிறது. இந்திரனுடனும் பிரும்மனுடனும் சேர்ந்து வாழும் பாக்கியம் உங்களுக்குக் கிட்டியிருக்கிறது.

வெற்றி அல்லது சொர்க்கம் உங்கள்முன் நிற்கிறது; இதுவே உங்களுடைய குலங்களின் சனாதனதருமம்!

வீட்டில் வியாதியினால் மரணம் அடைதல் சத்திரி யனுக்குத் தகாது. ஆயுதத்திற்கு இரையாவதே சத்திரியனுடைய தருமம்!'

இவ்வாறு சேனாதிபதி பீசுமர் முழங்குகிறார்! பேரி கைகளும் முழங்குகின்றன! ஆரவாரம் எழுகிறது!

(இராசாசி, மகாபாரதம், பக்.271)

ஒரு பக்கத்தினர் போருக்குத் தயாராகி விட்டனர்; அவர்கள் தரப்பிலிருந்து போர் முழக்கம் கேட்கிறது.

போரைத் தொடங்குகிறவர்களும் போருக்குக் காரணமானவர்களும் கௌரவர்களே! ஆகவே பீசுமரின் சங்குதான் முதற் சங்காக இருக்க முடியும்!

கண்ணனின் சங்கு 'பாஞ்சசன்னியம்'; அருச்சுனனின் சங்கு 'தேவதத்தம்'.

'தயாரா?' என்னும் பீசுமரின் கேள்விக்கு அருச்சுனனின் தேவதத்தம் விடையளிக்கவில்லை. கண்ணனின் பாஞ்சசன்னியம்தான் 'தயார்' என்று பதிலளித்தது.

இந்தப் போரே கிருட்டிணன் நடத்துகிற போர்தான்! வனவாசம் முடிந்து பாண்டவர்களின் சார்பாகக் கௌரவர்களிடம் தூதுபோன கிருட்டிணன், அங்கேயே போரை அறிவித்துவிட்டான்.

போர்க்களத்தில் அணிவகுப்புகளுக்குப் பிறகும் அருச்சுனன் தயாராக வில்லை.

கண்ணனிடம் சொல்கிறான்: 'அச்சுதா, படைகள் இரண்டுக்கும் நடுவே என் தேரை நிறுத்து! இந்தப் போரில் என்னோடு பொருதப் போகிறவர்கள் யார் யார் எனப் பார்க்க வேண்டும்!'

தேர் அவ்வாறே நிறுத்தப்படுகிறது. குருதி உறவினர்கள், ஆசிரியர்கள், நண்பர்கள் என்று அறியப்பட்டவர்கள் அனைவரும் ஒருவரை ஒருவர் கொல்வதற்கு ஆயுதமேந்தி நிற்பதைப் பார்க்கிறான்.

'இது எதற்காக?' அருச்சுனன் தளர்கிறான்; துயரம் அவனைச் சோர்வடையச் செய்கிறது. கிடைக்கப் போகும் பயனைவிட அழிவின் தன்மை அதிகம் என்று அருச்சுனனுக்குப் படுகிறது!

'எனக்கு ராச்சியமும் வேண்டாம்; சுகங்களும் வேண்டாம்; வெற்றியால் அடையப் போகும் பயன் என்ன? போகங்களினால் என்ன பயன்?'

(இராசாசி கைவிளக்கு I : 32)

'மிகும் எந்தன் சுற்றத்தாரை
வீழ்த்திடல் நன்மை தானோ?
ரகுநந்தா கண்ணா ஈது
நன்மையாய்த் தோன்ற வில்லை'

(கண்ணதாசன். பகவத்கீதை. I: 31)

அருச்சுனனின் முதற் கலக்கம் 'என் உறவினர்களைக் கொன்று நான் அடையப் போவது என்ன' என்பது!

அருச்சுனனுக்குத் தொடர்பில்லாத பல்லாயிரவர் போரில் சாக இருக்கிறார்கள்; ஆனால் அருச்சுனன் கவலை இரத்த உறவினர்கள் குறித்தது! அதுதான் மனித இயல்பு!

நியாயமாக அருச்சுனனுக்குப் போர் குறித்த ஒரு வீறு பிறந்திருக்க வேண்டும். பாண்டவர்களின் மனைவி பாஞ்சாலி இழிவு

படுத்தப்பட்டாள்; பாண்டவர்களின் நாடு வஞ்சனையால் கொள்ளப் பட்டது; பதின்மூன்று ஆண்டுகள் ஆடுமாடுகளைப்போல் பாண்ட வர்கள் காட்டில் அலைய நேரிட்டது; நாட்டைத் திருப்பித் தர மறுத்து விட்டான் துரியோதனன்; போரைத் தவிர வேறு வழியில்லை!

பாதிக்கப்பட்டவன், தன் உடைமையைப் பெறப் போரைத் தவிர வேறு வழியில்லை என்கிற நிலையில், வில்லில் அம்பைப் பூட்டாமல் தன்னு டைய தாயாதிகளையும், பங்காளிகளையும் எண்ணிக் கவலைப்பட்டுக் கொண்டிருக்கிறான்!

ஒரு சாதாரணப் பெண்கூட அவள் கழுத்தில் உள்ள சங்கிலியை ஒரு திருடன் அறுக்க முயலும்போது, அவனை எதிர்த்துப் போராடு வதில்லையா?

ஒரு பெண்ணைக் கற்பழிக்க முயலும்போது அவள் தன் நகங்களாலும் பற்களாலும் போராடுவதை அகிம்சாவாதியான காந்தியே ஆதரிக் கிறாரே! ஒருவேளை எக்குத்தப்பாக அவனைக் கொன்று விட்டால், அது கொலையாகக் கருதப்படுவதில்லையே!

ஒரு சங்கிலியைப் பறிக்க நினைக்கின்ற திருடனின் வன்முறைதான் வன் முறையே தவிர, காப்பாற்றிக் கொள்ள நினைக்கிறவளின் வன்முறை நன்முறையாகவே நோக்கப்படும்!

இலங்கையில் தமிழர்களுக்கும் சிங்களர்களுக்கும் கடந்த முப்பதாண்டு காலமாகப் போர் நடந்தது! தமிழர்கள் சிறுபான்மை இனம்; தனித்த இனம்; மூத்த இனம்; ஏற்கெனவே தங்களுக்கென்று ஒரு நாட்டைப் பெற்றிருந்த இனம்!

தங்களுடைய உரிமைகளைப் பேரினமான சிங்கள இனத்தின் வெறி பிடித்த அரசுகள் அடுத்தடுத்துப் பறித்து விட்ட நிலையில், அந்த அரசுகளை எதிர்த்து ஆயுதந்தாங்கிப் போரிட்டார்கள் தமிழர்கள்! ஒரு கட்டத்தில் சில ஆண்டு காலம் ஈழம் 'அறிவிக்கப்படாத விடுதலை பெற்ற நாடாகவே' தன்னாட்சி நடத்திக்கொண்டிருந்தது. சிங்களவர்கள் ஊமைகளாய் ஒடுங்கிப் போனார்கள்!

கடைசியில் இந்தியா போன்ற ஒரு மதங் கொண்ட நாட்டின் சோனியா தலைமையிலான காங்கிரசு அரசை இணக்கப்படுத்திக் கொண்டு, இந்திய இராணுவத்தின் துணையோடு சிங்களத்தின் அதிபர் நாற்காலியில் அமர்ந்திருந்த 'கசாப்புக் கடைக்கார ராசபச்சேயின்' கூட்டம் தமிழினத்தை அழித்து முடித்து ஈழத்தைச் சுடுகாடாக்கி விட்டது! வரலாறு பொறுக்காத ஓர் இன அழிவு நடந்து முடிந்தது; இந்தக் கேவலத்திற்கு இந்தியா துணை போனதை எண்ணும்போது, மலத்தை மிதித்து விட்ட அருவருப்பு எற்படுகிறது!

அடிமைப்பட்டுக் கிடந்த ஆப்பிரிக்க நாடுகளின் விடுதலைக்கு நேரு காலத்தில் துணைபோன இந்தியா, ஒரு சிறுபான்மை இனத்தைப் பெரும்பான்மை இனம் அழிக்கத் துணைபோனதற்குக் காரணம், தருமச் சக்கரத்தைத் தேசியக் கொடியில் பொறித்துள்ள நிகரற்ற வரலாற்றுப் பெருமைக்குரிய நாடு இந்தியா என்னும் உணர்வு நிகழ்காலத் தலைவர்களுக்கு இல்லாததே!

அடிமையாக வாழ்வதை விடப் போரில் அழிவது மேன்மையானது. ஒரு நாள் மீண்டும் ஈழத்தில் புல்லும் முளைக்கும்; விடுதலையும் முளைக்கும்! ஐந்தாம் ஈழப் போரில் அது இயலும் நிலை அடையும்!

அடிமைப்பட்டவன் போர் வேண்டாமென்று சொல்வதும், அடிமைப் படுத்தியவர்களை உறவினர்கள் என்று கருதுவதும், பங்காளிகளையா இரத்தம் சிந்தச் செய்வது என்று அருச்சுனன் உருகுவதும் அறிவு சார்ந்த நிலைப்பாடாக இல்லை!

கிருட்டிணன் சொல்கிறான்: 'நீ பயந்து போய்ப் போரை விட்டு விலகியதாய்ப் பெருந்தேர் வீரர்கள் கருதுவார்கள்! அவர்களால் மதிக்கப் பெற்ற நீ, இந்தக் கருத்தினால் சிறுமை நிலை எய்துவாய்.'

'கொல்லப் பட்டால் சொர்க்கம்; வெற்றி பெற்றால் இராச போகம்! ஆகவே போர் செய்யத் துணிந்து விடு; எழுந்து நில்!'

(கண்ணதாசன், பகவத்கீதை, சாங்கிய. 35-37)

அருச்சுனன் கேட்ட கேள்விகள், கேட்காத கேள்விகள் எல்லாவற்றையும் உட்கொண்டு கிருட்டிணன் ஒரு விரிவான தத்துவ உரை ஆற்றுகிறான் !

பகவத் கீதை 'நிட்காமிய கருமம்' பற்றிப் பேசுகிறது. துறத்தல் என்பது செயலைத் துறத்தல் அன்று; செயலின் வழியாக வருகின்ற பயனைத் துறத்தல்!

மகாத்மா காந்தியோ, பாலகங்காதர திலகரோ, இராசாசியோ கீதையை அறிய நேரிட்டிருக்காவிட்டால், பாதிக்கு மேற்பட்ட வாழ்க்கையை பழைய சன்னியாசிகளைப் போல்தான் துறவு பூண்டு கழித்திருப் பார்கள். விடுதலைப் போராட்டத்திற்கு வந்திருக்க மாட்டார்கள்!

செயல் என்பது வினை என்பதால், வினை தனக்குரிய விளைவுகளைச் சுமந்து நிற்கும் தன்மையது என்பதால், செயலற்றிருக்கவே அவர்கள் முனைந்திருப்பார்கள்! 'செத்தாரைப் போலத் திரி'; 'சும்மா இருப்பதே சுகம்' என்பன போன்ற நிலைகளே துறவிகளின் வாழ்க்கை முறையாக இருந்து வந்திருக்கிறது !

செயலில் முனைந்து நிற்குமாறு எந்த ஒரு தத்துவ நூலும் அதற்கு முன்பு இவ்வளவு அழுத்தத்தோடு பேசவில்லை.

கிருட்டிணன் சொல்கிறான்: 'பார்த்தா! என்னைப் பார். மூவுலகில் நான் எதையும் செய்யக் கடமைப்பட்டவன் அல்லன்; நான் அடைய வேண்டியதாக எஞ்சி நின்று அடையத் தகுந்த பொருள் ஒன்றுமில்லை; ஆயினும் செயலில் ஈடுபட்டே வருகிறேன்.'

(இராசாசி கைவிளக்கு: III: 22)

கீதையின் சிந்தனை புதியது; செயலை ஊக்குவிப்பது; அதே நேரத்தில் அந்த வினையின் விளைவு நம்மை ஒட்டிக் கொள்ளாதவாறு பயனைத் துறந்துவிடுவதை வலியுறுத்துவது!

ஒருவன் செய்கின்ற வினையின் நன்மையில் அவன் சொந்தம் கொண்டாடாதபோது வினையின் தீமையும் அவனைச் சார்வதில்லை!

செயல்படா நிலை துறவு நிலை என்பது போய், பயனில் பற்றுக் கொள்ளாச் செயல், செயல்படா நிலைக்கு இணையானதாகக் கீதையில் முன்வைக்கப்பட்டது!

புத்தன், வள்ளுவன் போன்றவர்களின் அறம் குறித்த பார்வை வேறுபாடுடையது.

அருச்சுனனின் தேரோட்டியாகப் புத்தன் செயல்பட்டிருந்தால், வழங்கப் பட்ட அறிவுரை முற்றிலும் வேறாக இருந்திருக்கும் என்று வரலாற்றாசிரியர் ரோமிலா தாப்பர் கூறுவார்!

'புராணம் இப்படித் திரும்பும் என்றோ, பகவான் கிருட்டிணர் சண்டை இடுமாறு உபதேசிப்பார் என்றோ என்னால் நம்ப முடியவில்லை' என்கிறார் தோரோ. மகாத்மா காந்தியின் ஒத்துழையாமைப் போராட்டக் கருத்து தோரோவின் தாக்கம் பெற்றதுதான்!

ஆனால் இந்திய விடுதலைப் போராட்டத்தை நடத்திய நூல் நூற்றுக்கு நூறு பகவத்கீதைதான்!

ஒரு விடுதலைப் போராட்டத்தை நடத்துவதற்கான செயல் முனைப்பு, அதன் பயனில் பற்றற்ற தன்மை இரண்டையும் கீதைதான் அந்தத் தலைவர்களுக்கு ஊட்டியது.

திலகர், அரவிந்தர், மகாத்மா காந்தி, வினோபா, தெற்கே இராசாசி, சுப்பிரமணிய பாரதி போன்ற தலைவர்களெல்லாம் செயலின் பலனைக் கோராத பற்றற்ற விடுதலைப் போர்த் தலைவர்கள்; அப்பழுக்கற்ற ஞானிகள்!

விடுதலை அடைந்த நாட்டின் பதவி நாற்காலியில் அமர்ந்தவர் இராசாசி ஒருவர்தான்! ஒரு முனிவர் நாடாண்டால் எப்படி இருக்கும் என்பதைக் கண்டறிய இராசாசியின் ஆட்சி ஒரு வாய்ப்பாக இருந்தது.

மேற்கண்ட தலைவர்களெல்லாம் துறவு மனநிலையினரே! காந்தி 1942 ஆகச்டு போராட்டத்திற்கு வழங்கிய மூல முழக்கம் 'செய்; அல்லது செத்து மடி'. இது கீதையிலிருந்து அவர் பெற்றதுதான்.

திலகர் போன்ற தலைவர்களுக்குப் போர் முக்கியமே தவிர, அதற்கான வழிமுறைகள் எதுவாகவும் இருக்கலாம் (end justifies the means); ஆனால் காந்திக்குப் போர் மட்டுமல்ல; அதற்கான வழிமுறையும் முக்கியம் (means to achieve the end is equally important)!

எல்லா வகையிலும் முழுமையான கொல்லாமை (அகிம்சை) நெறியைப் பின்பற்றுபவர் காந்தி!

'கீதையின் பிரதிகளில் பிழைகள் புகுந்திருக்கக் கூடும் என்றும், தாம் கீதையிடம் மிகவும் பக்தியோடு நடந்து கொள்வதால், அந்தப் பிழை களைத் திருத்தத் தமக்கு உரிமை உண்டு என்றும் காந்தி தீர்மானிக்கிறார். தமக்கு ஒவ்வாத வாசகங்கள், கருத்துகள் இவற்றிற்கு அவர் கட்டுப்பட மறுக்கிறார்!

'கீதையின் சாரம்: 'உடம்பே சாகிறது; ஆத்மா சாவதில்லை.' கீதையின் கருத்துப்படி கருமம் இம்சை முறையிலானது; காந்தியின் கருத்துப்படி அகிம்சை முறையிலானது!'

(மகாத்மா காந்தி வாழ்க்கை. லூயிபிசர். பக். 50)

பலனைத் துறந்த கருமம் என்பதில் மட்டுமே கீதையின் ஆசிரியனும் காந்தியும் ஒன்றுபட முடிகிறது!

'உயிரை எந்தக் கத்தியும் வெட்டாது; நெருப்பும் எரிக்காது; நீரும் நனைக்காது; காற்றும் உலர்த்தாது'

(இராசாசி கைவிளக்கு: II: 23)

'நான் கொல்லுகிறேன்' என்று எண்ணுவதும், 'நான் கொல்லப் படுகிறேன்' என்று எண்ணுவதும் இரண்டும் அறியாமை. உயிரானது கொல்வதுமில்லை; கொல்லப்படுவதுமில்லை.

(மேற்படி: II: 19)

கொல்வது என்பது இன்னொருவகையில் கொல்லாமையே என்பது போல் உழற்றும் பகவத் கீதைப் பருப்பு காந்தியிடம் வேகவில்லை. கீதை பகவானால் உரைக்கப்பட்டிருந்தும் பாதியை எடுத்துக்கொண்டு மீதியைத் தள்ளிவிட்டார் காந்தி!

கொல்வதை நியாயப்படுத்துவது போர்க்களத்திற்கு மட்டுமே உரியது. ஆயுதங்கள் என்ன மயிலிறகுகளா? அவற்றை எவன் தோளில் தூக்கி விட்டானோ, அவன் பூமி இரத்தத்தால் சகதியாவது குறித்துக் கவலைப் படுகின்றவனாக இருக்க முடியுமா?

காந்தியைக் கொன்ற கோட்சேயும் கீதையின் பக்தன்தான்! இந்து தருமத்தைக் காக்கின்ற இயக்கத்தைச் சேர்ந்தவன்! காந்தியின் சமயச் சார்பின்மை மனப்பான்மையால் பிற மதங்களின் அச்சுறுத்தலுக் குள்ளாகிறது இந்து மதம் என்று சொல்லிக் காந்தியைத் துப்பாக்கியால் சுட்டுக் கொன்று விட்டான்! அவன் காந்தியைப்போல் கீதையில் பாதியை நம்பி மீதியைத் தள்ளிவிடுகின்றவனில்லை; அதை முழுதாக நம்புகிறவன்!

வியாசர் எழுதிய மகாபாரதம் 8,800 சுலோகங்களாலானது. அதை வைசம் பாயனர் 24,000 சுலோகங்களாக்கினார். அவர்தான் அதற்குப் பாரதம் என்று பெயரிட்டார். சனமேசய மன்னனின் மண்டபத்தில் அது சொல்லப் பட்டது. சூதன் என்னும் ஆச்சாரியார் அதை 1,00,000 சுலோகமாக்கினார். அவர் அதை மகாபாரதம் என்று அழைத்தார். ஆக மூன்று முறை பாரதம் திருத்தித் திருத்தி எழுதப்பட்டிருக்கிறது.

ஆக மகாபாரதம் என்பது கி.மு. 500ல் தொடங்கி கி.பி. 500ல் முடிவுற்றிருக்கலாம். அது இப்போதைய வடிவத்தை அடைய ஆயிரம் ஆண்டுகள் எடுத்துக்கொண்டிருக்கிறது.

இதில் எல்லா ஆராய்ச்சியாளர்களும் ஒப்புக்கொண்ட உண்மை, எழுநூறு சுலோகங்களைக் கொண்ட பகவத் கீதை மகாபாரதத்தில் செருகப்பட்ட நூல் என்பது! இந்தச் செருகல் கி.பி. 250 வாக்கில் நடந்திருக்கலாம்!

கீதையும் குறளும் சமகால நூல்கள் என்று சொல்கின்ற அறிஞர்களும் உண்டு.

ஆனால் இரண்டினுடைய சிந்தனை அழுத்தங்களும் வேறுவேறு! சாதி மதங்களைக் கடந்து, காலதேசவர்த்தமானங்களைக் கடந்து இறைமையி லிருந்து அறம்வரை எல்லாவற்றையும் பொதுமைப்படுத்தி எல்லா மக்களுக்கும் உரிய வகையில் எழுதப்பட்ட நூல் திருக்குறள்!

அப்படி அல்லாமல் வருணசிரம தருமத்தை முதன்மைப்படுத்தும் ஒரு தத்துவத் தேவை வேத மதத்தினர்க்கு மௌரியப் பேரரசின் அந்திமக் காலத்தில் எழுந்தபோது, அதை நிறைவு செய்ய எழுதப்பட்ட நூலே பகவத்கீதை.

மௌரிய வம்சத்தின் கடைசி அரசனைக் கொன்று ஆட்சிக்கு வந்தவன் புசியமித்திரன்!

ஓர் ஆய்வாளர் கூறுகிறார்: 'மௌரியப் பேரரசின் வீழ்ச்சிக்குப் பின் பௌத்தத்தின் எதிரியாக இருந்த புசியமித்திரன் ஆட்சிக்கு வந்தான்! அசோகன் கட்டிய 84,000 தூண்களை உடைத்தான்; பௌத்தத் துறவிகள் கொல்லப்பட்டனர்!'

இவை அனைத்தையும் நியாயப்படுத்த ஒரு நூல் தேவைப்பட்டது. அப்படி எழுந்த நூலே கீதை.

பாதராயணன் எழுதிய 'பிரும்மசூத்திரம்' எதிர்பார்த்த பலனைத் தரவில்லை.

எழுநூறு சுலோகங்கள் கொண்ட கீதை புகழ்பெற்ற பாரதத்தில் செருகப் பட்டது.

பொருள்முதல்வாதமான சாங்கியத்திற்கு இருந்த செல்வாக்குக் காரணமாக அதனுடைய முக்கியக் கொள்கைகள் சேர்க்கப்பட்டன. சாங்கிய யோகம் இரண்டாம் அத்தியாயமாக்கப்பட்டது. புலனடக்கம், மனக்கட்டுப்பாடு முதலிய பௌத்தக் கருத்துகளும் கீதையில் எடுத்தாளப்பட்டன.

கடவுளே வந்து சொன்னதாக சொல்லப்பட்டது!

(கீதை ஓர் ஆய்வு- இடமருகு- பக்.53)

இந்திய விடுதலை இயக்கத்தை வழி நடத்திய பெருமைக்குரிய நூல் பகவத் கீதை என்றாலும், அது தோன்றிய காலத்துத் தீமைகளை அந்த நூலால் உதற முடியவில்லை.

அந்த நூலுக்கு அடாவடியான புசியமித்திரனின் ஆட்சியை நியாயப் படுத்தும் தேவை இருந்தது. மேலும் வேத எதிர்ப்பு, சாதி எதிர்ப்பு இவற்றில் வெற்றி கண்ட பௌத்தச் செல்வாக்கைச் சரியச் செய்து, மீண்டும் வேதத்தையும், சாதிகளையும் ஊன்றச் செய்யும் பணியை அது மேற்கொள்ள வேண்டியதாக இருந்தது!

'குணத்துக்கும் செய்கைக்கும் தக்கபடி நான் நான்கு வருணங்களைச் சமைத்தேன். செய்கையற்றவனும் அழிவற்றவனுமாகிய யானே அவற்றைச் செய்தேன் என்றுணர்.'

(பாரதி பகவத்கீதை IV: 13)

'நன்றாகச் செய்யப்படும் பரதருமத்தைக் காட்டிலும், குணமற்ற தெனினும் சுயதருமமே சிறந்தது. சுயதருமத்தில் இறந்து விடினும் நன்றேயாம்; பரதருமம் பயத்துக்கிடமானது!'

(மேற்படி. III: 35)

'நிட்காமிய கருமம்' பேசும் பகவத்கீதை பொத்தென்று விழுந்து முதுகு முறியுமிடம் இது!

அவனவனின் சாதித் தொழிலையே அவனவன் செய்யவேண்டும். அதை விடப் பிற தொழிலைக் குறையின்றிச் செய்ய முடியு மென்றாலும், குறையோடு சுயசாதித் தொழிலைச் செய்வதே நல்லது. சுயதொழில் ஈடுபாட்டில் சாவதுகூட மேலானது என்றெல்லாம் வெட்கமில்லாமல் கீதையின் ஆசிரியனால் எப்படி எழுத முடிந்தது?

இந்த வெட்கங் கெட்ட காரியத்தைக் கிருட்டிணன் பெயரால் சொல்வது கிருட்டிணனைக் கேவலப் படுத்துவதாக அமையாதா?

கீதையை எழுதிச் செருகியவனின் நோக்கம் மிக உயரிய 'நிட்காமிய கருமத்தை' நிறுவுவதைவிட, மிகவும் கீழான வருணாசிரம தருமத்தை நிறுவுவதுதான் என்ற எண்ணம் ஏற்படாதா?

இந்த வருணாசிரம தருமம் கடவுளின் பெயரால் பேசப்பட்டாலொழிய அதை நிறுவ முடியாது என்பதால், கடவுள் அடைகின்ற இழிவு குறித்துக் கீதையின் ஆசிரியன் கவலைப்படவில்லை போலும்!

தன் பார்வையால் கொக்கை எரிக்க முடிந்த ஒரு பார்ப்பனன், கேவலம் கசாப்புக்கடை வைத்திருக்கும் தருமவியாதனிடம் போய் வேதம் குறித்தும் தருமம் குறித்துக் கேட்டறிகிறான் என்னும் கதை வியாசனின் கதையாக இருக்க முடியாது. புசியமித்திரன் காலத்துக் கீதை ஆசிரியன் கீதையைச் செருகிய கையோடு, அதற்கேற்ப இந்தக் கசாப்புக்கடை தருமவியாதன் கதையையும் சேர்த்தே செருகி இருக்க வேண்டும்! இது கி.பி. மூன்றாம் நூற்றாண்டு இந்தியாவின் சீரழிவு!

'தருமவியாதர் கதையே கீதையின் உபதேசமும். எந்தத் தொழிலையும் தருமம் தவறாமல் சரிவரச் செய்துவந்தால், அதுவே பகவானை உபாசித்தபடியாகும். கசாப்புக்கடை வேலையும் இதில் சேரும்! இந்தக் கதையை மார்க்கண்டேயர் தருமபுத்திரனுக்குச் சொன்னதாக மகாபாரதத்தில் வேதவியாசர் அற்புதமாய்ச் சேர்த்திருக்கிறார்.

(இராசாசி மகாபாரதம். பக். 166)

இராசாசியைப் போன்ற ஞானிகளும், பாரதியைப் போன்ற அக்கினிக் குஞ்சுகளும் இந்த வருணாசிரம தருமத்தையும் உட்படுத்திய கீதையைப் பெருமைப்படுத்துவதைப் புரிந்துகொள்ள முடியவில்லை! காந்தி பாதிக் கீதையைக் கிழித்துப் போட்டுவிட்டாரே!

கர்ப்பூரிதாகூர் சனதா கட்சியின் ஆட்சிக் காலத்தில், கி.பி.1977க்குப் பிறகு, பீகாரின் முதலமைச்சராக வந்தார். அவர் ஒரு நாவிதரின் மகன்! அவருடைய ஆட்சி போற்றப்பட்டது.

அவர் பரதருமமான ஆட்சி புரிதலைச் சிறப்பாகச் செய்வதைவிடச் சுயதருமமான சவரத் தொழிலை மட்டமாகச் செய்வதுகூட நன்று என்று கிருட்டிணன் சொல்லியிருப்பதாகச் சொல்வது, கிருட்டிணனைப் பற்றிக் கொச்சையான கருத்தை ஏற்படுத்தாதா?

மகாபாரத காலத்திலேயே வருண வேறுபாடுகளும் வருணம் குறித்த தருமங்களும் வகுபட்டுவிட்டன; அவை வியாசராலேயே பார்ப்பன தருமம், சத்திரிய தருமம் என்றெல்லாம் பேசப்படுகிறது. ஆகவே இந்தத் தீமைகளின் 'மூலம்' மகாபாரதத்திலேயே இருக்கிறது என்றாலும் மகாபாரத காலத்திற்குப் பிந்தி வந்த மௌரியப் பேரரசு, மன்னன் அசோகன், பௌத்தத்தின் எழுச்சி ஆகியவை வருணாசிரம தருமத்தைத் தகர்த்தெறிந்து விட்ட பிறகு, புசியமித்திரனை நிலை நிறுத்த, அந்தப் பழைய குப்பைகளை அரியணை ஏற்றுவது எப்படி உகந்ததாக இருக்க முடியும்?

ந. இரவீந்திரன் எழுதுகிறார்: ஆய்வாளர் கெய்ல் ஓம்வெட் கூறுகிறார்: 'கி.மு. 500க்கு முன்பே சாதி வேரூன்றி விட்டது. சாதி எல்லாக் கால கட்டங்களிலும் சிற்சில மாறுதல்களுடன் இருந்து வருகிறது'

'வர்க்கங்கள் தோன்றுவதற்கு அடிப்படைக் காரணமான 'உபரி' உற்பத்தி, இனக் குழுக்களுக்கிடையே சமத்துவமின்மையை ஏற்படுத்திச் சாதிகள் தோன்ற இடமளித்தது.'

'நிலமானியச் சமூகமும் மையப்படுத்தப்பட்ட அரசுமே சாதியத்தை நிறுவனமயப்படுத்தின.'

'சாதியம் ஏதாவது ஒரு இனத்தின் சதியல்ல; வர்க்கப்பிளவடைந்த சமூக வளர்ச்சிக்கான ஒரு வாழ்முறை.'

'இந்தியாவினுள் நுழையுமுன்னர் மூன்று வருணப் பிரிவை ஒன்றிலிருந்து ஒன்றுக்கு இலகுவில் மாறுவதற்கேற்ற வகையில் கொண்டிருந்தார்கள் ஆரியர்கள்!'

'இனக்குழுக் குலமுறை அகமணமுறை காரணமாகக் குறுகிச் சாதியாக் கப்பட்டது!'

(இந்துத்துவம் , இந்திய சமயம். ந. இரவீந்திரன். பக். 114-119)

சாதியத்தின் தோற்றம், நிலைபேறு ஆகியவற்றிற்கான வரலாற்று ரீதியான காரணங்கள் பல எனினும், பார்ப்பனர்கள் மீதே முழுப் பழியும் போடப்பட்டது; அந்த அடுக்கு முறையில் அவர்கள் மேல்நிலையில் இருந்ததால், அதைக் காப்பாற்றி வைத்துக்கொள்வதில் அவர்களுக்கு அதிக அக்கறை இருந்தது!

'இழந்த நாட்டை மீண்டும் பிடி' என்று இழந்தவன் எவனுக்கும் பொருந்தும் வகையில் பேச வேண்டிய கிருட்டிணன் குலதருமமான சத்திரிய தருமத்தை சிறப்பித்துப் பேசுவதும், துரியோதனன் பக்கத்தில் பேசுகிற பீசுமனும் குலதருமத்தைக் கடைப்பிடித்துப் போரிடுகின்ற சத்திரியனுக்குச் சொர்க்கத்தின் வாசல் திறந்திருப்பதாகச் சொல்வதும், தரும அதரும அடிப்படையில் அல்லாமல், சொர்க்கம் குலதருமத்தைக் கடைப்பிடிப்பவனுக்கு உரியது என்பதை நிலைநாட்டுகிறது!

தரும-அதரும வேறுபாட்டைப் புறக்கணித்து, சொர்க்கத்தைச் சத்திரிய தரும அடிப்படையில் கௌரவர்களுக்கும் உரியது, பாண்டவர் களுக்கும் உரியது என்று சொல்வதைவிட நரகமே போற்றத்தக்கது; கௌரவர்களுக்கே மொத்தச் சொர்க்கத்தையும் வழங்கிவிட்டு, பாண்டவர்களை மொத்தமாக நரகத்தில் தள்ளிவிடலாம்!

இப்படிச் சொர்க்கத்தை நல்லதற்கும் கெட்டதற்கும் பொதுமைப் படுத்தினால், எவன் தருமபுத்திரனாக இருக்க விரும்புவான்; துரியோ தனனாக இருப்பது எளிதல்லவா!

ஆகவே இவர்களின் நோக்கம் தருமத்தை நிலைநாட்டுவது போலில்லை; வருணாசிரம தருமத்தை நிலைநாட்டுவதே முக்கிய குறிக்கோள்போல் தோன்றுகிறது!

கீதையின் செல்வாக்குக் காலத்தால் வளர்ந்து தமிழில்கூட அதன் தடம் பதிந்திருக்கிறது.

தென்காசியைத் தலைநகரமாகக் கொண்டு, சிறு பகுதியை ஆண்ட அதிவீரராமபாண்டியன் மிகவும் பிற்பட்டவன். தமிழில் புலமையுடைய அவன் போற்றத்தக்க நூலாகிய வெற்றிவேற்கையை எழுதினான்!

அதில் கீதையின் தாக்கம் பெருமளவுக்கு இருக்கிறது.

> 'வேதியர்க்கு அழகு வேதமும் ஒழுக்கமும்' (3)
> 'வணிகர்க்கு அழகு வளர்பொருளீட்டல்.' (6)
> 'உழவர்க்கு அழகு உழுதூண் விரும்பல்' (7)
> 'தந்திரிக்கு அழகு தறுகணாண்மை' (9)
> 'விலைமகட்கு அழகுதன் மேனி மினுக்குதல்' (13)

வேதியனிலிருந்து வேசிவரை தொழில் வாரியாகவும், குலம் வாரியாகவும் கடைப்பிடிக்க வேண்டிய தருமத்தை எடுத்துரைப்பது கீதையின் தாக்கத்தினாலேயே!

உலக மன்னர்களிலேயே நிகரற்ற சிறப்புடையவன் அசோகன்தான்! வெற்றிக்குப் பின்னாலே போரை ஒழித்தவன்! இவனுக்கு இணையாகச்

சொல்லக்கூடிய மன்னன் உலகில் எந்த நாட்டிலும் இல்லை; எந்த மொழியிலும் இல்லை; எந்த இனத்திலும் இல்லை!

இந்தியாவின் தேசியக் கொடியில் தருமசக்கரம் எனப்படும் அசோகச் சக்கரம்தான் பொறிக்கப்பட்டுள்ளது! அசோகன் பிறந்திருக்காவிட்டால் இந்தியா எல்லா நாடுகளையும்போல சாதாரண ஒன்றாகத்தான் இருந்திருக்கும்!

போர் என்ற சொல்லைக் கேட்டாலே மக்கள் அதைப் பேசுபவனுக்கு எதிராகக் கலகம் செய்ய வேண்டாமா என்று கேட்பான் லியோ டால்சுடாய்!

சொர்க்கத்தின் வாயிலைத் திறக்கும் தன்மை வாய்ந்த சத்திரிய தருமத்தைப் புதைகுழிக்கு அனுப்பியவன் அசோகன்! அதனால் போர் முற்றாக நின்றுபோய், சத்திரிய தருமம் பேணுவாரற்ற நிலைக்கு உள்ளாகி, சொர்க்கத்தில் கூட்டம் குறைந்து, அதை மூடும் நிலை ஏற்பட்டு விட்டது!

தன் உறவினர்கள் அழிவார்களே என்று கவலை கொண்டான் அருச்சுனன்!

மனிதகுலம் அழியுமே என்று கவலை கொண்டான் அசோகன்! அருச்சுனனுக்கு நேரிட்ட அதே குழப்பம் அசோகனுக்கும் நேரிட்டது.

புத்தன் விடை சொல்லி அசோகனை விடுவித்து விட்டான்!

'போரற்ற உலகம்' என்று உலகம் இதுவரை கண்டும் கேட்டுமிராத ஒரு புதிய கோட்பாட்டை நிலைநாட்டி விட்டான் அசோகன்!

அவனுடைய காலத்திற்குப் பின்னால் வந்த கீதையின் ஆசிரியன் உலகத்தைத் தொடர்ந்து முன்னெடுத்துச் செல்லாமல், சாதாரணப் புசியமித்திரனின் சாதாரணத் தேவையை நிறைவு செய்ய, சத்திரிய தருமம், வருணாசிரம தருமம் என்று தருமத்தைப் பகுதி பகுதியாக்கி, மீண்டும் இந்தியத் திருநாட்டைப் பின்னடைவுக்கு ஆளாக்கிவிட்டான்!

கடிகாரம் பின்னோக்கித் திருப்பப்பட்டுவிட்டது!

போர்

போர் ஒருவகையில் தவிர்க்க இயலாத தீமை!

ஒருநாள் கிருட்டிணன் தன் அத்தையைத் தேடி வருகிறான். இரண்டு பக்கத்திலும் போருக்கான தயாரிப்புகள் தொடங்கி விட்டன.

திரிதராட்டிரன் போரை எண்ணிக் கலங்குகிறான். குரு பூமியில் குருவம்சத்தினர் இரத்தம் சிந்துவதை அவன் விரும்பவில்லை. அவரவர் பங்கை அவரவர் வைத்துக்கொள்வது என்னும் நிலையை இருதரப்பாரும் கடைப்பிடித்தால் பிணக்கு இல்லை; ஆகவே போரும் இருக்காது!

தன்னுடைய பிள்ளைகள் மாற்றான் பங்கைத் திருப்பிக் கொடுத்து விடுவதுதான் நல்லது; இல்லாவிடில் அது போரில் வந்து முடியும் என்று தன் பிள்ளைகளுக்குச் சொல்லிப் பார்க்கிறான்; அவர்கள் திரிதராட்டிரனை ஒரு பொருட்டாகவே கருதவில்லை!

பறிகொடுத்தவன் விடமாட்டான்; எடுத்துக் கொண்டவன் தரமாட்டான்; ஆகவே போர் வந்தே தீரும்!

பறிகொடுத்தவன் ‘பறித்ததைத் தா’ என்று கேட்காவிட்டாலும் போர் வராதே; அப்படிக் கேட்காதபடி பாண்டவர்களை வற்புறுத்திக் கேட்டுக்கொள்வதன் மூலமும் போரைத் தவிர்த்து விடலாமே! இப்படி ஒரு அரிய யோசனை உலகத்தில் திரிதராட்டிரனைத் தவிர எந்த அறிஞனுக்குத் தோன்ற முடியும்?

31

ஆகவே தன்னுடைய பணியாளனான சஞ்சயனை அழைத்துப் பாண்டவர்களிடம் தூது போகச் சொல்லி அனுப்புகிறான்!

சஞ்சயனும் காடுமேடெல்லாம் கடந்து, பாண்டவர்கள் இருக்கும் உபலாவியத்திற்கு வந்து சேர்கிறான்!

திரிதராட்டிரன் சொல்லியனுப்பிய தூதின் சாராம்சத்தை அணுப் பிசகாமல் அப்படியே ஒப்பிக்கிறான் சஞ்சயன்!

'நீங்கள் இந்தப் பூமியை ஆள வேண்டுமென்ற ஆசையை விடுத்து, முனிவர்கள்போல் நல்ல கதி கிடைக்கத் தவஞ் செய்வதே மேலானது!'

'அகந்தையும் ஆசையும் கொண்ட துரியோதனன் உங்களுக்கு நாட்டைக் கொடுக்கப் போவதுமில்லை; உங்களோடு உடன்பட்டு வாழப் போவது மில்லை!'

'நீங்கள்தான் இந்த மண்ணும் பொன்னும் பெண்ணும் நிலையில்லாதன என்னும் ஞானமுடையவர்கள்! மேலும் வனவாசம் உங்களுக்குப் புதிய தில்லை; ஆகவே அங்கேயே தொடர்ந்து தங்கி, ஓங்கிய தவத்தை உறுதியாகச் செய்வதுதான் உத்தமம்!'

இதுவே நம் குடும்பம் குன்றாமல் இருக்க வேண்டுமென்று ஆசைப் படுகிற உங்கள் தந்தை மன்னர் திரிதராட்டிரன் உரைத்தது!

(மகாபாரதம் வசன காவியம் - II, உத்தியோக. சஞ்சயன் தூது, பக். 40)

சஞ்சயன் இவ்வாறு சொன்னதும் பாண்டவர்கள் சிரிக்கிறார்கள்! வேறென்ன செய்ய முடியும்?

உலூக முனிவரைப் பாண்டவர்கள் தூதனுப்பியதற்குப் பதிலாகத் திரித ராட்டிரன் சஞ்சயனைப் பாண்டவர்களிடம் அனுப்புகிறான். இறுதியாகப் போரைத் தவிர்க்கக் கிருட்டிணனே கௌரவர்களிடம் தூது போகப் போகிறான்! கிருட்டிணனுக்கு மேல் யார் இருக்கிறார்கள்?

திரிதராட்டிரன் பொக்கையானவன்; உள்ளீடு இல்லாதவன்; ஆனால் துரியோதனன் புரிந்தவன்! அவனுடைய எண்ணங்கள் வெளிப் படையானவை. 'நாம் என்ன செய்கிறோம்? அதன் விளைவு என்ன?' என்பதெல்லாம் புரிந்தேதான் துரியோதனன் செயல்படுவான்!

ஆனால் திரிதராட்டிரனைப்போல, 'உன் கையிலிருந்து என் மகன் பிடுங்கிக் கொண்டுவிட்ட தின்பண்டத்தை நீ திரும்பக் கேட்டால் என் மகன் அழுவான்! அவன் தரமறுக்கிறானே என்று நீ சண்டை போட்டால், அது இருவருக்குமே நல்லதில்லை! என்ன பெரிய திண்பண்டம்? தொண்டை வரைதானே அது திண்பண்டம்! அதற்குப் பிறகு அது மலந்தானே' என்றொருவன் தத்துவம் பேசினால் எப்படி

இருக்கும்! பிடுங்கிக்கொண்டதற்கு சமாதானம் சொல்லும் அப்பனை விட, பிடுங்கிக் கொண்டுவிட்டு அதன் விளைவுகளை எதிர்நோக்குகிற மகன் சிறந்தவன் அல்லவா!

திரிதராட்டிரனிடம் சொல்லும்படி சஞ்சயனிடம் ஓர் அழகான கதை சொல்கிறான் தருமன்!

ஆற்றின் கரைமேல் ஐந்து பேர் நின்று கொண்டிருக்கிறார்கள்; வெள்ளம் நிறைந்து போகிறது! அதில் ஒரு கரடியானது தலையைக் காலிடுக்கில் வைத்துக்கொண்டு மிதந்து வருகிறது! அதை ஒரு கம்பளி மூட்டை என்று கரையில் நிற்கிறவர்கள் கருதுகிறார்கள்! அது வெள்ளத்தில் போய்விடாதபடி அதைக் கைப்பற்ற ஒருவன் ஆற்றுக்குள் பாய்கிறான்! நிராதரவாக வந்த கரடி, அந்த மனிதனின் கழுத்தைக் கெட்டியாகப் பிடித்துக்கொண்டு விடுகிறது! அந்த மனிதன் முழுகி முழுகி எழுகிறான்! அப்போது கரையில் நிற்கிறவர்கள், 'கம்பளி மூட்டையைக் கைவிட்டு விட்டு, நீ வந்து விடு' என்று கத்துகிறார்கள்! அப்போது ஆற்றோடு போனவன், 'கம்பளி மூட்டையை நான் கைவிட்டு விட்டேன்; அதுதான் என்னை விடமாட்டேன் என்கிறது' என்று திரும்பக் கத்தினானாம்!

'பறிபோன நாட்டைத் திரும்பக் கேட்காமல், தவம் செய்வது மேல்' என தந்தை சொன்ன வார்த்தையை நாங்கள் உச்சிமேற் கொள்ள எண்ணினாலும், 'நாங்கள் உரைத்த சூளுரைகள் எங்களைப் பற்றிக்கொண்டு விடமாட்டேன் என்கின்றனவே' என்கிறான் தருமன்!

(மகாபாரதம் வசன காவியம் - II, உத்தியோக. சஞ்சயன் தூது, பக்.41)

தன் மக்களின் 'வழிப்பறி கொள்கையை' மூடி வைத்து, அதைவிடப் பாண்டவர்களின் நற்கதிதான் தன்னுடைய நோக்கம் என்பதுபோல் பேசும் திரிதராட்டிரனின் போர் தவிர்ப்பு யோசனை ஒரு களவாணித்தனம்!

அதே சமயம் சகாதேவன் பேசும் 'போர் தவிர்ப்பு' ஒரு விளையாட்டு யோசனை! அவன் சொல்கிறான்: 'திரௌபதியின் கூந்தலைக் களைந்து அவளுடைய தலையை மொட்டையடித்துவிட்டு, கிருட்டிணனைப் பிடித்துக் கட்டி வைத்துவிட்டால், இந்தப் பாரதப் போரைத் தவிர்த்து விடலாம்!'

(மேற்படி, பக்.103)

கிருட்டிணனையும், பாஞ்சாலியையும் எதிரில் வைத்துக் கொண்டுதான் சகாதேவன் இவ்வாறு சொல்கிறான்!

கிருட்டிணன் சிரித்துக்கொள்கிறான்! ஆனால் திரௌபதியோ ஒருவேளை 'போர் நடக்காமல் போய் விடுமோ; நம்முடைய சபதம் நிறைவேற வழியில்லாமல் ஆகி விடுமோ' என்று கலங்குகிறாள்!

இந்தப் பாரதப் போர் நடந்தேயாக வேண்டுமென்று விரும்புகிறவர்கள் சகாதேவன் சொன்ன மேற்கண்ட இருவரும்தான்!

கிருட்டிணன் தூது தோல்வியில் முடிகிறது. 'ஊசி முனையளவு நிலம்கூடக் கிடையாது' என்று அடித்துச் சொல்லி விடுகிறான் துரியோதனன்!

அதன் பிறகு அங்கேயே போரை அறிவித்து விடுகிறான் கிருட்டிணன்! அதிகாரபூர்வமாக எதிரிகளின் இடத்திலேயே போர் அறிவிப்புச் செய்தவன் கிருட்டிணன்தான்! போரை நடத்தப் போகிறவனும் கிருட்டிணன்தான்! அருச்சுனன் மயங்கி நிற்கின்றபோது, இந்தப் போர் ஒரு சத்திரியக் கடமை என்று அருச்சுனனைச் செயற்படுத்தப் போவதும் கிருட்டிணன்தான்! குருச்சேத்திரப் பூமி இரத்தச் சகதியாகப் போவதற்குக் காரணமானவனும் கிருட்டிணன்தான்!

போரின்மீது கிருட்டிணனுக்கு ஏன் இவ்வளவு மையல்?

பொதுவாகப் போர் குறித்த தினவு மனிதகுலத்தின் அடிமனத்தில் இருக்கிறது; அழிப்பது, கொல்வது என்று இவற்றின்மீது ஒரு நாட்டம் இருக்கிறது! கட்டப்பட்டவை, கட்டி வளர்க்கப்பட்டவை அனைத்தும் அழிக்கப்படுகின்றன. மறுபடியும் மனிதகுலம் தொடக்கத்திலிருந்து அனைத்தையும் கட்டி அமைக்கிறது. சில சமயங்களில் அந்த இழப்புகள் ஈடு செய்ய முடியாதவைகளாக அப்படியே நின்று போகின்றன!

நெடிய பேரரசு உரோமப் பேரரசுதானே! பேரரசுக்கான வரையறைகள் முற்றாக உள்ள பேரரசு அது! ஆனால் அந்த உரோமையில் இன்று நம் கண்ணெதிரே தெரிபவை போரின் அழிவுப் போக்கால் ஏற்பட்ட இடிபாடுகளின் எச்சம்தானே!

இன்று பாக்கித்தான் பகுதியில் காணப்படும் ஆரப்பா - மொகஞ்சதாரோ, திராவிட நாகரிகத்தைப் போரில் வெற்றி கொள்ள வேத கால ஆரியர்கள் தொடுத்த போரின் எச்சங்கள்தாமே!

எல்லா நாகரிகங்களையும் போர்தான் அழித்திருக்கிறது! வரலாற்றைப் புரட்டிப் பார்த்தால், போர்தான் அழிவு சக்தி; ஆனால் சில சமயங்களில் உந்து சக்தியும்கூட!

சில தருணங்களில் இரண்டு தீமைகளுக்கு இடையே, எது குறைந்த தீமை என்று பார்த்தால், போர்தான் குறைந்த தீமையாக இருப்பதுமுண்டு. அத்தகைய தருணங்களில் போர் விரும்பி ஏற்கப்படுவதுமுண்டு!

போரைவிட்டு முற்றாக விலகி ஓடிவிட முடியாது. ஒரு கிறுக்கன் (lunatic) கைக்கு ஒரு நாட்டின் தலைமை வந்து விடும்போது, அவனால்

அவனுடைய சொந்த நாடு மட்டுமன்று; பக்கத்திலுள்ள நாடுகளும் பாதிப்புக்குள்ளாகின்றன. சொந்த நாட்டு மக்களால் அவனை விலக்கி வைக்க முடியாதபோது, போரின் மூலம் அவனை ஒடுக்கி ஒழித்துக் கட்டி, சொந்த நாட்டு மக்களுக்கும் அண்டை நாட்டு மக்களுக்கும் நிம்மதியைத் தேடித் தருவதற்குப் போரைத் தவிர வேறு வழியில்லை என்றால் போர் ஏற்கத்தக்கதுதானே!

இட்லரைப்போல் துரியோதனனும் ஓர் ஆக்கிரமிப்புக் கொள்கையாளன் தான்! அவனுக்குத் தன் பங்கிலுள்ள நாட்டைவிட, அடுத்தவன் பங்கிலுள்ள நாடுதான் அதிகச் சுவையானது!

துரியோதனன் தலைமை சான்றவன்; அறிவானவன்; வியாழ முனிவனின் அரசியற் கொள்கைகளைப் பின்பற்றுபவன்! அவனுக்குத் தன் வலிமையும் தெரியும்; மாற்றான் வலிமையும் தெரியும்!

பீசுமர், துரோணர், விதுரர் போன்றவர்கள் நல்லறிவு கொளுத்தியும்கூட, அவன் தன்னறிவுப்படியே நடப்பவன்!

துரியோதனனிடம் ஆட்சி இருக்கிறது; படை வலிமை இருக்கிறது; கருணன் இருக்கிறான்; துரோணர், பீசுமர், கிருபர்போல் ஏதோ ஒரு காரணம்பற்றி அவனை விட்டு விலகமுடியாத நிலையில் உள்ள ஆற்றல் வாய்ந்த தளபதிகள் இருக்கிறார்கள்; பாண்டவர்களைப் பீதி அடையச் செய்யும் பேராற்றல் மிக்க அசுவத்தாமன் இருக்கிறான்!

இவ்வளவு வலிமை துரியோதனனுக்கு இருக்கும்போது, இந்திரப் பிரத்தத்தை எப்படி அவன் திருப்பிக் கொடுப்பான்?

கிருட்டிணன் தூதாக வந்து 'நாட்டைத் திருப்பிக் கொடுக்கச் சொல்லித் தொடங்கிக் கடைசியில் ஐந்து ஊர்களையாவது அல்லது ஒரு ஊரில் ஐந்து வீடுகளையாவது கொடு' என்று இறங்கி வந்து சொன்னதைப் பற்றித் திரிதராட்டிரனிடம் பேசிய துரியோதனன், 'இது அவர்களின் பலவீனத்தைக் காட்டுகிறது; நம்முடைய வலிமையைக் கண்டு பாண்டவர்கள் அஞ்சிவிட்டார்கள்; ஆகவே பிச்சை கேட்பது போல் கேட்கத் தொடங்கிவிட்டார்கள்' என்று கூறுகிறான்.

இதுதான் பாண்டவர்களைப் பற்றிய துரியோதனனின் மதிப்பீடு; ஆகவே துரியோதனன் எப்படி இந்திரப்பிரத்தத்தைத் திருப்பிக் கொடுக்க ஒப்புவான்?

ஆகவே துரியோதனனோடு போரைத் தவிர வேறு வழியில்லை என்ற நிலைக்குக் கிருட்டிணன் தள்ளப்படுகிறான்!

கிருட்டிணனின் கொள்கை போரன்று. வலிமைதான் நீதி என்றாகிவிடக் கூடாது என்பதுதான்!

தன்னை வலுவாக நிறுவிக் கொண்டுள்ள தீமையை அகற்றப் போர்தான் வழி என்றால், போர் தன்னியல்பால் ஒரு தீமை எனினும், அது தவிர்க்க இயலாத அளவில் குறைந்த தீமையாகி விடுகிறது!

குருச்சேத்திரம் என்றால் பிணக்காடுதானே!

பன்னிரண்டாண்டு வனவாசமும் ஓராண்டு மறைந்து வாழும் வாழ்க்கையும் முடிந்து வெளிப் படுகின்றனர் பாண்டவர்கள்!

'ஆனால் நீங்கள் கணக்கிட்ட விதம் தப்பு; மீண்டும் பன்னிரண்டு ஆண்டு வனவாசம் செல்ல வேண்டும் என்று வல்லடி வழக்கைத் தொடங்கி விடுகிறான்' துரியோதனன். சிறுத்தைப் புலிக்குப் புள்ளிகளும் மாறுவதில்லை; குணமும் மாறு வதில்லை. பீசுமர் எடுத்துச் சொன்னதும் ஓய்கிறான்!

விராடன் தன் மகள் உத்தரையை அருச்சுனனுக்கு மணம் முடித்துக் கொடுக்க விரும்புகிறான். அருச்சுனன் மறுத்து விடுகிறான். 'உத்தரை என்னிடம் பாட்டும், நாட்டியமும் பயின்றவள்; ஆகவே அவளுக்கு நான் ஆசிரியனும் தகப்பனும் ஆவேன். அவளை என் மகன் அபிமன்யுவுக்கு மணம் முடித்து மருமகளாக்கிக்கொள்கிறேன்' என்கிறான்.

அருச்சுனன் பெண்களை வேண்டாமென்பதும், பெண்கள் அருச்சுனனை வேண்டாமென்பதும் வியப்புத்தான்!

பாண்டவர்களின் வாழ்க்கை மாற்றம் எப்போதும் திருமணங்களில்தான் தொடங்கும்!

முன்பு பாண்டவர்கள் நாதியற்றவர்கள்போல் திரிந்த நிலையில் பாஞ்சாலியைச் சுயம்வரத்தில் வென்று, அவளுடைய தந்தை மன்னன்

துருபதனின் உறவால் வலிமை பெற்று, தங்களின் பங்கான பாதி நாட்டைக் கோரிப் பெற்றனர்.

இப்போது வனவாசம் முடிந்து, அதே பாதி நாட்டைப் பெறுவதற்கு விராட மன்னனின் மகள் உத்தரையை அபிமன்யுவுக்கு மணமுடிப்பது தொடக்கப் புள்ளியாக அமைகிறது.

அந்தத் திருமணத்தில் அனைவரும் கூடிக் கலந்து பேசுகின்றனர். விராட மன்னன், துருபதன், கிருட்டிணன், பலராமன் இன்னும் பாண்டவர் தரப்பு அரசர்கள் அனைவரும் கூடியிருக்கின்றனர்!

முதல் முயற்சியாகத் திரிதராட்டிரனிடம் பாதி நாட்டைப் பெறுவதற்குத் தூதனுப்பிக் கேட்பது என்று முடிவாகிறது.

அதற்குள் அந்த அவையில் எதிர்வாதம் பேசுகிறான் பலராமன்: 'தருமன் சூதாடித் தோற்ற சொத்தைத் திரும்பக் கேட்க உரிமையில்லை. பிரதிக்ஞைப்படி வனவாசம் முடிந்துவிட்ட காரணத்தால், மீண்டும் வன வாசம் செல்லாமல் சுதந்திரமாக இருக்கமட்டுமே உரிமை உண்டு. நாட்டை இழந்தது இழந்ததுதான்! வணங்கிக் கேட்டு எதாவது பெறலாமே தவிர உரிமைப்படி பெற முடியாது!'

துரியோதனனால் பலராமனுக்கு ஆக வேண்டியது எதுவுமில்லை! ஒவ் வொருவரும் தாங்கள் சார்ந்த ஒருவருக்கு ஆதரவாகத் தருமத்தையும் நியாயத்தையும் வளைத்துக் கொள்வார்கள். அவர்கள் பேசத் தொடங்கி விட்டால் அவர்களின் உள்மன அழுக்குகள் அப்பட்டமாகத் தெரியத் தொடங்கிவிடும். ஆயினும் ஏதோ நியாய வாதம் பேசுவதுபோலப் பேசிக்கொண்டே இருப்பார்கள்!

கிருட்டிணன் பக்கத்தில் பலராமன் என்றால் கௌரவர்கள் பக்கத்தில் கருணன்! துரியோதனனுக்கு எப்படி இருந்தால் சாதகமாக இருக்குமோ, அப்படி நீதியே தன்னைத் தகவமைத்துக் கொள்ளவேண்டும் என்று எதிர் பார்ப்பான் கருணன்!

உலகம் பல வகையான மனிதர்களால் ஆனது. தப்பான மனிதர்களே பெருவாரியானவர்கள் என்பதால், தருமம்தான் மிகுதியான எதிர்ப்பை எதிர்கொள்ள நேரிடுகிறது! இவற்றையெல்லாம் தாண்டித் தருமம் நிலை பெறுவது எளிதில்லை என்பதால்தான் கடவுளே அப்போதைக்கப் போது இறங்கி வர வேண்டியதிருக்கிறது!

நிர்க்கதியாய் நிற்கும் பாண்டவர்கள் எந்த ஒரு நியாயத்திற்கும் கட்டுப்படாத துரியோதனாதிகளை எதிர்த்து வெல்ல முடியும் என்று நம்ப முடிவதற்குக் காரணம் கிருட்டிணன் தங்கள் பக்கத்திலிருக்கிறான் என்னும் ஊக்கம்தான்!

உத்தரையின் திருமணத்தைச் சாக்கிட்டுக் கூட்டப்பட்ட ஆதரவான அரசர்களின் கூட்டம் கலந்தாலோசனைக்குப் பிறகு ஒரு முடிவுக்கு வந்தது.

விராட தேசத்து அரசனும், பாஞ்சால தேசத்து அரசன் துருபதனும், பிற அரசர்களும் கலைவதற்கு முன்னர், 'தூதனுப்புவது; நியாயம் கிடைக்கா விட்டால் போர் தொடுப்பது; இடைக்காலத்தில் தத்தம் சேனைகளைத் தயார் செய்து வைத்திருப்பது' என்று முடிவெடுத்துக்கொண்டு கலைகின்றனர்.

பாஞ்சாலி திருமணத்திற்குப் பின்பு பெறப்பட்ட இந்திரப்பிரத்தம் இடையில் தோற்கப்பட்டு, இப்போது உத்தரை திருமணத்திற்குப் பின்பு பேச்சுவார்த்தை மூலமோ, போரின் மூலமோ திரும்பப் பெறுகின்ற நிலை உருவாகி இருக்கிறது.

பேச்சுவார்த்தை என்பது ஒரு மரியாதைக்குத்தான்! எந்த மயிலாவது தானாக இறகு போட்டிருக்கிறதா?

கடைசியாக கிருட்டிணன் தூது செல்கிறான். துரியோதனாதிகளைப் புத்தியுள்ளவர்களாக்கும் கடைசி முயற்சி அது!

கிருட்டிணன் தூதனாக வருகிறான் என்று அறிந்த துரியோதனன் நெடுஞ் சாலை நெடுகக் கிருட்டிணன் தங்கி வருவதற்கு ஆங்காங்கே கூடாரங் களையும் உணவினையும் குடிப்பதற்குத் தண்ணீரையும் குற்றேவலுக்கு ஆட்களையும் ஏற்பாடு செய்து வைத்திருக்கிறான்! உபசரிப்பில் அவனை விஞ்ச ஆளில்லை. பாண்டவர்களின் ஆள் கிருட்டிணன் என்று தெரிந்தும் இதையெல்லாம் செய்து வைக்கிறான்.

மனிதர்களைக் கையாளுவதில் துரியோதனன் மன்னாதி மன்னன். அவனுடைய உபசரிப்பில் விழவில்லை என்றால்தான் வியப்பே தவிர, விழுந்துவிடுவது வியப்பில்லை.

ஆனால் கிருட்டிணன் இவை எவற்றையும் பயன்படுத்திக்கொள்ள வில்லை என்பது மட்டுமில்லை. அத்தினாபுரத்தில் திரிதராட்டிரனின் அரண்மனையில் தங்காமல் விதுரனின் வீட்டில் தங்குகிறான்!

இந்தத் தூது முயற்சியில் வெற்றி பெற்றால் மட்டுமே கௌரவர்களின் விருந்தினை ஏற்பது என்பது கிருட்டிணனின் முடிவு! அத்தகைய விருந்து வாய்ப்பு கிருட்டிணனுக்கு அதற்குப் பின்பு வரவே முடியாது தானே!

ஒருவழியாகக் கிருட்டிணன் திரிதராட்டிரனையும் துரியோதனையும் நேரில் சந்திக்கிறான்.

துரியோதனன் சொல்கிறான்: 'இந்திரப்பிரத்தத்தைத் திருப்பித் தருவது என்பது இனி இல்லை; நான் அதை நன்றாகவே ஆட்சி புரிகிறேன்; சூதாடிகள் திரும்ப வந்து தங்களை ஆள்வதை மக்கள் விரும்பவில்லை.'

'சொல் என்பது சொல்தான்; பாண்டவர்கள் பதின்மூன்று ஆண்டுகள் வனவாசத்தையும், அவமானத்தையும் சேர்ந்து சுமந்து தங்கள் வாக்கைக் காப்பாற்றிவிட்டு வந்திருக்கிறார்கள்! அதை நீயும் காப்பாற்ற வேண்டுமென எதிர்பார்க்கிறார்கள்.' கிருட்டிணன் சொன்னான்!

'முடியாது!'

'சரி, போனால் போகட்டும்; ஐந்து கிராமங்களைக் கொடு; அவர்கள் கௌரவமாக வாழ்ந்துவிட்டுப் போகட்டும்.'

'முடியாது!'

'ஏதாவது ஒரு கிராமத்தில் ஐந்து வீடுகளாவது கொடு.'

'ஊசி குத்தும் அளவுக்கு இடம்கூடத் தரமாட்டேன்.'

'வாக்குத் தவறுகிறாய் துரியோதனா! அது தருமம் தவறிய செயலாகும்; உன்னுடைய அழிவுதான் தருமம் தன்னைக் காத்துக்கொள்ளக் கேட்கப் போகின்ற விலை! குருச்சேத்திரத்தின் அகன்ற நிலப்பரப்பு மனித இரத்தத்தால் சகதியாகப் போகிறது!'

'என்னை மிரட்டுகிறாயா? இந்த மாடு மேய்க்கியைப் பிடித்துக் கட்டுங்கள்.'

கிருட்டிணனின் விழிகள் விரிந்து துரியோதனனின்மீது பதிகின்றன; துரியோதனனின் விழிகள் எதிர்கொள்ள முடியாமல் தாழ்கின்றன.

கிருட்டிணன் அமைதியாக வெளியேறுகிறான்!

குருச்சேத்திரம் உருவாகிவிட்டது. இன்றுவரை 'என் கணவன், என் மகன், என் தம்பி' என்று சொந்தங் கொண்டாடும் உடல்களை எல்லாம், நாளை நாய், நரிகள், பேய், கழுகுகள் அனைத்தும் தங்களுடையவை என்று சொந்தங் கொண்டாடப் போகின்றன!

குருச்சேத்திரம் என்றால் பிணக்காடுதானே!

உதவியை உயிரால் அளக்கிறான் கருணன்!

போர் அறிவிக்கப்பட்ட பிறகு கிருட்டிணனின் சிந்தனை துரோணரின் மீதோ பீசுமரின் மீதோ செல்லவில்லை. அவர்கள் துரியோதனனின் பக்கமே இருப்பவர்கள் என்றாலும், அவர்களால் பாண்டவர்களின் சேனை பெரும் பாதிப்புக் குள்ளாகும் என்றாலும், அவர்களால் பாண்டவர் களுக்கு நேரடியாக எந்தப் பாதிப்பும் ஏற்படா தென்று கிருட்டிணனுக்கு நன்கு தெரியும்!

கிருட்டிணனுடைய கவலை கருணன் குறித்ததும், அசுவத்தாமன் குறித்ததும்தான். இருவருமே நிகரற்ற போர்த் தளபதிகள். துரியோதனனிடம் பேரன்பு கொண்டவர்கள்.

இந்நிலையில் கருணனைச் சந்திக்கிறான் கிருட் டிணன். அவனுடைய பிறப்பு ரகசியத்தை அவனுக்கு உணர்த்துகிறான்! தன்னுடைய பிறப்புக் குறித்த மனச்சுமையைக் கிருட்டிணன் நீக்கி விட்டதுபற்றி நெகிழ்கிறான் கருணன்!

> செல்வக் கோபாலா, இன்றால் எனது பிறப்புணர்ந்தேன்
>
> *(வில்லி. உத்தியோக. கிருட்டிணன் தூது, 221)*

'இவ்வளவும் தெரிந்த பிறகு நீ ஏன் துரியோதனன் பக்கம் இருக்கவேண்டும்?' என்று கேட்கிறான் கிருட்டிணன்!

33

'துரியோதனாதிகள் முறைகேடாக கைப்பற்றிய பாண்டவர்களின் மண்ணைத் திருப்பித் தர மறுக்

கின்றனர். அவர்களிடம் 'தவறுக்குத் துணை போக முடியாது' என்று நீ தீர்மானமாகச் சொல்லிவிட்டால், கௌரவர்கள் போர் குறித்தே மறுசிந்தனை செய்யத் தொடங்கிவிடுவர்; அதனால் சமாதானத்திற்கான வாய்ப்புக் கூடும்' என்கிறான் கிருட்டிணன்!

கருணன் கேட்கிறான்: 'இன்னார் என்று கருதிப் பார்க்கக்கூடத் தகுதியில்லாத என்னை அரசனாக்கித் தனக்குரிய சிறப்புகளையும், அதிகாரத்தையும், மிகுந்த செல்வத்தையும் என் ஒருவனுக்கே தன் மனமறிந்து கொடுத்தான்; இன்று பாண்டவர்களுக்கும் கௌரவர் களுக்கும் சண்டை நேர்வதைத் தெரிந்து வைத்துக்கொண்டு, செய்த உதவி மறந்துவிட்டுப் பாண்டவரிடத்துப் போக முடியுமா?'

ஆர் என்று அறியத் தகாத எனை அரசுமாக்கி முடிசூட்டிச்
சீரும் திறமும் தனது பெருந்திருவும் எனக்கே தெரிந்தளித்தான்
பார் இன்றறிய நூற்றுவர்க்கும் பழிதீர் வென்றிப் பாண்டவர்க்கும்
போர் என்றறிந்தும் செய்ந்நன்றி போற்றாவதரின் போவேனோ

(வில்லி. உத்தியோக. கிருட்டிணன் தூது, 222)

கிருட்டிணன் சொல்கிறான்: 'தன்னுடைய வாக்கைக் காப்பாற்றாத ஒருவனுக்கு விசுவாசம் பாராட்டுவது அதருமத்தைத்தான் வளர்க்கும்.'

இங்கே ஒரு விவாதம் தொடங்குகிறது. இதுபோன்ற ஒரு விவாதம் குந்திக்கும் கருணனுக்கும் நடைபெற முடியாது. ஆனால் கிருட்டிணனுக்கும் கருணனுக்கும் நடைபெற முடியும்! ஏனெனில் குந்தி உணர்ச்சிபூர்வமானவள்; கிருட்டிணன் அறிவுபூர்வமானவன்!

'தேரோட்டி மகனொருவனை, இழிபிறப்பினனை, அரசனாக்கித் தனக்குச் சமமாக்கிக் கொண்டான்; தன்னிடம் பயன்பெறுகிற ஒரு அடிமையாகக் கருதவில்லை; சமநிலையில் நட்பாகக் கருதினான்! இன்னதைச் செய்வோம்; இன்னதைப் பெறுவோம் என்னும் அடிப்படையில் செய்யவில்லை. இயல்பாகச் செய்தான்! இன்று அவனுக்கு ஓர் நெருக்கடி ஏற்பட்டிருக்கிறது. போர் முரசு கொட்டுகிறது. எந்த வீரத்தை வியந்து துரியோதனன் பாராட்டி மகிழ்வானோ, அந்த வீரத்திற்கான தேவை வந்திருக்கிற வேளை இது! இப்போது அவனுக்கு உதவாமல் எப்போது உதவுவது?' இதுதான் கருணனின் எண்ணவோட்டம்!

'வாக்கைக் காப்பாற்றாதது அதருமம்; அதன் மூலம் மற்றொருவனுக்கு உரியதைப் பறித்துக் கொள்ள நினைப்பது அதருமம். துரியோதனன் இவற்றைச் செய்துவிட்டு நிலைத்து நிற்க முயல்வது உன் போன்றவர்களின் வலிமையால்தான்! நன்றி பாராட்டுவது சிறந்த

பண்புதான்; ஆனால் எந்தப் பண்பும் அதருமத்திற்குத் துணை போவதாக இருக்கக் கூடாது' என்பது கிருட்டிணனின் எண்ணவோட்டம்!

செய்ந்நன்றி அறிதலா, அறமா என்னும் கேள்வி இராமாயணத்திலும் எழுகிறது. கும்பகருணனும், வீடணனும் இராவணன் சீதையைக் கடத்தி வந்த செயலைக் கண்டிக்கின்றனர். இந்த அறக்கேடு போரில் முடிகிறபோது கும்பகருணன் செஞ்சோற்றுக் கடன் கழிக்க இராவணன் பக்கமே நின்று விடுகிறான்; அறத்திற்கு எதிராகப் போரிட்டு மடிகிறான். ஆனால் வீடணன் அறத்தின் மீட்சிக்காக இராமனுக்குத் துணையாகப் போரிடுகிறான்!

கும்பகருணனின் நிலைதான் கருணனுக்கு! ஆனால் புதிய உண்மைகள் வெளிப்பட்டுக் கும்பகருணனை அதிர்ச்சிக்குள்ளாக்கி அவனுடைய கருத்துப் போக்கை மாற்றிவிடுமோ என்னும் அஞ்சத்தக்க நிலை முதலில் இருந்து கடைசிவரை அவனுக்கு இல்லை! ஆனால் கருணனின் அதிரவைக்கும் வாழ்க்கை முடிச்சுகள் ஒவ்வொன்றாக அவிழ்க்கப்படும்போது என்ன ஆவானோ கருணன் என்று கலங்கடித்து விடுகிறது; ஆனால் அவன் நங்கூரம் பாய்ச்சிய கப்பல்போல அசைவற்று நிற்பது எண்ணியே பார்க்க முடியாதது!

இதற்குப் பிறகு விவாதப் போக்கைக் கைவிட்டுவிட்டுக் கருணனின் வாழ்க்கை முடிச்சுகளை அவிழ்த்துக் காட்டி ஆசை காட்டி அசைக்க முடியுமா என்று பார்க்கிறான் கிருட்டிணன்!

'கருணா! துரியோதனனோடு சேர்ந்து யாரை எல்லாம் அழித்துவிடத் துடிக்கிறாயோ, அவர்களெல்லாம் உன்னோடு இரத்தத் தொடர்புடைய உடன்பிறந்தார்கள் என்பது உனக்குத் தெரியாது; இன்னும் உனக்குத் தெரியாதது எத்தனையோ உண்டு! நீ குந்தியின் மகன்! சுவேதகேதுவின் சட்டப்படி உன் தாய் குந்திக்குப் பாண்டு கணவன் என்பதால், நீ பாண்டுவுக்கு மகனாகிவிடுகிறாய்! பாண்டவர்கள் அனைவருக்கும் மனைவியான பாஞ்சாலி, நீ ஒரு பாண்டவன் என்பதால் உனக்கும் மனைவியாகிவிடுவாள்!'

கிருட்டிணன் மீண்டும் அழுத்தங் கொடுத்துத் தொடர்கிறான்: 'உன்னை அரசனாக நானே அபிடேகம் செய்து வைக்கிறேன்; தருமன் உனக்குக்கீழே இளவரசனாவான் ; பீமன் உனக்குக் குடை பிடிப்பான்; அருச்சுனன் உன்னுடைய தேரை ஓட்டுவான்; நகுல சகோதரர்கள் உன் பரிவாரங்களை நடத்துவார்கள்; நானும் உன் பின்னால் வருவேன்! பாண்டவர்கள் ஐவரையும் ஐந்து காலங்களில் முறை வைத்துக்கொண்டு சேரும் பாஞ்சாலி, உன்னை ஆறாவது காலத்தில் சேருவாள்!'

(சோ, மகாபாரதம்- I, உத்தியோக. பக்.443)

கிருட்டிணன் விரித்துரைத்த சலுகைகளில் இரண்டு முக்கியமானவை; ஒன்று 'உன் பின்னால் நான் வருவேன்' என்று கிருட்டிணனே சொல்வது; இன்னொன்று 'ஆட்சியில் மட்டுமில்லை; பாஞ்சாலியிலும் பங்குண்டு' என்பது!

முன்னது வலிமை சேர்ப்பது; பின்னது கிளுகிளுப்பூட்டுவது!

மேலே சொன்ன அனைத்துமே கருணனை அசைக்க முடியவில்லை! அவனுடைய வாழ்க்கை முழுமையுமே தனிமையும் வெறுமையும் தான்! தான் தேரோட்டியின் மகன் இல்லை என்பது கருணனுக்குத் தெரியும்! சூதர் குலத்தினன் வளர்த்ததால் சூதர் குலத்தினனாகவே வளர்ந்தான்! சத்திரியர்கள் ஆதிக்கம் செலுத்தும் பூமியில் இன்றுவரை அவனுக்கு இழிவுபடுத்தப்பட்ட வரலாறு மட்டுமே உண்டு!

அருச்சுனன் இழிவுபடுத்தினான்; வீமன் இழிவுபடுத்தினான்; பீசுமர் இழிவுபடுத்தினார்; பாஞ்சாலி இழிவுபடுத்தினாள்! மரம் மட்டைகள் மட்டுமே நடுநிலை வகித்தவை; இவர்களுக்கு நேர்மாறாக வரையறை இல்லாமல் போற்றிய ஒரேயொருவன் துரியோதனன் மட்டுமே!

சூதர் குலம் என்பது துரியோதனனுக்கு ஒரு பொருட்டாகவே இல்லை. தேரோட்டியைத் 'தந்தையே' என்று அவை நடுவில் பணிந்தபோது, வீமன் எந்த அவையில், 'கருணா, குதிரைச் சவுக்கை எடுத்துக்கொண்டு தேரோட்டப் போ' என்று இழிவு படுத்தினானோ, அதே அவையில் கருணனுக்கு அங்கதேச அரசனாக முடிசூட்டினான் துரியோதனன்!

அன்று கருணனைப் போற்றித் தழுவிக்கொள்ள ஒரு துரியோதனன் வாய்த்திருக்காவிட்டால், கருணன் யாருடைய கவனத்திற்குமே வராமல் அழிந்திருப்பானே!

இன்னொரு மகனைத் தேடவேண்டிய கட்டாயம் குந்திக்கோ, ஆறாவது கணவனைப் பாஞ்சாலிக்குத் தேடிக் கொடுக்கவேண்டிய கட்டாயம் கிருட்டிணனுக்கோ ஏற்பட்டிருக்காதே!

துரியோதனன் ஆளாக்கி வைத்ததனால்தானே 'இவன் நமக்குப் பயன் படுவானா' என்று கிருட்டிணனிலிருந்து குந்திவரை சிந்திக்கிறார்கள்!

சூதர் குலப் பெண்ணையே மணந்து, தன் மக்களுக்கும் சூதர் குலத்தி லேயே மணம் செய்வித்தான் கருணன்; அதை ஒரு பொருட்டாகக் கருதவில்லை! ஆனால் இன்னொரு பக்கம், வீரனாக, அரசனாக, கொடையாளியாகக் கருணன் பெருமையுற்று விளங்கும் வாழ்க்கைக்கு அடித்தளமிட்டது யார்? துரியோதனன்தானே!

'தான் முன்னம் ஒருவர்க்கு ஓர் உதவியும் செய்திராத நிலையில், தனக்கு அவனாக முன்வந்து செய்யும் உதவிக்கு மண்ணுலகையும் விண்ணுலகையும் கைம்மாறாகக் கொடுத்தாலும் ஒத்தலரிது.'

(குறள் 101)

இந்தக் குறளின் சாரத்தைத் தன்னகத்தே கொண்டது துரியோதனன் கருணனுக்குச் செய்த உதவி!

துரியோதனன் கருணனைத் தூக்கி நிறுத்திய இடம் துரோணரின் மாணாக்கர்களான கௌரவர்களும், பாண்டவர்களும் தாங்கள் பெற்ற பயிற்சியை வெளிப்படுத்திக் காட்ட அமைக்கப்பட்ட அரங்கு! அது மாணாக்க நிலை!

பின்னால் வாழ்க்கைப் போக்கு எப்படித் திசை திரும்பும் என்று உய்த்துணர மாட்டாத காலத்தில், பாண்டவர்களின் ஆணவம் காரணமாக ஒரு சூதன் பட்ட அவமானத்திலிருந்து அவனை மீட்டெடுத்த துரியோதனனின் செயல் நெஞ்சுள்ளவரை நினைக்கத் தக்கதில்லையா?

அறிஞர்க்கெல்லாம் அறிஞனான வள்ளுவன் சொல்வான்:

உதவி வரைத்தன்று உதவி உதவி
செயப்பட்டார் சால்பின் வரைத்து *(குறள் 105)*

உதவியை எவ்வாறு அளப்பது? உதவியின் அளவு உதவியைப் பெற்றுக் கொண்டவனின் மேன்மையைப் பொறுத்தது; பெற்றுக்கொண்டவன் கீழோனாயின் உதவி கடுகாகச் சிறுத்து விடும்; பெற்றுக் கொண்டவன் மேலோனாயின் அது வானளவு பெருத்து விடும்!

சடையப்பன் கம்பனைப் பேணிப் புரந்தவன்; அதனால் இராமனின் முடிசூட்டு விழாவில், சடையனின் முன்னோர் மணிமுடியை எடுத்துக் கொடுக்க, வசிட்டன் வாங்கி இராமனுக்குச் சூட்டினான் என்று கம்பன் எழுதி சடையனையும் அவன் மரபுளோரையும் ஆயிரம் ஆண்டுகளாகத் தமிழ்ச் சமூகத்தின் பார்வையை விட்டு அகலாவாறு வைத்திருக்கிறான்.

...வெண்ணெயூர்ச் சடையன் தங்கள்
மரபுளோர் கொடுக்க வாங்கி, வசிட்டனே புனைந்தான் மௌலி

(கம்ப. 10327)

சடையனின் உதவியைச் செயப்பட்டானாகிய கம்பனின் சால்பு கொண்டு அளக்க வேண்டும்!

அதுபோலத் துரியோதனனின் உதவியை அளக்கும் அளவுகோலும் செயப்பட்டானாகிய கருணனின் சால்புதான்!

துரியோதனன் செய்த உதவியின் அளவைக் கருணன் தன் உயிர் கொடுத்து அளந்து காட்டப் போகிறான். இவ்வளவு பெரிய அளவு கோலால் ஒருவன் செய்த உதவியை அளந்து காட்டக் கருணனைத் தவிர உலகில் இன்னொருவனில்லை! கருணனைப்போல், கம்பனைப்போல் தக்கார்க்குச் செய்த உதவியின் தன்மை அதுதான்!

பிறகு தன்னுடைய அத்தை குந்தியை அழைத்துக் கருணனுக்குத் தாய் என்ற முறையில் மகனோடு பேசிச் சில வரங்களைப் பெற்றுவரச் சொல்கிறான் கிருட்டிணன்!

குந்தி சென்றபோது கருணன் கதிரவ வழிபாட்டில் ஒன்றியிருக்கிறான். குந்தி வந்ததை அறியவில்லை. முடித்துக்கொண்டு நிமிர்ந்தவன் வெயி லின் தாக்குதலால் குந்தி தன்னுடைய மேலாடையைத் தலைமேல் பிடித்துக்கொண்டு நிற்பதைப் பார்த்து, 'இதென்ன இப்படி' என்று வியப்படைகிறான்!

வெயிலில் இருந்து காத்துக்கொள்ள ஒரு தேரோட்டி மகனின் மேலாடைதானா பாண்டு மன்னனின் பட்டத்தரசிக்குக் கிடைத்தது என்று பதறுகிறான் கருணன்!

கிருட்டிணனின் வழியாகத் தன்னுடைய பிறப்பு இரகசியத்தை அறிந்து கொண்டுவிட்டான் கருணன் எனினும் அவன் குந்தியின் மகன் என்னும் புதிய உறவுக்குத் தயாராக இல்லை என்பதால், தேரோட்டியின் மகனாகவே தன்னை வெளிப்படுத்திக்கொண்டு வணங்குகிறான்!

ஆனால் குந்தியோ, 'கருணா, நீ தேரோட்டியின் மகனுமில்லை; சூத குலத்தில் பிறந்தவனுமில்லை; அரச குலத்தைச் சேர்ந்த பிருதை என்கிற குந்தியின் வயிற்றில் பிறந்த சூரிய புத்திரன் நீ' என்கிறாள்!

'நீ துரியோதனனோடு சேர்ந்து உன் உடன்பிறந்தவர்களைப் பகைக்கிறாய். திரிதராட்டிரன் புத்திரர்களை நீ அண்டிப் பிழைப்பது உனக்கு அவமானம்!'

'தாயே! பெற்றவுடன் என்னைத் தண்ணீரில் எறிந்துவிட்டு, இப்போது என்னை அரசகுலச் சத்திரியன் என்கிறாய்!'

'இப்போதும் உன் மக்களின் நன்மை கருதித்தான் இதையெல்லாம் என்னிடம் சொல்லுகிறாய்!'

'திரிதராட்டிர புத்திரர்களால் எல்லாச் சுகமும் சொத்தும் மதிப்பும் மரியாதையும் அனுபவித்துவிட்டு, இப்போது போர் வந்தவுடன், பாண்டவர்களுடன் போகச் சொல்கிறாய்!'

'உதவி செய்யவேண்டிய காலத்தில் துரோகம் செய்துவிட்டு, பிறகு மானமாகப் பிழைக்க முடியுமா?'

'நான் கடனைத் தீர்க்க வேண்டும்; உயிரையும் கொடுத்துத்தான் தீர்க்க வேண்டும்.'

முன்பொருநாள் துரியோதனன் மனைவியான பானுமதியோடு சூதாட்டம் ஆடிக் கொண்டிருக்கையில், துரியோதனன் தூரத்தில் வருதலைக் கண்டு பானுமதி எழுந்திருக்க, அது தெரியாத நான் 'ஆட்டத்தின் நடுவே இப்படியெல்லாம் ஓடக் கூடாது' என்று அவள் மடியைப் பற்றி இழுத்தபோது, மேகலை அறுந்து மணிகள் உதிரவே, திரும்பிப் பார்த்து துரியோதனனைக் கண்டு அஞ்சி நாணி, 'என்ன செய்வதென்று' அலமருகையில், அத்துரியோதனன், 'எடுக்கவோ? கோக்கவோ?' என்று என் அச்சம் நீங்கும்படிக் கேட்டானே; அதை இப்போது நினைத்தாலும் மெய்சிலிர்க்கிறதே! அப்படிப்பட்ட ஒரு பண்பட்ட நண்பனான துரியோதனனுக்குப் போர்க்களத்திற்குச் சென்று சோற்றுக்குரிய கடனைத் தீர்ப்பதுவே எனக்கு இனிப் புகழும், கருமமும், தருமமும் ஆகும்!'

> மடந்தை பொற்றிரு மேகலை மணியுகவே மாசறத் திகழும் ஏகாந்த
> இடந்தனிற் புரிந்தே நானயர்ந்திருப்ப 'எடுக்கவோ கோக்கவோ' என்றான்
> திடம் படுத்திட வேலிராசராசனுக்குச் செருமுனை சென்று செஞ்சோற்றுக்
> கடன் கழிப்பதுவே எனக்கினிப் புகழும் தருமமும் என்றான்.
>
> *(வில்லி. உத்தியோக. கிருட்டிணன் தூது, 253)*

'நிலைமை கையை மீறிப் போய்விட்டது; போரோ தொடங்கப் போகிறது; பெரிய மகனும் உறுதி மாறாதவனாக இருக்கிறான்; இனி என் செய்வேன்' என்று குந்தி கண்ணீர் விட்டு அழ, அவளைத் தேற்றுகிற கருணன்,

> வேண்டும் யாவையுமே தருகுவேன்
> நீயும் வேண்டிய வேண்டுக *(மேற்படி, 257)*

என்று சொல்லக் குந்தி அழுகை அடங்கி, 'எனக்கு இரண்டு வரம் தா' எனக் கேட்கிறாள்!

'அருச்சுனன் வெஞ்சமரில் உன்னுடன் போர் செய்தால், இவனுக்குப் பழைய காலம் தொட்டுப் பகையாயுள்ள பெரிய நாகாத்திரத்தைத் தொடுத்த அளவில் அவன் அதற்குத் தப்பிப் பிழைத்தால், மறுபடியும் அதை அவன் மேல் செலுத்தாதே'

'மற்றைப் பாண்டவர் நால்வரையும் தம்பிமார்களாகக் கொண்டு அவர்களைக் கொல்லாதே'

'அவ்வாறே தாயே' என்றான் கருணன்.

ஓர் உயர்ந்த பண்பில் மாறாமலிருப்பதற்கு விலை உயிர்தான் என்றால் அந்த உயிரை வழங்கியாவது தங்களின் நிலைப்பாட்டில் அசையாமல் நிற்க வல்லவர்கள் இருவர்தாம்.

ஒருவன் கருணன்; இன்னொருவன் தருமன்!

தருமத்தைக் கடைப்பிடிக்க வனவாசம் போன தருமனும், செய்ந்நன்றி காக்க உயிரைத் துறக்கப் போகும் கருணனும் அந்த வகையினர்!

துரியோதனன் செய்த உதவியை, உயிர் கொண்டு அளக்கிறான் கருணன்!

போர்க்களத்தில் ஒப்பாரியா?

போர் தொடங்கி ஒன்பது நாட்கள் ஓடிவிட்டன. கதிரவன் எழுவதும் விழுவதுமான தன்னுடைய பணிகளை ஒரே மாதிரிச் செய்து கொண்டிருக்கிறான்!

கதிரவனின் ஒளிக் கற்றைகள் மண்ணில் விழுந்த வுடன், அனைத்து உயிர்களும் அப்போதுதான் உயிர் பெற்றதுபோல் துள்ளி எழுகின்றன!

குருசேத்திரத்தில் சங்குகள் முழங்குகின்றன; பறைகள் அதிர்கின்றன; தளபதிகளின் ஆணைகள் பல்வேறு ஓசைகளுக்கிடையே ஊடுருவிக் கொண்டு அந்தந்தப் படைப்பிரிவினரைச் சென்றடைகின்றன!

உடன்பிறந்தான் உடன்பிறந்தானைக் கொல் கின்றான்; நண்பன் நண்பனைக் கொல்கின்றான்! எங்கும் ஓலம்!

'முன்பெல்லாம் அந்தி பட்டவுடன் களத்தைத் தூய்மைப் படுத்துகின்ற பணி நடக்கும். இறந்து போனவர்களின் பிணங்களை உடையவர் களிடம் ஒப்படைத்தும், கோரப்படாத பிணங் களை ஒன்றாகப் போட்டுக் கொளுத்திவிடு வதுமாகக் களம் மறுநாட் போருக்குத் தூய்மையடையும்!

நாளாக நாளாகச் சாவின் எண்ணிக்கை உச்சத்தைத் தொட்டமையால், பிணங்களை அப்புறப் படுத்தும் பணி ஓய்ந்துவிட்டது!

கால், கை வெட்டப்பட்டவர்கள்; தலை வெட்டப்பட்ட நிலையிலுள்ள முண்டங்கள்; குடல் பிதுங்கிக் கிடப்பவர்கள்; சுளை தோண்டப்பட்டு விட்ட நுங்குபோல, கண்களை இழந்து வெறும் பொந்துகளாகக் காட்சியளிக்கும் கோர முகங்கள்; நாய் நரிகளின் அச்சமூட்டும் விளியோசைகள்; இவ்வளவு பருந்துகளும் கழுகுகளும் எங்கிருந்து வந்தன எனத் திகைப்பூட்டும் வண்ணம் பறந்தும், பிணங்களின்மீது அமர்ந்தும், ஏற்கெனவே வாளால் கிழிபட்டது போதாது என்று தங்களின் ஈட்டி போன்ற அலகுகளால் குத்திக் கிழித்துக் குதறியது போக மிஞ்சிக் கிடக்கும் சடலங்கள்; மதிப்போடு அடக்கம் செய்யப்பட வேண்டியவர்களின் பிணங்கள் அப்புறப்படுத்த இயலாத அளவுக்குக் குவிந்து கொண்டிருந்தமையால், அவற்றை மிதித்துக்கொண்டும், அவற்றின்மீது நின்றுகொண்டும் நாளை இதே நிலைக்கு ஆளாகப் போரைத் தொடர்ந்து கொண்டிருக்கிறோம் என்பதை அறியாத வெறியேறிய வீரர்களின் ஆரவாரக் கூச்சல்கள்!

இப்படியே நாட்கள் கழிகின்றன; பிணங்கள் மலைபோல் குவிகின்றன. எந்த முடிவும் எட்டப்படவில்லை!

தேவர்களுக்கும் அசுரர்களுக்கும் நடந்த போர் பதினெட்டு ஆண்டுகள் நீடித்தது; இராம - இராவணப் போர் பதினெட்டு மாதங்கள் நீடித்தது; பாரதப் போர் தொடங்கி ஒன்பது நாட்கள் முடிந்து விட்டன; எந்த முடிவும் தெரியாமல் நாட்கள் கழிகின்றனவே என்னும் கவலை பாண்டவர்களை ஆட்கொள்கிறது!

கௌரவர்களின் தளபதி பீசுமருக்கு இணை சொல்லவே யாருமில்லை தான்; மேலும் கௌரவர்களின் படை மிகப் பெரியது!

எனினும் அளவிற் குறைந்த படையை வைத்துக்கொண்டு, பாண்டவர் களின் தளபதியான திட்டத்துய்மனும் வீரர்கள் சோர்வுற்று விடாதபடி அவர்களை ஊக்கப்படுத்திக் கொண்டு நன்கு தாக்குப் பிடிக்கிறான்.

காலையில் புதிய உத்திகள் வகுக்கப்படுகின்றன; மாலையில் 'அவை போதா' என்று மறு உத்திகள் யோசிக்கப்படுகின்றன. இப்படியே நாளும் பொழுதும் கழிகின்றன!

பாண்டவர்கள் களைத்துப்போய்க் கிருட்டிணனோடு ஆலோசனை நடத்துகின்றனர்!

'பலி கொடுங்கள்; தகுதியான வீரனைப் பலி கொடுங்கள்; போர்க் களத்திற்குரிய தெய்வம் காளி; அவளுடைய வேட்கையைத் தணியுங்கள்; அவள் உங்களுக்குச் சில சூழ்ச்சிகளை வெளிப்படுத்தி வெற்றிக்கு வழி நடத்துவாள்!' இவ்வாறு கிருட்டிணன் சொல்கிறான்!

இதை ஓர் உடுக்கு அடிக்கிற பூசாரியை விட்டுச் சொல்லச் சொல்லியிருக் கலாம்!

'போரை மேற்கொள்; அழிவு குறித்த கவலை உனக்குரியதன்று; தோன்றியவை எல்லாமே அழியும்! உன்னுடைய கடமையைச் செய்' என்று சோர்வுற்ற அருச்சுனனை ஊக்கப்படுத்துகின்ற மெய்யியற் பார்வை உடைய, தலைமை சான்ற கிருட்டிணனின் வாயால் 'நரபலித் தத்துவம்' வெளிப்பட்டிருக்க வேண்டாமோ என்று தோன்றுகிறது!

நினைக்கவே கோரமாகவும், அருவருப்பாகவும் இருக்கின்றது!

தன் தரப்பில் ஒருவனை, எந்தக் குற்றமும் செய்யாதவனை, பெரு வீரனை, முப்பத்திரண்டு இலட்சணங்களும் ஒருங்கே பொருந்திய வனைப் பலி கேட்கிறாள் காளி; பலி கொடுக்கிறவர்களுக்குத்தான் அவள் உதவி செய்வாள் என்றால் அந்தக் காளி தெய்வமா? இரத்தக் காட்டேரியா?

தருமத்தின் பக்கம் நிற்கமாட்டாளாம்; தருமமோ அதருமமோ அவளுக்கு வேண்டியது நரபலியாம்; அப்படித் தருபவர்களுக்குத்தான் வெற்றியைத் தருவாளாம் என்னும்போது நம்முடைய இறைக் கொள்கையே குற்றப்பட்டுவிட்டதோ என்று தோன்றுகிறது!

நம்முடைய தெய்வங்களுக்கிடையே வேலைப் பிரிவினை (division of labour) உண்டு. சாவை நிருவகிக்க ஒரு தெய்வம்; மழை பெய்விக்க ஒரு தெய்வம்; வெப்பு நோயை உண்டாக்கவும், அதிலிருந்து விடுவிக்கவும் ஒரு தெய்வம் என்று பலவகையான தெய்வங்கள்! ஏன் அவற்றிற் கிடையே முரண்பாடு வரவில்லை என்றால் எல்லாத் தெய்வங்களும் அறத்தை நிலைநாட்டுவதையே முதன்மை நோக்கமாகக் கொண்டவை; ஆகவே அவற்றிற்கிடையே ஒத்திசைவு உண்டு!

மாபாரதம் திருக்குறளோ, தம்மபதமோ அன்று; வடிகட்டிப் பேசுவதற்கு! அது ஒரு இதிகாசம்; கதைக் காப்பியம்! சமூகத்திலுள்ள எல்லாச்சிறப்புகளையும், அசிங்கங்களையும் பாத்திரங்களின் வாயிலாக வெளிப்படுத்திச் செல்வதுதான் அதன் இயல்பு!

ஆகவே நரபலி போன்ற மூட நம்பிக்கைகள் வெளிப்படுவது சமூகத்தைப் பிரதிபலிக்கும் தன்மையுடையதே!

ஆனால் கீதையை முன்மொழிந்த அறிவே வடிவான கிருட்டிணன்தான் இந்த நரபலி அசிங்கத்தையும் முன்மொழிய வேண்டுமா?

பிறகென்ன? முப்பத்திரண்டு இலட்சணங்களும் ஒருங்கே பொருந்திய வனைத் தேடும் வேட்டை நடக்கிறது. அப்படி ஒருவன் கிடைக்க

வேண்டும்; அவன் வீரனாகவும், இளைஞனாகவும் இருக்க வேண்டும்; அவன் நரபலிக்கு உடன்பட வேண்டும்!

காளியின் அழிம்பு துரியோதனனின் அழிம்பைவிட மோசமான தாயிருக்கிறது; இதற்குத் துரியோதனனே இந்திரப்பிரத்தத்தையும் சேர்த்து ஆண்டு கொள்ளட்டும் என்று விட்டுவிட்டுப் போய்விடலாம் போலிருக்கிறது!

பிறகு தேடுதல் வேட்டை வேகப்படுகிறது; ஒன்றிரண்டு, பத்து இருபது இலட்சணங்கள்வரை ஆட்கள் கிடைக்கிறார்கள்; முப்பத்திரண்டுக்கு எங்கே போவது?

பெரும் அலசலுக்குப் பிறகு ஒருவன் கிடைத்தான் அவ்வளவு பொருத் தங்களோடும்! அவன் இளமையும், வீரமும் பொருந்தியவனாகவும் இருந்தான்! அப்படி ஒருவன் கிடைத்தது குறித்துப் பாண்டவர்கள் மகிழ்ச்சி அடைய முடியவில்லை! ஏனென்றால் அவன் கிருட்டிணன்!

காளியைத் திட்டிக்கொண்டே மீண்டும் தேடுதல் வேட்டையில் ஈடுபட்டார்கள். ஒவ்வொருவரும் தங்களுக்கு அந்த இலட்சணங்கள் அமைந்திருக்காதது குறித்துப் பெருமகிழ்ச்சி அடைந்தார்கள்! நிபந்தனை கடுமையானது என்பதால்தான் தாங்கள் தப்பிக்க முடிந்தது என்று எண்ணி மகிழ்ந்ததோடு காளிக்கு நன்றியும் சொன்னார்கள்!

இந்த நிலையில் இன்னொருவன் கிடைத்தான்; இப்படி ஒருவன் கிடைத்ததை விடக் கிடைக்காமலேயே இருந்திருக்கலாம் என்று பாண்டவர்கள் புலம்பத் தொடங்கி விட்டார்கள்! ஏனென்றால் இப்படி அனைத்து இலட்சணங்களும் பொருந்திய இன்னொரு ஆள் அருச்சுனன்!

ஏறத்தாழ இந்த முயற்சியைக் கைவிட இருந்த நிலையில் முப்பத்திரண்டு இலட்சணங்களும் ஒருங்கே பொருந்திய வேறொரு ஆள் கிடைத்தான்! பாண்டவர் மட்டிலா மகிழ்ச்சி அடைந்தனர்; அதற்குக் காரணம் அவன் ஒரு சாதாரணப் போர்வீரனாகப் பாண்டவர் படையில் இருந்ததுதான்; அதனால் அவனைக் கையாளுவது எளிது என்று அவர்கள் கருதினார்கள். இருப்பினும் ஒருவன் சாவதற்கு ஒத்துக்கொள்வது நினைத்துப் பார்க்க முடியாதது. இந்திரப்பிரத்த நாட்டில் பாதிக்கு மன்னனாக்குவதாகப் பாண்டவர்கள் வாக்குக் கொடுத்தாலும், செத்த பிறகு அந்த அரியணை கிடைத்து ஆகப் போவது என்ன? ஆகவே எந்த முட்டாளும் எந்த உயர் பரிசுக்காவும் சாக உடன்பட மாட்டான்! எந்த ஒன்றையும் உயிரை வைத்துக் கொண்டுதானே அடைய வேண்டும்!

மூன்றாவதாகக் கிடைத்த அந்த ஆள் அரவான்! அவனை அருச்சுனன் அரவணைத்துப் பேசுகிறான்!

'நீ யார்?'

'உங்கள் மகன்!'

அருச்சுனனுக்குத் தூக்கி வாரிப் போடுகிறது. இவனென்ன கேலி செய்கிறானா? அறிந்து அருச்சுனன் 'கர்ப்பதானம்' செய்திருக்கிறானே ஒழிய, அறியாமல் நடந்ததில்லை!

'நீ பேசுவதன் பொருளை அறிந்துதான் பேசுகிறாயா?'

'ஆம்! 'என்னுடைய தாய் நாக இளவரசி உலுப்பி; அவளோடு நீங்கள் கழித்த இன்பமான பொழுதுகளின் விளைவு நான்!'

இன்னமும் அருச்சுனனால் அதை உறுதிப்படுத்திக்கொள்ள முடிய வில்லை. அவன் குறுக்கிட்ட பெண்களின் எண்ணிக்கை அவ்வளவு! 'ஆம்' என்று ஏற்கவும் முடியவில்லை; 'இல்லை' என்று தள்ளவும் முடியவில்லை! எனினும் போரில் ஒவ்வொரு வீரனும் முக்கிய மானவன்! அதுவும் மகன் என்று சொல்லிக்கொண்டு வரும் ஒருவனை, ஆள் கிடைக்காத சமயத்தில் எப்படித் தள்ளிவிட முடியும்?

'நீ என் மகன் என்பது உண்மையானால், உன் தந்தைக்காக ஒரு காரியம் செய்ய வேண்டும்.'

'நான் உங்கள் மகன்தான்; உங்கள் மகன் என்னும் பெருமை காரணமாகத்தான் இந்தப் போரில் பங்கு கொள்ள வந்தேன்! என் தாய் எவ்வளவோ தடுத்தாள்! 'இது உன் தந்தையின் போர்; நம்முடைய போர் அன்று' என்று மறித்தும்கூட உங்கள் மீதிருந்த மையலால்தான் இங்கு வந்து விட்டேன். என்ன செய்ய வேண்டும் சொல்லுங்கள் தந்தையே!'

'காளி பலி கேட்கிறாள்; என்னைப்போல் முப்பத்திரண்டு இலட்சணமும் என் முகச்சாயலும் உடைய நீ, உன் தந்தையின் வம்சாவளியின் வெற்றிக்காக இந்தத் தியாகத்தைச் செய்ய வேண்டும்!'

'செய்கிறேன் தந்தையே; உங்களுக்காகச் செய்கிறேன்! ஆனால் நான் கன்னிமை கழியாதவனாக, பெண்ணையே அறியாதவனாகச் சாக விருப்பமில்லை. ஓர் இரவாவது நான் ஒரு கணவனாக வாழ்ந்துவிட்டு, இன்பத்தில் தோய்ந்துவிட்டு, சாக விரும்புகிறேன். என்னுடைய சாவு அவளை மனைவி என்ற முறையில் உலுக்க வேண்டும்; அவள் கண்ணீர் விட்டுக் கதறி அழ வேண்டும்! இதுதான் என் கடைசி விருப்பம்!'

நரபலியாகின்றவனின் கடைசி ஆசையை நிறைவேற்ற வேண்டியது பலி கொடுப்பவர்களின் கடமை! இவனோடு ஓர் இரவு மட்டுமே மனைவியாக முழுமனத்தோடு வாழ உடன்படும் பெண்ணைத் தேடி

அலைகிறார்கள். அதற்காக எவ்வளவு பெரிய பரிசையும் அவளுக்குக் கொடுக்கத் தயாராக இருக்கிறார்கள்!

வாழ்க்கைச் சுகம் முழுவதையும் ஓர் இரவுக்குள் அடக்கிக்கொண்டு நிறைவடைந்துவிட எந்தப் பெண்தான் இசைவாள்? தாலியைக் கட்டிய கையோடு அறுத்துக்கொள்ள எந்தப் பெண்தான் உடன்படுவாள்?

பத்தாம் நாள் போரை நரபலியோடுதான் தொடங்க வேண்டும்; பாண்டவர்கள் பரபரக்கிறார்கள்; வழக்கம்போல் கிருட்டிணன்தான் உதவிக்கு முன்வருகிறான்!

ஒரு பெண்ணாக, மோகினியாக வடிவெடுக்கிறான்; அரவானை மோகினி மணக்கிறாள்; இரவு முழுவதும் சொல்லொணாச் சிலிர்ப்புக்கு அரவானை ஆளாக்குகிறாள் மோகினி; அரவான் பூரித்துப் போகிறான்! காலையில் காளியின் முன்பு அவன் தலை வெட்டப்படுகிறது! அரவானுக்காக அவனுடைய விதவை மனைவி மோகினி அவன்மீது புரண்டழுது வைத்த ஒப்பாரி இருக்கிறதே, அது போர்க்களத்தையே உருக்கிச் சோகமயமாக்கியது!

'போர்க்களத்தில் ஒப்பாரியா' என்பார்கள்!

தேரோட்டுவதிலிருந்து ஒப்பாரி வைப்பது வரை எதைத்தான் விட்டு வைத்தான் கிருட்டிணன்?

தருமத்தை நிலைநாட்டுவது அவ்வளவு எளிதா என்ன?

ஆலமரம் வீழ்ந்தது; செய்த வினை யாரை விட்டது!

குருச்சேத்திரப் போரில் ஒரு வியப்பு, கௌரவர் படைக்குத் தலைமை ஏற்ற பீசுமனுக்குப் பாண்டவர்களைக் கொல்ல மனமில்லை.

பாண்டவர் சேனையை வழிநடத்தும் அருச்சுன னுக்குப் பீசுமரைக் கொல்ல மனமில்லை.

பீசுமரின் நிலைப்பாட்டால் துரியோதனன் சோர்வுறுகிறான்! கருணன் சொல்கிறான்: 'பீசுமரால் பாண்டவர்களைக் கொல்ல முடியாது; இயலாமை காரணமன்று; மனமின்மை காரணம்! போரிலிருந்து பீசுமரை விலகி இருக்கச் சொல். நான் ஒருவனாகவே பாண்டவர்களை வீழ்த்துகிறேன்.'

ஓய்வெடுத்துக் கொண்டிருக்கும் பீசுமரைத் துரியோதனன் அணுகுகிறான். கண்களில் நீர் முட்டிக் கொண்டு நிற்கிறது. இரு கரம் கூப்பி, 'பாண்டவர்கள்மீது உங்களுக்கிருக்கும் பச்சாதா பத்தினாலோ அல்லது என்மீது இருக்கும் கோபத்தினாலோ அல்லது என்னுடையதுர திட்டத்தினாலோ நீங்கள் பாண்டவர்களைக் காப்பாற்றிக் கொண்டிருக்கிறீர்கள். கருணன் யுத்தம் செய்ய நீங்கள் அனுமதி கொடுக்க வேண்டும். நீங்கள் விலகி நின்றால், அவன் யுத்த களத்தில் இறங்குவான்' என்று சொல்கிறான்.

35

(சோ, மகாபாரதம் I, பீசும. பக்.550)

துரியோதனன் மனம் பீசுமருக்குப் புரிகிறது. ஆனால் போரிலிருந்து தன்னை விலக்கிக்கொள்ளப் பீசுமரால் முடியவில்லை. ஏன் என்ற கேள்விக்குத் தக்க விடையேதும் பீசுமரால் வெளிப்படையாகச் சொல்ல முடிந்ததில்லை.

'சிகண்டி பெண் என்பதால் அவளைக் கொல்ல மாட்டேன் துரியோதனா! நீ செய்த தவறுகளே இந்தப் போருக்குக் காரணம்! இப்போது நீ கவலை இல்லாமல் போய் உறங்கு! நாளை நான் செய்யப் போகும் யுத்தத்தைப் பூவுலகமே பார்த்து வியக்கும்' என்று துரியோ தனனை அமைதிப்படுத்தித் திருப்பி அனுப்பிவிடுகிறார் பீசுமர்!

முன்பிருந்தே பீசுமரின் மனநிலை, 'வாக்குத் தவறிவிட்டான் துரியோதனன்' என்பதுதான்! வனவாசம் முடித்துத் திரும்பி வந்த பாண்டவர்க்கு அவர்களின் நாட்டை அளிக்க மறுப்பது முறையற்றது என்ற கருத்தைப் பீசுமரும் துரோணரும் ஏற்கெனவேயும் எடுத்துரைத் திருக்கின்றனர். ஆனால் செயல் என்று வரும்போது எல்லா வகையாலும் துரியோதனனுக்கே துணை நிற்கின்றனர்! இந்த முரணுக்கு விடை காண முடியும் என்றால் மகாபாரதத்தின் பெரிய முடிச்சு அவிழ்ந்துவிடும்!

அதேபோலப் பீசுமரை வீழ்த்த அருச்சுனனுக்கு மனமில்லை. பீசுமரின் மனநிலை பாண்டவர்களுக்குத் தெரியும்; அவர் தங்களுக்குப் பகை இல்லை என்பதும் அவர்களுக்குத் தெரியும்! ஆகவே அருச்சுனனால் பீசுமரின் உடலில் ஒரு கோடுகூடக் கிழிக்க முடியவில்லை!

அரவானின் தலையை வெட்டிக் காளிக்குப் பலி கொடுத்த பிறகும் போரில் முன்னேற்றம் ஏற்படவில்லை என்றவுடன் கிருட்டிணனுக்குச் சினம் தலைக்கேறுகிறது.

போரில் வெற்றி பெற்றால் நாடாளப் போவது பாண்டவர்கள்! ஆனால் கிருட்டிணன் தன் வீட்டுக் காரியம்போல் பதறுவதும், பாண்டவர்கள் கிருட்டிணன் கட்டாயத்திற்காகச் செயல்படுவது போலவும்தான் காரியங்கள் நடந்துகொண்டிருக்கின்றன!

கிருட்டிணன் போரில் ஆயுதமெடுப்பதில்லை என்று விரதம் பூண்ட காரணத்தால்தானே, 'அருச்சுனா, வில்லை எடு; நாணேற்று' என்று அருச்சுனனைத் தாங்க வேண்டியதிருக்கிறது.

கிருட்டிணனே ஆயுதமேந்திவிட்டால்? இப்போதும் வில் மட்டும் தானே அருச்சுனனுடையது! வைக்கப்படும் குறி கிருட்டிணனுடையது தானே! குறியைத் தீர்மானிக்கிறவனே ஆயுதமும் ஏந்தி விட்டால், ஒரே வேலையாக முடிந்துவிடாதா?

என்ன? ஒன்றே ஒன்று! தான் குருச்சேத்திரப் போரில் ஆயுதமேந்து வதில்லை என்று ஏற்கெனவே துரியோதனனிடம் கிருட்டிணன் சபதம் செய்திருந்தான்! கிருட்டிணனும் வாக்குத் தவறிவிட்டான் என்று நகையாடுவான் துரியோதனன்! வாக்குத் தவறுவதால் நம்மிலும் வேறானவனல்லன் கிருட்டிணன் என்று கேலி பேசுவான்!

கிருட்டிணனை அளக்கத் துரியோதனன் யார்? அவன் துரியோதனாதி களின் அளவுகோலுக்குள் அடங்குகின்றவனா?

> 'ஆனது எனக்கு இனி ஆக' எனத் தனி ஆழி எடுத்தனனே
>
> *(வில்லி. VI, மூன்றாம் போர்ச் சருக்கம், 14)*

தேரை விட்டு இறங்குகின்றான் கிருட்டிணன்; சக்கரம் கையில் சுழலத் தொடங்குகிறது. தன்னை நோக்கி வருகின்ற கிருட்டிணனைப் பார்த்துத் திகைத்து நடுங்கித் தேரினின்று கீழிறங்குகிறார் பீசுமர். கிருட்டிணனின் இந்த எதிர்பாராச் செய்கை அருச்சுனனையும் நடுக்கமுறச்செய்கிறது. அவனும் தேரை விட்டு இறங்கி ஓடி வந்து கிருட்டிணனின் காலைக் கட்டிப் பிடித்துக்கொண்டு சொல்கிறான்: 'கிருட்டிணா உன் விரதத்தை முறிக்க வேண்டாம்; ஆயுதமேந்தினான் கிருட்டிணன் என்ற பழிச்சொல் உனக்கு வர வேண்டாம். நானே பகை முடிப்பேன்; முன்புபோல நீ தேரில் ஏறு' என்று இறைஞ்சுகிறான்! கிருட்டிணன் முன்புபோலவே மீண்டும் தேரோட்டியாகிறான்!

ஒரு தூய வீரன் என்னும் முறையில் எந்தப் பெண்ணையும் தாக்குவ தில்லை என்று விரதம் பூண்டவர் பீசுமர். ஆகவே அவர் சிகண்டியை நோக்கி வில்லை வளைக்க மாட்டார். ஆனால் சிகண்டியை முன்னிறுத்திக் கொண்டுதான் அருச்சுனன் பீசுமருக்கெதிரான போரையே நடத்துகிறான்! சிகண்டியைத் தாக்காமல் பீசுமர் அருச்சுனனை எவ்வாறு தாக்க முடியும்?

மேலும் சிகண்டி ஆணா பெண்ணா என்பது சுவையான விவாதம்! இறைவன் உண்டா இல்லையா என்னும் கேள்விக்குக் கம்பன், 'ஆம் எனில் ஆம்; இல்லெனில் இல்' என்பானே அதுபோல, 'சிகண்டி ஆணா' என்றால், 'ஆம்; ஆண்தான்' என்றும், 'பெண்ணா' என்றால் 'ஆம்; பெண்தான்' என்றும் கூற வேண்டி வரும்.

போர்க்களத்திற்குப் பெண்கள் வருவதில்லை; ஆகவே சிகண்டி ஆண்தான்! ஆனால் பீசுமரைப் பொறுத்தவரை சிகண்டி உறுதியாகப் பெண் .

பாஞ்சால அரசன் துருபதன் ஆண் மகவு வேண்டித் தவமிருக்கிறான். குழந்தை பெண்ணாகப் பிறக்கிறது. அதிர்ந்து போகிறான் துருபதன்.

தவம் பொய்யாக முடியுமா? பின் வயதில் சிகண்டி ஆணாவான் என்று குறி சொல்கிறது! கொஞ்சம் அமைதியுறுகிறான் துருபதன்!

சிகண்டி முற்பிறப்பில் காசி அரசனின் மகள் அம்பை! விசித்திர வீரியனுக்காகச் சுயம்வர மண்டபத்திலிருந்து பீசுமரால் கடத்தப் பட்டவள். கடத்தப்பட்ட காரணத்தால் சுயம்வரத்தில் தன்னை மணக்க வந்திருந்த காதலனை இழந்துவிட்டாள். இவள் அந்த மன்னனைக் காதலித்தவள் என்ற முறையில் விசித்திர வீரியனும் இவளை மணக்க மறுத்துவிட்டான்!

காதலனும் கைவிட்டான்; மணக்க வேண்டியவனும் கைவிட்டான் என்றவுடன், கடத்திவந்த பீசுமரையே பொறுப்பாக்கி அவரே மணந்து கொண்டாக வேண்டுமென கட்டாயப்படுத்தினாள் அம்பை! அவர் 'யாரையும் மணப்பதில்லை' என்னும் தன் விரதத்தைச் சொல்லி மறுத்து விட்டார்!

பழி வாங்கப் புறப்பட்ட அம்பை பீசுமரைக் கொல்லச் சிவனிடம் தவமி ருந்து வரம் வாங்கி நெருப்பில் குதித்து உடனடியாகச் செத்து, அடுத்த பிறவியில் சிகண்டி என்னும் பெண்ணாகப் பிறந்திருக்கிறாள்!

பீசுமரால் வாழ்வு பொசுங்கி மணவாழ்க்கை இழந்தவள் என்பதால் பீசுமர் இவளால் சாவார் என்னும் வரத்தினைச் சிவன் அளிக்கிறார்!

பெண்ணாகப் பிறந்த சிகண்டியைப் பின்னொருநாள் 'ஆணாவான்' என்று குறி சொன்னதை வைத்து ஆண்போலவே வளர்க்கிறான் துருபதன். ஆணாகி விட்டானா என்று சரி பார்க்காமலேயே, மன்னன் இரணியவருமனின் மகளை வேறு சிகண்டிக்குத் திருமணம் செய்து வைத்துவிடுகிறான்.

மணநாள் இரவில் இரணியவருமனின் மகள் தன் கணவனை ஆசையாய்க் கட்டித் தழுவ, சிகண்டி நெளிய, இவள் தன்னுடைய பிடியை மேலும் இறுக்க, சிகண்டி விலகி ஓட, 'வெட்கம் என்ன வெட்கம்; நான் உன் பெண்டாட்டிதானே' என்று அவள் சிகண்டியின் வேட்டியைப் பற்றி இழுக்க, வேட்டி கையோடு வந்துவிட, அவள் கண்ட காட்சியும், அதிர்ச்சியால் போட்ட கூச்சலும் அவளுடைய தந்தையின் நாட்டுக்கே கேட்டது! எங்கேயாவது பெண்ணைப் பெண்ணுக்கு மணம் செய்விப்பார்களா?

செய்தி அறிந்த அவளின் தந்தை இரணியவருமன் படையெடுத்து வந்து விட்டான்; துருபதனின் பாஞ்சால நாடு முற்றுகைக்கு உள்ளானது!

துருபதனைப் பார்த்து இரணியவருமன் கேட்டான்: 'பெண்ணைப் பெற்று வைத்திருந்தால் மருமகனைத் தேடு; வம்சம் பெருகும்!

பெண்ணைப் பெற்றுவிட்டு, ஆண்தான் என்று வீண் பெருமைப்பட்ட தோடல்லாமல், அதை உலகுக்கு உறுதிப்படுத்திக் காட்ட நினைத்த உன் முட்டாள்தனத்திற்கு என் மகள்தானா கிடைத்தாள்? அவள் வாழ்க்கையே அசிங்கப்பட்டுவிட்டது! ஒரு பெண்ணைப் பெண்ணுக்குக் கட்டி வைத்து ஆகப் போவதென்ன? அதில் உனக்குத்தான் என்ன நன்மை? நீங்களெல்லாம் வக்கிரமான (perverts) வம்சத்தினர்! என் மகள் வாழ்க்கையை நாசப்படுத்திய உன் நாட்டைத் தரைமட்டமாக்காமல் விடமாட்டேன்!'

துருபதனுக்கு மிகவும் அவமானமாகப் போய்விட்டது. உலகம் பூராவுக்கும் தெரிந்துவிட்டது. பெண் ஆணாவாள் என்று குறி சொன்னதை வைத்து, முட்டாள்தனமாகச் செய்த காரியம் கேவலப்பட வைத்துவிட்டதே என்று நாணிப் போனான் துருபதன்!

நாடோ முற்றுகைக்கு உட்பட்டிருக்கிறது. சிகண்டி அவமானம் தாங்காமல் அரண்மனையை விட்டு இரவோடிரவாக ஓடிப் போய் விட்டாள். காட்டில் தற்கொலை செய்துகொண்டுவிடுவது என்ற முயற்சியில் ஈடுபட்டபோது, ஒரு யட்சன் இவளைக் காப்பாற்றி இவளுடைய கதையைக் கேட்கிறான்.

சிகண்டி சொல்கிறாள்: 'என்னுடைய வேட்டியை அவள் உருவ நான் அனுமதித்திருக்கக் கூடாது!'

'எத்தனை நாளைக்கு மூடி மூடி வைத்துக்கொள்ளமுடியும்? ஒரு நாள் தெரிந்துவிடப் போவதுதானே! சரி, உன் சிக்கலுக்கு ஒரு நிரந்தரத் தீர்வைத் தேடு' என்கிறான் யட்சன்.

'நிரந்தரத் தீர்வு சாவதுதான்; என் நாட்டைத் தரைமட்டமாக்காமல் என் மாமனார் விடப் போவதில்லை. நானும் என் தந்தையும் கேவலப் பட்டதுதான் மிச்சம்!'

'ஒரு நாளைக்கு மட்டும் எனக்குள்ள ஆண்மையை உனக்கு மாற்றித்தந் தால் உன் சிக்கலுக்குத் தீர்வு ஏற்பட்டுவிடுமா?'

'முழுமையாக ஏற்படாது. ஆனால் நாட்டின்மீதுள்ள முற்றுகை நீங்கும். என் மனைவி மிகவும் மகிழ்வாள்; பெட்டை என்று என்னை அவள் இழிவு படுத்துவது தற்காலிகமாக நிற்கும்! இரண்டு நாள் கழித்துப் பழைய குழப்பம் தொடரும் என்றாலும் அதை அப்போது பார்க்கலாம்!'

'சரி, என் ஆண்மையை உனக்கு ஒரு நாளைக்கு மட்டும் மாற்றித் தருகிறேன். உன் மனைவியை நிறைவடையச் செய்; மறுநாள் வந்து திருப்பித் தந்துவிடு; நாணயமாக நடந்து கொள்' என்று சொல்லி மாற்றிக் கொடுத்து அனுப்புகிறான்!

இதுவரை பெண்ணாக இருந்த சிகண்டி ஆண்மையின் வீறு தன் உடலில் ஊறுவதை உணர்கிறாள். இவளுக்கே இருப்புக் கொள்ளவில்லை. முறுக்கேறப் பெற்ற நிலையில் அரண்மனை திரும்புகிறாள்!

'எங்கே அவள்?' சிகண்டி ஆணாக மாறிய நிலையில் வேகமாக நுழைகிறான்.

'என்னடி?' சிகண்டி மனைவி அலட்சியமாகக் கேட்கிறாள்!

'என்ன... டீ.. யா? என்ன ...டா... என்று கேள்!'

அவளைக் குண்டுக்கட்டாகக் கட்டிலுக்குத் தூக்கிச் செல்கிறான். இதுவரை கோழி விரட்டியது; சேவல் ஓடி ஒளிந்தது! இப்போது சேவல் விரட்டுகிறது; கோழி திமிறாமல் அதன் கொண்டையை எவ்விக் கவ்வுகிறது சேவல்; கோழி குன்றுகிறது; குழறுகிறது; கண்மூடி மயங்குகிறது!

காலையில் கோழி கூவுகிற நேரத்தில் பாஞ்சால தேசத்தின்மீது பெண்ணின் தந்தையான இரணியவருமன் நடத்திய முற்றுகை நீக்கிக் கொள்ளப்பட்டது. மருமகனை மறுவீட்டுக்கு வருமாறு அழைத்து விட்டு மாமனார் சென்றுவிட்டார்!

சிகண்டி மறுநாள் அந்த யட்சனிடம் ஆண்மையைத் திருப்பிக் கொடுத்து விடக் காட்டுக்குப் போகிறான்!

யட்சன் சிகண்டியிடம் சொல்கிறான்: 'உனக்கு உதவப்போய் நான் சிக்கலில் மாட்டிக் கொண்டுவிட்டேன். எங்களின் தலைவன் ஓர் இரவுக்கு உனக்கு ஆண்மையை இரவலாகத் தந்ததற்காக என்னை அழைத்துக் கண்டித்தான்! நீ நினைத்தபோது கொடுக்கவும், நினைத்த போது திரும்பப் பெறவும் முடியாது. நீ ஆண்மையை அவனுக்கு அளித்தது அளித்ததுதான். அந்த மானிடன் இறந்த பிறகே இனி அந்த ஆண்மை உனக்குத் திரும்பும்!'

யட்சனுக்காகச் சிகண்டி வருந்துவதுபோல் காட்டிக்கொண்டாலும், மனைவியிடமிருந்து இரண்டாவது இரவு மட்டுமில்லை; இனி எந்த இரவும் சிக்கல் வராது என்று உள்ளுக்குள் மகிழ்ந்து கொண்டு திரும்புகிறான் சிகண்டி!

இப்போது அருச்சுனன் கிருட்டிணனைக் கேட்கிறான்: 'உண்மையில் சிகண்டி ஆணா? பெண்ணா? பால் வேற்றுமை பிறப்புச் சார்ந்தது தானே? இடையிலும் வருவதுண்டா?'

கிருட்டிணன் சொல்கிறான்: 'பெண்ணுக்குத்தான் போர்க்களத்தில் அனுமதி இல்லை; சிகண்டி தன்னை ஆணென்று கூறிக்கொள்கிறான்;

ஆகவே உன்னுடைய தேரில் உன் முன்னே நிறுத்திக் கொண்டு செல்லத் தகுந்தவன்தான்! அவன் குறித்து உனக்கு எந்தச் சிக்கலுமில்லை.'

'அதே சமயத்தில் பீசுமர் சிகண்டியைப் பெண்ணாகவே கருதுகிறார். பெண்ணைக் கொல்வதில்லை என்னும் விரதத்திற்கேற்ப சிகண்டியைப் பார்த்தவுடனேயே தன்னுடைய வில்லைத் தாழ்த்திக் கொள்வார்! நீ அவனை முன்னே வைத்துக்கொண்டு பீசுமரின் கதையை முடி!'

'நெறியற்றது' என்கிறான் அருச்சுனன்!

'உன் பார்வையில் ஆண்; ஆகவே அவனைப் போரில் பயன்படுத்தலாம்! பீசுமர் பார்வையில் பெண்; ஆகவே அவர் அவளைக் கண்டவுடன் வில்லைத் தாழ்த்திவிடுவார்! இது அவரவர் பார்வை சார்ந்தது!'

இப்படி மறுமொழி இறுக்கக் கிருட்டிணனைத் தவிர வேறு யாராலும் முடியாது!

எதிர்பார்த்ததுபோலக் களத்தில் சிகண்டியைப் பெண் எனக் கருதிய பீசுமர் வில்லினைத் தாழ்த்த, சிகண்டி பல வீர வாதங்கள் பேசுகிறான்!

'நீ மேலுலகத்தை அடையவும் உனது பெரிய உடம்பு இந்த நீள்நிலத்தில் வீழவும், உன்னைப் போர் செய்து அழிப்பதற்கே வந்து நின்றேன்' என்று சொல்லிக்கொண்டே வில்லை வளைத்துச் சிகண்டி நாணேற்ற, மன்மதன் கணைகளுக்குக் கலங்காமல் அவற்றைப் புறங் கண்ட பீசுமன், இந்த சாதாரணச் சிகண்டி என்னும் பெண்ணின் கணைக்கு இலக்காகி வீழ்ந்தான்!

> நீயும் ககனங் குடியேற நின்பேருடலம் நீள்நிலத்தில்
> தோயும்படி நின்பொர நின்றேன் சொல்லாயிரஞ் சொல்லிச்
> சேயும் தனக்கு நிகரில்லாச் சிகண்டி கடுங்கால் சிலை வாங்கிக்
> காயுங்கணைகட்கு இலக்கானான் காமன் கணைக்குக் கலங்காதான்!

(வில்லி. IV, ஒன்பதாம் போர்ச் சருக்கம், 32)

பீசுமரின் வீழ்ச்சி ஒரு வரலாறு! சாகும் நாளைத் தீர்மானித்துக் கொள்ளும் வரம் பெற்றவர் அவர்!

தட்சணாயண காலத்தில் வீழ்த்தப்பட்டவர் உத்தராயண காலத்தைத் தன் உயிரை விடுவதற்கு ஏற்ற தருணமாகத் தேர்வு செய்து வைத்துக் கொண்டு காத்திருக்கிறார்.

பீசுமரின் காப்புக்கு உட்பட்ட (protege) விசித்திர வீரியனுக்கு ஒருவனும் பெண் கொடுக்க வரவில்லை; அரச குலச் சுயம்வரங்களுக்கும் எந்த அரசனும் அழைப்பதில்லை! அதை விசித்திர வீரியனின் தகுதியின்மை

என்று கருதாமல், தன்னுடைய பெருமைக்கு நேர்ந்த இழுக்கு என்று கருதி, அம்பையின் சுயம்வர மண்டபத்திற்குச் சென்று தன் வலிவைப் பயன்படுத்தி அம்பையையும் அவள் உடன்பிறந்தாள்களையும் பீசுமன் கடத்தி வந்த செயல் எந்த தருமத்தைச் சேர்ந்தது?

திருமணமாகாமல் தனித்து விடப்பட்ட அம்பை தவமிருந்து வரம் பெற்று, நெருப்பில் குதித்து உயிரை மாய்த்துக்கொண்டு, சிகண்டி எனும் பெண்ணாய்த் தோன்றிப் பரசுராமனால் வீழ்த்த முடியாத பீசுமரை வீழ்த்தினாள்!

ஆலமரம் வீழ்ந்தது; செய்த வினை யாரை விட்டது?

‘பிரும்மகத்தி தோடம்’ செயல்படாது!

போர் தொடங்கிப் பத்து நாட்கள் முடிந்து விட்டன. பீசுமர் வீழ்த்தப்பட்டுவிட்டார்.

பதினோராம் நாள் துரோணர் படைத் தலைவராகத் திருமுழுக்குச் செய்யப்படுகிறார்.

பீசுமரும் துரோணரும் பாண்டவர்களை மதிப்போடு பார்ப்பவர்கள் என்பதோடு, துரியோதனன் தருமனோடு இணக்கப்படுத்திக் கொண்டு போரைத் தவிர்க்க வேண்டும் என்றும் விழைபவர்கள்!

அதனால் பீசுமர் ஒருவகையில் தயக்கத்துடனேயே போர் புரிந்தார் என்றுதான் சொல்ல வேண்டும். பீசுமரிடமிருந்து தலைமையை மாற்ற வேண்டும் என்று துரியோதனன் கருதுகின்ற அளவுக்குப் பீசுமரிடம் தயக்கம் காணப்பட்டது!

துரோணரைப் பீசுமர் அளவுக்குச் சொல்ல முடியாது; இவர் பாண்டவர்களின் படைக்கு மிகுந்த சேதத்தை விளைவிப்பார் என்று நம்பப் பட்டாலும், இவரும் பாண்டவர்களில் யாரையும் கொல்லக் கூடிய அளவுக்கு மனத் தடிப்பு உடையவர் இல்லை!

தருமனை உயிரோடு பிடித்துத் தரும்படி துரோணரிடம் சொல்கிறான் துரியோதனன். தருமனைக் கொல்லச் சொல்லாமல், பிடித்துத் தர மட்டும் சொன்னானே என்று துரோணர் மட்டிலா மகிழ்ச்சி அடைகிறார்!

தருமனைக் கொன்றுவிட்டால், பாண்டவர் படை அடங்காச் சினம் கொண்டு கௌரவர்களை நிர்மூலப்படுத்திவிடும் என்பது துரியோதனனுக்குத் தெரியும்.

தருமனை சிறைப்படுத்தி வைத்துக்கொண்டுவிட்டால், பாண்டவர்கள் ஊக்கமிழந்து விடுவதோடு, சமரசத்திற்கு வருவார்கள். தருமனை விடுவிக்க எந்த விலையும் கொடுக்கத் தயாராக இருப்பார்கள்! அப்போது அவர்கள் முடங்கும் வண்ணம் சூழலைச் சாதுரியமாகப் பயன்படுத்திக் கொள்ளலாம் என்பது துரியோதனனின் எண்ணம்!

அருச்சுனனும், வீமனும் வேறு வேறு பக்கம் திசை திருப்பப்பட்டுத் தருமன் தனித்து விடப்படும் நிலை ஏற்படுத்தப்பட்டால்தான் தன்னால் தருமனைச் சிறைப்படுத்த முடியும் என்று துரோணர் சொன்னது ஏற்கப்படுகிறது.

இப்படிப் பன்னிரண்டாம் நாள் போரும் நகர்ந்து கொண்டிருக்கும் நிலை.

கிருட்டிணனுக்கு இந்த மசமசப்பு எரிச்சலைத் தருகிறது. பீசுமனைத் தந்தையின் இடத்தில் அருச்சுனன் வைத்துப் பார்த்த காரணத்தால், பீசுமனுக்கு முன்பு அருச்சுனனின் வில் வேகம் இழந்து போனதுபோல, துரோணரை அவன் ஆசிரியனாகப் பார்க்கின்ற காரணத்தால் ஏறி அடிக்க முடியாமல் பின்னிக்கொண்டு தடுமாறுகிறான்!

போர்க்களத்தில் அப்பனென்ன, மகனென்ன? அண்ணன் என்ன, தம்பி என்ன? ஆசிரியன் என்ன, மாணாக்கன் என்ன?

ஒரே ஒரு பகுப்புத்தான் உண்டு; சொந்த அணியினன்; எதிர் அணியினன்! ஆகவே களத்திற்கு வந்துவிட்ட பிறகு துரோணர் நண்பரா, பகைவரா என்பது மட்டுமே கேள்வி. ஆசிரியரா அல்லவா என்னும் கேள்விக்கு இடமில்லை!

கிருட்டிணன் எவ்வளவு குத்திக் குத்திச் சொன்னாலும் அருச்சுனனுக்கு அது புரியவில்லை!

இந்த நிலையில் போர் திடீரென்று வேகம் பெற்றது. துரோணர் தன்னுடைய படை வீரர்களைக் கொண்டு சக்கரவியூகம் அமைக்கிறார். எதிரியை மையப்படுத்திப் படை வீரர்கள் சுற்றி வளைத்து விடும் போர் முறை அது!

நடுவில் மாட்டிக் கொண்டுவிட்ட தருமன் ஓலமிடுகிறான். பக்கத்தில் வந்து அபிமன்யு சொல்கிறான்: 'இந்த சக்கரவியூகத்தை உடைக்கும் வழி எனக்குத் தெரியும்! ஆனால் வெளியே வரும் முறை தெரியாது!'

'எப்படித் தெரியும்' எனத் தருமன் கேட்க, 'என் தாயின் வயிற்றில் நான் இருந்தபோது, என் தந்தை தாய்க்குச் சொல்லியதை நான் கேட்டேன். ஆனால் பாதி சொன்னதோடு அவர் எழுந்து போய்விட்டதால், மீதியை நான் அறிய முடியவில்லை. ஆகவே உங்களைக் காப்பாற்றி வெளியே அனுப்பிவிட முடியும்! ஆனால் என்னால் வெளியே வர முடியாது' என்று சொல்கிறான்!

அபிமன்யு அருச்சுனனுக்குச் சுபத்திரை வழியாகப் பிறந்தவன். வெறும் பதினாறே வயது! அண்மையில் திருமணமானவன்!

'எங்களை வெளியேற்றி விடு; பிறகு நாங்களெல்லாம் சேர்ந்து உன்னைக் காப்பாற்றி விடுகிறோம்' என்கிறான் தருமன்!

அபிமன்யு சிறு பொழுதில் அந்த வியூகத்தை உடைத்துத் தருமனையும் பாண்டவ வீரர்களையும் வெளியேறும்படிச் செய்துவிடுகிறான்! துரோணர் கிறுகிறுத்துப் போகிறார்; ஒரு சிறு பையனுக்கு இவ்வளவு திறமையா?

வெளி வந்துவிட்ட தருமனும் படைவீரர்களும் அபிமன்யுவைக் காப்பாற்ற முயலும்போது, சயித்திரதனும் அவனுடைய படையும் அந்தப் பாதையை அடைத்து விடுகின்றனர். அபிமன்யு பொறியில் மாட்டிய எலிபோல் ஆகிவிடுகின்றான்.

துச்சாதனன், இலட்சுமணன், கிருபன், கருணன், துரோணன் இப்படி அனைவருமே ஆயுதமேந்தி அபிமன்யுவைத் தாக்க முற்படுகின்றனர்.

'இது நியாயமா? ஒருவனைப் பலர் தாக்குவது எந்தத் தருமத்தில் சேர்ந்தது?' என்னும் கேள்வி பாண்டவர் தரப்பில் எழுகிறது.

'ஒரு பெண்ணை முன்னிறுத்தி, அந்தப் பெண்ணைக்கொண்டே, வில்லைத் தாழ்த்திவிட்ட பீசுமரைக் கொன்றீர்களே? அது எந்தத் தருமத்தைச் சேர்ந்தது?' இப்படிக் கேட்கின்றவன் துரியோதனனில்லை; துரோணர் என்னும்போது நம்முடைய வியப்பு எல்லை மீறுகிறது.

போர் என்னும் உணர்ச்சி எல்லாரையும் ஆட்கொள்ளத் தொடங்கி விட்டதைத்தான் இது காட்டுகிறது.

ஒரு ஓநாய்க் கூட்டத்திடையே சிக்கிய மான்போல் ஆகிக் கொடூரமாகக் கொல்லப்பட்டு உயிரிழக்கிறது அந்த இளங்குருத்து!

அபிமன்யுவின் சாவு மிகப் பெரிய விளைவைப் பாண்டவர்கள் பக்கத்தில் ஏற்படுத்தி விடுகிறது. ஆறாத் துயரத்திற்கு ஆட்படுகிறான் அருச்சுனன்!

‘என் மகனைக் கொன்று விட்டீர்களே’ என்று தருமனைப் பார்த்துக் கொதிக்கிறான் அருச்சுனன்!

‘போர்க்களத்தின் இன்னொரு பகுதிக்கு ஓட்டிச் சென்று, என் மகன் பாதுகாப்பில்லாமல் சாக நீயும்தான் காரணம் கிருட்டிணா’ என்று கிருட்டிணனைக்கூட வைத்துப் பார்க்காமல் பேசுகிறான் அருச்சுனன்!

கிருட்டிணன், தருமன் இருவருமே எதிர் பேசாமல் கேட்டுக்கொண்டிருக்கின்றனர், கொதி அடங்கட்டும் என்று!

சயித்திரதன்தான் வியூகத்தின் பாதையை அடைத்தவன் என்று தருமன் சொல்லக் கேட்ட அருச்சுனன், ‘நாளைய போரில் கதிரவன் மறைவதற்குள் சயித்திரதனைக் கொல்லாவிட்டால், என்னை நானே கொளுத்திக்கொள்வேன்’ என்று சூளுரைக்கிறான் !

இந்தச் செய்தி காற்றில் தீ போல் பரவுகிறது! ‘சயித்திரதனை நாளை மாலைவரை பாதுகாத்துவிட்டால் போதும்; அது அருச்சுனன் கதையை மட்டுமன்று; போரின் கதையையும் முடித்துவிடும்; ஆகவே கௌரவர்களின் நாளைய போர் வியூகம் என்பது சயித்திரதனை அருச்சுனன் கண்ணில் படாமல் மறைத்துப் பாதுகாப்பதுதான்’ என்று துரோணர் அறிவிக்கிறார்!

சயித்திரதன் துரியோதனனின் தங்கை துச்சளையின் கணவன்! அருச்சுனனின் சூளுரையைக் கேள்விப்பட்டதிலிருந்து சயித்திரதன் கழியத் தொடங்கிவிடுகிறான்!

‘அருச்சுனன் சூளுரையை நிறைவேற்றாமல் விடமாட்டான்; நீங்கள் எல்லாரும் எனக்கு அனுமதி கொடுத்தால், நான் போர்க்களத்தை விட்டே விலகி ஓடிவிடுகிறேன். பாண்டவர் கண்ணிலேயே படாதபடி மறைந்து வாழ்வதுதான் எனக்கு நல்லது’ என்று சயித்திரதன் புலம்பத் தொடங்கி விடுகிறான். இப்படியும் சில சத்திரியர்கள் உண்டு! அவனைத் தேற்றுவதற்குள் துரியோதனனுக்குப் ‘போதும் போதும்’ என்றாகி விடுகிறது!

அடுத்த நாள் பொழுது பரபரப்புடன் விடிகிறது. இரு தரப்புகளும் வேகங் கொள்கின்றன. இரு தரப்புகளின் பார்வையும் ஒரே புள்ளியில் தான் மையங் கொண்டிருக்கின்றன. அந்தப் புள்ளி சயித்திரதன்!

சயித்திரதன் இருக்குமிடத்தைக் கண்டறிய அருச்சுனனால் முடியவில்லை; கதிரவன் மேற்கு நோக்கிச் சரியத் தொடங்குகிறான்; அருச்சுனன் பதற்றத்திற்கு ஆளாகிறான்!

இருள் கவியத் தொடங்குகிறது. கௌரவர்கள் பக்கம் மகிழ்ச்சி ஆரவாரம் கேட்கிறது!

அருச்சுனன் மனமொடிந்து தீக்குளிப்பதற்குத் தீ மூட்டச் சொல்கிறான். அப்போது கிருட்டிணன் அருச்சுனன் காதுக்குள், 'நான்தான் கதிரவனை மறைத்தேன்; இன்னமும் பகற்பொழுதுதான்; சயித்திரதன் சிரிப்பொலி கேட்கும் திக்கில் அம்பெய்து அவனை வீழ்த்து' என்கிறான்.

அம்பு பாய்கிறது; சயித்திரதன் வீழ்கிறான். மீண்டும் கதிரவன் ஒளி உமிழப் பகல் பொழுது தொடர்கிறது!

அபிமன்யுவின் வீழ்ச்சிதான் போருக்குச் சூடேற்றுகிறது! பாண்டவர்கள் பக்கத்தில் வீழ்ந்துபட்ட முதல் ஆள் அபிமன்யுதான்! அதுவரை பீசுமரைப் பிதாமகன் என்றும், துரோணரைக் குரு என்றும் போற்றிக் கொண்டு, போர்க்களத்தைச் சவசவக்க அடித்துக் கொண்டிருந்த அருச்சுனனுக்கு அபிமன்யுவின் சாவு தனிப்பட்ட பகையாக வேகங் கொள்ளச் செய்துவிடுகிறது.

இதைத்தான் கிருட்டிணன் விரும்பினான். அபிமன்யுவின் சாவைப் பாண்டவர் தரப்பில் சாதாரணமாக எடுத்துக்கொண்ட ஒரே ஆள் கிருட்டிணன்தான். இவ்வளவுக்கும் கிருட்டிணனின் உடன்பிறந்தாள் மகன் அபிமன்யு!

போர் என்றால் சாவார்கள்; இரு தரப்பிலும் சாவார்கள். யாருக்குக் குறைவான சேதம் என்பதுதான் முக்கியமே தவிர, சேதமுறாத தரப்பினர் போரில் கிடையாது!

யாரைக் காவு கொடுத்து யாரைக் காப்பாற்ற வேண்டுமென்பதுதான் கிருட்டிணனின் போர்த் தந்திரம்.

சக்கர வியூகம் வகுக்கப்பட்டது தருமனைச் சிறைப்பிடிக்க! தருமன் காப்பாற்றப்பட அபிமன்யு உயிரிழப்பது தவிர்க்க இயலாததானது!

களத்தின் இன்னொரு முனைக்குச் சென்றாக வேண்டிய கட்டாயத்தை அருச்சுனனுக்கு உண்டாக்கியவர்கள் கௌரவர்கள்!

இதற்கிடையே பாண்டவர்களின் மாமனாரும், துரோணரின் இளமைக் கால நண்பனும், அவரைக் கொல்ல ஒரு மகனைத் தவமிருந்து பெற்றவனுமான துருபதனைத் துரோணர் கொன்றுவிடுகிறார்! பாண்டவர்களுக்கு அஞ்ஞாத வாசத்தில் உதவிய விராட நாட்டு அரசன் விராடனையும் துரோணர் கொல்கிறார்!

அபிமன்யு, துருபதன், விராடன் எனப் பாண்டவர் தரப்பில் நீளுகின்ற சாவுப் பட்டியலை நிறுத்தி வைக்க, கிருட்டிணனின் அறிவுறுத்தலின் படி வீமனுக்கு அரக்கி வயிற்றில் பிறந்த கடோத்கசன் களத்தில் இறக்கப்படுகிறான்.

கடோத்கசன் கலக்கி எடுக்கிறான்; கௌரவர்களால் தாக்குப் பிடிக்க முடியவில்லை. அவனால் சேதம் அதிகமாவதைக் கண்டு அஞ்சுகின்ற துரியோதனன் கருணனை அழைத்து, இந்திரன் கொடுத்த சக்தி வேலாயுதத்தை கடோத்கசனின்மீது எறியுமாறு வற்புறுத்துகிறான்.

கருணன் தயங்குகிறான். அந்த ஆயுதம் தவறாமல் அழிவு தரக் கூடியதெனினும் அதை ஒரு தடவைதான் பயன்படுத்த முடியும்!

அழிக்க முடியாத அருச்சுனனை உறுதியாக அழிப்பதற்காகப் பாதுகாக் கப்பட்டுள்ள அந்த ஆயுதத்தைக் கேவலம் வீமனைக்கூட அல்ல; வீமனின் அரக்க மகனை அழிக்கப் பயன்படுத்துவதைக் கருணன் விரும்பவில்லை.

எலிகளின் தொல்லைக்காக வீட்டைக் கொளுத்துவதுபோன்ற செயல் இது. துரியோதனன் கட்டாயப்படுத்தும்போது கருணனால் மீற முடியாத நிலை.

சக்தி வேலாயுதத்தைக் கருணன் எறியக் கடோத்கசன் மலை வீழ்ந்தது போல் வீழ்கிறான். தன்னுடைய குழியைத் தானே தோண்டிக் கொண்டு விட்டதைத் துரியோதனன் உணரவில்லை!

அபிமன்யுவை இழந்து அருச்சுனன் கதறியதுபோல, கடோத்கசனை இழந்த வீமன் கண்ணீர் விடுகிறான்!

இப்போது கருணனால் ஏற்படவிருந்த சாவின் குறியிலிருந்து அருச்சுனன் ஏறத்தாழத் தப்பி விட்டான்! கிருட்டிணன் வகுக்கும் போர் முறை, அது நடந்து முடிந்த பிறகுதான் புரியும்!

சக்தி ஆயுதத்தை வீணாக்கித் துரியோதனன் தன் தலையில் தானே மண்ணைப் போட்டுக் கொள்ளும் கட்டாயத்திற்கு உள்ளாக்கப்பட்டது கிருட்டிணனால்தான்!

அபிமன்யுவும், கடோத்கசனும் சாகடிக்கப்பட்டது கிருட்டிணனுக்கு ஒரு பொருட்டில்லை. அவன் அறிந்தே செய்த செயல் இது! இந்த இரு இளங்குருத்துகளின் உயிரும் மதிப்பற்றவை என்று கருதி அல்ல; நேற்றுத் துரோணரின் வியூகத்திலிருந்து தருமனும், நாளை கருணனின் சக்தி ஆயுதத்திலிருந்து அருச்சுனனும் காக்கப்படாவிட்டால், பாண்டவர்களின் தரப்புப் போர் முற்றுப் பெற்றுவிடும் என்பதால்!

அப்போது தருமத்திற்கு மாறானவை வாழும்; தருமம் வீழும் என்னும் நிலை ஊன்றி விடும்! அறத்தை நிலைநாட்டுவதற்கான போர் என்பது வெற்று அறிவிப்பாகிவிடும்! பங்காளிகளுக்கிடையேயான போரில் கிருட்டிணனின் பங்கு அறத்தின்பால் கொண்ட அக்கறையே!

துரோணரின் தலைமையிலான போர் பல கலக்கங்களையும் அதிர்ச்சி களையும் இருதரப்பார்க்கும் கொண்டு வந்தது!

இப்போது கிருட்டிணனின் அடுத்த குறி துரோணர்! துரோணர் பரசுராமரிடம் வில் வித்தை பயின்றவர்; அவருக்குக் கட்டுப்படாத, அவர் பயன்படுத்தாத அத்திரங்களே கிடையாது!

துரோணரின் மிகப் பெரிய பலவீனம் அவருடைய மகன் அசுவத்தாமன்! அவர் நேசம்; உயிர் வாழும் ஆசை எல்லாமே அசுவத்தாமனைக் குறியாகக் கொண்டவைதான்!

துரியோதனனின் உயிருக்குயிரான இன்னொரு நண்பன் அசுவத்தாமன்! துரோணர் துரியோதனனின் பக்கம் இருப்பதற்குக்கூட, மகன் ஒரு பக்கம், தான் ஒரு பக்கம் இருக்க வேண்டாம் என்பதும் மிக முக்கிய காரணம்!

அசுவத்தாமனுக்கு ஏதாவது தீங்கு என்றால் அதை எள்ளளவுகூடப் பொறுத்துக் கொள்ளும் ஆற்றல் துரோணருக்கு இல்லை. அவருடைய மகன் உயிர் பிரிந்தால், அந்த சோகத்தில் துரோணர் உயிரும் பிரிந்து விடுமோ என்னும் அளவுக்குத் துரோணரை இயக்கும் உந்து விசை அசுவத்தாமன்தான்!

அந்த உந்து விசையைத் துரோணரிடமிருந்து எடுத்துவிட்டால் துரோணர் செயலற்றுவிடுவார்! அப்போது துரோணரைக் கொல்வது எளிது என்று திட்டம் வகுத்த கிருட்டிணன், 'அசுவத்தாமன் இறந்து விட்டான்' என்ற பொய்யைப் பரப்பச் செய்கின்றான்!

துரோணரைச் சுற்றி இருக்கும் பாண்டவர்கள் 'அசுவத்தாமன் இறந்து விட்டான்' என்று தங்களுக்குள் பேசிக்கொள்வதுபோலத் துரோணரின் காதில் விழச் செய்கிறார்கள்!

துரோணர் அதை நம்பவில்லை. எனினும் மகன் குறித்த ஒரு செய்தியை அவ்வளவு எளிதாகப் புறந்தள்ளிவிடத் துரோணரால் முடியவில்லை.

அந்தச் சமயத்தில் துரோணர் பிரம்மாத்திரத்தைப் பயன்படுத்தும் தறுவாயில் இருக்கிறார்! அதைத் தடுப்பதற்காகக் கிருட்டிணனின் ஏவலால் பரப்பப்பட்ட பொய்தான் 'அசுவத்தாமன் இறந்து விட்டான்' என்பது!

உண்மையில் அசுவத்தாமன் என்னும் போர் யானையைக் கொன்று விட்டான் வீமன். ஆனால் இதுபோல் பல யானைகள் கொல்லப் படுகின்றன. 'அசுவத்தாமனைக் கொன்றேன்' என்று வீமன் துரோணர் காதுபடச் சொன்னது கிருட்டிணனின் யோசனைப்படிதான்!

துரோணர் பிரும்மாத்திரத்தைப் பயன்படுத்திப் பாண்டவர் தரப்புக்கு முழு அழிவினை ஏற்படுத்துவதற்கு முன்னர் அவருடைய மனத்தினை ஊக்கமிழக்கச் செய்வதற்காகப் பரப்பப்பட்ட பொய்தான் இது!

அசுவத்தாமனைப்பற்றிய உண்மையை அறிந்துகொள்ளாமல் துரோணரால் செயல்பட முடியவில்லை!

தருமனைப் பார்த்துத் துரோணர், 'அசுவத்தாமன் இறந்து விட்டானா? உண்மையா?' என்று கேட்கிறார்.

மூன்று உலகங்களும் தன் ஆட்சியின் கீழ் வரும் என்றாலும் தருமன் பொய் சொல்ல மாட்டான் என்று கருதித்தான் தருமனைக் கேட்கிறார் துரோணர்!

தருமனின் மறுமொழி கேட்டு, ஒன்று துரோணர் மனமொடிந்து போக வேண்டும்; அல்லது அசுவத்தாமன் இறக்கவில்லை என்று ஊக்கம் பெற்றுப் பிரும்மாத்திரத்தை ஏவிப் பாண்டவர் தரப்பை நாசப்படுத்த வேண்டும்!

கிருட்டிணனைப் பார்க்கிறான் தருமன்; அவனுடைய கருத்துப் புரிகிறது.

மனத்தினைத் திடப்படுத்திக்கொண்டு, தன் வாழ்க்கையின் முதற் பொய்யைத் தருமன் சொல்கிறான்!

'அசுவத்தாமன் இறந்துவிட்டான்' என்றொரு பொய்யை உரக்கத் துரோணர் காதுபடச் சொல்லி விட்டுக் குனிந்து தாழ்ந்த குரலில் 'அசுவத்தாமன் என்கிற யானை' என்று முணுமுணுக்கிறான் தருமன்!

தருமனின் வாயிலிருந்து இந்தப் பொய் வெளிப்பட்டவுடனேயே, அதுவரை தரையைத் தொடாமல் தரைக்கு மேல் நான்கு அங்குல உயரத்தில் சென்று கொண்டிருந்த தருமனின் தேரானது முதன் முறையாகத் தரையைத் தொட்டு ஓடத் தொடங்கிவிட்டது!

தருமம் தருமனுக்கு அளித்திருந்த சலுகையை விலக்கிக்கொண்டு விட்டது!

இது தருமனுக்குப் பெரிய தண்டனைதான்! எல்லாரையும் போன்றவன் தான் தருமன் என்று இயற்கை அளித்த தீர்ப்பு அது!

இவ்வளவுக்கும் பிறகும் தருமன் மேலானவன்தான்! ஒரே ஒரு பொய் அவனைக் கீழ்மைப் படுத்தப் போதுமானதில்லை.

இருப்பினும் இந்த நிகழ்ச்சியைச் சுட்டும் இராசாசி, 'இந்தப் பொய் அப்பட்டமான பொய்' என்கிறார்.

‘நம்பிய சிநேகிதனைக் காப்பாற்ற வேறு வழியில்லாமல் ராமனும் பாவத்தைச் சுமந்து வாலியை அதரும முறையில் கொல்லத் தீர்மானித் தான். அவ்வாறே யுதிட்டிரனும் தன் புகழைத் தியாகம் செய்ய உறுதி கொண்டுவிட்டான்!’

(இராசாசி, மகாபாரதம், பக்.372)

‘அசுவத்தாமன் இறந்து விட்டான்’ என்ற செய்தி காதில் தீப் பாய்ந்தது போல் பாய்ந்து துரோணரை நிலைகுலையச் செய்துவிடுகிறது!

அத்திரங்களை எறிந்துவிட்டுத் தேர்த் தட்டின் நடுவில் அமர்ந்து செயலற்றுப் போகிறார் துரோணர்!

இந்தச் சமயத்தில் திட்டத்துய்மன் கத்தியை எடுத்து வந்து துரோணருடைய தேரில் ஏறி, ஒரே வெட்டாக வெட்டித் துரோணருடைய தலையைத் துண்டித்து விடுகிறான்.

பரத்வாச குலத்தின் இரண்டாம் தலைமுறையான துரோணர் வாழ்க்கை இவ்வாறு முடிவுற்றது!

துரோணர் பார்ப்பனர் என்பதால் அவரை வெட்டிக் கொன்ற திட்டத்துய் மனை ‘பிரம்மகத்தித் தோடம்’ பிடிக்காதா என்றால் பிடிக்காது என்றுதான் கொள்ள வேண்டும்.

முதலாவதாக, துரோணர் ‘உஞ்சவிருத்தியால்’ வாழ்கிற தீங்கற்ற பார்ப் பனரில்லை.

இரண்டாவதாக, துரோணர் இறந்தது பூசை அறையில் அன்று; போர்க் களத்தில்! துருபதனையும், விராடனையும் கொன்ற இரத்தக்கறை படிந்த கையோடு நின்றவர் துரோணர்!

பார்ப்பனத்தன்மையை முற்றாக இழந்து, பகையாளிகளின் பச்சை இரத்தம் தோய நின்றவர் துரோணர். பார்ப்பனராகப் பிறந்து, கொலையை வாழ்க்கை முறையாகக் கொண்ட துரோணருக்காக ‘பிரும்மகத்தி தோடம்’ செயல்படாது!

அறம் முன்கை எடுத்தது - வீழாதவன் வீழ்ந்தான்!

'துரோணர் இறந்துவிட்டார். இனி யார் போரை நடத்துவது? அந்தத் தேரோட்டியின் மகனாகத்தான் இருக்கும்' என்று திரிதராட்டிரன் காந்தாரியிடம் சொல்லிக்கொண்டிருக்கிறான்!

பதினாறாம் நாள் போருக்கான தயாரிப்புகள் தொடங்குகின்றன! கருணன் தளபதியாகத் திரு முழுக்குச் செய்விக்கப்படுகிறான்.

அவனுக்கு ஒரு நல்ல தேரோட்டி வேண்டும். சல்லியன் அமைந்தால் நன்றாக இருக்கும் என்று கருணன் நினைக்கிறான்.

துரியோதனன் சல்லியனை அணுகி, அவனை இசையச் செய்கிறான்.

போர் தொடங்குமுன் துரியோதனன் கருணனிடம் பேசுகிறான்: 'கருணா, சல்லியன் உனக்குத் தேரோட்ட இசையுமாறு செய்துவிட்டேன்! அவ்வளவு சத்திரியர்களும், மன்னர்களும் உன்னை இதுவரை தேரோட்டி என்று இகழ்ந்து பேசினார்கள். இன்று ஒரு மன்னன் தேரோட்டிச் சேவகம் புரிய ஒரு தலைவனாகப் போர்க்களம் போ!'

ஒரு மன்னன் தேரோட்டியாக அமைந்தது கருணனின் தன்முனைப்புக்கு இதமளிக்கக் கூடுமே ஒழிய, நடைமுறையில் அது மிகவும் தவறான முடிவு என்பது போகப் போகக் கருணனுக்குப் புலப்படத் தொடங்குகிறது.

37

கருணனின் தேரில் அமர்ந்துகொண்டு அருச்சுனனைப் புகழ்ந்தும், கருணனை இகழ்ந்தும் பேசுவதை வழக்கமாகக் கொண்டிருந்தான் சல்லியன்!

போர் தொடங்கியவுடன் அருச்சுனனை வேறு பக்கத்திற்குக் கிருட்டிணன் இட்டுச் சென்று விட்டதால், கருணன் மற்ற பாண்டவர் களுடன் சண்டை செய்கிறான். நகுல, சகாதேவர்கள் ஒரு கட்டத்திலும், வீமன், தருமன் இன்னொரு கட்டத்திலும் கருணனிடம் தோற்று விட்டாலும், கருணன் குந்திக்குக் கொடுத்த வாக்கின்படி அவர்களை உயிர் பிழைத்துப் போக விட்டுவிடுகிறான்.

இதற்கிடையே அருச்சுனன் கருணனின் மகன் விருசசேனனைக் கொன்று விடுகின்றான். அபிமன்யுவைக் கொன்றதைக் கருணன் உணரும்படிச் செய்வதுதான் அருச்சுனனின் நோக்கம்! ஆனால் கருணனுக்குத் துக்கம் கடைப்பிடிப்பதற்கெல்லாம் நேரமில்லை!

இன்னொரு பக்கம் தன்னிடம் சிக்கிக் கொண்ட துச்சாதனனின் கையைப் பிடித்து முறுக்கிய வீமன், 'இந்தக் கைதானே பாஞ்சாலியின் கூந்தலைப் பற்றி இழுத்தது?' என்று அதனை ஒடித்து அவனைக் கொன்று அவனுடைய குருதியைக் குடித்து ஒரு கோர விலங்குபோல் காட்சியளிக்கிறான்!

'ஒரு சூளுரையை நிறைவேற்றினேன்; இன்னொரு யாகப் பசுவையும் கொன்று இவர்களின் குருதியைப் பூசி பாஞ்சாலியைக் குழல் முடிக்கச் செய்வேன்' என்று பேசுகிறான் வீமன்!

போர் சூடு பிடித்து உச்சநிலையை நோக்கிச் சென்று கொண்டிருக்கிறது.

துச்சாதனனின் கோரமான சாவு, பீசுமர், துரோணர் ஆகியோரை இழந்து விட்ட நிலை, ஓநாய்கள், பருந்துகள், கழுகுகள், நரிகள் இவற்றின் வேட்டைக்காடாகிவிட்ட குருச்சேத்திரம், இவற்றை எல்லாம் கருத்தில் கொண்டு, அசுவத்தாமன் துரியோதனனிடம் 'போரை நிறுத்திப் பாண்ட வர்களிடம் சமாதானம் செய்துகொள்' என்று கூறுகிறான் !

'உயிருடன் இருப்பவர்களுக்குத்தான் அரசும், இன்பங்களும் உண்டு. இரு தரப்பிலும் பெருஞ் சேதம் விளைந்துவிட்டது. எஞ்சியவர்கள் வீடு திரும்பி மனைவி மக்களோடு வாழட்டும்! இப்போதாவது சமாதானம் செய்துகொண்டால் உலகத்திற்கு நன்மை செய்தவனாய்' என்று எடுத்துச் சொல்கிறான் அசுவத்தாமன்!

இன்னமும் கருணன் அருச்சுனனை வீழ்த்துவான் என்னும் நம்பிக்கை துரியோதனனுக்கு இருப்பதால், இறங்கி வர மறுக்கிறான்! நான் அவர் களுக்குச் செய்த தீமைகளை அவர்கள் அவ்வளவு எளிதாக மறந்து

விடுவார்கள் என்று நான் கருதவில்லை என்று துரியோதனன் கூறுகிறான்!

பாண்டவர்களோடு சமாதானம் என்பது அவர்களின் நாட்டை அவர்களுக்குத் திருப்பிக் கொடுப்பது! கடைசி நம்பிக்கையை இழக்கும் வரை துரியோதனன் அதற்கு உடன்பட மாட்டான்.

கருணன் சக்தி ஆயுதத்தைத் துரியோதனனின் ஏவலால் கடோத்கசனின் மீது எறிந்து வீணாக்கி விட்டான்.

எஞ்சியுள்ள நாகாத்திரத்தை அருச்சுனனின்மீது ஏவுவது என்று முடிவெடுக்கிறான்!

காண்டவ வனம் எரிக்கப்பட்டபோது, உயிரிழந்த பாம்புகளுக்காக அருச்சுனனைப் பழிவாங்கத் துடித்துக்கொண்டிருந்த அசுவசேனன் என்னும் பாம்பு கருணனின் நாகாத்திரத்தில் அடைக்கலம் புகுந்திருந்தது.

அருச்சுனனைக் குறி வைத்துக் கொண்டிருந்த கருணனிடம், சல்லியன் 'தலைக்குக் குறிவைக்காதே; இன்னும் கொஞ்சம் இறக்கிக் கழுத்துக்குக் குறி வை' என எச்சரிக்கிறான்.

ஆனால் கருணனோ, 'சல்லிய மன்னனே! கருணன் குறி வைக்க மாட்டான்; வைத்துவிட்டால் வைத்த குறி தப்பாது; இருமுறை குறி வைக்கும் பழக்கம் கருணனுக்கில்லை' என்று ஆணவத்தோடு கூறுகிறான்!

நாகாத்திரம் பாய்கிறது!

கிருட்டிணன் தேரினை அழுத்துகிறான்!

தேர் பூமியில் அழுந்துகிறது!

நாகாத்திரம் அருச்சுனனின் கிரீடத்தைப் பறித்துச் செல்கிறது!

மீண்டும் அந்த நாகம் 'இன்னொரு முறை என்னைப் பயன்படுத்து' என்று கெஞ்சுகிறது. கருணன் உடன்படவில்லை! குந்திக்குக் கொடுத்த வாக்குத் தடுக்கிறது!

விளையாட்டுப் போட்டிகளில் ஒரே முறையில் அடித்து விடுவது பெருமைக்கும் பரிசுக்கும் உரியது.

ஆனால் இது போர். நாம் ஓர் அசைவில்லாப் பொருளுக்குக் குறி வைக்க வில்லை. எதிரி தப்பிப்பதற்கு எல்லா வகையாலும் முயல்வான்! நான் இரண்டாம் முறை திருத்திக் குறி வைக்க மாட்டேன் என்று சொல்வதும், இரண்டாம் முறை நாகாத்திரத்தைப் பயன்படுத்த மாட்டேன் என்று

சொல்வதும் போர்க்களத்தைவிட்டு வெளியேறத்தான் பயன்படுமே ஒழிய, போரில் வெல்லப் பயன்படாது!

குந்திக்கு எந்த வகையிலும் கருணன் கட்டுப்பட வேண்டியவனில்லை! தான் குந்தி மகன் என்று அறியப்பட்ட பிறகும்கூட அதை ஒரு பெருமை யாகக் கருணன் கருதவில்லை! சாவுப் படுக்கையில் இருக்கும் பீசுமரிடம் பேசும்போதுகூட, 'இராதை மகன் கருணன் வந்திருக்கிறேன்' என்று தான் சொல்கிறான்! அந்தப் பெருமிதமும், தரும ஆவேச வழிப்பட்ட சினமும் பெருமைக்குரியவை!

தேரோட்டி மகனாக வளர்ந்து, தேரோட்டி மகனாக அறியப்படாம லேயே செத்திருக்க வேண்டிய கருணனை அங்கதேசத்திற்கு அரசனாக்கி, தன்னுடைய உயிர் நண்பனாக வரித்துக்கொண்டு, இவனை எல்லா இழிவுகளிலிருந்தும் விடுவித்த துரியோதனனுக்குத் தன்னால் துரோகம் செய்ய முடியாது என்று குந்தியிடம் மறுத்துப் பேச முடிந்த கருணன், போர் குறித்த எந்த வேண்டுகோளையும் வைக்காதே என்று அவளிடம் தீர்மானமாகச் சொல்ல வேண்டியதுதானே! குந்தி கேட்ட இரண்டு வரங்களுக்கு ஒப்புதல் அளிக்க வேண்டிய கட்டாயம் என்ன?

அருச்சுனன் நீங்கலாக நான்கு பாண்டவர்களையும் கொல்வதில்லை; அருச்சுனன்மீது ஒருமுறைக்கு மேலாக நாகாத்திரத்தைப் பயன்படுத்து வதில்லை என்ற இரு வரங்களையும் குந்திக்கு வழங்கியது எந்த வகையில் அறிவானது?

'என்னால் ஒரு தடவையிலேயே அருச்சுனனை வீழ்த்திவிட முடியும்; எனக்கு மற்ற நான்கு பாண்டவர்களும் ஒரு பொருட்டில்லை' என்னும் ஆணவம் இப்போது கருணனைச் சாவிலன்றோ கொண்டு வந்து நிறுத்தி இருக்கிறது!

பிரும்மாத்திரத்தைக் கருணனுக்கு வழங்கிய பரசுராமரே பறித்துக் கொண்டுவிட்டார்! அது சரி! இது குறித்துக் கருணனால் ஒன்றும் செய்ய முடியாது!

கவசகுண்டலங்களை இந்திரன் சூதான எண்ணத்துடன் கொடையாகப் பெறுவதற்கு ஏழைப்பார்ப்பன வேடத்தில் வருகிறான் என்று கதிரவன் எச்சரித்தும், 'இல்லை என்று சொல்ல என்னால் இயலாது' என்று காதோடு அறுத்துக் கொடுத்துவிட்டு, தேர்ச்சக்கரம் பதிந்துவிட்ட நிலையில் அருச்சுனன் தன்மீது தொடுக்கப் போகும் பாணம் குறித்து, 'இது நியாயமா? தருமமா?' என்று கேட்பதில் என்ன பொருளிருக் கிறது? இந்தக் கேடு நீயே தருவித்துக் கொண்ட கேடுதானே!

கொடையைவிடச் சிறந்த அறம் இல்லை. பொதுவாக ஒருவன் தன் வறுமை காரணமாகவே இரப்பான். கவசகுண்டலத்தை இரந்தவன் அவற்றை அடகு வைப்பதற்காகவா இரந்தான்?

வேட்டைக்குச் சென்றான் பாரி; திரும்பி வந்து பார்த்தபோது ஒரு முல்லைக் கொடி தேரில் பின்னிப் படர்ந்திருந்தது. தேரை நகர்த்தினால் கொடி அறுந்து விடும் என்று தேரை அங்கேயே விட்டுவிட்டு, நடந்து சென்று விட்டான் பாரி.

இந்தக் கொடை அறிவு சார்ந்தது இல்லை என்றாலும், இரக்கம் சார்ந்தது! இது அறிவற்ற கொடை என்கிற காரணத்தால் இதனைக் 'கொடை மடம் பட்டான் பாரி' என்று குறிப்பிடுவார்கள்!

ஓர் ஏழைப் பார்ப்பனன் உணவு கேட்கலாம்; வாழ்க்கை முழுவதற்கும் கொஞ்ச நிலம் கேட்கலாம்; துரோணர் துருபதனனிடம் கேட்டதுபோல ஒரு பசுமாடு கேட்கலாம்! 'உன்னுடைய உயிரைப் பாதுகாக்கின்ற கவச குண்டலங்களைக் காதோடு சேர்த்து அறுத்துக் கொடு' என்று கேட்டால், இந்தக் கவசகுண்டலத்தால் ஏழைப் பார்ப்பானுக்கு ஆகப் போவதென்ன? பெறப்பட்ட கொடைப் பொருள் எள்ளளவு பயனையும் பெறுகின்றவனுக்குத் தராது என்றால் அத்தகைய தானங் குறித்து எச்சரிக்கையாக இருக்க வேண்டாமா? எச்சரிக்கப்பட்டும் கேட்க மறுத்தது பேதைமை அல்லவா!

கொடை மடம் பட்ட பாரிக்குக் கொடியால் வந்த தீங்கு ஒன்றுமில்லை! ஆனால் உன்னுடைய உயிருக்குக் குறி வைப்பதற்கல்லவா உன்னுடைய 'கொடை மடமை' துணை போகிறது!

குந்தியும் வரம்தான் கேட்டாள்; 'இல்லை என்று யாருக்கும் சொல்ல முடியாத கருணன் கொடுத்திருக்க வேண்டியதுதானே! இந்த உயிர் துரியோதனனுக்கு உரியது என்று எப்படி மறுத்துச் சொல்ல முடிந்தது? அதுபோல் 'போர் தொடர்பான எதையும் கேட்காதே; நாகாத்திரத்தை எத்தனை தடவை விடுவது என்பதை போரின் தேவை முடிவு செய்யும்! இவற்றை எல்லாம் உனக்கு வரமாகக் கொடுத்துவிடுவதும், துரியோ தனனை நட்டாற்றில் விட்டுவிடுவதும் ஒன்றுதான்' என்று சொல்லியிருக்க வேண்டாமா கருணன்?

தேரைப் பூமியில் அழுத்தி உன்னிடமிருந்து அருச்சுனனைக் காப்பாற்றக் கிருட்டிணன் இருக்கிறான்! அதுபோல் உனக்கு உயிர்க்காப்பாய் இருப்பது கவசகுண்டலம்தானே! அதைத் தானமாகக் கொடுத்து விட்ட தால்தானே, மண்ணில் புதைந்த தேர்க்காலைத் தூக்க முயன்றபோது அருச்சுனன் உன்னை அம்பால் அடித்துக் கொன்றான்! அப்போது 'இது தருமமா? நியாயமா?' என்று தவித்தாயே! பயனென்ன?

'போர்க்களத்தில் உனக்கு உயிர்க்காப்பாய் இருக்கப்போகும் கவச குண்டலத்தைப் பெற வருகிறவன் எதிரி' என்று எச்சரிக்கப்பட்டும் கேட்காத உனக்குத் திருமுழுக்குச் செய்து தளபதியாக்கித் துரியோதனன் அடைந்த பயன்தான் என்ன?

'என்னுடைய உயிரைத் துரியோதனனுக்கு வழங்குவேன்' என்று குந்தியிடம் சொன்னாய்! சொன்னபடி உயிரை வழங்கியும்விட்டாய்! ஒப்பற்ற தியாகம் உயிர்த் தியாகம்தான்! நீ வாழ்ந்து துரியோதனனுக்குப் பெற்றுத் தந்திருக்க வேண்டிய வெற்றிக்கு அடிப்படையான அத்திரங் களையும் கருவிகளையும் தானமாகவும் வரமாகவும் கொடுத்துவிட்ட பிறகு, நீ துரியோதனன் பக்கம் இருந்ததனால் துரியோதனன் பெற்ற பயன் என்ன? நீ நன்றியுடையவனாக இருந்தாய்; துரியோதனனுக்காகச் செத்தாய் என்பது உன்னுடைய நேர்மையைக் காட்டப் போதுமானது; துரியோதனனின் வெற்றிக்கு அது போதுமானதா?

அருச்சுனனை அழிப்பதற்கு உன்னிடம் இருந்தது நாகாத்திரம் ஒன்றுதான். அதையும் ஒரு தடவைக்குத்தான் என்று சுருக்கிக்கொண்ட பிறகு, கவசகுண்டலத்தையும் இழந்து பாதுகாப்பற்ற வெறும் ஆளாக ஆகிவிட்ட பிறகு, உன்னால் துரியோதனன் பெறப்போகும் நன்மைதான் என்ன?

'உன்னுடைய பலத்தில்தான் துரியோதனன் சமாதானத்திற்கு வர மறுக் கிறான்' என்று கிருட்டிணன் உன்னிடம் சொன்னபோது, 'நான் நன்றிக் கடன் பட்டவன்; என்னால் துரியோதனனைக் கைவிட முடியாது' என்று நீ மறுமொழி சொல்ல, 'நன்றி பாராட்டல் அதருமத்தை வலிமைப் படுத்துவதாக அமைந்துவிடக் கூடாது' என்று கிருட்டிணன் சொல்ல, அவரவர் நிலைப்பாட்டில் அவரவர் நின்று விட்டீர்கள்! மகாபாரதத்திற்கே அடிப்படையான விவாதங்களில் ஒன்று நான்கு நாட்களுக்கு நடக்க வேண்டியது நான்கு வரிகளில் முடிந்துவிட்டதே!

உன்னிடம் துரியோதனனுக்காக இருந்தவை மூன்று. ஒன்று, துரியோ தனனுக்கு உதவி செய்யும் வண்ணம் உனக்கு உயிர்க்காப்பாக இருந்த கவசகுண்டலம். எச்சரிக்கப்பட்டும் கேட்காமல் அதை வழங்கிப் பலவீனப்பட்டது உன்னுடைய முட்டாள்தனம்! இரண்டு, அருச்சுனனின் மீது நீ வீசுவதற்காக வைத்திருந்த சக்தி ஆயுதம்; அதைக் கடோத்கசனின் மீது வீசச் சொல்லித் துரியோதனனே அந்த அரும்பெரும் வாய்ப்பை வீணாக்கிவிட்டான்! இது துரியோதனன் செய்த முட்டாள்தனம்!

'உன்னால் நான் பெற்ற பயன் எதுவுமில்லை; ஆனால் என்னால் நீ பயன் பெறுவதுண்டு' என்று குந்தியிடம் காட்டிக்கொள்ள, அவள் கேட்ட 'நாகாத்திரத்தை அருச்சுனன்மீது ஒருமுறை மட்டுமே ஏவவேண்டும்' என்னும் வரத்தை அவள் கேட்ட வண்ணமே அளித்து, உன்னுடைய

போராற்றலைச் சுருக்கிக்கொண்டது உன்னுடைய இணை சொல்ல முடியாத முட்டாள்தனம்! இது மூன்று! இத்துடன் உன்னுடைய சத்திரிய வாழ்வு முடிவுற்றது!

கருணன் நேரியவன்; பெருந்தன்மையே வடிவானவன்; நிகரற்ற கொடையாளி; அருச்சுனனுக்கு நிகரான வில்லாளி; இன்னும் சொன்னால் அருச்சுனனின் வலிமை கிருட்டிணனைச் சார்ந்தது; ஆனால் கருணனின் வலிமை தற்சார்புடையது! நன்றி பாராட்டல், கொடை இரண்டிலும் கருணனை விஞ்சிய ஆள் ஞாலம் முழுதிலுமில்லை!

'நீ குந்தி மகன்; துரியோதனனை விட்டுவிட்டு வா; மூத்தவன் என்னும் முறையில் ஆட்சிக் கட்டிலில் அமரலாம்; பாஞ்சாலியும் ஆறில் ஒரு பங்கு கிடைப்பாள்' என்று ஆனானப்பட்ட கிருட்டிணன் சொன்னதையே கருணன் புறந்தள்ளியது, நல்லதையும் கெட்டதையும் பகுத்துப் பார்க்க வல்ல அறிவின் வலிமையால்தானே!

தேவைப்பட்டபோது சீர்தூக்கிப் பார்த்துக் கிருட்டிணனிடம் மறுக்கத் தெரிந்த கருணன், இந்திரன் முன்னாலும், குந்தி முன்னாலும் உணர்ச்சி வயப்பட்டு, எளிமைப்பட்டு, வழங்கக் கூடாததை வழங்கி, முற்றாக வலிமை இழந்து போய்விட்டதற்குக் காரணம், அறத்திற்கு மாறான வற்றை வலுவிழக்கச் செய்ய அறம் முன்கை எடுத்துச் செயல்பட்டது தான்!

பீசுமர் எங்கே, துரோணர் எங்கே, கருணன் எங்கே, கிருபர் எங்கே, அசுவத்தாமன் எங்கே, இவர்களெல்லாம் துரியோதனன் பக்கம்! ஏதோ ஒரு காரணம்பற்றித் துரியோதனனைச் சுற்றி நிற்கும் இம் மாமனிதர் களை எல்லாம் முட்டாளாக்காமல் அறம் எப்படி வெல்ல முடியும்?

'பேதைப் படுக்கும்'

(குறள் 372) என்பான் பேரறிவாளன் வள்ளுவன்!

அறம் முன்கை எடுத்தது!

வீழாதவன் வீழ்ந்தான்!

அறம் முன்கை எடுத்தது – ஆணி வேர் அறுந்தது!

பதினெட்டாவது நாள் போர்!

கருணன் இறந்தவுடனேயே போர் ஏறத்தாழ முற்றுப்பெற்று விட்டது. 'நம்முடைய கை இறக்க மாக இருக்கிறது. பாண்டவர்களுடன் இணக்க மாகப் போய்விடலாம்' என்று ஒவ்வொரு கட்டத்திலும் ஒவ்வொருவர் சொன்னபோது துரியோதனன் உடன்படவில்லை. கருணன் தலைமை ஏற்பதற்காகக் காத்திருந்தான் துரியோதனன். கருணன் அருச்சுனனை வீழ்த்து வது தப்பாது என்று திண்ணமாக நம்பினான். இப்போது கருணனும் இறந்துவிட்டான்!

'தன்னைவிட வலிமை குறைந்தவனோடு போரிட வேண்டும்; தனக்குச் சமமானவர் களோடும், தன்னைவிட வல்லவனோடும் எப்படியாவது சமாதானம் செய்து கொண்டுவிட வேண்டும்' என வியாழ முனிவன் கூறியிருக் கிறான். இதுதான் அரச நீதி, துரியோதனா! உயிர் பாத்திரம் போன்றது; பாத்திரம் உடைந்து போனபின் அதிலுள்ள பொருள்கள் சிதறிப் போவதுபோல, உயிர் போனபின் நீ சாதிப்பதற்கு என்ன இருக்கிறது?'

இவ்வாறு கிருபர் எவ்வளவோ எடுத்துச் சொல் கிறார்; துரியோதனன் கேட்க மறுக்கிறான்.

காரணம் இனி சமாதானத்திற்கு வருவார்கள் என்பதில் துரியோதனனுக்கு நம்பிக்கை

இல்லை. இது தொடக்கத்தில் எடுக்கப்பட்டிருக்க வேண்டிய முடிவு!

இப்போது இவ்வளவு அழிவுக்குப் பிறகு, வெற்றி அவர்களின் கண்ணுக்குத் தெளிவாகத் தெரியத் தொடங்கிவிட்ட கட்டத்தில், பாண்டவர்கள் ஏன் சமாதானத்திற்கு வர வேண்டும்?

இவ்வாறு துரியோதனன் கிருபரிடம் எதிர்வாதம் புரிவது சமாதானம் வேண்டாம் என்னும் அடிப்படையிலன்று; சமாதானத்திற்குப் பாண்ட வர்கள் உடன்பட மாட்டார்கள் என்னும் அடிப்படையில்தான்!

துரியோதனன் அரசியற் கூர்மை உடையவன்! கடைசியாகச் சல்லியன் திருமுழுக்குச் செய்விக்கப் பெற்றுத் தளபதி ஆக்கப்படுகிறான்.

சல்லியனின் கதை அன்றோடு முடிந்து விடுகிறது; தருமனே வீழ்த்தி விட முடிகிறது சல்லியனை!

சல்லியன் மாத்திரியின் உடன்பிறந்தான்; நகுல, சகாதேவனுக்குத் தாய் மாமன்! பாண்டவர்களின் பக்கம் நின்று போர் புரிய வந்தவன், துரியோதனனின் வலையில் வீழ்ந்து, கௌரவர்களுக்காகப் போர் புரியும் நிலைக்கு உள்ளாகிக் கடைசிப் போருக்குத் தலைமை தாங்கிக் களத்தில் மாண்டும் போனான்!

சல்லியனுக்கு வாரிசு இல்லாத காரணத்தால் அவனது நாடு சல்லியனின் விருப்பப்படி மருமகன்களான நகுல சகாதேவனுக்கு அளிக்கப் படுகிறது. இது அவர்களுக்குக் கிடைக்கும் தாய்வழிச் சொத்து!

சல்லியனை அடுத்துச் சகுனி காந்தார நாட்டிலிருந்து வருவித்த படைக்குத் தலைமை ஏற்றுப் பாண்டவர்களைப் பின்னால் இருந்து தாக்குகிறான். நகுலனும், சகாதேவனும் சகுனியை எதிர்த்துப் போரிடு கின்றனர். இறுதியில் சகாதேவனால் தாக்கப்பட்டுச் சகுனி மாண்டு போகிறான்! எவனுடைய பகடை இவ்வளவு பெரிய பகை வளர்வதற்குக் காரணமானதோ, அவன் பாவத்தின் சம்பளத்தைப் பெற்று குருச்சேத்திர மண்ணில் மடிந்து போனான்!

கௌரவர்கள் தொண்ணூற்றொன்பது பேரையும் வீமன் விண்ணுலகுக்கு மொத்தமாகவும் தனித்தனியாகவும் அனுப்பி வைக்கிறான். துச்சாதனனைக் கொன்றபோது மட்டும் ஆங்காரப் பட்டு அவனுடைய இரத்தத்தைக் குடித்துக் கூத்தாடியதோடு, விரித்துக் கிடந்த பாஞ்சாலியின் கூந்தலில் பூசி அவள் தலையை முடிந்துகொள்ளத் துணை செய்கிறான். ஓரளவு நியாயம் தெரிந்தாலும், விகர்ணன் அண்ணனைவிட்டு விலக முடியாமல், இந்தக் கும்பலோடு சேர்ந்து அழிந்து போகிறான்!

பதினெட்டாம் நாள் போர் முடிவில் பகைப்புலத்தில் கௌரவர்களின் கூட்டத்தில் ஒரே ஒருவன் மட்டும் எஞ்சி நிற்கிறான்! அவன்தான் துரியோதனன்!

உடல் முழுதும் காயம்பட்ட நிலையில், ஒரு மடுவில் உள்ள நீரில் புகுந்து களைப்பைப் போக்கிக் கொண்டிருக்கும் பொழுது, இவனைத் தேடிப் பாண்டவர்கள் வந்து விடுகிறார்கள்!

தருமன் துரியோதனனை 'மடுவை விட்டு வெளியே வா; போர் புரி; ஏன் ஓடி ஒளிகிறாய்' என அறைகூவல் விடுக்கிறான்.

அப்போது துரியோதனன் கூறுகிறான்: 'எனக்குப் போரில் மனம் செல்ல வில்லை; என்னோடு பிறந்தவர்கள், பிதாமகர் பீசுமர், துரோணர், என்னுடைய உயிர் நண்பன் கருணன் அனைவரும் மாண்டு விட்டார்கள். இனி எதற்கு மணிமுடி? இந்த அரசை என்னோடு பகிர்ந்துகொள்ள யார் இருக்கிறார்கள்? எல்லாச் சிறந்த மனிதர்களையும், வீரர்களையும் இழந்து இந்தப் பூமி ஒரு விதவைபோல் ஆகிவிட்டது! விதவையிடம் இன்பம் தேட யார் விரும்புவார்கள்? நீயே அனுபவித்துக் கொள் இந்த விதவையை; இந்த சூனியப் பிரதேசம் உன்னுடையதே!'

இது ஏறத்தாழச் சமாதானப் பேச்சுத்தான்! முன்பெல்லாம் சமாதானத் திற்குத் துரியோதனன் உடன்படுவதாய் இருந்தால், பாண்டவர்களின் நாட்டை அவர்களிடம் ஒப்படைக்க வேண்டிய நிலை ஏற்படும் என அவன் விரும்புவதில்லை!

இப்போது முற்றிலுமாகத் தோற்றுவிட்ட நிலையில், 'உங்களுடைய பங்குக்குரிய நாட்டை மட்டுமன்று; என்னுடைய பங்குக்குரிய நாட்டையும் சேர்த்து எடுத்துக்கொள்ளுங்கள்' என்று பெருந்தன்மை காட்டுவதுபோன்ற தொனியில் சமாதான ஒப்பந்தத்தை இறுதி செய்ய விரும்புகின்றான் துரியோதனன்!

ஆனால் தருமன் சீறுகிறான்: எப்போது பேசுவது சமாதானம்? நாங்கள் கிருட்டிணனைத் தூதனுப்பியதே 'எங்கள் நாட்டை எங்களிடம் விடு' என்று கேட்பதற்குத்தானே! அப்போது 'ஊசி குத்துகிற அளவு பூமிகூடக் கொடுக்க முடியாது' என்று சொன்ன நீ, 'இப்போது எல்லாவற்றையும் விட்டுவிடுகிறேன்; எடுத்துக்கொள்ளுங்கள்' என்கிறாயே! 'எதற்காக விட வேண்டும்? இப்போது அது உன்வசமே இருக்கட்டும்! உன்னுடைய கதை முடிந்த பிறகு அது யாருடையது என்று தானே முடிவாகி விடும்!'

'ஓடி ஒளிந்துகொண்டிருக்கிற நிலையில், நாட்டைத் தருகிறேன் என்கிறாயே! அதை விட்டுவிடாமல் வைத்துக்கொள்ள உனக்கு வலிவிருக்கிறதா? இப்படிப் பேச நாணமாக இல்லையா? மடுவை விட்டு மேலேறி வா! நாம் இருவருமே உயிரோடு இருந்தால் இந்தப்

போரில் வெற்றி பெற்றது யார் என்பது உலகத்திற்குத் தெரியாமல் போகும்?'

தருமனின் சீற்றம் துரியோதனனை வீமனோடு 'கதை யுத்தத்தில்' இறக்குகிறது.

கிருட்டிணனின் தூண்டுதலால் அருச்சுனன் வீமனைத் தொடையில் தாக்கி வீழ்த்துமாறு சமிக்ஞை செய்ய, அவ்வாறே வீமன் தொடையில் தாக்கத் துரியோதனன் குற்றுயிரும் குலையுயிருமாக ஆகி விடுகிறான்.

கதையுத்தத்திற்கு முன்பு இறுதித் தயாரிப்பில் இருந்தபோது, துரியோதனன் தாய் காந்தாரியைச் சந்தித்து ஆசி பெற எண்ணுகிறான்.

தன்னுடைய தொண்ணூற்றொன்பது மக்களும், தன் மகளை மணந்த மருமகன் சயித்திரதனும் கொல்லப்பட்டுவிட்ட நிலையில், மனம் உடைந்து போயிருந்த காந்தாரி, தன் மகனுக்கு ஆளனுப்பி வரவழைக்கிறாள்.

'மகனே பொழுது விடிவதற்கு முன்னர் குளித்து விட்டு என் முன்னால் அம்மணமாக வா! என்னுடைய திருமண நாளிலிருந்து என்னை நானே குருடாக்கிக் கொள்ளும்வகையில் இன்றுவரை கட்டப்பட்டு மறைக்கப் பட்டிருக்கின்ற என் கண் கட்டுகளை முதல் முறையாக அவிழ்த்து, உன்னுடைய துணியே இல்லாத உடலினை அணு அணுவாகப் பார்க்கப் போகிறேன். என்னுடைய பார்வை பட்டுவிட்ட பிறகு உன்னுடைய உடலின் எந்தப் பகுதியையும் எந்த ஆயுதமும் கொண்டும் சிதைக்க முடியாது. நான் வாழ்ந்த போற்றத்தக்க வாழ்க்கை காரணமாக என் கண்கள் அத்தகைய சக்தி கைவரப் பெற்றிருக்கின்றன. குரு வம்சம் பெருக நூறு மகன்களைப் பெற்றேன். நீ ஒருவன்தான் எஞ்சி நிற்கிறாய்! பொழுது விடிவதற்குள் குளித்துவிட்டு நான் உன்னை எப்படிப் பெற்றேனோ, அப்படியே வா!'

அதுபோலவே பொழுது புலர்வதற்கு முன்னால் துரியோதனன் குளித்து விட்டுத் தாய் இருக்குமிடம் நோக்கிப் பிறந்தமேனியாகப் போகிறான். அப்போது இருட்டிலிருந்து கிருட்டிணன் வெளிப்படுகிறான். துரியோதனன் அம்மணநிலை கண்டு கைகொட்டிச் சிரிக்கிறான். துரியோதனன் கையால் மறைத்துக்கொண்டு வெட்கப்படுகிறான். கிருட்டிணன் சொல்கிறான்: 'பெற்ற தாய்தான்; ஆகவே குற்றமொன்று மில்லை; ஆனாலும் கொஞ்சமாவது கூச்சநாச்சம் வேண்டாமா? வளர்ந்த மனிதன் இப்படித் திறந்தபடியே போகலாமா?'

வெட்கத்தில் நெளிந்த துரியோதனன் வேகமாக ஓடிப் போய் வாழை இலையை வைத்து தொடைப் பகுதியையும் பிறப்புறுப்பையும் மறைத்துக்கொண்டு தாயிடம் செல்கிறான்.

கண்ணை அவிழ்த்து மகன் மேனி முழுவதையும் பார்த்துக்கொண்டே வருகிற காந்தாரி, வாழை இலையால் மூடியுள்ள தொடைப் பகுதியைப் பார்க்க முடியாமல் போனபோது, 'மகனே தவறு செய்து விட்டாயே; உன் தொடைப் பகுதி ஆயுதத் தாக்குதலுக்கு உட்பட்ட பகுதியாக ஆகி விட்டதே' என்று கலங்குகிறாள்.

காந்தாரி அஞ்சியவாறே நடந்துவிட்டது! கிருட்டிணன் அருச்சுனனுக்கு உரைக்க, அருச்சுனன் வீமனுக்குத் தொடையைத் தட்டிச் சமிக்ஞை காட்ட, அதுபோல் தொடையில் தாக்கித் துரியோதனனை வீழ்த்துகிறான் வீமன்!

'நீ குறிப்பினால் அருச்சுனனைக் கொண்டு என் உயிர் நீங்குமாறு செய்ய வீமனுக்கு அறிவூட்டினாய்; தருமத்தோடு போர் செய்கின்ற நீர்மையினை இடைக்குல மக்கள் அறிய மாட்டுவரோ?' என்று கிருட்டிணனைச் சாடிப் பேசுகிறான் துரியோதனன்.

> குறிப்பினால் விசயனைக் கொடு ஆருயிர் குறிக்கும் மாமதி கொளுத்தினாய்
> அறத்தினால் அடல் மறத்தின் நீர்மையை அவித்தை ஆயரும் அளப்பரோ

(வில்லி. பதினெட்டாம் போர், 188)

துரியோதனன் குற்றுயிராய்க் கிடக்கிறான்; இன்னும் சில பொழுது கிடப்பான்!

ஒரு தாய் தன் மகனை எந்த நிலையிலும் காக்கும் வலிமை பெற்றிருந்தும், காக்க முடியாத நிலை ஏற்படுவது அவலத்திலும் அவலம்!

தாயால் தெளிவுற உணர்த்தப்பட்டிருந்தும் தாயின் சொல்லைவிட, பொருட்படுத்த வேண்டாத அயலானான கிருட்டிணன் சொல்லின் வழி நடந்து பேதைமைப்பட்டான் துரியோதனன்.

'அறம் சூழும் சூழ்ந்தவன் கேடு'

(204) என்பான் பேரறிவாளன் வள்ளுவன்!

அறம் முன்கை எடுத்தது!

ஆணி வேர் அறுந்தது!

திவசம் கொடுக்கக்கூட ஆளில்லையே!

துரியோதனன் அடிபட்டுக் குற்றுயிரும் குலையு யிருமாக வீழ்ந்து கிடக்கிறான். துரியோதனன் தரப்பில் அசுவத்தாமன், கிருபர், கிருதவர்மன் ஆகியோர் எஞ்சி நிற்கிறார்கள்! போர் முடிந்து விட்டது! ஆயினும் துரியோதனனின் வீழ்ச்சியை இவர்களால் ஏற்றுக்கொள்ள முடியவில்லை.

பெரிய ஆலமரக் கிளைகளில் காக்கைகள் கூட்ட மாகத் தங்கியுள்ளன. அப்போது ஒரு கோட்டான் வந்து, தூங்கிக்கொண்டிருந்த காக்கைகளை ஒன்றன்பின் ஒன்றாகக் குத்திக் கிழித்துக் கொண்டிருந்ததை அசுவத்தாமன் பார்க்கிறான்!

அதருமமான பாண்டவர்களையும், என் தகப் பனாரைக் கொன்ற பாஞ்சாலனையும் அவர் களைச் சார்ந்த மற்றவர்களையும், கோட்டான் காக்கைகளைத் தூங்கும்போது கொன்றழித்தது போல் அழிப்பேன் என்று முடிவெடுக்கிறான்.

அசுவத்தாமனின் முடிவைக் கேட்ட கிருபர் திடுக் கிடுகிறார். 'இது பெரிய அநியாயம்; நாம் யாருக் காகப் போர் செய்தோமோ அந்த அரசன் சாகும் தறுவாயில் இருக்கிறான்; ஆகவே இந்தச் செயல் பயனற்றது.'

ஆனால் அசுவத்தாமன் அந்தக் கோட்டானின் மனநிலையில்தான் இருக்கிறான். 'எல்லா ஆயுதங் களையும் கீழே எறிந்துவிட்டு அமர்ந்திருந்த என் தந்தை துரோணரைத் திட்டத்துய்மன் கொன்றானே; நியாயமா?'

‘அழுந்திய தேர்ச்சக்கரத்தைத் தூக்கும் வேளையில் கருணனைக் கொன்றார்களே! அது நியாயமா?’ அசுவத்தாமன் வீரிட்டு நிற்கிறான். அவரவர் மனநிலைக்கு அவரவர் யோசனை சரி என்று தோன்றும்!

அசுவத்தாமனைக் கட்டுப்படுத்த இயலாத நிலையில், ‘நீ ஏன் தனியாகப் போகிறாய்? பாவமாயினும் சரி; அதில் நாங்களும் பங்கெடுத்துக் கொள்கிறோம்’ என்று கிருபரும் கிருதவர்மரும் உடன் செல்லத் தயாராகின்றனர்.

அசுவத்தாமனுக்குப் பாவ உணர்ச்சியைவிடப் பழி உணர்ச்சியே விஞ்சி நிற்கிறது. பாவம் என்று தெளிவாக உணர்ந்த பிறகும், எதையும் கூட்டமாகச் செய்து பழக்கப்பட்டிருப்பதன் காரணமாகக் கிருபரும், கிருதவருமனும் இந்தப் பாவத்தில் பங்குகொள்ள உடனெழுகின்றனர் என்னும்போது, உலகம் எத்தனை வகையானது என எண்ணத் தோன்றுகிறது. ‘கூட்ட உணர்ச்சி’ அல்லது ‘தோழமை’ காரணமாகப் பாதகங்களையும், படுகொலைகளையும் செய்வதற்கு உடன்பட்டு முனைந்து நிற்கும் இவர்களைவிடத் தேர்ந்த முட்டாள்கள் உலகில் வேறு யாரே உளர்?

முதலில் தூங்கிக்கொண்டிருந்த திட்டத்துய்மனைப் பாசறைக்குள் புகுந்து அசுவத்தாமன் கோரமாகக் கொலை செய்கிறான். பிறகு பாஞ்சாலியின் மக்கள் அனைவரையும் ஒருவர் பாக்கியில்லாமல் ஒருவர் பின் ஒருவராகக் கொல்கிறான்.

பாசறைக்குத் தீ வைத்துவிட்டு, தப்பி ஓடிவருகிறவர்களை மூவரும் சேர்ந்து இரக்கமின்றிக் கொல்கிறார்கள். எதிர்த்துச் சண்டையிட வந்த சிகண்டியைத் தனது கத்தியால் இரண்டு துண்டாக்குகிறான் அசுவத்தாமன்!

பாண்டவர்கள் ஐவர், கிருட்டிணன், சாத்யகி நீங்கலாக அனைவரையும் கொன்று குவித்து விட்டான் அசுவத்தாமன்! பிறகு கீழே கிடந்த துரும்பை எடுத்து, ‘இது பாண்டவ வம்சத்தை முற்றிலும் அழிப்பதாக’ என்று மந்திரம் சொல்லி ஏவுகிறான். அது உத்தரையின் கருப்பத்தை அடைகிறது.

கிருட்டிணன் அருளால் கருப்பத்திலிருந்த பிண்டம் காக்கப்படுகிறது. அதுவே பரீட்சித்தாகப் பிறந்து பாண்டவ வம்சத்தை நீடிக்கச் செய்கிறது.

மூவரும் இந்த மகிழத்தக்க பேரழிவுகளைத் துரியோதனனிடம் சொல்ல ஓடுகிறார்கள்!

துரியோதனனின் வாயிலிருந்து இரத்தம் வடிந்துகொண்டிருக்கிறது. தொடை முறிந்துபோய், தன்னந்தனியே கிடக்கிறான் துரியோதனன். அவனுடைய மாமிசத்திற்காக ஓநாய் போன்ற விலங்குகள்

வெறிகொண்டு அலைந்துகொண்டிருக்கின்றன. துரியோதனன் பூமியில் புரண்டு புரண்டு அவற்றை விரட்டிக்கொண்டிருக்கிறான்.

நூற்றுக் கணக்கான அரசர்கள் எவனிடம் அச்சமுற்று வணங்கி நின்றார்களோ, அவன் மாமிசத்திற்காக அலையும் ஓநாய்களுக்கிடையே அவற்றை விரட்டிக்கொண்டு படுத்திருக்கிறான்! இதுதான் வாழ்வின் போக்கு!

துரியோதனனிடம் அசுவத்தாமன் கண்கள் கசியப் பேசுகிறான்; நடந்ததை எல்லாம் சொல்கிறான்! 'உன்னுடைய தயாள குணத்தினால் என் தந்தை, நான், கிருபர் ஆகியோர் பெருஞ் செல்வத்துடன் வாழ்ந்தோம். எங்களுக்குப் பணி செய்ய ஆட்களை அமர்த்தினாய். நாங்கள் யாகங்கள் செய்ய முடிந்தது; கற்றறிந்தவர்களுக்குச் சன்மானம் வழங்க முடிந்தது. நீ இல்லாத வாழ்க்கையை இந்தப் பூமியில் நினைத்துப் பார்க்க முடியவில்லை! பாண்டவர்கள் செய்த கொடுமைக்கு அவர்களை மகன்களை இழந்தவர்களாக்கி விட்டேன்!'

(சோ, மகாபாரதம் II, பக். 914)

உபபாண்டவர்கள் தலைகளைக் கொய்து எடுத்து வந்திருப்பதையும் துரியோதனனிடம் காட்டுகிறான் அசுவத்தாமன்!

...சிறுவர் தஞ்சென்னியை
முன்னர் வைத்தனன் முனிமைந்தனே

(வில்லி. X, சௌப்திக. 223)

'பாதகம் செய்வது பார்ப்பன மக்களைப் பொறுத்தவரை மிகப்பெரிய குற்றம்; எப்படி உன்னால் இதைச் செய்ய முடிந்தது?' துரியோதனன் பதறிப் போய்க் கேட்கிறான்!

பாதகம் செய்கை பார்ப்பன மாக்களுக்கு
ஏதம் ஏதம் இது என் செய்தவாறெனா (மேற்படி, 225)

பாண்டவ குமாரர்கள் தலையை அறுத்ததில் என்ன பராக்கிரமம் இருக்கிறது? என்ன நினைத்து என்ன செய்தாய்?

சொன்ன பாலர் மகுடம் துணித்தது இன்று
என்ன வீரியம் என்னினைந்து என் செய்தாய்? (மேற்படி, 226)

பிறந்த குலத்தால் குற்றமில்லாத அசுவத்தாமா! குரு குலத்தின் இளமுளைகளைக் கிள்ளி விட்டாயே!

குரு குலத்தின் கொழுந்தினைக் கிள்ளினை
வரு குலத்தொரு மாசறு மைந்தனை (மேற்படி, 227)

'பார்ப்பனர் படைக்கலம் ஏந்திப் போர் செய்தலும் பற்பலரை அழித்தலும் சாதி தருமமல்ல; அதுவும் இந்த ஈரமில்லாத் தீய செயலால்

வந்த பாவம் தொலையத் தவஞ்செய்து உய்வாய்' என்று விடை கொடுத்து அனுப்புகிறான்!

நின்ற தீவினை நீங்கிட நீதவம்
ஒன்றிவாழ் கென்று உயர் விடை நல்கினான் *(மேற்படி, 230)*

உப பாண்டவர்கள் தலையை அறுத்துக் கொண்டுபோய்க் காட்டினால் 'மகிழ்வான் துரியோதனன்' என்றுதான் அசுவத்தாமன் எண்ணினான். ஆனால் கடுமையான சொற்களால் அதைக் கண்டிக்கிறான் துரியோதனன்! 'இதிலே என்ன வீரம் இருக்கிறது? பரத்வாச குலத்தில் பிறந்த நீ குலக்கொழுந்துகளைக் கிள்ளி விட்டாயே! பாதகம் செய்வது பார்ப்பன மக்களுக்குக் குற்றம்; உன்னால் எப்படி இந்த ஈரமற்ற செயலைச் செய்ய முடிந்தது?'

துரியோதனனின் ஒவ்வொரு சொல்லும் இப்படியொரு கொடிய செயலை அசுவத்தாமன் செய்து விட்டானே என்னும் நோக்காட்டில் வெளிப்படுகிறது!

துரியோதனன் இறுதி மூச்சை விடுவதற்குள், தன்னுடைய எந்தச் செயல் அவனை மனநிறைவோடு உயிர் விடச் செய்யும் என்றெண்ணினானோ, அந்தச் செயல் அவனை ஆழ்ந்த வருத்தத்தில் மூழ்கச் செய்துவிடும் என அசுவத்தாமன் எதிர்பார்க்கவில்லை!

'திட்டத்துய்மனை வெட்டுவது வேறு; குலக் கொழுந்துகளை அழிப்பது வேறு! பதறும்படியான பாதகங்களைச் செய்து ஆகப் போவதென்ன?' அசுவத்தாமனும், கிருபரும், கிருதனும் விடைபெற்றுச் சென்ற பின் துரியோதனன் மரணத்தினைத் தழுவுகிறான்.

வில்லிபுத்தூர் ஆழ்வார் இதைக் குறிப்பிடுகையில், தீராப்பகைமை பொருந்திய மனமும், போர் செய்தற்குரிய ஆயுதங்களும் மேன்மேற் பொங்கிவரும் கோபமும் உடைய, குருகுலத்தில் பிறந்த அரசனான துரியோதனனை, தேவமாதர் அன்புகொண்டு உபசரிக்க, துரியோதனனின் உயிர் தேவர்கள் வசிக்கும் சொர்க்கத்தைச் சேர, அவனுடம்பைத் தனது உடைமையாகக் கொண்டது பூமியே!

வயிரம் செறிதரு மனமும் வாய்மையும் வலியும்
பொருபடை வினையும் மேல்வரு
செயிரும் திகழ்தரு குல மகீபதி திறல்வெஞ் செருமுனை அதனில் மேதகும்
அயிர் நுண் குழல் அரமடநல்லார் பலர் அளி கொண்டெதிர்
கொள அமரனானபின்
உயிர்கொண்டது சுரர் உறையும் வானுலகு உடல் கொண்டது
தனதுடைய பூமியே!
(வில்லி. X, சௌப்திக பருவம், 235)

தீராப் பகைமை பொருந்திய மனமும், மேன்மேலும் பொங்கிவரும் கோபமும் அடங்கிவிட்டன! ஆனால் அவை சாவில்தான் அடங்க வேண்டியதிருந்தன!

பகைமையும் அதன் காரணமான சினமும் பிறப்பில் வந்தவை அல்ல; வரித்துக்கொண்ட கொள்கைக்கேற்பப் பெருக்கிக் கொள்ளப் பட்டவையே! அரச குலத்தில் பிறந்து தனக்கென்று நாடு இருந்தும்கூட அமைதியுறவில்லை துரியோதனன். அப்படி அமைதியுறுவது மன்னருக்குள்ள வாழ்க்கைமுறை இல்லை என்று கருதுகிறான்! அவரவரின் எண்ணங்களே அவரவரின் வாழ்வை நடத்திச் செல்கின்றன. அவனுடைய நோக்கம், கடைப்பிடிகள் இவற்றிற்குத் தக்கவாறு நட்பு முதலியவை அமைகின்றன!

கார்ல் மார்க்சை வழிகாட்டியாகக் கொண்ட லெனின்; காந்தியை வழிகாட்டியாகக் கொண்ட வினோபா, கிருபளாணி, இராசாசி, காமராசர்; மாக்கியவெல்லியை வழிகாட்டியாகக் கொண்ட முசோலினி, இட்லர்; இவர்களின் வாழ்க்கை வேறுபாடுகளுக்கு இவர்கள் பின்பற்றிய தலைவர்களே காரணம்! அதுபோல் வியாழ முனிவனின் அரசியற் கொள்கையைப் பின்பற்றியவன் துரியோதனன்!

அன்று துரியோதனன் மனத்தினில் வளர்த்துக்கொண்ட தீராப் பகை, ஆறாச் சினம் ஆகியவை அவனை வழியல்லாத வழிகளில் செலுத்தி, பாண்டவர்களின் நாட்டைப் பறித்துக்கொள்ளச் செய்து அவர்களை வனவாசம் மேற்கொள்ள வைத்துக் கடைசியில் அந்த வன்மம் குருச் சேத்திரத்தில் வந்து முடிந்து, தன்னுடன் பிறந்த தொண்ணூற்றி ஒன்பது தம்பிகளையும், உயிருக்குயிரான நண்பர்களையும், தங்களின் குல விளக்குகளையும், பல்லாயிரம் போர்வீரர்களையும் இரத்தம் சிந்தச் செய்து, குருச்சேத்திரத்தையே பிணக்காடாக்கி நாய் நரிகளுக்கும், ஓநாய்களுக்கும், கழுகுகளுக்கும் விருந்தாக்கி, அத்தினாபுரத்தை 'விதவைகளின் நாடாக்கி' விட்டுத் துரியோதனனையும் தொடை பிளந்து மாளச் செய்துவிட்டுத்தான், இந்த தீராப் பகை தீர்ந்தது என்றால், ஒருவனுடைய பிடிவாதத்திற்கும் முட்டாள்தனத்திற்கும் ஒரு நாடு கொடுத்த விலை இது!

இந்திரப்பிரத்தத்தை அடிமை கொள்ள நினைத்தான் துரியோதனன்! கடைசியில் அவனுடைய அத்தினாபுரம் பாண்டவர்கள் ஆளுகைக்குக் கீழ் போய்விட்டது!

அத்தினாபுரத்தை இரு கூறாக்கப் பீசுமர் தயங்கினார். இதுவரையிலும் ஒரு நாடாகவே ஒரு மன்னனின் கீழேயே ஆளப்பட்ட நாட்டைப் பாதியைப் பிரித்துப் பாண்டவர்களுக்குக் கொடுப்பது நியாயமே

எனினும் நாடு சுருங்குவதா என்றெண்ணிக் கவலை கொண்டார் பீசுமர்!

கிருட்டிணனின் அச்சுறுத்தலால் பாதி நாடு பிரிக்கப்பெற்று, பின்பு துரியோதனனால் சூதில் பறித்துக் கொள்ளப்பட்டு, இப்போது போர் மூலம் பிரிக்கப்பட்ட நாடுகள் ஒன்றிணைக்கப்பட்டுத் தருமனின் கீழ் வரப் போகிறது என்றால் இழந்தவன் துரியோதனன்தானே!

குரு நாடு, குரு வம்சம், ஒரு நாடு, ஒரு மன்னன், ஒரு வெண்கொற்றக் கொடை என்று இருந்து வந்தது. பின்பு இரு நாடு; இரு வம்சாவளிகள் என்று கூறுபட்டது. கௌரவர்கள் ஒரு நாட்டையும் பாண்டவர்கள் ஒரு நாட்டையும் ஆண்டு வந்தனர். வஞ்சகத்தால் பாண்டவர்களை விரட்டி விட்டு மீண்டும் ஒரே நாடாக்கி ஆண்டான் துரியோதனன்! இப்போது குருசேத்திரப் போர் கௌரவர்களை முற்றாக அழித்துவிட்டது. கௌரவர்களின் எச்சமான முதிர்ந்த திரிதராட்டிரன் சாகும்போது, அந்த வம்சத்தின் கடைசித் தடயமும் அழிந்துவிடும்.

இனி குருவம்சம் என்பது பாண்டவர்களின் வழிப்பட்ட பரீட்சித்து; அவன் வழிப்பட்ட சனமேசயன் ஆகியோர்தான்!

இரண்டாம் உலகப் போருக்கு வித்திட்ட இட்லரும், முசோலினியும் இயல்பிலேயே மனக்கோணல் உடையவர்கள்; அவர்களை மேலும் கெடுத்தது மாக்கியவெல்லி எழுதிய The Prince!

சமாதானச் சகவாழ்வு (peaceful co-existence) என்னும் நிலைப் பாட்டுக்குப் பதிலாக 'ஆக்கிரமிப்பு' கொள்கையை துரியோதனன் கற்றுக்கொண்டது வியாழ முனிவனிடம்தான்!

'வில்லனாக்கியதே' (villain) வியாழ முனிவன்தான்!

ஆனால் தருமனை 'வில்லனாக்க' வியாழ முனிவனால் முடியுமா? கெடுமதியாளனான துரியோதனன் தனக்கேற்ற அரசியல் குருவைத் தேடிக்கொண்டான் என்றுதான் கொள்ள வேண்டும்!

துரியோதனா! திவசம் கொடுக்கக்கூட ஆளில்லாமல் போய்விட்டதே!

தருமம் வெற்றி பெற எத்தனை எத்தனை அதருமங்கள்!

துரியோதனனிடம் பாண்டவர்களின் சார்பாகத் தூதுரைக்க வந்த கிருட்டிணன், அதை அடுத்துப் போருக்கான வேலைகளைத் தொடங்கி விடுகிறான்.

வெளியே வரும் கிருட்டிணன் அங்கு ஒரு பக்கமாக நின்ற அசுவத்தாமனை 'இங்கு வா' என அழைத்து பலருடைய பார்வையில் இரகசியம் பேசுவதுபோலப் பேசுகிறான்!

பேசிக் கொண்டிருக்கும்போதே தனது வலக் கரத்திலுள்ள மோதிரத்தைத் தளர்த்தித் தரையில் விழச் செய்கிறான் கிருட்டிணன். கிருட்டிணன் மதிப்புக்குரியவன் என்னும் அடிப்படையில் அசுவத்தாமன் குனிந்து அதை எடுத்துக் கொடுக்க, அதை வாங்கக் கைநீட்டினவர்போல், கையை மேலே நீட்டி ஆகாயத்தைப் பார்த்து, 'அசுவத்தாமா சூரியனைப் பரிவேடம் சூழ்ந் திருப்பதைப் பார்த்தாயா? மழை வரும் போலி ருக்கிறது; உபலாவியம் போகுவதற்குள் மழை இல்லாமல் இருக்க வேண்டும்' என்று சொல்ல, அசுவத்தாமனும் மோதிரக் கையால் ஆகாயத்தைக் காட்டி, 'ஆமாம்; சூரியப் பரிவேடமே' என்று ஒத்திசைத்துவிட்டு, அப்பால் பூமியைப் பார்த்துக் கையைக் காட்டி, அசுவத்தாமன் கையிலிருக்கும் மோதிரத்தைக் கொடுக்க, கிருட்டிணன் விடை பெற்றுச் செல்கிறான்!

அவ்விடத்திலிருந்த சகுனி முதலியோர் அசுவத்தாமன் செய்த குறிப்பைக் குற்றமாக எடுத்துப் போதனை செய்கின்றனர்.

'பார்த்தீர்களா! பகையாளியின் தூதனென்று வந்த அந்தப் பஞ்சையைப் பொருட்படுத்தி, அசுவத்தாமன் அவன் பின்னே போனதும், இவனுக்குச் சேனாபதிப் பட்டம் கட்டினால் பாண்டவர்களுக்குச் சார்பாக இருப்பதாக இவன் சொல்ல, கிருட்டிணன் இவன் சொல்லை நம்பாமல் பேச, இவன் ஆகாயத்தைக் காட்டி பின்னர் பூமியைக் காட்டிக் கிருட்டிணன் கையைத் தொட்டு, 'ஆகாயம் பூமி அறிய நான் பாண்டவர்களுக்குச் சார்பாய் இருப்பேன்' என்று சத்தியம் செய்து கொடுத்தான் என்று பார்த்தவர்கள் துரியோதனனிடம் கூற, மித்திரத் துரோகியை எப்படி நம்புவது என்று எல்லாரிடமும் சொல்லி வருந்த, இது துரோணர் காதுக்குப்போய் அவரும் அசுவத்தாமனைக் கண்டிக்க, இப்படி அனைவரின் காதுகளையும் எட்டி அசுவத்தாமன் அன்னியப் பட்டுப் போய்விடுகிறான்.

கருணனைப்போல் தளபதியாகத் தலைமை ஏற்க வேண்டிய ஒருவனை, துரியோதனனுக்காக எதையும் செய்யக் கூடிய உற்ற நண்பன் ஒருவனைத் துரியோதனனே நம்பாமல் போகும் ஒரு நிலை உண்டாகி விட்டது!

அசுவத்தாமனை வைத்து கிருட்டிணன் நடத்திய நாடகம், அவனை வஞ்சகன், நம்பத்தகாதவன் என்னும் நிலைக்குத் தாழ்த்திவிட்டது! எப்படி எடுத்துச் சொன்னாலும் இனி யாரும் நம்பப் போவதில்லை! துரோணரே தன் மகனின் செயல் கேட்டு அதிர்ந்துவிட்டார்! துரோணரே நம்பாத நிலையில் துரியோதனனை எப்படி நம்ப வைப்பது?

கிருட்டிணன் திட்டமிட்டு அனைவருடைய பார்வையிலும் இந்த நாடகத்தை நடத்திக் காட்டி, துரியோதனன் மனத்தினில் நச்சு எண்ணம் ஏற்படும்படி செய்துவிட்டான்!

> இனி வந்து உறவாய் நின்றாலும்
> எங்ஙனம் தெளிவது இவனை என

(வில்லி. உத்தியோக. கிருட்டிணன். 228)

கிருட்டிணன் செய்த மித்திரபேதம் இது! உற்ற நண்பர்களை வேறுபடுத்திப் பிரிப்பது!

அவையில் போர் அறிவிப்புச் செய்துவிட்டுக் கிருட்டிணன் வெளி வந்த மறுகணமே வலிமை மிக்க ஒருவனைத் துரியோதனன் பக்கத்தில் இருந்து அகற்றிப் போருக்கான முன்னேற்பாடுகளில் இறங்கிவிட்டான் கிருட்டிணன். போர் என்பது வில்லில் அம்பைப் பூட்டி எதிரிகளுக்குக் குறி வைப்பது ஒன்றுதானா? அதற்கான கள ஏற்பாடுகள் எத்தனை எத்தனை?

தன் அணியினை வலிமைப்படுத்துவது; எதிரியின் அணியினைச் சிதைப்பது!

'பிரித்தலும்' எனத் தொடங்கும் குறளுக்குப் பரிமேலழகன், 'வினை வந்துழிப் பகைவர்க்குத் துணையாயினாரை, அவரின் பிரிக்க வேண்டின் பிரித்தலும்' என உரை எழுதுவான்

(குறள் 633).

போரின் முதல் வேலையாக அசுவத்தாமன்மீது துரியோதனன் வைத்திருந்த அளப்பரிய நம்பிக்கையைக் குலைத்துப் பிரித்துவிட்டான் கிருட்டிணன். இனி அசுவத்தாமன் போருக்குத் தலைமை ஏற்றல் என்பது இல்லாமலேயே போய்விட்டது!

அசுவத்தாமன் பொய்யனில்லை; துரியோதனனின் உண்மையான நண்பன்; கருணனைப் போன்றவன்; ஒரு நாடகமாடி அவனை நம்பத்த காதவனாக ஆக்கிவிட்டான் கிருட்டிணன்!

இது அசுவத்தாமனுக்கு இழப்பில்லை; துரியோதனனுக்குத்தான் இழப்பு; நான்கில் ஒரு பகுதிப் போரை இப்போதே இழந்துவிட்டான் துரியோதனன்!

அனைத்து நடவடிக்கைகளையும் தீர்மானிப்பவனும் யார் எந்தச் சமயத்தில் எதைச் செய்ய வேண்டும் என முடிவெடுப்பவனும் கிருட்டிணன்தான்!

போர்க்களத்திற்குப் பெண்கள் வரக்கூடாது என்பது நியதி! சிகண்டி ஒரு பெண்; எப்படி வர முடியும்?

அப்படிப்பட்ட சிகண்டியை முன்னிறுத்திக் கொண்டு, சிகண்டியின் மறைவில்தான் அருச்சுனன் போரிடுகிறான்.

பெண்ணைக் கொல்வதில்லை என்னும் கடைப்பிடி உள்ளவர் பீசுமர். அது உயர்வான கொள்கையல்லவா! பெண்ணைப் போர்க்களத்திற்கு இட்டு வந்தது மட்டுமல்லாமல், அவளுக்குப் பின்னால் ஒளிந்து கொண்டு அருச்சுனன் போரிட்டது அசிங்கமல்லவா? பெண் என்பதால் ஆயுதத்தைக் கீழே வைத்துவிட்ட பீசுமரைச் சிகண்டியைவிட்டுக் கொல்லச் செய்தது எந்த வகைத் தருமம்?

'பீசுமரைக் கொல்லாமல் போரை எப்படி முன்னெடுத்துச் செல்ல முடியும்? போர்க்களத்தில் என்ன கண்ணோட்டம்?' என்பது கிருட்டிணனின் ஆணித்தரமான கருத்தோட்டம்!

இருட்டிய பிறகு போர் செய்யக் கூடாது என்பது விதி! இருட்டிவிட்டது போன்ற தோற்றத்தைப் பொய்யாகக் கிருட்டிணன் ஏற்படுத்த, அதுவரை ஒளிந்துகொண்டிருந்த சயித்திரதன் இருட்டிவிட்டது என்று

வெளிவர, அருச்சுனன் அம்பாலடித்து அவனைக் கொல்ல, மீண்டும் இருள் விலகி, பகல் பொழுது தொடர, இது போன்ற மாயங்களாலும் அதருமங்களாலும் வெல்லப்பட்ட போர்தானே இது!

போரில் தற்செயலான தாக்குதல்களால் விலங்குகள் சாவதுண்டே ஒழிய, அவற்றைக் குறி வைத்துத் தாக்கிக் கொல்வது என்பது போர் நீதிக்கு மாறான செயல்!

விலங்குகளின்மீது அமர்ந்து போரிடுகின்றவன் மேலேதான் குறி இருக்க வேண்டுமே தவிர, விலங்குகள் குறியாக இருக்கக்கூடாது என்னும் நியதியை மீறி 'அசுவத்தாமன் என்னும் யானையை' வேண்டுமென்றே அறிந்தே வீமன் கொன்றானே, இது நியாயமானதுதானா? விலங்குகளோடு பாண்டவர்களுக்கு என்ன பகை? இந்திரப்பிரத்தம் பறிபோனது யானைகளாலா?

துரோணர் போர்த் தலைமை ஏற்று இறுதியாக பிரும்மாத்திரத்தை ஏவத் தயாராகிறார். பிரும்மாத்திரம் ஏவப்பட்டுவிட்டால், பாண்டவர்கள் கதை முடிந்து விடும்!

இதற்கு என்ன செய்வது என்று கிருட்டிணன் யோசிக்கிறான். துரோணரைச் செயலிழக்கச் செய்ய வேண்டும்; அவருடைய பலவீனம் அவருடைய மகன் அசுவத்தாமன்; துரோணரின் உயிர் மூச்சே மகன்தான்!

இப்போது அசுவத்தாமன் இறந்துவிட்டான் என்று சொன்னால், துரோணர் அதிர்ச்சியில் உறைந்து விடுவார்; பிரும்மாத்திரம் ஏவப்படாத நிலை ஏற்படும் என்று எண்ணி, கிருட்டிணன் தூண்டுதலால் வீமன், 'அசுவத்தாமன் இறந்துவிட்டான்' என்று எல்லோரும் கேட்கும்படிச் சொல்கிறான்.

அதைக் கேட்ட துரோணர் நம்பாமல், தருமனிடம் கேட்க, மூன்று உலகத்தையும் அடைவதற்காகக் கூடப் பொய் சொல்லாத தருமனைக் கிருட்டிணன் நெருக்க, 'அசுவத்தாமன் இறந்துவிட்டான்' என்று பொய் சொல்லுகிறான் தருமன்! துரோணர் செயலிழந்து ஆயுதங்களைப் போட்டுவிட்டு தேரின் நடுத்தட்டில் நிலைகுலைந்துபோய் உட்கார்ந்து விடுகிறார்! திட்டத்துய்மன் துரோணரின் தேரில் ஏறி நிராயுதபாணியான துரோணரை வெட்டிக் கொல்கிறான்!

இது அடுக்குமா? இது தருமமா?

கருணன் அருச்சுனனுக்கு நிகரான வில்லாளி; கௌரவர்கள் பக்கம் இருக்கிற ஆட்களிலே கருணன் ஒருவனைத்தான் கிருட்டிணன் அணி மாற்ற முயன்று தோற்றுவிடுகிறான். அணி மாறினால் 'பாஞ்சாலியிலும் ஒரு பங்கு கிடைக்கும்' என்று கிருட்டிணன் சொல்லும்போது, இவன் தன்

காரியத்தை நடத்திக்கொள்ள எந்த மட்டத்திற்கும் போவான் என்னும் எண்ணம் ஏற்படுகிறது!

கருணன் துரியோதனன் பக்கம் நங்கூரம் பாய்ச்சியதுபோல் நிற்கிறான் என்றவுடன், குந்தியை விட்டு 'அருச்சுனன்மீது ஒரு தடவைக்கு மேலாக நாகாத்திரத்தை எய்வதில்லை என்றும், மற்ற நான்கு உடன்பிறந்தார் களையும் எந்தக் காரணம் கொண்டும் கொல்வதில்லை' என்றும் வாக்குறுதி பெற்று வரச் செய்கிறான்.

பாஞ்சாலி என்னும் வசிய மருந்தில் வீரியம் இல்லை என்று தெரிந்தவுடன், தாய் குந்தியை முன்னிறுத்தி மகனை நெகிழ்வித்துவிடுகிறான்!

ஒருமுறை நாகாத்திரம் பாய்ந்தபோது தேரை அழுத்தி அருச்சுனனைக் காப்பாற்றிவிட்டான் கிருட்டிணன்! இரண்டாம் முறை நாகாத்திரம் பாய்ந்திருந்தால், அருச்சுனனுக்குக் கழுத்துதான் இருந்திருக்கும்; தலை இருந்திருக்காது! தாய்க்குக் கொடுத்த வாக்குறுதி தடுத்துவிட்டது!

இந்த அளவுக்குக் கருணனின் செயல் சுதந்திரத்தைக் குறுக்கிவிட்டு, எதிர் பாராத விதமாகக் கருணனின் தேர்ச் சக்கரம் தரையில் அழுந்திவிட்ட நிலையில் ஆயுதங்களைத் தேர்த்தட்டில் வைத்துவிட்டு, சக்கரத்தைத் தூக்கி நிறுத்த அவன் முயன்றபோது, அவசரம் அவசரமாக அவன்மீது அம்பை எய்யும்படி அருச்சுனனைக் கட்டாயப்படுத்துகிறான் கிருட்டிணன். குந்தியை விட்டுப் பெற்று வரச் சொன்ன இரண்டு வரங்களுக்குக் காட்டுகின்ற நன்றிக் கடனா இது? போரில் நன்றியாவது கடனாவது?

'இது தருமமா' என்று கேட்ட கருணனைப் பார்த்துக் கிருட்டிணன் கேட்கிறான்: 'இதை நீயா கேட்பது?'

தகுதியுள்ள வேறு யாராவது கேட்டிருந்தால், தகுதியான விடை கிருட்டிணனிடமிருந்து வந்திருக்கும்போலும்!

அதேபோல ஒருவருக்கொருவர் செய்யும் 'கதை யுத்தத்தில்' இடுப்புக்குக் கீழே ஆயுதத்தைப் பயன்படுத்தக்கூடாது என்று போர்த் தருமம் வலியுறுத்தினாலும், கிருட்டிணன் ஏவி அருச்சுனன் வீமனுக்குத் 'தொடையில் அடிக்கும்படி' சமிக்ஞை காட்டுகிறான்!

அவ்வாறு தொடையில் அடிபட்டு மாளும் நிலையை அடைந்துவிட்ட துரியோதனன், 'இது தருமமா?' என்று கேட்க, 'தருமத்தைப் பற்றியெல்லாம் உனக்குக் கவலை இருக்கிறதா துரியோதனா?' என்று கிருட்டிணன் நையாண்டி செய்கிறான்!

தருமம் வெற்றி பெற எத்தனை எத்தனை அதருமங்கள்!

காந்தாரி சாபம்; கிருட்டிணன் முடிவு!

காந்தாரி தன்னைத்தானே குருடாக்கிக் கொண்டதால், தான் பெற்ற பிள்ளைகளின் முகங்களைக்கூடப் பார்த்ததில்லை. அவர்களை வளர்க்கும் பொறுப்பை அவள் மேற்கொண்ட தில்லை. அவர்கள் யாராலோ வளர்க்கப்பட்டார்கள்; அதனால் தன்போக்காகவே வளர்ந்தார்கள்!

திரிதராட்டிரனாவது 'கண் கட்டை அவிழ்; பிள்ளைகளைப் பார்; அவர்களைத் தகுதியுடைய மக்களாக வளர்' என்று சொல்லியிருக்க வேண்டாமா? அவன் கண் பார்வை மட்டு மில்லை; அறிவுப் பார்வையும் இல்லாதவன்! தான் அடையாத இன்பத்தைத் தன் மனைவியும் அடையாதது குறித்து உள்மனதில் அவனுக்கு ஒரு பெருமிதம் இருந்திருக்கக்கூடும்!

குந்தி தன்னுடைய பிள்ளைகளை வளர்த்து வடி வமைத்த நேர்த்திதானே குரு வம்சம் பாண்டவ வம்சமாக சனமேசயன் காலம் தாண்டியும் நீள்வ தற்குக் காரணமானது!

குரு வம்சத்தின் இன்னொரு கிளையான கௌரவர் களின் வம்சம் காந்தாரி காலத்திலேயே பூண்டற்றுப் போய்விட்டதே!

அரசனின் மகளாகப் பிறந்த பேரழகி, எந்தவிதத் தேவையும் கட்டாயமும் இல்லாமலே ஒரு குருடனை மணந்து, கண்ணப்ப நாயனாரைப் போல் அதீத அன்பு காரணமாகத் தன்னையும் குருடியாக்கிக் கொண்டு, எண்ணிக்கையில் கூடுதலான பிள்ளைகளைப் பெற்றும், தன்னைச்

41

செயலற்றவளாக ஆக்கிக்கொண்டுவிட்டமையால், அந்தப் பிள்ளைகளை வடிவமைக்கும் வாய்ப்பினை இழந்து, கடைசியில் குருச்சேத்திரத்தில் அவர்களின் பிணங்கள் குவியலாகக் கிடந்ததைத் தொட்டுணர்ந்து, தன்னுடைய வம்சம் பூண்டற்றுப் போய்விட்டதை எண்ணி எண்ணிக் காந்தாரி இரவெல்லாம் வைத்த ஒப்பாரி இருக்கிறதே, அதுதான் குருச்சேத்திரப் போரின் உச்சம்! சொல்லில் அடங்காத சோகம்!

கிருட்டிணனே ஆறுதல் கூறியும் அவளால் அமைதி அடைய முடிய வில்லை!

குருச்சேத்திரப் போர் பேரழிவை ஏற்படுத்தி விட்டது. தங்களுடைய கணவனைத் தேடும் பெண்களெல்லாம் நீர்வார் கண்ணோடு ஒவ்வொரு பிணமாகப் புரட்டிக்கொண்டும் அரற்றிக் கொண்டும் இருக்கின்றனர்.

போர்க்களம் முழுதும் பிணங்கள்; அந்தப் பிணங்களைத் தின்ன நாய்களும், ஓநாய்களும், கழுகுகளும், காகங்களும் கூட்டம் கூட்டமாக வந்து இறங்குகின்றன!

தன் மக்கள் நூறு பேரும் மாண்டு கிடக்கும் குருசேத்திரப் போர்க் களத்திற்குக் காந்தாரியும் வருகிறாள்!

போர்க்களத்தைவிட்டு நகராமல் கதறிக்கொண்டிருக்கும் காந்தாரியைப் பார்த்துக் கிருட்டிணன் சொல்கிறான்: 'வீட்டுக்குப் போங்கள்! எந்த வலியும் அதைவிடப் பெரிய வலி ஏற்படும்போதோ, பெரும் மகிழ்ச்சி ஏற்படும்போதோ மறக்கப்பட்டுவிடும்!'

'முடியாது; என்னுடைய வலியைப் பற்றி உனக்கென்ன தெரியும்? ஒன்றா? இரண்டா? நூறு மக்களையும் அள்ளிக் கொடுத்து விட்டேனே' என்று அரற்றுகிறாள் காந்தாரி!

காந்தாரிக்குப் பாண்டவர்களின்மீது கோபம்; கிருட்டிணன்மீது அளப்பரிய கோபம்!

காலையிலிருந்து உண்ணாமல், ஒரு சொட்டு நீரருந்தாமல், தன்னுடைய மக்களைத் தொட்டுத் தடவிக் களைத்துப்போய்க் கண்ணீர் வடித்துக் கொண்டிருந்த காந்தாரி நள்ளிரவு வந்த பிறகு பசியை உணர்கிறாள். அப்போது மாம்பழ வாசம் மூக்கைத் துளைக்கிறது. கையை வீசி இருட்டில் துழாவுகிறாள்; உயரத்தில் மாங்கனி இருப்பதை வாசனையால் உணர முடிகிறது. கையால்தான் பறிக்க முடியும்; ஆனால் எட்டவில்லை!

கட்டைகளை ஒன்றின்மீது ஒன்றாக அடுக்குகிறாள். நிறையக் கட்டை களை அடுக்கிக் கொண்டே போகிறாள். பிறகு அந்தக் கட்டைகளின்மீது ஏறிக் கடைசியில் அந்த மாங்கனியைப் பறித்துப் பசியாறுகிறாள்! இதற் கிணையான சுவையை அவள் அறிந்ததே இல்லை!

பசி மறைந்த பிறகு, தன் மக்களின் பிணங்களைத் தேடிக் கொண்டிருந்தது நினைவுக்கு வருகிறது; மீண்டும் தேடத் தொடங்குகிறாள். அதன் பிறகுதான் அறிகிறாள், இதுவரை ஒன்றன்மீது ஒன்றாகத் தான் அடுக்கி வைத்து ஏறியது கட்டைகளை அல்ல; தன் மக்களின் பிணங்களை என்று! தான் அடங்காமல் அழுது தேடிய மக்களின் பிணங்களின் மீது ஏறியா அந்த மாங்கனியைப் பறித்துண்ண நேரிட்டது என்று எண்ணியபோது, காந்தாரியின் நெஞ்சே வெடித்துவிடும் போலிருக்கிறது!

துயரம் என்பது என்ன? அதன் அளவுதான் என்ன? மாறிக்கொண்டிருக்கும் தேவைகளுக்கிடையே, நிகழ்வுகளுக்கிடையே நிலையான துயரம் என்று ஒன்று இருக்க முடியுமா?

காந்தாரிக்குக் கிருட்டிணன் சொன்னது இப்போதுதான் அறிவில் உறைக்கிறது. இப்போது இன்னும் அடங்காத கோபம் கிருட்டிணனின் மீது ஏற்படுகிறது. இந்தக் கோபத்திற்குக் காரணம், தான் மோசமாகத் தோற்றுப் போனதால், தனக்குள் ஏற்பட்டிருக்கும் அவமான உணர்ச்சி!

'ஓ கிருட்டிணா...!' காந்தாரி கத்தினாள்! 'அயோக்கியனே... திருடா...! மாயை என்றால் என்ன என்று புரிந்து விட்டது. அதை ஈவிரக்கமில்லாமல், என் மக்களின் பிணங்களின்மீதே என்னை ஏறிச் செல்ல வைத்து நீ உணர்த்திய குரூரம் இருக்கிறதே, வஞ்சகனே, அதை என்றும் மன்னிக்க மாட்டேன்! நீ நாசமாய்ப் போவாய்! உன்னுடைய மனைவிகளையும் உறவினர்களையும் இழந்து, நான் அடைந்த துயரத்தை நீ அடையவேண்டும்! உன்னுடைய குலத்தினர் ஒருவரோடு ஒருவர் அடித்துக்கொண்டு செத்து மடிவதைக் கண்டு நீ நோகவேண்டும்!'

காந்தாரி சீறுகிறாள்; எரிமலையாகிறாள்! கிருட்டிணனை நெஞ்சாரச் சபிக்கிறாள்!

'வேடனால் ஒரு விலங்கு வேட்டையாடப்பட்டுச் சாவதைப்போல், நீயும் சாவாய் கிருட்டிணா!' காந்தாரியின் அடிவயிற்றிலிருந்து பீறிட்டுக் கிளம்பிய சாபம் அது!

வந்த வேலை முடிந்தது! வந்தவனெல்லாம் போயே தீர வேண்டும் என்பது இயற்கை விதி! கிருட்டிணனும் வந்தவன்தானே!

தேவேந்திரனான நகுசனைச் சபிக்க அகத்தியர் தேவைப்படவில்லையா? வீதியில் போகிறவன் வருகிறவனெல்லாம் தேவேந்திரனைச் சபித்துவிட முடியுமா?

கிருட்டிணனைச் சபிக்க வியாசன் காந்தாரியைத் தேர்வு செய்தான் என்பதிலேயே காந்தாரியின் அளப்பரிய சிறப்பு வெளிப்படவில்லையா?

காந்தாரியின் சாபம் பலித்தது! கிருட்டிணன் குடும்பத்தை இழந்தான்; உறவினர்களை இழந்தான்; அவனுடைய குலத்தார் அடித்துக் கொண்டு அழிவுற்றனர்.

கடைசியில் ஒரு நாள் களைத்துப்போன கிருட்டிணன் ஓர் ஆல மரத்தடியில் படுத்துக்கொண்டு, தனது இடது காலை வலது காலின்மீது வைத்து ஆட்டிக்கொண்டிருந்தான்!

அப்போது அவனுடைய இடது காலில் நஞ்சூட்டப்பட்ட ஓர் அம்பு வந்து சடக்கென்று தைத்து நின்றது. கிருட்டிணனின் இடது காலை ஒரு மானின் காது என்று எண்ணி வேடன் எய்து விட்டான்.

மதுரையிலிருந்து துவாரகைக்கும், பின்னர் அத்தினாபுரத்திற்கும் பயணம் செய்து, தன்னுடைய பிறப்பு நோக்கத்தை நிறைவேற்றிய குருச்சேத்திரச் சூத்திரதாரியின் வாழ்வு, ஒரு விலங்கின் வாழ்வுபோல் வேட்டைக்காரனின் கையால் முடித்து வைக்கப்பட்டது. காந்தாரியின் சாபப்படிதான் எல்லாம் நடந்தது என்றாலும் காந்தாரி சாபத்திற்கு வலுவான நியாயம் ஒன்றுமில்லை! அது ஒரு சாக்கு! அப்படியானால் கிருட்டிணனின் கோரமான சாவுக்கு எது காரணம்?

குருச்சேத்திரப் போர் மனிதகுல அழிவுக்குக் காரணமானது! அத்தினா புரம் விதவைகளின் நாடானது!

போரில் சூது, வஞ்சகம், அதருமமான முறைகள் கடைப்பிடிக்கப் படுவ தற்குக் கிருட்டிணனே தூண்டுவிசையாக இருந்தான். சத்தியவந்தனான தருமபுத்திரன் பொய் சொல்லத் தயங்கியபோது, அவனை அந்தக் கட்டாயத்திற்கு உள்ளாக்கியவன் கிருட்டிணனே!

பூபாரம் குறைக்கப்பட்டது; தருமம் நிலைநாட்டப்பட்டது; தருமத்தை நிலைநாட்ட அதிமனிதனாகப் பிறந்த கிருட்டிணன், மிக அபூர்வமாகச் சில வேளைகளில் கடைப்பிடித்த தீவினைகளின் விளைவு, கடைசியில் வேட்டையாடப்பட்டுச் சாக வைத்ததுபோலும்!

இது கடவுளரும் மனித நிலையில் வினைகளின் வாய்ப்பட்டோரே என்பதை நிறுவுகிறது.

நெறியினின்று சிறு அளவு நீங்கினாலும் கடவுளரும் அந்த வினையின் பயனைப் புசிக்க நேரும் என்று நிறுவுவதன்மூலம் சமூக ஒழுகலாறுகள் நிலைபெறுகின்றன.

காந்தாரி சாபம்; கிருட்டிணன் முடிவு!

அறத்தின் மைந்தன் அரியணை ஏறினான்!

பதினெட்டு நாள் மகாபாரதப் போர் முடிந்து பல நாட்கள் ஆகிவிட்டன. பிணங்கள் மொத்த மொத்தமாகக் கொளுத்தப்பட்டு, குருச்சேத்திரம் என்னும் பிணக்களத்தில் வீச்சம் குறையத் தொடங்கியிருந்தது. அவரவர்க்குரிய சாம்பல் பெரிய கிண்ணங்களில் சேகரிக்கப் பெற்று உரியவர்களால் கங்கையில் கரைக்கப்பெற்று, துக்கம் கொஞ்சம் கொஞ்சமாகத் தன்னுடைய கனத்தை இழந்துகொண்டிருந்தது. பெண்களிடம் வெடித்துக் கிளம்பிய அழுகையொலி, நாளாக நாளாகத் தேம்பலாக மாறி, பின்பு கண்கள் வெறித்த பார்வையோடு நிலைகுத்தி நின்று, ‘விதித்தது இதுதான்’ என்னும் மன அமைவு ஆறுதல்படுத்தியது!

இறந்தவர்களின் நினைவுச் சின்னங்கள் பூக்களால் அலங்கரிக்கப்பட்டன; மீண்டும் அடுப்படி புகையைத் தொடங்கியது!

போர் தொலைதூர நிகழ்வாகி, அந்த நினைவு மங்கத் தொடங்கிவிட்டது!

கணவனை இழந்துவிட்ட பெண்ணின் நிலையில் ஒரு நாடு இருக்க முடியாதே! அதற்கொரு மன்னன் உடனடியாக வேண்டும். வரி வசூல், ஆக்கப் பணிகள், குற்றம் செய்தவரைத் தண்டித்து நீதி வழங்கல் இவையெல்லாம் யாருக்காகவும் காத்திருக்க முடியாது!

தருமன் முடிசூட்டிக் கொள்ளப்போகும் நாளை மக்கள் எதிர்பார்த்து நிற்கின்றனர். அதிகார வர்க்கம் சுழற்சி பெற அரியணை நிரப்பப்பட வேண்டும்!

ஆனால் தருமன் சோர்ந்து போயுள்ளான்; அவனுடைய மனம் எங்கெங்கோ அலைகிறது; அபிமன்யு செத்தானே; அண்ணன் கருணனையும், பிதாமகர் பீசுமரையும் கொன்றோமே என்பது மட்டுமல்ல; மனித குல நாசத்திற்கு நாம் காரணமாய் இருந்து விட்டோமே என்னும் துயரம் அவனை அழுத்துகிறது! இதுதான் அதிகாரத்தின் தன்மை என்றால், 'அந்த அதிகாரம் நமக்கு வேண்டாம்' என்று எண்ணுகிறான் தருமன்!

'நாம் முறைப்படி போர் செய்து வென்ற நாட்டை ஆள மறுப்பது, தண்ணீர் வேண்டும் என்பதற்காகக் கிணற்றைத் தோண்டியவன், அந்த முயற்சியில் சேற்றை மட்டும் பூசிக்கொண்டு வெளியே வந்து, கிணற்றின் பயனை அடையாமல் போவது போன்றது' என்கிறான் அருச்சுனன்!

'உங்களுக்குப் பைத்தியமா பிடித்திருக்கிறது? உங்களுக்கு மட்டுமா பிடித்திருக்கிறது; எல்லாவற்றிற்கும் உங்கள் வாயையே பார்த்துக் கொண்டிருக்கிற உங்கள் தம்பிகளுக்கும்தான் பிடித்திருக்கிறது! இல்லை யென்றால் அறிவிழந்து பேசும் உங்களை இந்நேரம் சிறையினுள்ளே தள்ளி அவர்கள் ராச்சிய பாரத்தை ஏற்றிருக்க மாட்டார்களா?' என்று சீறுகிறாள் பாஞ்சாலி!

(சோ, மகாபாரதம் II, பக்.978)

பாஞ்சாலிக்கு ஆட்சிக் கட்டில், அரண்மனைச் சுகம், அரசி என்னும் மதிப்பு இவையெல்லாம் முக்கியம்!

அவள் அடிப்படையில் ஓர் அரசியற் பெண்; ஆணவம் மிக்கவள்; பழி வாங்கும் இயல்புடையவள்!

முன்பு வாக்குப் பிறழ்ச்சி அறப் பிறழ்ச்சியாகிவிடும் என்று தருமன் வனவாசத்தை ஏற்றபோதே, இவள் மிகவும் கடுப்படித்தாள்! 'ஒரு சத்திரி யனைப்போல் போர் தொடுக்காமல் காட்டில் நமக்கென்ன வேலை' என்று கேட்டவள் பாஞ்சாலி. ஆனால் அவனுடைய தம்பிகளோ தருமன் வழியே தங்கள் வழி என்று கொள்கிறவர்கள்! அதனால் விதியே என்று பாஞ்சாலியும் வனவாசத்தை உடன்பட்டாள்!

இப்போது எவ்வளவு பெரிய போர்; எவ்வளவு பெரிய இழப்பு; இவ்வளவுக்கும் பிறகு மணிமுடி வேண்டாம் என்கிறான் தருமன் என்றால், அவனைப் பிடித்துச் சிறையிலடைத்துவிட்டு, மற்றவர்கள் அரியணை ஏறவேண்டும் என்பதுதான் பாஞ்சாலியின் அதீத விருப்பம்!

எவ்வளவு காலத்திற்குத்தான் தருமனோடு போராடுவது? ஒரு குதிரை கடிவாளத்திற்கு வாயைத் திறக்க மறுப்பது நியாயம்; கொள்ளுக்குமா வாயைத் திறக்க மறுப்பது?

பாஞ்சாலி ஒரு தன்முனைப்பு மிக்க சத்திரியப் பெண். அவளுக்கு ஆட்சி, அரியணை, அதிகாரம், பெருமை இவைதாம் முக்கியம்! அவளுக்குத் துரியோதனனும் ஒன்றுதான்; தருமனும் ஒன்றுதான்! அரச குலத்தவன் ஒருவன் கணவனாக இருக்கவேண்டும் அவ்வளவுதான்! ஒப்பாரும், மிக்காரும் இல்லாத் தருமனுக்கு வாழ்க்கைப்பட்டுத் தானும் பாடாய்ப் பட்டுத் தருமனையும் பாடாய்ப் படுத்தி, இருவருக்குமே கேடாய்ப் போய்விட்டது!

கடவுள், உயிர், வினை, மறுபிறப்பு இவற்றின் மறுப்பாளனான சார்வகன் (atheist) ஒருவன் தருமனை ஆட்சிப் பொறுப்பேற்கச் சொல்கிறான்! 'நாளை என்பது இல்லை; இன்றே இப்போதே கிடைத்ததையெல்லாம் நுகர்ந்து விடு!'

'சாவுக்குப் பிறகு பிறப்பு இல்லை; உயிர் என்று ஒன்றும் கிடையாது; வினைச் சட்டம் என்பது பித்தலாட்டம்; கடவுள் என்பவர் இல்லவே இல்லை! இன்பம்தான் வாழ்வின் ஒரே நோக்கம்! எல்லாச் சுகங்களை ஒரு சேர அடைவதற்குள்ள வாயில் அரசனாவதுதான்! ஆகவே அதை அடை; முடிசூடிக் கொள்' என்கிறான்.

'வனத்திற்குப் போகிறேன்' என்று நிற்பவனிடம் 'வாழ்க்கையை அனுபவிக்க முடிசூடிக் கொள்' என்னும் சார்வகனின் அறிவுரை எடுபடுமா?

இறுதியாகக் கிருட்டிணன் தருமனிடம் பேசுகிறான்: 'நீ விரும்புவது போல வாழ்வைத் துறந்து வனத்திற்குச் சென்று மனஅமைதி பெறுவது இயலக் கூடியதுதான்! ஆனால் உன்னுடைய நாட்டைப் பற்றிச் சிறிதாவது கவலைப் பட்டாயா? அதை அப்படியே கைவிட்டு விடுவாயா?'

தருமன் ஒன்றும் சொல்லத் தோன்றாமல் கூர்ந்து கிருட்டிணனையே பார்த்துக்கொண்டிருக்கிறான்! கிருட்டிணன் சொல்ல வந்ததன் முக்கிய பகுதி இதுவாக இருக்காது; அதை வளர்த்தெடுத்துப் பின்னால் சொல்லுவான் என்பது தருமனுக்குத் தெரியும்! ஆகவே அமைதியாகக் கேட்டுக் கொண்டிருக்கிறான்!

'ஒரு துறவி தன் வாழ்வைப் பொருளுடையதாக ஆக்கிக்கொள்ள முடியும் என்பது உண்மைதான். ஆனால் ஓர் அரசன் மட்டுமே தன்னுடைய குடிமக்களின் வாழ்க்கையைப் பொருளுடையதாக ஆக்க முடியும்! உன் ஒருவனின் தேவை நிறைவுபெறுவதை விட, எத்தனையோ இலட்சம் குடிமக்களின் தேவை நிறைவு பெறுவது சிறந்ததல்லவா? மன்னனாவதைத் தெரிவு செய் தருமா!'

'அதைச் செய்ய நான் எதற்குக் கிருட்டிணா?'

'உன்னைவிடச் சிறந்தவன் வேறு யாருமில்லாததால்!'

'ஓர் அரசைச் சூதாடித் தோற்றாய்; அதன் பிறகு அதன் காரணமாக நாட்டை விட்டு வெளியேறி பதின்மூன்றாண்டுகள் வனத்தில் வாழ்ந் தாய்; அந்தத் துயரத்தை அமைதியாகப் பொறுத்தாய்; செய்த பிழையை நினைத்து வருந்தினாய்; அதைத் திருத்திக்கொண்டாய்; இதுபோன்ற அசாதாரண வாழ்க்கையால் பிறர் செய்யும் பிழையைப் பொறுத்துக் கொள்வது உள்ளிட்ட பல பக்குவநிலைகள் கைவரப் பெற்றாய்! வனவாசம் முடிந்து போரைத் தவிர்க்கத் துரியோதனனுக்குச் சமாதானத் தூது அனுப்பினாய்; ஆணவம் காரணமாக அவன் அந்தத் தூதை ஒரு பொருட்டாகக் கொள்ளாததையும், அதருமத்தின் கூத்தாட்டத்தையும் கண்கூடாகப் பார்த்தாய்; மூன்று உலகைப் பெறுவதற்காகவும் பொய் சொல்லாதவன் என்று நம்பப்பட்ட நீ, போர்க்களத்தில் உன் ஆசிரியனிடமே பொய் சொன்னாய்! தருமம் பல நுண்கூறுகளை உடையது; தன்னை நிலை நிறுத்திக்கொள்ள அது எத்தனையோ வழிகளைக் கையாளுகிறது என்பதையெல்லாம் பட்டறிந்து தெளிந்தாய்!'

அனைவரின் பார்வையும் கிருட்டிணன் மீதே இருந்தது. இமைக்கக்கூட மறந்து கிருட்டிணன் சொல்வதைக் கேட்டுக்கொண்டிருக்கின்றனர்!

'குந்தியின் மகனே' கிருட்டிணன் தொடர்கிறான்! 'அறிவும் இதயமும், அறிவும் செல்வமும், கட்டுப்பாடும் கருணையும் எவனிடத்தில் சமநிலையில் உள்ளதோ, அவன்தான் இந்த உலகத் தேரை நடத்திச் செல்வதற்குரிய தகுதி பெற்றவன்!'

'தருமா, எழுந்திரு! பெருமைக்குரிய ஆற்றல் வாய்ந்த தம்பிகளை உடன் வைத்துக்கொண்டு, நாட்டை வழி நடத்து!'

தலைவணங்கி எழுகிறான் தருமன்!

'தருமம் நுண்கூறுகளை உடையது; அது தன்னை நிலைநிறுத்திக் கொள்ள எத்தனையோ வழிகளைக் கையாளுகிறது' என்னும் கிருட்டிணனின் இந்த வரிகள்தாம் மகாபாரதத்தின் சாரம்!

'எத்தனையோ வழிகள்' என்னும் சொற்களுக்குள் மிக அபூர்வமாக நேரிட்டு விடுகிற தடப்பிறழ்ச்சியும் அடங்கும்!

தடமல்லாததை வாழ்க்கைத் தடமாகக் கொண்ட துரியோதனன் வேறு!

தடத்தில் நடப்பதையே வாழ்க்கைக் குறிக்கோளாகக் கொண்ட தருமனுக்கு நேரிட்ட தடப்பிறழ்ச்சி என்பது வேறு!

இதைப் பட்டறிந்துதான் தருமனாலேயே புரிந்து கொள்ள முடிந்தது என்கிறான் கிருட்டிணன்!

தருமன் மேலானவன்; மேலானவனுக்கெல்லாம் மேலானவன் கிருட்டிணன்!

தருமனைக் கேட்க வைக்கக் கிருட்டிணன் வேண்டும்! பாஞ்சாலியால் முடியுமா?

தருமன் பாலாலும் கங்கை நீராலும் திருமுழுக்குச் செய்யப்படுகிறான்; சங்கு முழங்குகிறது; தாமரை மலர்கள் சொரியப்படுகின்றன! அதிகாரச் சின்னமான முத்திரைக் கோலும், வில்லும் வழங்கப்படுகின்றன.

வில்லைப்போல் அதிக இறுக்கமின்றியும் அதிகத் தளர்வின்றியும் இருக்குமாறு உபதேசம் மொழியப்படுகிறது!

முடிசூட்டு விழாவைக் கிருட்டிணன் முன்னின்று நடத்துகிறான்!

'இனி நெடுங்காலம் அரசாண்டு வாழ்க' என்று சொல்லி அறத்தின் மைந் தனான தருமனை நான்கு தம்பிமார்களுடன் இருத்திவிட்டு, 'யான் ஊருக்குச் செல்கிறேன்' என்று சாத்தகியும் பலராமனும் தன்னைச் சூழ்ந்து வர துவரை நகர்த் திசை நோக்கிப் பெயர்ந்தான் கிருட்டிணன். ஒலிக்கின்ற கடலால் சூழப்பட்ட பூமியை அறவழியில் நடத்திக்கொண்டு அத்தினாபுரியில் வாழ்ந்தனர் பாண்டவர்கள்!

> இனி ஊழி வாழ்திர் என இளைஞர் ஒரு நால்வருடன் அறத்தின் மைந்தன்
>
> தனை இருத்தி மீள்வல் எனச் சாத்தகியும் அலாயுதனும் தன்னைச் சூழ
>
> வினையகற்றும் பசுந்துளவோன் துவரை நகர்த் திசை நோக்கி மீண்டான் கீர்த்திக்
>
> கனைகடல் பார் அளித்து அவரும் அந்நகரில் அறநெறியே கருதி வாழ்ந்தார்

(வில்லி. சௌப்திக. x, 250)

கிருட்டிணன் தருமனுக்கு முடிசூட்டுவிக்கும் இந்தப் பாடலோடு வில்லிபுத்தூரார் மகாபாரதம் முற்றுப் பெற்றுவிடுகிறது!

இராமனின் முடிசூடலோடு கம்பராமாயணம் முற்றுப் பெறுதலை வில்லிபுத்தூரார் முன்மாதிரியாகக் கொண்டு தன்னுடைய நூலையும் முடிசூட்டு விழாவோடு முடித்திருக்கக் கூடும்!

இசுலாத்தில் துறவு என்னும் வாழ்க்கை முறையே இல்லை! ஏசு மணந்து கொள்ளாம லேயே வாழ்ந்தவர். ஆனாலும் அவர் துறவைத் தன்னைப் பின்பற்றுவோருக்கு வலியுறுத்த வில்லை! அது கடைப்பிடிப்பதற்கு அரியது என்று சீடர்களிடம் சொல்லிவிட்டார். ஆனால் அவர் காலத்திற்குப் பிறகு புனிதர் பால் போன்ற வர்கள் கட்டியமைத்து வளர்த்த கிறித்துவ சமயம், போப்பைத் தலைவராகக் கொண்டு உலகெங்கும் துறவை வாழ்க்கைமுறையாகக் கொண்ட பாதிரியார்கள் கூட்டத்தை உருவாக் கியது! அந்தத் துறவு நிறுவனவயப்பட்டது (institu-tionalised); ஆகவே அதில் மேல், கீழ் என்னும் வரிசைமுறை உண்டு; கட்டளைக்கு அடிபணிய வேண்டிய கட்டாயம் உண்டு!

அதன் இன்னொரு பிரிவான புராட்டசுடண்டு (protestant) இயக்கத்தில் பாதிரியார்களின் மண உறவு ஏற்கப்பட்டது.

ஆனால் இந்தியச் சமயங்களில் மட்டுமே துறவு என்பது விடுதலைத் துறவு! தனி மனிதர்களே தங் களின் எல்லாச் செல்வங்களையும் உதறிவிட்டு, ஒரு முழக் கோவணத்தோடு வெளியேறி வாழ்தல் இந்தியாவிலும் தமிழ்நாட்டிலும் பெருகிக் காணப் படும் ஒரு வாழ்க்கை முறையாகும். வள்ளலார், தாயுமானவர், பட்டினத்தார் போன்றவர்கள் விரும்பித் துறவு பூண்டவர்களே! பட்டினத்தார்

ஒப்பிட்டுச் சொல்ல முடியாத அளவுக்குப் பெருஞ் செல்வர்; தாயுமானவர், நாயக்கர் ஆட்சியில் அமைச்சராய் இருந்தவர்!

நம்முடைய துறவிகளுக்குப் பாராளும் வேந்தனும் சிறு துரும்புதான்!

'நாமார்க்கும் குடி அல்லோம்' என்று நம்முடைய அப்பரான திருநாவுக்கரசர் 'ஆனானப்பட்ட' பேரரசன் மகேந்திரவர்மப் பல்லவனைப் புறந்தள்ளி விடவில்லையா? குடியுரிமை (Citizenship) வேண்டாப் பெருமக்கள் இவர்கள்! இதுதான் துறவின் வலிமை!

வேதத்திற்குப் பிந்திய காலத்தில் மன்னர்களிலிருந்து சாதாரண மனிதர்கள்வரை வாழ்வின் மூன்றாம் பருவத்தில் மனைவியோடு வனத்தில் சென்று வாழும் முறையை மேற்கொண்டனர்; இறுதி நிலை சன்னியாசம்! இது ஆரியப் பகுப்புமுறை; முன்னிரு முறைகள் மாணவப் பருவம் (பிரும்மச்சரியம்), இல்வாழ்க்கை (கிருகத்தம்)!

வானப்பிரத்தமே துறவு நிலைதான்! மனைவி உடனுறைய வனத்தில் வாழ்தல்! கௌரவ வம்சத்தில் எஞ்சி இருந்த திரிதராட்டிரன் தன் மனைவி காந்தாரியோடு, அரண்மனையை உதறிவிட்டுக் காட்டுக்குச் சென்று வாழும் வாழ்க்கையை மேற்கொள்கிறான்.

விதுரனும், பாண்டவர்களின் தாயான குந்தியும், திரிதராட்டிரனின் உதவியாளாக வாழ்க்கை முழுவதும் இருந்த சஞ்சயனும் உடன் புறப்படுகின்றனர்.

திரிதராட்டிரன் அழைத்தவுடன் காந்தாரி ஏதோ கடைத்தெருவுக்கு அழைத்ததுபோல உடனே புறப்பட்டுவிடுகிறாள் என்பதும், 'என்னை விட்டுவிட்டுப் போகிறீர்களே' என்று குந்தியும் வாரிச் சுருட்டிக் கொண்டு கிளம்புவதும், சன்னியாச வாழ்க்கை மக்களிடம் பழகிப் போயிருந்ததையே காட்டுகிறது.

வனத்தில் கொண்டுபோய் இவர்களை விட்டுவிட்ட பிறகும், தருமன் குந்தியிடம் அரண்மனைக்குத் திரும்பிவிடுமாறு மிகவும் கெஞ்சுகிறான்! 'நீ காட்டுக்குப் போவதற்கு எங்களை ஏன் போரிடச் சொன்னாய்? வாழ்நாள் முழுதும் துயரப்பட்ட நீ, நாங்கள் ஆட்சியிலிருக்கும்போது அரசன் தாயாக உடனிருக்கக் கூடாதா' என்றெல்லாம் கண்ணீர் மல்கக் கேட்கிறான்.

குந்தி சொல்கிறாள்: 'அரச இன்பங்களை அடைவதற்காக உங்களைப் போரிடச் சொல்லவில்லை. வஞ்சத்துப் பறிக்கப்பட்ட உங்கள் நாட்டைத் திரும்ப அடைவதுதான் சத்திரிய தருமம் என்பதற்காகப் போரிடச் சொன்னேனே ஒழிய, நீ அரசனாகிவிட்டால் அரண்மனைச் சுகங்களைப் பெறலாம் என்பதற்காக அல்ல. உங்களின் தந்தை பாண்டு

ஆட்சிக் கட்டிலில் இருந்தபோது, அரசியாகவே நான் எல்லாச் சுகங்களையும் பார்த்துவிட்டேன்! இனிப் புதிதாக அடைவதற்கு எதுவுமில்லை.'

மீண்டும் தருமன் பேசத் தொடங்க, குந்தி மறிக்கிறாள்: 'நான் களைத்து விட்டேன் மகனே; என்னை அடுத்த கட்டத்திற்கு நகர விடு!'

எவ்வளவு தீர்மானமாகப் பேசுகிறாள் குந்தி! வாழ்க்கையைப்பற்றி ஒரு நெடிய பார்வை உடையவள் அவள்! ஒரு வாழ்வு என்பது அவா, போட்டி, பொறாமை, புறங்கூறல், பழித்தல், வஞ்சித்தல், பிறருடையதைக் கவர்ந்து கொளல், பொய், ஏமாற்று என்று எத்தனையோ இழிதகைமை களால் நிறைந்தது. எளிய மனிதனுக்கும் பாராளும் வேந்தனுக்கும் வாழ்வின் சாரம் ஒன்றுதான்!

ஆசைதான் இயக்கு விசை; அது நிறைவு பெறாவிடில் மனமுறிவுக்கு வழி வகுக்கிறது; நிறைவேறி விட்டாலோ அடுத்த ஆசை கிளைத் தெழுகிறது!

ஒரு பொருள் நம்மிடம் இருக்கிறது என்பதால் அடையும் மகிழ்ச்சியை விட, அவனிடமும் இருக்கிறதே என்பதால் அடையும் துயரமே கூடுதலானதாயிருக்கிறது!

நுகர்ச்சிகள், அடிப்படைத் தேவைகள் வரம்புக்குட்பட்டவை; ஆசைகளோ அளவுபடாதவை! ஆகவே துயரமே வாழ்வின் சாரம்!

இந்திய ஞானிகள் வியாசன், வள்ளுவன், புத்தன் ஆகிய அனைவருமே ஏதோ ஒரு கட்டத்தில் இந்தப் போட்டி வாழ்க்கையிலிருந்தும் நுகர்ச்சி வாழ்க்கையிலிருந்தும் விடுபடுவதன்மூலம் மட்டுமே நிருவாண நிலையையோ, துறக்க நிலையையோ, குறைந்தபட்சம் உளைச்சலற்ற மனநிலையையோ அடைய முடியும் என்றனர்!

வானப்பிரத்த வாழ்க்கை, சன்னியாச வாழ்க்கை இரண்டுமே சமூகத்தை விட்டு வெளியேறி வாழும் வாழ்க்கைமுறைதான்! புலனின்பங்களைத் துறத்தல்; புலனின்பங்களிலேயே தலையாய பெண்ணின்பத்தைத் துறத்தல்; உடைமை என்று ஒன்றையும் கொள்ளாதிருத்தல்! எனவே அவற்றின் வழியே வருகின்ற துன்பங்கள் அனைத்தையும் துறந்துவிட முடிவதுதான் துறவினால் வரும் நன்மை!

துறவு என்பது அடிப்படையில் சமூகத்தைத் துறத்தல்! வனத்திற்குப் போய் சமூகத்தைத் துறக்கலாம்; அது எளிய முறை. எளிதில் தீப்பற்றும் சுள்ளிகள் அருகிலில்லை என்பது நல்லதுதானே!

அப்படி அல்லாமல் சமூகத்திற்கு நடுவிலேயே வாழ்ந்துகொண்டு சமூகத்தைத் துறந்து விடலும் உண்டு! தன்னுடைய அறிவால் பகுத்துச்

சொல்லி நடைமுறையில் வாழ்ந்து காட்டி, கொடு நோயால் பீடிக்கப் பட்டிருந்த மனித சமூகத்திற்கு மருந்தளித்த கருணையாளன் புத்தன் சமூகத்திற்கிடையே வாழ்ந்தவன்தான்!

கடைசிவரை அரச போகங்கள் வாய்க்கப் பெற்ற திரிதராட்டிரனும், காந் தாரியும், குந்தியும், விதுரனும் அவற்றையெல்லாம் துறந்துவிட்டு, தன் இரத்த உறவினர்களை உதறிவிட்டு, சமூக வாழ்வு தந்த பாதுகாப்பையும் கைவிட்டுவிட்டு, கிடைத்ததை உண்டு வாழும் எளிய வாழ்வுக்கு மாறமுடியுமென்றால், எளியவர்களால் முடியாதா? எளியவர்கள் இந்த வாழ்க்கை முறைக்கு மாறுவதற்கு, இவர்களின் துறவு ஒரு தூண்டு விசையாய் அமையாதா?

எங்கு போகிறோம் என்னும் குறிக்கோள் இன்றி, காட்டிலே கால் போனவாறு நோக்கமற்று அலைகின்ற அந்தப் பிடிப்பற்ற வாழ்க்கையிலே, பல ஞானிகளையும், முனிவர்களையும் இடையிடையே சந்தித்துக் கேட்கின்ற அறவுரைகள் பெரும்பயன் விளைவிப்பவை! அவர்கள் நால்வருக்கும் இப்படியே சிலகாலம் கழிகிறது!

ஒரு நாள் வழக்கம்போல் விதுரர் யோகம் பயின்ற நிலையில், மூச்சை இழுத்து வெளிவிடும்போது உயிரும் சேர்ந்து வெளியேறிவிட்டது. அப்படியே விதுரர் சாய்ந்து விட்டார்.

அறம் சார்ந்த வாழ்க்கையினர்க்குத்தான் இத்தகைய சாவு கிட்டும்! இப்படியே நாட்கள் கழிந்து கொண்டிருந்தபோது, ஒரு நாள் புகையின் வாசனையை நுண்ணிய புலனுணர்வு கொண்ட திரிதராட்டிரன் உணர்கிறான்! காட்டுத் தீ பற்றிப் பரவிக் கொண்டிருக்கிறது என்பதைப் புரிந்து கொண்டு விட்டான்!

‘ஓடுங்கள்! ஓடுங்கள்!’ என்று பதறுகிறான் திரிதராட்டிரன்!

‘ஏன்? ஏன் ஓட வேண்டும்?’ தீர்மானமான குரலில் காந்தாரி கேட்கிறாள்!

இப்படி ஒரு கேள்விக்கு யார்தான் என்ன விடை சொல்ல முடியும்?

தீயின் நாக்குகள் காற்றினால் வேகங் கொள்கின்றன. காட்டில் பெரும் பரப்பை எரித்துக்கொண்டு விரைந்து பரவிக் கொண்டிருக்கிறது தீ!

திரிதராட்டிரன் சஞ்சயனை அழைத்து, ‘மீதி வாழ்க்கையை இமயமலையில் தவத்தில் கழி’ என்று விடை கொடுத்து அனுப்பி விடுகிறான்!

யாரோ விருந்தாளியை எதிர்பார்த்து வரவேற்க காத்துக்கொண்டிருப்பது போல, தீ தங்களிடம் வருவதற்குக் காத்துக்கொண்டிருக்கின்றனர் திரித ராட்டிரனும், காந்தாரியும், குந்தியும்!

சிறிது தயங்கிவிட்டு, தீ தன்னுடைய நாக்குகளால் அந்த மூவரையும் சுற்றி வளைக்கிறது!

இறந்த பிறகு எரிக்க வேண்டிய உடலை உயிரோடு இருக்கும்போதே எரித்து விட்டது! இறந்த பிறகு எரித்திருந்தால், வேதனை தெரியாது!

நூறு ஆண் மக்களைப் பெற்றெடுத்தாள்; ஆட்சிப் பெருமை இருந்தது! நூறு பேரும் மடிந்து விட்டனர்; ஆட்சியும் போய்விட்டது! எல்லா வற்றிற்கும் மேலாக கௌரவ குலமே முற்றாக அழிந்து விட்டது! அசை போடுவதற்குக்கூட இனிய நினைவுகள் என்று எதுவுமில்லை!

'ஏன்? ஏன் ஓடவேண்டும்?' என்னும் காந்தாரியின் கேள்வி மிகுந்த பொருளுடையது. வாழ்வு என்பது என்ன என்று பிடிபட்டுவிட்ட பிறகும் எதற்கு ஓட்டம்?

இனிப் பாதுகாத்து வைத்துக் கொள்வதற்கு என்ன இருக்கிறது? பொங்கலுக்கு முதல்நாள் போகிப் பண்டிகை அன்று வேண்டாத குப்பைகளை எல்லாம் எரித்து விடுவதில்லையா?

இந்த உடல் 'வேண்டாத குப்பை!'

கலி முற்றிவிட்டது!

எல்லாவற்றையும் நான்கு நான்காகப் பகுப்பது ஆரியமுறை. வேதங்கள் நான்கு: ருக்கு வேதம், யசுர் வேதம், சாம வேதம், அதர்வண வேதம்!

வருணங்கள் நான்கு: பார்ப்பனர், சத்திரியர், வைசியர், சூத்திரர்!

வாழ்நிலைகள் நான்கு: பிரம்மச்சரியம் , கிரகத்தம், வானப்பிரத்தம், சன்னியாசம்!

காலப் பகுப்பு நான்கு: கிருத யுகம், திரேதா யுகம், துவாபர யுகம், கலியுகம்!

அது போல் நான்கு வேதம் நீங்கலாக சாத்திரங்கள் ஆறு, புராணங்கள் பதினெட்டு, உபநிடதங்கள் முப்பத்திரண்டு, ஆகமங்கள் இருபத்தெட்டு, கலைகள் அறுபத்திநான்கு!

இவை போக உப வேதங்கள்! போர்க்கலையைக் கற்க தனுர் வேதம், நோய்நொடி குறித்த கல்விக்கு ஆயுர்வேதம், அரங்கேற்றப்படும் நுண்கலைகளுக்குக் காந்தர்வவேதம், காலத்தின்மீது தீர்மானமாகின்ற சோதிடம், இடத்தின்மீது தீர்மானமாகின்ற வாத்துசாத்திரம் (vasthu sastra), அரசியலை நிருணயம் செய்கிற அருத்தசாத்திரம்! காமத்தின் நுட்பங்களைக் கற்பிக்க காமசூத்திரம்!

இன்றைக்கு இரண்டாயிரத்து ஐநூறு ஆண்டுகளுக்கு மேல் மூவாயிரம் ஆண்டுகளுக்குள் எழுதப்பட்ட மகாபாரதம் துவாபர யுகத்தில் வாழ்ந்த பாண்டவர்களின் கதையைப் பேசுகிறது!

பாண்டவர்கள் பெரும்பகுதி துவாபர யுகத்தில் வாழ்ந்துவிட்டு, இறுதியில் கலியுக நுழைவாயிலிலும் நுழைந்தவர்கள்தாம்!

யுகவாரியாகக் காலத்தைப் பிரித்து நான்கு யுகங்களுக்குள் எல்லா வற்றையும் அடக்கி விட்டது மகாபாரதம்!

ஒவ்வொரு யுகமும் எத்தகையது; அந்த யுகத்தில் வாழுகின்ற மனிதர்களின் குணங்கள் எத்தகையவை என்றெல்லாம் மகாபாரதம் பகுத்திருக்கிறது.

கிருத யுகத்தில் அழுகையில்லை; ஆணவமில்லை; சதி இல்லை; சண்டை இல்லை; பொறாமை இல்லை; போட்டியுமில்லை! யுகங்களி லேயே கிருதயுகம்தான் மேலானது; அதனால்தான் பாரதி, 'கிருத யுகம் எழுக மாதோ' என்று பாடினான்!

திரேதா யுகத்தில் தவமும் தானமும் முதன்மையுறும்; கிருத யுகத்திலோ மனிதர்கள் இயற்கையாகவே பிரும்மத்தில் ஐக்கியமாகி நின்றனர்; அதற்கு மாறாகத் திரேதா யுகத்தில் தவம் செய்தே பிரும்மத்தை அடைய முடியும் என்ற நிலை ஏற்பட்டது!

அடுத்து வந்த துவாபர யுகத்தில் வேதத்தை முழுமையாக அறியும் ஆற்றல் பலருக்கு இல்லாமல் போனதால், வேதமே நான்காக வகுபட்டது! ஒவ்வொரு பகுதிதான் ஒரு சிலருக்குத் தெரியும் என்னும் காலம் வந்தது. பிரும்மத்தை அறியும் முயற்சி போய்விட்டது. வாய்மையிலிருந்து வழுக்கும் போக்கு ஓங்கியது! இன்பத்தைத் தேடி அலைவதும், மறுமையில் சொர்க்கம் கிடைக்க அவாவுவதும் இந்த யுகத்தின் குணம்சங்களாயின!

இந்த யுகத்தில்தான் மகாபாரதப் போர் நடைபெற்றது. போர் முடிவில் தருமன் அத்தினாபுரிக்கு மன்னனாக முடிசூடிக் கொண்டு மிகச்சிறப்பாக ஆட்சி புரிந்து வந்தான்!

அப்போது ஒரு நாள் தருமன்முன் ஒரு வழக்கு வந்தது! இருவர் ஒரு புதையல் குறித்து விவகாரத்தோடு தருமனை அணுகினர்.

ஒருவன் சொன்னான்: நான் இவனிடம் நிலம் வாங்கினேன்; கேணி தோண்டியபோது, ஒரு குடம் தென்பட்டது. அதைத் திறந்து பார்த்த போது, பொற்காசுகள் இருந்தன. இவன் இப்போது, 'என்னிடம் நிலத்திற்கு மட்டும்தான் விலை கொடுத்தாய்; அதிலுள்ள புதையலுக்கு மல்ல; ஆகவே புதையல் என்னைச் சேர்ந்தது' என்கிறான்! ஆனால் எப்போது நிலத்தை வாங்கி விட்டேனோ அப்போதே அதிலுள்ள கல், மண், புதையல் எதுவாயினும் எனக்குத்தான் சொந்தம்!

மற்றொருவன்: 'இல்லை அரசே! நிலம் மட்டும் தான் இவனுக்குரியது; புதையல் எனக்குரியது!'

இதைக் கேட்டுக்கொண்டிருந்த வீமன் தருமனிடம், 'அண்ணா! இதே வழக்கை இரண்டு மாதம் முன்பே என்னிடம் கொண்டுவந்தார்கள்; இரண்டு மாதம் கழித்து வாருங்கள்; தருமர் முன்னே பேசலாம் என்று சொல்லி அனுப்பினேன்; அப்போது வேறு மாதிரி சொன்னார்கள்' என்றான்!

'அவர்களுடைய முந்தைய வாதம் என்ன' என்று தருமன் கேட்க வீமன் சொல்கிறான்: 'நிலத்தை எப்போது விற்றுவிட்டேனோ, அப்போதே அதில் எது இருந்தாலும் வாங்கியவனுக்குச் சொந்தமாகி விடுகிறது' என்று விற்றவன் சொன்னான். ஆனால் வாங்கியவனோ, 'நான் நிலத்தை மட்டும்தான் வாங்கினேன்; அதிலிருந்து எதிர்பாராமல் கிடைத்த புதையல் எனக்குரியதன்று; அது விற்றவனுக்கே உரியது' என்றான்! இப்போது இரண்டு பேருமே தங்களின் நிலையைத் தலைகீழாக மாற்றிப் பேசுகின்றனர்!

தருமன் சொல்கிறான்: 'இது அவர்களின் குற்றமில்லை; கால மாற்றத்தின் குற்றம்; இரண்டு மாதம் முன்பு அவர்கள் துவாபர யுகத்தில் வாழ்ந்தார்கள்; முழுமையும் கெட்டுப் போய்விடாத யுகம் அது; நல்லவையும் நிலை பெற்றிருந்தன! இன்று காலை கலியுகம் பிறந்து விட்டது; இனி எல்லாமே இப்படித்தான் இருக்கும்! நம்முடைய காலம் முடிந்து விட்டதைக் கலியின் பிறப்பு உணர்த்துகிறது. பரீட்சித்துக்குப் பட்டம் கட்டிவிட்டு நாம் வனத்திற்குச் சென்று தவ வாழ்க்கையை மேற்கொள்ளலாம்! அடுத்த மாதம் பரீட்சித்திடம் இந்த வழக்கை முன்வைத்துத் தீர்ப்புப் பெற்றுக் கொள்ளச் சொல்லி விடு!'

பதினைந்தாண்டு காலம் அறவழியில் ஆட்சி செய்த தருமனும் பிற பாண்டவர்களும் பாஞ்சாலியோடு ஆட்சியை மட்டுமன்று; வாழ்க்கையையும் துறந்துவிட்டு விரும்பி வனவாசம் மேற்கொள்கின்றனர். பரீட்சித்து மன்னனாகிக் குரு வம்சாவளி ஆட்சி தொடர்கிறது.

கலி காலப் பிறப்பு தருமனையே கலங்க வைத்து விட்டதே!

இன்று நாம் வாழுங் காலத்தில் என்னென்ன தீமைகள் செழித்தோங்கி விட்டதாக நாம் மனம் நோகிறோமோ, அவற்றை எல்லாம் மகாபாரதம் கலிகாலத்தின் தீமைகளாகப் பட்டியலிடுகிறது.

கலி காலத்தின் போக்கு என்பது 'முந்தைய யுகத்தில் இருந்து வந்தது போல் எதுவும் இருக்காது; எல்லாமே தலைகீழாக மாற்றமுறும்; நாகரிகத்தின் தொடக்க காலத்தில் பிரித்து வகுத்தமைத்த மதிப்பீடுகளில் கால்வாசிகூட நடைமுறையில் தேறாது!'

'மனிதன் இன்பம் இன்பம் என்று அலைவான்; பிள்ளைகள் பொறுப் பற்று வளர்வார்கள்; பெண்கள் ஆண்களைப் போலவும், ஆண்கள் பெண்களைப் போலவும் நடந்துகொள்வார்கள்! மனிதர்கள் விலங்கு களைப்போலப் புணர்ச்சியில் ஈடுபடுவார்கள்; எதிலும் வரைமுறை இருக்காது!'

அதிகாரம் என்பது மக்களுக்குத் தொண்டாற்ற என்னும் நிலைபோய், அது வழிபாட்டுக்குரிய நிலையை எய்தும்; நீதிமுறை கைவிடப்படும்; தியாகம் மதிக்கப்படாத நிலையை அடையும்; அன்பு, கருணை இவை கேலிக்குரியவையாகும்; ஒவ்வொருவனும் தன் தேவையை நிறைவு செய்துகொள்ள எந்த மட்டத்திற்கும் போவான்; யாரைப் பலியிடு வதற்கும் எவனுக்கும் எந்தத் தயக்கமும் இருக்காது!

இப்படிச் சிலர் இருப்பார்கள் என்றால் அது கவலைக்குரியதில்லை; இப்படித்தான் பலரும் இருப்பார்கள் என்றால் உலகம் வாழத்தக்க இடமாக இருக்க முடியாதே!

பாம்பு ஒன்றிரண்டாக இருந்தால் தேடிப் பிடித்து அடித்து விடலாம்; மிதிக்கின்ற இடமெல்லாம் பாம்புகள் இழையும் காட்டில் எப்படி வாழ்வது?

இதைத்தான் கலியுகம் என்கிறது மகாபாரதம்! இரண்டு மாதம் முன்னாள் துவாபர யுகத்தில் இருந்த குணநலன்கள் இன்று இல்லை.

ஒருவன் 'புதையல் உன்னைச் சேர்ந்ததுதான்' என்றான்; இன்னொருவன் 'அது எனக்குரியதில்லை; உனக்குரியதுதான்' என்றான்!

இருவரின் நிலைப்பாடும் அறவழிப்பட்டதாகவும், தன்னல மற்றதாகவும் இருந்தது! இரண்டே மாதத்தில் கலியுகத்தின் பிறப்பு இவர்கள் இருவரையும் அறத்திற்கு மாறானவர்களாகவும், தன்னல மானவர்களாகவும் மாற்றி விடுகிறது.

இந்த மாற்றம் நிகழ்ந்ததற்கு என்ன காரணம் என்பதை அறிய முடிய வில்லை! முன்பு இரண்டு பேரும் ஒரே மாதிரி நேர்மையானவர் களாகவும், இரண்டு மாதத்தில் இரண்டு பேரும் ஒரே மாதிரி மோசக் காரர்களாகவும் மாற வேண்டிய கட்டாயம் என்ன?

குருப் பெயர்ச்சி, சனிப் பெயர்ச்சி இவை மனித வாழ்வில் உடனடியாகத் தலைகீழ் ஏற்ற இறக்கங்களை உண்டாக்கும் என்று சொல்லுவதுபோல, யுகப் பெயர்ச்சியும் உண்டாக்கும் என்றுதான் மொட்டையாகக் கொள்ள வேண்டும் போலும்! குணநலன்களில், நடத்தைகளில் கீழ் நிலை மாற்றங்கள் ஏன் ஏற்பட வேண்டும் என்பதற்கான காரணங்கள் தெளிவாகவில்லை!

மகாபாரதம் பகுத்தது போலவே மார்க்சு போன்ற பேரறிஞர்களும் காலத்தை நான்காகப் பகுத்திருக்கிறார்கள்.

புராதன பொதுவுடைமைச் சமூகம், அடிமைச் சமூகம், நிலப் பிரபுத்துவம், முதலாளித்துவம்!

இவை ஒன்றிலிருந்து மற்றொன்றாக மாறுவதென்பது சனிப் பெயர்ச்சி போன்றதன்று!

உற்பத்தி முறைகளின் மாற்றமே அனைத்து மாற்றங்களுக்குமான அடிப் படை என்பது மார்க்சின் வாதம்!

உற்பத்திமுறை 'கை ஆலை' (hand mill) முறையாக இருந்தபோது சமூகம் நிலப்பண்ணை முறையாக இருந்தது.

உற்பத்திமுறை 'நீராவி ஆலை' முறையாக மாறும்போது, சமூகம் முதலாளித்துவ சமூகமாக மாறுகிறது.

உற்பத்திமுறை மாற்றத்தால், மனித நாகரிகம், மனித நடவடிக்கைகள், மனித மனப்பாங்கு ஆகிய அனைத்துமே மாற்றமுறுகின்றன. இந்த மாற்றங்கள் சமூகத்தில், அரசியலில், மதத்தில், சட்ட முறைகளில் மற்றும் அனைத்துத் தளங்களிலும் மாற்றத்தை ஏற்படுத்துகின்றன! ஆக உற்பத்திமுறை மாற்றமே எல்லா மாற்றங்களுக்குமான அடிப்படை!

அரசு தோன்றாத தொல்பழங்காலத்தில் புராதனப் பொதுவுடைமைச் சமூக அமைப்பு இருந்தது. அன்று அரசு முறை இல்லை! 'கம்யூன்கள்' எனப்படும் கணசமூகங்களின் காலம் அது. உற்பத்தி பொதுவில் நடந்தது; உடைமைகள் பொதுவில் இருந்தன! ஆகவே மேல்கீழ், ஏற்ற இறக்கம், பொய், சூது, வஞ்சகம் ஆகியவற்றிற்கான தேவை ஏதுமில்லை! எல்லாரும் சேர்ந்து பொதுவில் உற்பத்தி செய்தார்கள்; எல்லாரும் சேர்ந்து பொதுவில் பகிர்ந்துகொண்டார்கள். அது எளிய சிக்கலில்லாத சமூக அமைப்பு! அந்த சமூகத்தில் வர்க்கப் பிரிவினை இல்லை. ஆகவே ஒரு குறிப்பிட்ட வர்க்க நலனைக் காப்பதற்குத் தேவையான அரசு முறை தோன்றவில்லை. கிருத யுகத்திற்கான இலக்கணங்கள் புராதன பொதுமைச் சமூகத்திற்கு முற்றாகப் பொருந்து கின்றன!

ஆனால் கலியுகம் என்பது 'உடைமைச் சமூகம்' (propertied class) ஊன்றி விட்ட நிலை. ஆகவே உடைமைச் சமூகத்தின் உடன்பிறந்த தீங்குகள் தலை தூக்குவதும், அறம் நிலை புரண்டு போவதும் இயல்பே! இது கலியுகத்தின் தொடக்க நிலை; இளம்பருவ நிலை!

தருமத்தில் ஊறித் திளைத்த அறமைந்தன் தருமன் தீர்க்க முடியாத வழக்கை, பரீட்சித்து எப்படித் தீர்க்கப் போகிறான்?

1989ல் சோவியத் நாட்டில் பொதுவுடைமை ஆட்சி முறையின் வீழ்ச்சியில் கிளைத்த பன்னாட்டு முதலாளியம் உலகமயமாக்கலுக்கு (globalisation) வழி வகுத்தது. கலி முற்றத் தொடங்கி விட்ட நிலை!

உலகமயமாக்கல் பணவெறியைத் தோற்றுவித்தது; கழுத்தறுக்கும் 'போட்டிக்கு' வித்திட்டது. ஒருவரை ஒருவர் ஏமாற்றுவதை இயல்பான வாழ்க்கை முறையாக்கியது! நிலைத்த மண வாழ்வைக் கேள்விக் குறியாக்கி மணமுறிவை ஊக்குவித்தது; கற்பை நகைப்புக் குள்ளாக்கியது; அதுதான் பெண் விடுதலை என்று பேசப்பட்டது; வெற்றி ஒன்றுதான் குறிக்கோள்; அதை அடையக் கொலை செய்யலாம்; கொள்ளையிடலாம்; வஞ்சிக்கலாம்; சட்டம், நீதி ஆகியவை பெரும் பாலும் விலைச் சீட்டுக் கட்டப் பெற்றவைதாம்!

ஆட்சியாளனாக மக்களால் தேர்ந்தெடுக்கப்படுவது மக்களை 'மொட்டையடிக்கத்தான்' என்பது மக்களாலேயே ஏற்றுக்கொள்ளப் பட்டுவிட்டது; மக்கள் மழுங்கடிக்கப் பட்டுவிட்டனர்; தங்களைச் சுரண்டுவது குறித்துச் சீற்றமில்லை; சினமில்லை!

அறம் பெற வேண்டிய இடத்தை பணம் பெற்றதால் ஏற்பட்ட சரிவு! வரம்புக்குட்பட்ட தேவைகளை நிறைவேற்றிக்கொள்ள வரம்பில்லாப் பணம்; அந்தப் பணத்தை அடைய வழியல்லாத வழிகள்!

தருமனையே கலங்கடித்து வானப்பிரத்த வாழ்க்கைக்கு விரட்டிய கலியுகத்தின் முற்றிய நிலைதான் உலகமயமாக்கலின் சீரழிவுகள்!

ஆனால் முதலாளித்துவத்திற்கு மாற்றான பொதுவுடைமை ஆட்சியாளர் களான சோவியத் நாட்டின் இசுடாலினும், சீனத்து மாவோவும் கொடுமையில் குறைந்தவர்களாக இல்லையே!

கிருத யுகத்தில் கணசமூகங்களில் புராதனப் பொதுவுடைமை முழு வெற்றி பெற முடிந்தது. உற்பத்தியும் சிற்றளவானது; உற்பத்தியாளர் களும் சிற்றளவினர்; உற்பத்தியான செல்வத்தைப் பகிர்வதற்கு இடையில் ஓர் அரசமைப்பு தேவையாக இல்லை!

பேரளவு உற்பத்தி முறையில் (large scale production) அரசமைப்பு இன்றியமையாதது. 'குலக்குகளிடமிருந்து' (kulakhs or land lords) நிலங்கள் பிடுங்கப்பட்டு உழுவோர் கைகளுக்கு வந்து சேர்வதை உறுதிப்படுத்த இடையில் அரசமைப்பு வேண்டும். அந்த அரசமைப்பு சமதருமக் கொள்கை (socialism) சார்ந்த அமைப்பாகத்தான் இருந்தாக வேண்டும்!

ஆனால் ஒரு முதலாளித்துவ நாட்டில் முதலாளிகள் ஆளும் வர்க்கமாக (ruling class) இருந்து அவர்களின் நன்மைக்காகவே அந்த ஆட்சி

நடைபெறுவதுபோல், ஒரு பொதுவுடைமை ஆட்சி சுரண்டுவோர் சுரண்டப்படுவோர் என இரு தரப்பாரையும் ஒழித்து, வர்க்கமற்ற சமூக அமைப்பை உருவாக்கிவிட்டு, பின்பு அந்தக் கட்சியே மூன்றாவது வர்க்கமாக (third class), ஒரு புதிய முதலாளி வர்க்கமாக உருப்பெற்று விடுவது கொடுமைகளிலெல்லாம் தலையாய கொடுமை அல்லவா?

கட்சி புதிய வர்க்கமாக உருவெடுப்பது மட்டுமல்ல; அதிகாரத்திற்கான போட்டியில், தலைமை தன்னை நிலைப்படுத்திக் கொள்ளும் முயற்சியில், எத்தனை டிராட்சுகிகள் (Trotsky) கோரமாகக் கொல்லப் படுகின்றனர்; எத்தனை சோல்சினிட்சன்கள் (Solezenitzen) சிறைப் படுத்தப் படுகின்றனர். எத்தனை லட்சம் மக்கள் அதிகாரப் பலி பீடத்திற்குக் காவு கொடுக்கப் படுகின்றனர். கடைசியில் வர்க்கமற்ற ஆட்சியாவது உருவானதா? தாங்களே புதிய வர்க்கமாகி விட்டனரே!

தைமூரும், செங்கிசுக்கானும், இட்லரும், முசோலினியும் அரியணையில் நிலைபெறுவதற்குக் கூட்டம் கூட்டமாக மனிதர்களை அழித்ததைவிட, வர்க்கமற்ற (classless) ஆட்சியை உருவாக்க வந்த இசுடாலினும், மாவோவும் அழித்தது குறைவாகவே இல்லையே!

இதைவிடக் கொடுமை சீனாவில் பொதுவுடைமையை ஒழித்துக் கட்டிச் 'சந்தைப் பொருளாதாரத்தை' (market economy) கொண்டு வந்த பிறகும், டெங் சியா பிங் பொதுவுடைமைக் கட்சியைக் கலைக்காமல் அதன் பெயராலேயே நாடாண்டார்! 'பொதுவுடைமைக் கொள்கையைக் கைவிட்ட பிறகு பொதுவுடைமைக் கட்சி என்ற பெயர் எதற்கு? அதைக் கலைத்து விட்டுக் குடியாட்சி முறையைக் கொண்டு வா' என்று தியானன் மென் சதுக்கத்தில் வெறுங்கையோடு போராடிய பல இலட்சம் மாணவர்களை இராணுவத்தினரை ஏவி டாங்கிப் படையை வைத்துச் சுட்டுக் கொன்ற கொடுமையை நினைத்தால் மனம் வெடித்து விடாதா?

ஆயுதத்தைக் கீழே வைத்துவிட்ட நிலையில், துரோணரைக் கொன்றது அதருமம் என்கிறோம்! தேர்ச்சக்கரத்தைத் தூக்கிக் கொண்டிருந்தபோது கருணனைக் கொன்றதை அதருமம் என்கிறோம்!

குடியாட்சி முறை வேண்டும் என்னும் கருத்தை முன்வைத்து வெறுங்கையை உயர்த்தி முழக்கமிட்ட இலட்சக்கணக்கான மாணவர் களை, டாங்கிப் படையை ஏவி ஒட்டுமொத்தமாகக் கொல்ல அவர்க ளென்ன கொசுக்களா? நீங்களென்ன மனிதர்கள்தானா? உங்களை ஈன்றவள் உலக்கைகளை ஈன்றிருந்தால், ஈவுஇரக்கமற்ற கொடுஞ் செயல்களாவது தவிர்க்கப்பட்டிருக்குமே!

இந்தியா மட்டுமென்ன? இங்கே யார் ஆட்சி செய்தாலும் அம்பானி களுக்கும் அதானிகளுக்கும் பகர ஆளுநராகத்தானே (regent) ஆட்சி புரிகின்றனர்.

ஆகவே எந்த ஆட்சியாயினும், அற மனமுடையவர்கள் ஆட்சியாளர்களாக அமைய வேண்டும். அத்தகையவர்கள்தாம் எல்லா உயிர்களின் நலனையும் பேணுகிறவர்களாக இருப்பார்கள்!

தருமன், இராமன், அசோகன், ரோமாபுரியின் மார்க்கசு அரேலியசு, மகாத்மா காந்தி இவர்களெல்லாம் அறச் செம்மல்கள்தாமே! காந்தி நீங்கலாக மற்ற நால்வரும் ஆட்சியிலிருந்தவர்கள்தாமே; அறம் பிறழாமல் ஆட்சி நடத்தியவர்கள்தாமே! காந்தியின் ஆளுமை இந்தியாவை ஆளப் பல காந்தியனைய தலைவர்களை அடுத்து வந்த முப்பத்தாண்டுகளுக்கு உருவாக்கத் தரவில்லையா?

தருமன் காலத்தில் கலி பிறந்தது; அது பிறந்த அன்றைக்கே தருமன் ஓடி விட்டான்! அத்தினாபுரத்தில் பிறந்து, தன்னுடைய பேரரசை விரித்து, ஒரு குடை வைத்து உலகாள்கிறது கலி!

நல்லவை எல்லாம் தீயவையாகி விட்டன; தீயவை எல்லாம் நல்லவையாகி விட்டன!

இப்போது கலி முற்றி விட்டது!

மொத்த தருமமும் மூழ்கிப் போனதே!

காந்தாரி, குந்தியின் வானப்பிரத்த வாழ்க்கைக்குப் பின்னர் சில ஆண்டுகள் உருள்கின்றன. பரீட்சித்து வளர்ந்து பட்டத்துக்குரியவனாகி விடுகிறான்!

பரீட்சித்துக்குப் பட்டம் கட்டிவிட்டுப் பாண்டவர்களும், பாஞ்சாலியும் காட்டுக்குப் புறப்படுகின்றனர்.

‘நான் வரும்வரை இதை வைத்திரு’ என்று சொல்லிவிட்டுப் போனவன் திரும்ப வந்தவுடன், ‘எப்போது வருவான்’ என்று காத்திருந்தவன் அவசர அவசரமாக அவனிடம் உரிய பொருளை ஒப்படைத்துவிட்டு ஓடுவதுபோல, அடுத்த தலைமுறை ஆட்சிப் பொறுப்புக்குத் தயாராகி விட்டால், மிக அவசரமாக அவர்களிடம் ஆட்சியை ஒப்படைத்துவிட்டு, சன்னியாச வாழ்க்கையை விரும்பி ஏற்றுக்கொள்ளுகின்ற ஆட்சியாளர்கள் இந்திய வரலாற்றுக்கே உரிய நிகரற்ற தனிப்பெரும் பெருமை!

ஆட்சி என்பது ஒரு போகம் அல்ல; அஃதோர் பொறுப்பு என்று எண்ண எவ்வளவு முதிர்ச்சி வேண்டும்!

மௌரியப் பேரரசை நிலை நாட்டிய பேரரசன் சந்திரகுப்த மௌரியன் ஒரு சமணன். அவன் பாண்டவர்களைப்போல் ஆட்சிப் பொறுப்பை ஒப்படைத்துவிட்டுக் கருநாடக மாநிலத்திலுள்ள சிரவணபெலகுலா பகுதியில் துறவை

மேற்கொண்டு தன்னுடைய இறுதிக் காலத்தைக் கழித்து அங்கேயே முடிவெய்தி அடக்கமானான்!

காட்டுக்குப் போன பாண்டவர்களில் தருமன் நீங்கலாக மற்றவர்கள் ஒருவர்பின் ஒருவராக இறந்து விடுகின்றனர்!

தருமன் மட்டுமே உடலோடு சொர்க்கத்திற்கு அழைத்துச் செல்லப்படு கிறான்! இது ஒரு தனிச் சலுகை! அவன் வாழ்ந்த வாழ்வுக்கான பரிசு!

ஆனால் சொர்க்கத்தில் அவன் கண்ட காட்சி அவனை நிலைகுலையச் செய்துவிடுகிறது. துரியோதனன் சொர்க்கத்தில் இருப்பான் என்று அவன் எதிர்பார்க்கவில்லை.

துரியோதனனுக்கு எதிரில் அரம்பையர் நாட்டியம் ஆடுகின்றனர்; அவனுடைய தோளில் பாரிசாத மலர்மாலை இலங்குகிறது; அவன்மீது பூமாரி பொழிந்துகொண்டிருக்கிறது. சில அழகிகள் அவனை மகிழ்விக்க வீணை வாசிக்கின்றனர்; சிலர் அவனுக்குத் தேவாமிர்த உணவை ஊட்டுகின்றனர்; சுற்றிலும் தம்பிமார்கள் இருக்கின்றனர்.

தருமன் கொதிக்கிறான்: 'பாஞ்சாலியைத் துகில் உரிந்தவன்; உணவில் நஞ்சு கலந்து வீமனுக்கு ஊட்டியவன்; அரக்கு மாளிகையில் எங்களை உயிரோடு கொளுத்த முயன்றவன்; சூதுக்கிழுத்து வஞ்சித்துப் பதின் மூன்றாண்டுகள் காட்டுக்கு அனுப்பியவன்; வனவாசம் முடித்து விட்டுத் திரும்பியபோது, வாக்குப் பிறழாமல் நாட்டை ஒப்படைப்பதற்குப் பதிலாகப் போரை உண்டாக்கியவன்; அந்தப் போரில் பூமியே வறுமைப் பட்டுப் போகும் அளவுக்கு மனித குல அழிவுக்குக் காரணமானவன்! இவனுக்குச் சொர்க்கமா?' உறுமியறியாத தருமன் உறுமுகிறான்!

நாரதர் சொல்கிறார்: 'பூமியில் கணக்கிறந்த பாவங்களைச் செய்தாலும், போர்முகத்தில் உறுதியாய்ச் சமானமான வீரனுடன் சண்டையிட்டு இறப்பானேயானால் அவனுக்குச் சொர்க்கம் உரியது!'

(மகாபாரத வசன காவியம், IV, பக்.518)
இரத்தின நாயகர் அண்ட் சன் பதிப்பு

'துரியோதனன் தேவர்களால் மதிக்கப்படுகிறவனாகிவிட்டான்; ஆபத்து என்றெல்லாம் அஞ்சாமல் யுத்தத்தைச் சந்தித்து, போர் என்ற அந்த வேள்வியில் தன்னையே அர்ப்பணம் செய்துகொண்ட துரியோதனன், சத்திரிய தருமத்தின் காரணமாக நற்கதி அடைந்து இங்கே வந்திருக்கிறான்.'

(சோ, மகாபாரதம் II, பக்.1268)

'சொர்க்கத்தில் இந்தத் துரியோதனனைப் பார்க்க எனக்குப் பிடிக்க வில்லை' என்று சொன்ன தருமனிடம் நாரதர், 'இவ்விதம்

சொல்லலாகாது; சொர்க்கத்தில் விரோதம் என்பது கிடையாது. வீரனான துரியோதனன் சத்திரிய தருமத்தின் சக்தியால் இந்தப் பதவியை அடைந்திருக்கிறான். துரியோதனனுடன் இங்கு இரு; இங்கு விரோதங்களுக்கு இடமில்லை. மானிட தேகத்தோடு நீ வந்திருக்கிற படியால், இவ்வாறு உனக்குத் தவறான எண்ணங்கள் உண்டாகின்றன. அவற்றை அகற்று' என்றார்.

(இராசாசி, மகாபாரதம், பக்.421)

போர் முகத்தில் அஞ்சாது நிற்கின்றவன் சத்திரிய தருமப்படி சொர்க்கத் திற்குரியவன் என்பதில் எல்லா மகாபாரதங்களும் ஒன்றுபடுகின்றன.

சத்திரியர்கள் ஒரு சாதிப் பகுப்பாக அல்லது வருணமாக வடநாட்டில் பகுக்கப்பட்டிருந்ததுபோலத் தென்னாட்டில் பகுக்கப்பட்டிருக்க வில்லை. சத்திரியர் என்னும் சாதியே இங்கு இல்லை!

ஆனால் இங்கும் வீரம் பெரிதும் போற்றப்பட்டது; அது புகழுக்குரிய தாக இருந்தது. புறங்கொடாது போரிட்ட வீரனுக்கு நடுகல் உருவாக்கப் பட்டு, மயிற்பீலி சாத்தப்பட்டு, மலர்மாலை சூட்டப்பட்டது!

இனக் குழுக்கள் ஒன்றோடொன்று இடையறாது மோதிக் கொண்டிருந்த காலத்தில் எல்லாப் பகுதிகளிலும் போர் இயல்பான வாழ்க்கைமுறையாகி இருந்தது.

மனிதன் எதையும் இழக்க முடியும்; இழந்துவிட்டுப் பெற முடியும்; அல்லது அதைக் கடைசிவரை பெறாமலேயே வாழ்ந்துவிட முடியும். ஆனால் உயிரை இழந்துவிட்டால் பெற முடியுமா? ஆகவே உயிரைத் துச்சமெனக் கருதும் மனநிலையை அவன் பெறக் கருத்தேற்றம் செய்ய வேண்டும்! அதைத்தான் புராணங்கள், இதிகாசங்கள், காப்பியங்கள் அனைத்தும் செய்தன!

போரில் அடிக்கப்படும் கொள்ளையில் வீரனுக்குத் தகுதிக்கேற்றவாறு பங்கு கிட்டும் என்றாலும், அதற்கு மேலும் அரசன் பரிசில்கள் தந்து ஊக்குவிப்பான் என்றாலும், இவையெல்லாம் இழந்துவிட்டால் திரும்பப் பெற முடியாத உயிருக்கு ஈடாகா!

புறமுதுகிடாத வீரம், இவைபோன்ற சலுகைகளோடும் நில மானியங்க ளோடும், புலவர் பாடும் புகழுக்கும் உரியது; அது மட்டுமல்ல; நடுகல்லாக வழிபடப்படும் பெருமைக்கும் உரியது; எல்லாவற்றிற்கும் மேலாகச் சொர்க்கத்திற்கும் உரியது என்றால் இளவீரர்கள் ஒருவகை ஆவேச நிலைக்கு ஆளாகிவிட மாட்டார்களா?

தமிழ்நாட்டில் சங்ககாலத்தில் இத்தகைய கருத்தேற்றம் பெரிய அளவுக்கு நடந்தது. புறப்பாடல்களெல்லாம் வீரச்சாவு குறித்தவையே! இதே காரியத்தை மகாபாரதம் போன்ற நூல்கள் வடநாட்டில் செய்தன!

ஒரு வீரனின் மனநிலையை சாத்தந்தையார் பாடுகிறார்: முகப்பட்ட மணிந்த வலிமை பொருந்திய யானை, தன் கொம்பின் கூரிய நுனியால் குத்தினாலும், ஓடுதலைக் கருதாத பெருமை மறவன்!

பொலம்புனை ஓடை அண்ணல் யானை
இலங்குவால் மருப்பின் நுதி மடுத்து ஊன்றினும்
ஓடல் செல்லாப் பீடுடை யாளர்

(புறநானூறு, 287)

யானை குத்திக் கிழிக்கும்போதும் ஓடாத பீடுடையாளனாக அவன் இருந்தது நெற்கதிர் முற்றி விளைந்து கிடக்கும் மருதநிலத்து ஊர்களைப் பெறுவதற்காக இல்லையாம்; அது யாது பயனுடையது? போர்க்களத்தே செத்தால் வீரர்களுக்கே உரிய உயர்நிலை உலகத்தில் (சொர்க்கத்தில்) அரம்பையரை மணந்து பேரின்பம் நுகரலாம் என்பதற் குத்தானாம்! அதனால் பகைவேந்தன் தானை வருவதை எதிர்நோக்கி இருந்தானாம்!

நெல்லுடை நெடுநகர்க் கூட்டுமுதற் பொருளும்
தண்ணடை பெறுதல் யாவது படினே
மாசில் மகளிர் மன்றல் அதனால்
வம்ப வேந்தன் தானை
இம்பர் நின்றும் காண்டிரோ வரவே

(மேற்படி)

சான்றோன் என்னும் சொல் சங்ககாலத்தில் வீரனையே குறித்தது!

பெறுவது தாயின் கடன்; அவனைச் சான்றோனாக்குவது (வீரனாக்குவது) தந்தைக்குக் கடன் என்று பொன்முடியார் பாடுவார்!

ஈன்று புறந்தருதல் என்தலைக் கடனே
சான்றோனாக்குதல் தந்தைக்குக் கடனே
வேல் வடித்துக் கொடுத்தல் கொல்லற்குக் கடனே

(புறநானூறு, 312)

இவனுடைய கடமை என்பது போர்க்களம்தோறும் திரிவது; கொல்வது அல்லது கொல்லப்படுவது! ஏன், எதற்காக என்னும் கேள்வியெல்லாம் இல்லை! பிறப்பின் நோக்கம் இப்படிச் சிறுமைப்பட்டது காலக்குற்றம் தானே!

போர் என்பது தன்னல அக்கறைச் சக்திகளின் (vested interests) ஏற்பாடு தானே! அடுத்தவனின் பசுக் கூட்டத்தை ஓட்டிக்கொண்டு வந்து விடுவது; அதற்குப் போர்! இதற்கு 'ஆனிரை கவர்தல்' என்ற பெயர்

வேறு! ஒருவனாக ஒரு மாட்டை ஓட்டிக் கொண்டு வந்துவிட்டால் அது திருட்டு; கூட்டமாகச் செய்தால் அது மறச் செயலா?

எண்ணைய்க் கிணறுகளின்மீது ஆதிக்கம் செய்வதற்கு, மேற்கு ஆசியப் பாலைநிலங்களில் நிகழ்காலத்தில் அமெரிக்கா நடத்தும் போர்கள் பல, 'குடியாட்சியை மலரச் செய்தல்' என்று திருப்பெயர் சூட்டப்பட்டு தானே நடக்கின்றன!

பண்டைக்காலத்தில் மாற்றாரின் கருவூலக் கொள்ளைதானே போரின் நோக்கம்! அந்தக் கொள்ளையைப் பகிர்ந்து கொள்வதை நியாயப் படுத்துவதற்கு 'பாதீடு' என்னும் பெயர் வேறு!

நிகழ்கால அரசியல் கட்சிகளின் சட்டமன்றப் பாராளுமன்ற உறுப்பினர் களின் அரசியற் கொள்ளையும் இன்னொருவகைப் 'பாதீடுதானே.'

சான்றோன் என்னும் சொல் வீரன் என்னும் பொருளை இழந்து 'உயர் பண்புடையோன்' என்னும் பொருளைப் பெறுவதற்கு இடையில் சில நூற்றாண்டுகள் தேவைப்பட்டன.

'குணநலம் சான்றோர் நலனே' (குறள் 982) என்று பழைய பொருளை விலக்கிப் புதிய பொருளை ஏற்றிப் பாடுவான் வள்ளுவன்!

மகாபாரதக் காலம் போர்மலிந்த காலம்; அதை அடுத்து வந்த காலமும் அத்தகையதே! தமிழ்நாட்டின் நிலையும் அதுவே! சாவதற்கு ஆள் கிடைக்கமாட்டான் என்பதால், நிலமானியங்கள், பரிசுகள் ஆகியவை வீரனின் குடும்பத்திற்கு; சொர்க்கம் வீரனுக்கு!

பாஞ்சாலியும், பிற பாண்டவர்களும், கருணனும் நரகத்திலிருக் கிறார்கள். சில பாவங்களுக்காக அங்கு கொஞ்ச காலம் இருந்துவிட்டு, எஞ்சிய நீண்ட காலத்தைச் சொர்க்கத்தில் கழிப்பார்கள் என்று நாரதர் சொல்வது நியாயமான வாதமே!

அதுபோலத் துரியோதனனும் சில புண்ணியங்களுக்கு உரியவன்தான்! சிலகாலம்தான் அவனுக்கும் சொர்க்கம் என்றிருந்தால், தருமன்கூட மறுத்துப் பேச மாட்டான்!

'விரோதத்தை விடு; அவனோடு சேர்ந்து இரு; கணக்கிறந்த பாவங் களைச் செய்திருந்தாலும் வீரனான துரியோதனன் சத்திரிய தருமத்தைக் கடைப்பிடித்து இந்தப் பதவியை அடைந்திருக்கிறான்' என்று நாரதர் நவில்வது நியாய உரைதானா?

துரியோதனன் சத்திரிய தருமத்தைக் கடைப்பிடித்ததால் பிற பாவ புண்ணியக் கணக்குகள் புறந்தள்ளப்பட்டு, நேரடி ஒதுக்கீட்டில் (direct quota) சொர்க்கம் கிடைத்தது என்றால், அருச்சுனனும் கருணனும்

சூத்திர தருமத்தையா கடைப்பிடித்தார்கள்? அவர்கள் சொர்க்கத்திற்கு மாறுவதற்கு நரகத்தில் ஏன் 'காத்திருப்போர் பட்டியலில்' (waiting list) வைக்கப்பட்டிருக்கிறார்கள்?

'தருமா நீ நெடுந்தொலைவு வண்டியில் ஏறியிருக்கிறாய்; எல்லைவரை பயணம் செய்பவன் நீ; ஆனால் துரியோதனன் அடுத்த ஊரில் இறங்கி விடுவான்; உன்னோடு பிறந்தவர்களும் பாஞ்சாலியும் இரண்டு ஊர் கழித்து வந்து உன்னோடு ஏறிக் கொள்வார்கள்' என்று சொல்ல வேண்டிய நாரதன், 'துரியோதனனோடு சேர்ந்திரு' என்று சொல்வது அவனும் இங்கேயே இருக்கப் போகிறவன் என்பதை உணர்த்தத்தானே!

கடைசியில் பாண்டவர்கள், பாஞ்சாலி, கருணன் ஆகியோர் நரகத்தில் சிறு பொழுதும் இருக்கவில்லை என்றும், அது 'மாயா நரகம்' என்றும், தருமனைச் சோதிப்பதற்காக எமன் அதைப் பொய்யாகத் தோற்று வித்துக் காட்டியதாகவும் இராசாசி (பக்.422) எழுதுகிறார்.

'இனிப்பு நீர்க்காரனைச்' சும்மா சும்மா சோதிப்பதுபோல, தருமனைச் சும்மா சும்மா சோதிப்பதைத் தவிர எமனுக்கு வேறு வேலையே இல்லையா?

தன்னுடன் ஒட்டிக் கொண்டுவிட்ட நாய்க்குட்டிக்கும் இடம் இல்லை என்றால், சொர்க்கமே வேண்டாம் என்றவன் தருமன்! தன்னுடன் பிறந்த வர்களுக்கும், பாஞ்சாலிக்கும் இடமில்லை என்றால், சொர்க்கத்தை ஏற்பானா?

இதற்கு ஒரு 'மாயா நரகச்' சோதனை தேவையா? இது வேலைவெட்டி இல்லாமல் சுற்றித் திரிகிற 'வெறும்பயல்' சுமனுக்கே தெரிகிறபோது, எமனுக்குத் தெரியாதா?

பாண்டவர்களைச் சொர்க்கத்தில் சேர்த்துவிட்டு, சத்திரியதரும அடிப் படையில் துரியோதனனையும் அங்கேயே நிலையாக இருக்கட்டும் என்று விட்டுவிட்டு, மகாபாரதக் கதையை முடித்துக்கொண்டு விடை பெற்றுக் கொள்கிறார் இராசாசி!

கங்கை ஆற்றில் கிளை ஆறுகள் கலப்பதுபோல ஏராளமான கிளைக் கதைகள் மகாபாரதத்தில் வந்து கலந்தன! வியாசனின் மூலக்கதை மிகவும் இறுக்கமானது என்பதால் அதில் ஊடுருவ முடியவில்லை. ஆயினும் கி.மு. ஐந்தாம் நூற்றாண்டில் இருந்து கி.பி. ஐந்தாம் நூற்றாண்டுவரை ஏறத்தாழ ஆயிரம் ஆண்டுகளுக்கு, மகாபாரதம் காலத்திற்குக் காலம் பெருக்கமடைந்துகொண்டே வந்தது. இது தவிர்க்க இயலாதது! அந்தந்தக் கால கட்டத்தின் இன்றியமையாக் கருத்தழுத்தங்கள் மகாபாரதத்தில் ஏற்றப்பட்டன.

அதனால் சில கருத்துகள் நொய்ம்மையாக இருப்பதுமுண்டு; சிலவற்றில் முரண்கள் வெளிப்படுவதுமுண்டு.

'ஒரு போரை நியாயமான காரியத்திற்காகத்தான் மேற்கொண்டானா' என்னும் கேள்வியே கிடையாதா? எந்தக் கயமையை நிலைநாட்டப் போரை மேற்கொண்டிருந்தாலும், போரில் செத்தால் சொர்க்கமா?

போற்றத்தக்கதையும் தூற்றத்தக்கதையும் ஒரே வரிசையில் வைத்துப் பார்த்தால், போற்றத்தக்கது தானாகவே அற்றுப்போகாதா?

பதினெட்டு நாட்கள் போர் நடந்தது. ஒரு கோடியே இருபது இலட்சம் பேர் மாண்டனர். வெறும் இருபத்திநான்காயிரம் போர் வீரர்கள்தாம் இந்தப் போரைத் தாண்டி உயிரோடு இருந்தார்கள்! இந்தப் போரின் விளைவாக அத்தினாபுரம் விதவைகளின் நாடானது!

கௌரவர்கள் பக்கம் துரியோதனனும் அவனுடன் பிறந்த தொண்ணூற்றொன்பது பேரும் அழிந்தனர். அந்த வம்சமே பூண்டற்றுப் போனது.

ஒருவன் தலை எடுத்தான்; அதரும வழியில் படர்ந்து, அந்த வம்சமே பூண்டற்றுப் போனதற்குக் காரணமானான் என்பது மட்டுமில்லை; மனிதகுலத்தின் பேரழிவுக்கே காரணமானான் என்பதைவிடக் கேவலமானது என்ன இருக்க முடியும்? இவனுக்கெல்லாம் சொர்க்கமா?

அதருமத்திற்கும் தருமத்திற்கும் சொர்க்கத்தில் சமமான இடம் உண்டு என்றால், எவன் பூமியில் தருமத்தைக் கடைப்பிடிப்பான்?

அருச்சுனனைப் பார்த்துக் கிருட்டிணன், 'வெற்றி பெற்றால் நாடாளலாம்; செத்தால் சொர்க்கம் கிட்டும்' என்று சொல்வது நியாயம்!

அருச்சுனனைக் கிருட்டிணன் கடைப்பிடிக்கச் சொன்ன சத்திரிய தருமத்திற்கும், தருமத்திற்கும் முரண்பாடு இல்லை; ஆகவே சிக்கல் இல்லை! அருச்சுனனைப் பொறுத்தவரை தருமம், சத்திரிய தருமம் இரண்டும் ஒரே தடத்தில் பயணம் செய்கின்றன!

ஆனால் துரியோதனன் சத்திரிய தருமத்தைக் கடைப்பிடிப்பது, தருமத்தைத் தூக்கில் தொங்கவிடுவதற்காக அல்லவா?

தருமத்தை நிலைநாட்ட வந்தவனுக்கும் சொர்க்கம்; தருமத்தைத் தூக்கில் தொங்கவிட்டவனுக்கும் சொர்க்கமா?

குருக்களுக்கும் சொர்க்கம்; குருக்களைக் கடித்த நாய்க்கும் சொர்க்கமா?

வருண தருமக் குளறுபடிகள்!

மொத்த தருமமும் மூழ்கிப்போனதே!

பழிக்குப் பழியே உந்துவிசை!

சனமேசயனுக்கு ஆறாச் சினம்; அவனுடைய தந்தையான பரீட்சித்து மன்னனைப் பாம்பு கடித்து விட்டதால், அவன் இறந்து விட்டான்.

'பாம்பு கடித்து இன்னும் ஏழு நாட்களில் இறப்பாய்' என்று அவன் சபிக்கப்பட்டிருந்த காரணத்தால், தன்னைப் பாதுகாத்துக்கொள்ள அவன் உயரமான கோபுரத்தில் ஏறி, தகுதி வாய்ந்த தளகர்த்தர்களை எல்லாம் தன்னைச் சுற்றிப் பாதுகாவலுக்கு வைத்துக் கொண்டிருந் தான்! எந்தப் பாம்பு தென்பட்டாலும் அது சிறியதாயினும் பெரியதாயினும் அதனை உடனே அடித்துக் கொன்று விடும்படி கட்டளை இட்டிருந்தான் பரீட்சித்து!

ஊர் முழுதும் இதே பேச்சாக இருந்தது. மன்னன் உயிருக்கு அஞ்சி ஒளிந்துகொண்டிருப்பதை மக்கள் ஏளனமாகப் பேசுகிறார்கள்! அபிமன்யுவுக்கு மகன், அருச்சுனனின் பேரன்; வீரப் பரம்பரையில் தோன்றியவன்; உயிருக்குப் பயந்து ஒளிந்திருந் தால் மக்கள் கேலி செய்ய மாட்டார்களா?

மனைவி, மக்கள், மந்திரிகள் என்று யாராயிருந் தாலும் மன்னன் பரீட்சித்து இருக்குமிடத்திற்கு யாருக்கும் அனுமதி இல்லை! உருவிய வாளோடு பாதுகாக்கிறார்கள் படையினர்! ஏழாம் நாள் பொழுது விடிகிறது; இந்த ஒருநாள் கழிந்துவிட்டால், பிறகு பயமில்லை!

அவனுடைய உணவுக் கூடை உள்ளே செல்கிறது; பழத்தை எடுத்து உண்ண வாயைத் திறக்கிறான்; அந்தப் பழத்திற்குள் புழு வடிவத்தில் இருந்த பாம்பு பெரிதாகிப் படமெடுத்துப் பரீட்சித்தைக் கொத்தி விடுகிறது. கொத்திய பாம்பு நாகங்களின் தலைவனான தட்சகன்!

இறந்துபோன பரீட்சித்தின் மகன் சனமேசயன் சீற்றம் கொண்டு, அவ்வளவு புரோகிதர்களையும் அழைத்து, பூமியில் உள்ள அனைத்துப் பாம்புகளும் பூண்டொடு ஒழிய யாகம் செய்யுமாறு கட்டளையிடு கிறான்.

'இது அதருமம்' என்றொரு குரல் யாகசாலையில் ஒலிக்கிறது.

'அப்படிச் சொல்ல எவ்வளவு நெஞ்சூக்கம்?' என சனமேசயன் கொதிப் படைய, அவனுக்கு வாசுகி என்ற அந்தப் பாம்பு பரீட்சித்து செத்ததற் கான காரணத்தைச் சொல்லுகிறது!

'உன்னுடைய தந்தையான பரீட்சித்து, செத்துப்போன பாம்பு ஒன்றினை எடுத்து யோகத்திலிருந்த ஒரு முனிவரின் கழுத்தில் போட்டுவிட்டான்! முனிவரின் தவம் கலையவில்லை. ஆனால் இதைப் பொறுத்துக் கொள்ள முடியாத முனிவரின் சீடன், 'இன்னும் ஏழு நாட்களுக்குள் பாம்பு கடித்து நீ சாவாய்' என்று சபித்து விட்டான்! இப்படித்தான் உன் தந்தைக்குச் சாவு வந்தது!'

'நான் உனக்குச் சொல்கிறேன் கேள்! இந்திரப்பிரத்தத்தை உருவாக்கக் காட்டை எரியூட்டி அழித்தபோது பாம்புகள் தீயால் பெரிதும் இடர்ப் பாடுற்றன; பெருவாரியானவை அழிந்தன. அந்தத் தீராத பகை காரண மாகத்தான் அருச்சுனனைக் கொல்லக் கருணன் பூட்டிய நாகாத்திரத்தில், நாகர்களின் அரசன் வந்து அமர்ந்துகொண்டான்.'

'அந்தப் பகையின் எச்சம் உன்னுடைய பாம்பு வேள்வியால் மேலும் பெருகி, உன் வழிமுறையினர்க்குத் தீராத துயரத்தைக் கொடுக்கும்' என்று வாசுகி என்ற அந்தப் பாம்பு எச்சரித்தது.

'பகை பகையை வளர்த்து முடிவில்லாத பழி வாங்கல்களாக அது நீளும்' என்றது!

'நான் நீதிக்காகத்தான் இதைச் செய்கிறேன்' என்றான் சனமேசயன்!

'தட்சகன் என்ற பாம்பும் நீதிக்காகத்தான் உன் தந்தையைக் கொன்றது; அதே நீதிக்காகத்தான் நீ பாம்பு இனத்தையே அழிக்க நினைக்கிறாய்! நீதி என்பது யாது என்று யார் தீர்மானிப்பது? ஒருவரை ஒருவர் மாற்றி மாற்றிப் பழிவாங்கும் இந்த நச்சுச் சுழற்சி அறுபடாதவரையிலும் பகை எப்படி முடிவுக்கு வரும்? யார் சொல்வது நீதி என்று யாருக்குத் தெரியும்?'

‘எனக்கு அது தெரியாது’ என்கிறான் சனமேசயன்!

‘உனக்குத் தெரியாதது எவ்வளவோ உண்டு; வைசம்பாயனரை அழைத்து பாரதக் கதை முழுவதையும் கேள்!’

அதன்படி வைசம்பாயனர் மரியாதையோடு அழைத்துவரப்பட்டு, அவர் முழுக் கதையையும் சொல்ல, கண்கள் விரியக் கேட்கிறான் சனமேசயன்!

மகாபாரதம் முழுவதையும் அலசிப் பார்த்தால் இதே பழி வாங்கும் போக்குத்தான் ஒவ்வொருவரின் வாழ்க்கையையும் மாற்றி அமைத் திருக்கிறது!

பீசுமர் எல்லாத் தருமங்களும் தெரிந்தவர்; தந்தைக்காக மண வாழ்க் கையையே துறந்தவர்! சாகும் காலத்தைத் தீர்மானித்துக்கொள்ளும் வரம் பெற்றவர்! அரசியல் ஞானம் மிக்கவர்! சந்தனுவுக்குப் பின்னர் குரு வம்சத்தின் ஆட்சி பீடம், வம்சாவளியினரின் திருமணங்கள் என அனைத்தையும் தீர்மானித்து நிறைவேற்றி வைத்தவர்.

திரிதராட்டிரனுக்குப் பார்வை இல்லை என்பதால் மூத்தவன் எனினும் அவனுக்கு மணிமுடியை மறுத்துப் பாண்டுவை ஆட்சி பீடத்தி லேற்றியவர்; பாண்டுவின் துறவுக்குப் பின் வேறு வழியின்றித் திரிதராட்டிரனை அரியணையில் அமர்த்தித் தானே ஆட்சியை வழி நடத்தியவர்!

திரிதராட்டிரனின் தந்தை விசித்திர வீரியனுக்கு யாரும் பெண் கொடுப்பதில் ஈடுபாடு காட்டாததால், அழைக்கப்படாமலேயே தானாகவே சுயம்வரத்திற்குச் சென்று, மாலையோடு காத்திருந்த மூன்று மணப் பெண்களையும் அடாவடியாகத் தூக்கி வந்துவிட்டார் பீசுமர்! இது தருமம் அறிந்த போக்கா? அதில் அம்பையும் ஒருத்தி! அவள் தூக்கிச் செல்லப்பட்டவள் என்பதால், காதலனும் கைவிட்டான்; வேறொருவனின் காதலி என்பதால் விசித்திர வீரியனும் கைவிட்டான்; கடைசியில் கிழவனாயிருந்தாலும் குற்றமில்லை என்று பீசுமரை மணந்து கொள்ளும்படி அம்பை வேண்ட, தன்னுடைய விரதத்தைக் காட்டி அவரும் கைவிட்டார்! நொந்துபோன அம்பை கடைசியில் சிவனிடம் தவமிருந்து வரம் பெற்று, சிகண்டி எனும் பெண்ணாய்ப் பிறக்கிறாள். தன் வாழ்க்கையைச் சீரழித்த பீசுமரைக் கொல்ல வரம் வாங்கி வந்து விட்டாள் சிகண்டி!

அருச்சுனனுக்கு முன்னால் தேர்த்தட்டில் நேருக்குநேர் நின்று பீசுமரைக் கொல்கிறாள்.

தனக்குக் கிட்டியிருக்க வேண்டிய நியாயமான காம வாழ்க்கையைக் கிட்டாமல் செய்த பீசுமரைப் பழிவாங்கினாள் அம்பை! பழிக்குப் பழி!

பீசுமர் இயற்கையாகவே அத்தினாபுரத்தோடு கட்டுண்டு வாழ்ந்தவர்; அதனுடைய நிருவாகத்தோடு பிணைக்கப்பட்டவர்; பாண்டவர்களின் நியாயத்தை அவர் அறிவார் என்றாலும், பழக்கம் காரணமாக அவர் அத்தினாபுரத்தோடேயே பிணைக்கப்பட்டு வாழ்ந்தார்!

மேலும் அவருக்குத் தனிப் பகை என்பது அம்பை என்னும் சிகண்டிதான்! பீசுமரைக் கொல்வதற்கென்றே அம்பை என்னும் சிகண்டி வரம் வாங்கி வந்து விட்ட காரணத்தால், பீசுமரின் உயிர் சிகண்டியிடமிருந்து தப்ப முடியாது. தனக்குப் பகையான சிகண்டியைத் தன்னைக் கண்டு அஞ்சாமல் பாண்டவர்கள் சேர்த்துக்கொண்டுவிட்ட பிறகு, பாண்ட வர்கள் அறிந்தே தன் பகையைத் தேடிக்கொண்டிருப்பதாகவே பீசுமர் கருதுவார். அதுவும் அவரைக் கௌரவர்கள் பக்கம் பிணைத்திருக்கும்! மேலும் அம்பை என்னும் சிகண்டி பீசுமரையும், திட்டத்துய்மன் துரோணரையும் கொன்றே தீருவார்கள்! வரங்களின் தன்மை அப்படி!

மேலும் பாஞ்சாலியின் உடன்பிறந்த சிகண்டியும், திட்டத்துய்மனும், பாஞ்சாலியின் தந்தை துருபதனும் பாண்டவர்களின் பக்கம் பெண் கொடுத்த உறவு நிலையிலும், போரில் கூட்டணி நாடு என்னும் தோழமை நிலையிலும் பாண்டவர்கள் பக்கமே இருப்பார்கள் என்பதும், பீசுமரையும், துரோணரையும் கௌரவர்கள் பக்கமே இருத்து வதற்கான கட்டாயங்கள்! துரோணர் துரியோதனன் பக்கம் இருப்பதற்கு மகன் அசுவத்தாமன் ஒரு பெரிய காரணம்! துரோணரோ மகன் அசுவத் தாமனோடு இணை பிரியாதவர். அசுவத்தாமனோ துரியோதனனோடு இணைபிரியாதவன்!

‘பீசுமர் வரைந்த ஓவியம்தான் அத்தினாபுர நாடு. அது சிதறி விடக் கூடாது என்ற எண்ணத்தின் காரணமாக அவர் துரியோதனனின் முடிவு களை ஏற்றார் என்றுதான் பாரத நிகழ்ச்சிகள் நமக்கு உணர்த்துகின்றன.’

(சோ, மகாபாரதம் I, பக்.455)

சோ நினைப்பதுபோல நாடு உடையக் கூடாது என்பதுதான் பீசுமரின் எண்ணமானால் தருமத்திற்கு இசைவாகப் பாண்டவர்கள் பக்கம் நின்று முழு அத்தினாபுரத்தையும் சிதையாமல் பாண்டவர்கள் ஆள வகை செய்ய வேண்டியதுதானே! அப்படித்தானே இயற்கையில் நடந்தது! அது நடக்க வேண்டுமென்றுதானே கிருட்டிணன் பாடுபட்டான். கிருட்டிணனைப்போல விருப்பு வெறுப்பற்றுத் தருமத்தின் பக்கம் நிற்க வேண்டியதுதானே! அதருமத்தின் பக்கம் நின்ற குற்றத்தோடு பீசுமர் சாக வேண்டியதாகிவிட்டதே!

ஒருவேளை பீசுமரும் துரோணரும் பாண்டவர்கள் பக்கம் வந்திருந் தால், துருபதனும், சிகண்டியும், திட்டத்துய்மனும் கௌரவர்கள் பக்கம்

போயிருப்பார்கள். ஏனென்றால் பீசுமரைக் கருவறுக்க வேண்டும் என்னும் கடந்த பிறப்பின் தொடர் உந்துதல்தான் சிகண்டியின் பிறப்புக்கே காரணமாயிற்று! பிறகு இருவரும் எப்படி ஒரே அணியில் இருக்க முடியும்? அதுபோல துரோணரைக் கொல்வதற்கென்றே பிறப் பெடுத்த திட்டத்துய்மன் பாண்டவர்களின் மைத்துனன். ஒருவேளை துரோணர் அசுவத்தாமனின் கட்டாயத்தை மீறிப் பாண்டவர்கள் பக்கம் வந்துவிட்டால், திட்டத்துய்மன் தன் உடன்பிறந்தாளின் கட்டாயத்தை மீறிக் கௌரவர்களின் பக்கம் போய்விட மாட்டானா? உடன்பிறந்தாள் பாஞ்சாலி வீட்டுக்கும் துரியோதனாதிகளுக்கும் ஏற்பட்ட பகை அண்மைப் பகை; ஆனால் திட்டத்துய்மனுக்குத் துரோணரோடு உள்ள பகை அப்பன் துருபதன் காலத்திலிருந்து தொடரும் இரண்டாம் தலை முறைப் பகை! குருச்சேத்திரப் போர் என்பது கௌரவர்களோடு பகை முடிக்க நேரிட்ட போர் மட்டுமன்று; பீசும, துரோணர்களின் கதை முடிக்கவும் நேரிட்டுள்ள போராகும்!

ஆகவே பாண்டவர்கள் பக்கத்து நியாயங்கள் பாண்டவர்களுக்கு மட்டுமே! அவரவர் சொந்த நியாயங்கள், சொந்தப் பகைகள் என்று இவைதாம் அவரவர்களின் நிலைப்பாடுகளையும், அவரவர் நிற்க வேண்டிய இடங்களையும் தீர்மானித்துள்ளன! இதில் பலரின் நிலைப் பாடுகளில் தருமம் பலிகடாவாகிவிட்டது!

இறுதியில் தேர்த்தட்டில் மனம் ஒடிந்து யோகநிலையில் உட்கார்ந்து விட்ட துரோணரைத் திட்டத்துய்மன் வெட்டிக் கொல்கிறான்.

ஏற்கெனவே அம்பையை வாழ்விழக்கச் செய்த பீசுமர்; இப்போது பீசுமரைக் கொன்ற அம்பையாகிய சிகண்டி!

துரோணரை அவமானப் படுத்திய துருபதன்; துருபதனைப் பதிலுக்கு அருச்சுனனைக் கொண்டு அவமானப்படுத்திய துரோணர்; அதற்குப் பதிலுக்குத் துரோணரை வெட்டிக் கொன்ற துருபதனின் மகன் திட்டத் துய்மன்; அதற்குப் பதிலுக்குத் தன் தந்தையைக் கொன்ற திட்டத்துய் மனையும், பீசுமரைக் கொன்ற சிகண்டியையும் கண்டதுண்டமாக வெட்டிப் பழிவாங்கிய துரோணரின் மகன் அசுவத்தாமன்!

பழிக்குப் பழி! பழிக்குப் பழி! இதுதானே பாரதம்!

போர் என்னும் அறிவிப்புத் தொடங்கியவுடன் துரியோதனனின்மீது பற்றுக்கொண்ட இருவரை மட்டும்தான் கிருட்டிணன் நேரடியாகத் தொடர்புகொண்டு மாற்ற முயன்றான். ஒருவன் பலராமன்; இன்னொருவன் கருணன்!

பலராமன் உள்ளூரில் இருந்தால் குழப்புவான் என்பதால் கிருட்டிணன் அவனைப் போர் தொடங்கு முன்னரே தீர்த்தயாத்திரை போக வைத்து

விட்டான். கிருட்டிணனை மீறிப் பலராமனால் செயல்பட முடியாது. போர் முடிந்துதான் திரும்பி வந்தான்!

நன்றிக் கடன் என்பதை முன்வைத்தான் கருணன்! ஆனால் தருமம் என்பதுதான் முழுமையானது; நன்றி பாராட்டல் என்பது அதருமம் வெற்றிபெறத் துணையாகிவிடக் கூடாது என்று கிருட்டிணன் வாதிடுகிறான். கருணனால் அதை உள்வாங்கி யோசிக்க முடியவில்லை.

பலராமனைப் போரை விட்டு விலக்கி வைக்க முடிந்த கிருட்டிணனால் கருணனை விலக்கி வைக்க முடியவில்லை!

அறிந்தே தொடக்கம் முதல் அதருமத்திற்குத் துணையாகிறான் கருணன்!

சல்லியன் மாத்திய நாட்டு அரசன்; மாத்திரியின் உடன்பிறந்தான்; நகுல சகாதேவர்களுக்குத் தாய் மாமன்! பாண்டவர்களுக்கு உதவத்தான் வருகிறான். வழியில் துரியோதனனின் உபசரிப்பில் குப்புற விழுந்து அவன் பக்கம் சேர்ந்து, கருணனுக்குத் தேரோட்டியாகவும், கடைசி அரைநாள் கௌரவர்களின் போருக்குத் தளபதியாகவும் போர் புரிந்து உயிர் துறக்கிறான்.

விருந்து உபசரிப்புக்கூட ஒருவனை அதருமத்தின் பக்கம் நிற்க வைப்பதைப் பார்க்கும்போது தருமம் - அதருமம் குறித்த அழுத்தம் மனித மனங்களில் எவ்வளவு நொய்ம்மையாக இருக்கிறது என்பது தெரியவில்லையா?

தருமத்தை நிலைநாட்ட நடைபெறும் பாரதப் போரில் கலந்து கொண்ட வர்கள் இரு தரப்பிலும் எந்த அடிப்படையில் கலந்து கொண்டார்கள் என்று பார்த்தால் மிகவும் வியப்பேற்படும்! ஒவ்வொருவரின் பங்கேற்பிலும் சொந்தக் காரணங்கள் இருக்கின்றனவே தவிர, தருமம் குறித்த கவலை கொஞ்சமாவது இருந்ததாகத் தெரியவில்லை!

கிருபர் துரியோதனனின் பக்கம் நிற்பதற்குக் காரணம் அவர் அசுவத்தா மனின் தாய்மாமன்! அசுவத்தாமன் துரியோதனனின் நண்பன்!

விதுரர் தருமத்தைப்பற்றி இரவிலும் பேசுவார்; பகலிலும் பேசுவார்; ஆனால் செயல்திறனற்றவர். 'பாண்டவர்களிடம் நெஞ்சையும், கௌரவர்களின் அரண்மனையில் வயிற்றையும்' வைத்துக் கொண்டு வாழ்ந்தவர் என்று துரியோதனன் கேலி செய்வான்!

சகுனி துரியோதனனின் தாய்மாமன்; எல்லாத் தீங்குகளுக்கும் விளைநிலம். ஆகவே போரில் துரியோதனனின் பக்கம்தான் இருந்தாக வேண்டும்; கடைசியில் போரில் கொல்லப்படுகிறான்.

சயித்திரதன் துரியோதனனின் தங்கை துச்சளையின் கணவன்; அவனுக்குச் செக்கும் தெரியாது; சிவலிங்கமும் தெரியாது! பாஞ்சாலி

மேல் ஆசைப்பட்டு அவளைத் தேரில் கடத்த முயன்றவன்; தருமனால் மன்னித்து விடப்பட்டவன்! அவன் துரியோதனன் பக்கம்!

துரியோதனனோடு பிறந்த தொண்ணூற்றொன்பது பேரும் மாறாத விசுவாசத்தோடு அண்ணன் பக்கம்!

விராடன் அபிமன்யுவின் மாமனார்; உத்தரையின் தந்தை; இவள் கருவில் தோன்றிய பரீட்சித்தின் வழியேதான் பாண்டவர் வம்சாவளி விரிகிறது. இவன் சம்பந்தி என்னும் முறையில் பாண்டவர்கள் பக்கம்.

துருபதன் பாண்டவர்களின் மாமனார்; சிகண்டியும், திட்டத்துய்மனும் பாண்டவர்களின் மைத்துனர்கள்! இவர்கள் அனைவரும் பாண்டவர்கள் பக்கம்!

யாரும் தரும அதருமம் குறித்துச் சிந்தித்து அணி சேரவில்லை. இரத்த வழிச் சொந்தங்கள்; திருமணம் மூலம் இணைக்கப்பட்ட உறவினர்கள் என்று அந்த அடிப்படையிலேயே அணிச் சேர்க்கை நடந்திருக்கிறது.

பரீட்சித்துக்காக அவன் மகன் சனமேசயன் பூமியில் பாம்புகளே இல்லாதவாறு பழி வாங்க முனைந்தபோது, ஒரு பாம்பு சொன்னது: 'உன் வருங்காலத் தலைமுறைக்கு நீ துயரத்தை உருவாக்குகிறாய்! பழிக்குப் பழி என்பதுதான் பாரதம் முழுவதும் சொல்லப்படுகின்ற செய்தி! அந்தச் சங்கிலிக் கணுவை எங்காவது உடைத்தாலன்றி ஒருவரையொருவர் மாறி மாறிக் கொல்வது நிற்கப் போவதில்லை!'

அதை உணர்த்தவே சனமேசயனுக்கு வைசம்பாயனரால் பாரதக் கதை முழுதும் சொல்லப்படுகிறது.

மாறி மாறிப் பழிவாங்கும் சங்கிலியின் ஒரு கணு, முதன்முறையாகப் பாரதக் கதையை வைசம்பாயனரின் வழியாக முழுமையாகக் கேட்டதன் விளைவாகச் சனமேசயனால் உடைக்கப்படுகிறது. பழிவாங்கல் நின்று விடுகிறது; பாம்புகள் நிம்மதியாக மூச்சு விடுகின்றன!

காடு மண்டிக் கிடக்கும் மனித மனங்களைச் சீர் செய்ய வந்த வியாசனின் மகாபாரதம் மெல்லத் தன் மாபெரும் பணியைத் தொடங்கிவிட்டது! அது சனமேசயனை மாற்றி அமைப்பதில் தொடங்குகிறது!

பாரதத்தின் மாணப் பெரிய பெருமை மகாபாரதம்தான்!

தருமம்தான் மகாபாரதத்தின் மையச் செய்தி!

தருமம் கடைப்பிடிக்கப்படுவதற்கு எளிதான தில்லை. 'தருமம்தான் வெற்றி பெறும்; வாய்மை தான் வெற்றி பெறும்' என்று சொல்லப் பட்டாலும், இடைக்கண் முறிவுபடாமல் இறுதி வரை அதை உறுதிபடப் பற்றி நிற்பதென்பது அரிதினும் அரிதானது!

தருமன் வாக்குப் பிறழ்ச்சியை அறப் பிறழ்ச்சி யாகக் கருதியதன் விளைவாக அனுபவித்த இழப்புகள், தடைகள், அவமதிப்புகள் கொஞ்ச நஞ்சமில்லை!

பாஞ்சாலி அனுபவித்த இழிவுகள்; பதிமூன் றாண்டுகள் பாண்டவர்கள் வனவாசம் மேற் கொள்ள நேரிட்ட கொடுமை; இவற்றையெல்லாம் 'தருமம் வெல்லும்' என்னும் நம்பிக்கையை மட்டுமே அடிப்படையாகக் கொண்டு கடைப் பிடிப்பது எளிதானதா?

'பதின்மூன்றாண்டுகளுக்குப் பிறகும் துரியோதனன் நாட்டைத் திருப்பித் தரப் போவதில்லை; அப்போது நடத்தப் போகும் போரை இப்போது நடத்து' என்று பாஞ்சாலியும், வீமனும் சொன்னதற்குத் தருமன் உடன்பட வில்லை; வனவாசம் சத்திரிய தருமமல்ல; போரே சத்திரிய தருமம் என்று குந்தி கூறியதைத் தருமன் கேட்கவில்லை! தாய், மனைவி,

உடன்பிறந்தான் என்று யாரும் தருமனுக்கு ஒரு பொருட்டில்லை; தருமம்தான் அவனுக்கு எல்லாமே!

தருமத்தைப் பலவாரியாகப் பிளந்து, சத்திரிய தருமம் என்பது போன்ற வருணவாரியான கற்பிதங்களின் அடிப்படையில், பூமி எங்கும் இலங்குகின்ற, வீறு சான்ற அறத்திற்கு மாறாக நடப்பதில் தருமனுக்கு எள்ளளவும், எள் மூக்கின் நுனியளவும் உடன்பாடில்லை!

மலை பெயரினும் நிலை பெயராத் தருமனின் மனநிலைதான் கிருட்டிணனை இழுத்து வந்தது! தருமத்தைக் கடைப்பிடிப்பவன் தருமன்; அதை நிலை நாட்ட வந்தவன் கிருட்டிணன்!

மனிதன் பலவகை இயல்பூக்கங்களின் தூண்டுதல்களால் செயல் படுபவன். அச்சம் (instinct of flight), எதிர்ப்பூக்கம் (instinct of repulsion), சச்சரவிடும் ஊக்கம் (instinct of pugnacity), காமக் கிளர்ச்சி (sex instinct) என்று பலவகை ஊக்கங்கள் மனிதனைச் செயற்படுத்துகின்றன என்று உளவியல் அறிஞர்கள் கூறுவர்!

ஒருவனுக்கு ஒன்றில் நாட்டம் ஏற்படும்போது, அவன் அதை அடைய முயல்கிறான். அதற்குத் தடை ஏற்பட்டால், தடைக்குக் காரணமான வனோடு சச்சரவிடுகிறான்!

நாட்டத்தை மட்டுமே அடிப்படையாகக் கொண்டு, மாற்றான் மனைவியை, மாற்றான் உடைமையைக் கவர்ந்துகொள்ள முயல்பவன் ஒரு கட்டத்தில் தண்டனைக்குள்ளாகிறான். ஏனெனில் இது அறத்தோடு மாறுபடும் நிலை. எந்தத் தீங்கு பிறரால் நமக்கு நிகழக் கூடாது என்று விரும்பு கிறோமோ, அதே தீங்கை நாம் பிறர்க்கு நிகழ்த்தாமல் இருப்பதே அறம்!

ஆனால் துரியோதனன் இதை உடன்படுகிறவனில்லை. அவன் திரிதராட்டிரனிடம் ஒரு சத்திரியன் அல்லது மன்னன் செயல்படும் போது, 'தருமமா அதருமமா என்று சீர்தூக்கத் தேவையில்லை; தருமம், அதருமம் என்பவை எல்லாம் செயலற்றவனின் வெற்றுச் சித்தாந்தம்; அந்தச் செயல் வெற்றிக்கு இட்டுச் செல்லுமா செல்லாதா என்பதே ஆராயத் தக்கது' என்று கூறுகிறான்.

ஆனால் தருமத்தைப் புறக்கணித்து, எல்லாவற்றிலும் நீசமான வழிகளைக் கையாண்டவனைத் தருமம் இறுதியில் வீழ்த்தியது; தொடை பிளக்கப்பட்டு மாண்டான். கோரமான சாவு! இது அவனே வித்திட்டுப் பயிராக்கி வளர்த்தது; அவனுடைய பயிரை அவனே அறுவடை செய்து கொண்டான்!

நன்மைக்கும் தீமைக்கும், தருமத்திற்கும் அதருமத்திற்கும் ஏற்பட்ட பிணக்கு; அதன் காரணமாகப் போர்; அதன் முடிவு; இவையே மகா பாரதத்தின் சாரம்!

ஆனால் தருமம் என்பது மிக நுட்பமாக அறியப்படுவதாக இருக்கின்ற அதே வேளையில், சாதாரணக் கடமைகளும் பணிகளும்கூட மகா பாரதத்தில் தருமம் என்னும் பெயரிலேயே பரந்துபட்டுப் பேசப்படுகின்றன!

தவ வாழ்க்கையினனான சரத்காரு என்னும் ஒரு பார்ப்பனன் வாசுகியின் தங்கையான மானசாவை மணம் முடித்துக் கொண்டிருக்கிறான்! ஒரு நாள் பிற்பகலில் தன் துணைவி மானசாவின் மடியில் விருப்போடு முகம் புதைத்து ஆழ்ந்து உறங்கிக் கொண்டிருக்கிறான். கதிரவன் சாயத் தொடங்குகிற நேரம்! அவன் எழுவதுபோல இல்லை! சந்தியா வேளையில் ஒரு பார்ப்பனன் செய்ய வேண்டிய கடமைகளைச் செய்ய வேண்டும்; இல்லாவிடில் அது தருமம் தவறிய குற்றமாகும்! ஆனால் அந்தப் பார்ப்பனனோ குணம் போதாதவன்; சடக்கென்று கோபம் கொள்ளும் இயல்பினன்!

ஆகவே பயந்து தயக்கத்தோடு எழுப்புகிறாள்! சந்தியா வேளையில் ஒரு பார்ப்பனன் செய்ய வேண்டிய சமயக் கடமைகளைச் செய்யத் தவறி விட்டால், தருமம் தவறிய குற்றம் வந்துவிடுமே என்று எழுப்பியதாக அச்சத்தோடு கூறுகிறாள்!

மகாபாரதத்தில் சாதாரணமாகச் செய்யப்படுகின்ற சடங்குகள், நித்திய பூசை முறைகள்கூடத் தருமமாகப் பேசப்படுவதுண்டு!

கருணன் மிக உயர்ந்த தருமமான நன்றி பாராட்டலைக் கடைப்பிடிக்கும் அதே வேளையில், அதருமத்தை வலிமைப்படுத்தும் விதமாகத் துரியோதனன் பக்கம் நிற்பதைக் கிருட்டிணன் சுட்டிக் காட்டுகிறான். தருமம் நுண்மையாக விவாதிக்கப்படும் இடம் இது!

உண்மைதான் பேச வேண்டும்; எந்த உயிரையும் கொல்லல் கூடாது என்பன போன்ற நிலையான அறங்களும் மகாபாரதத்தில் பேசப்படு கின்றன; அதே சமயத்தில் ஒரு குறிப்பிட்ட காலத் தேவையை நிறைவு செய்வதற்காக வந்த எளிய விதிகளும் மகாபாரதத்திலே தருமங்கள் என்றே பேசப்படுகின்றன!

'அறத்தாறு' (குறள் 46) என்று தொடங்கும் குறளுக்குப் பதினாறு அறங்களை ஒரு தொகுதியாகக் காட்டுவான் உரையாசிரியன் தேவநேயப் பாவாணன். அன்புடைமை, விருந்தோம்பல், இனியவை கூறல், செய்ந்நன்றியறிதல், நடுநிலைமை, அடக்கமுடைமை, ஒழுக்க முடைமை, பிறனில் விழையாமை, பொறையுடைமை, அழுக்காறாமை, வெஃகாமை, புறங்கூறாமை, பயனில சொல்லாமை, தீவினையச்சம், ஒப்புரவறிதல், ஈகை!

திருக்குறளில் அறத்துப் பால் என்பது அறத்தின் விளக்கமே! பொருளும், காமமும் அறத்திற்கு உட்பட்டவையே! மனித வாழ்வின் எந்தப் பகுதியும் அறத்தை மீறி இல்லை!

மனித வாழ்வின் குறிக்கோள் இன்பத்தைத் தேடுவதே என்னும் மேலை நாட்டு மெய்ப்பொருளியலார் கருத்தை, 'ஆமாம்; இன்பம்தான்' என்று உடன்பட்டு, ஆனால் 'அறத்தான் வருவதே இன்பம்' (குறள் 39) என்று, இன்பத்திற்குப் புதிய விளக்கம் கொடுப்பான் வள்ளுவன்! மகா பாரதத்தின் நிலைப்பாடும் அதுதான்! இந்தியப் பெருநூல்கள் அனைத்தும் அறத்தை மையங் கொண்டவைதாம்!

இந்த அறத் தொகுதியில் 'அழுக்காறு' என்னும் அறக் குற்றத்திற்கு ஆட்பட்டு அழிந்தவன் துரியோதனன்; அழுக்காற்றை மட்டுமன்று; எல்லாக் குறைகளையுமே குணமாகக் கொண்டவன் அவன்!

மகாபாரதத்தில் தருமம் என்பது விரிந்த பொருளில் பல நடைமுறை களைப் பற்றிய வரையறைகளையும் உள்ளடக்கிச் செல்கிறது.

குந்தியையும், மாத்திரியையும் மாற்றாரைக் கூடிக் கருவுறுமாறு பாண்டுவே பரிந்துரைப்பதும், தானே தன் தந்தையான விசித்திர வீரியனின் சொந்தப் பிள்ளை இல்லை என்று எடுத்துரைப்பதும், சுவேத கேதுதான் இது குறித்த சட்டத்தை வகுத்தவன் என்று சொல்வதும், அந்தச் சுவேதகேது தன் தந்தைக்குப் பிறந்தவனில்லை என்று சொல்வதும், ஒழுக்கக் கேட்டைப் பெருக்கும் நோக்கம் கொண்டவையல்ல! ஒழுக் கங்கள் காலத்திற்குக் காலம் வேறுபடுகின்றன! அன்றைய மணவாழ்வின் தலையாய நோக்கம் இனப்பெருக்கமே! போரும் கொள்ளை நோயும் மலிந்த காலத்தில் தன் வழியாகவோ, இயலாவிடின் யார் வழியாகவோ குலம் பெருகுவதே இன்றியமையாததாகக் கருதப்பட்டது!

அவை எல்லாக் காலங்களுக்கும் உரிய தருமங்களா? இல்லை! ஒவ்வொரு காலமும் தன் தேவைக்கேற்றவாறு விதிமுறைகளை வகுத்துக் கொள்கின்றது!

ஆகவே இவை முதலறங்களாகா; சார்பறங்களாகவே கருதத்தக்கன! எந்தப் பற்றாக்குறை அல்லது நெருக்கடி காரணமாக இந்த முறைகள் நடைமுறைக்கு வந்தனவோ, அந்தப் பற்றாக்குறை நீங்கும்போது இந்தச் சார்பறங்களும் நீங்கிவிடும். ஆயினும் முதலறங்கள் காலத்தை வென்று நிற்கும் தன்மையன. இவை அரசியல் சாசனத்தின் அடிப்படை விதிகள் (fundamental rights) போன்றவை! அவை மாறாதன!

'அகிம்சா பரமோ தர்மா' என்பது முதலறம்; நிலையான தருமம்! அது போலவே வாய்மை போன்ற இன்ன பிற தருமங்களும்! முதலறங்களும் சார்பறங்களும் எல்லாச் சமுதாயங்களிலும் உண்டு!

அதுபோல 'ஆபத்துத் தருமம்' என்னும் நிலைப்பாடு மகாபாரதத்தில் உண்டு. பன்னிரண்டாண்டுகள் மழை பொழியவில்லை; எங்கும் வறட்சி; பஞ்சம் தலைவிரித்தாடுகிறது!

பல நாட்களுக்கு ஒரு முறைதான் பலர் எதையாவது உண்ண முடிகிறது! இந்த நிலையில் திரிசங்கு சொர்க்கத்தையே படைக்க முடிந்த விசுவா மித்திரர் எங்காவது சோறு கிடைக்காதா என்று அலைகிறார்! தொலை தூரத்தில் ஏதோ ஒன்று வேகின்ற வாசனை இவர் மூக்கில் மோதுகிறது! தருமத்தின் பாதையைவிடக் குழம்பு வாசனை வருகின்ற பாதையே இப்போது அவருக்கு உயர்வானதாக இருக்கிறது; உயிர் வாதை அத்தகையது!

ஒரு குடிசை திறந்து கிடக்கிறது; அதற்குச் சொந்தக்காரனான சண்டாளன் வெளியே சென்றிருக்க வேண்டும்; நாய் உரித்த தோல் அருகே கிடக்கிறது; நாய்க்கறி கமகமவென்று வெந்து கொண்டிருக்கிறது!

ஆன்றவிந்து அடங்கிய கொள்கைச் சான்றோரான விசுவாமித்திரர் அகப்பையால் நாய்க்கறியைக் கிண்டுகிறார்; நாக்கில் நீர் ஊறுகிறது! எடுத்து உண்ணத் தொடங்கி விடுகிறார்! நாயாவது? பேயாவது? பேய்க்கறி என்றாலும் விசுவாமித்திரர் விடுவதாக இல்லை! அவருடைய உடலும் உயிரும் தவிப்பு அடங்கும் வேளையில் சண்டாளன் உள்ளே நுழைகிறான்; அவனுக்கு நிலைமைகள் புரிகிறது!

'ஒரு சண்டாளனின் குடிசைக்குள் நுழைந்து, அவன் தனக்காகச் சமைத்திருந்த நாய்க்கறியைத் திருட்டுத்தனமாக உண்ணலாமா? இதுதான் தருமமா?' செருப்பால் அடித்ததுபோல் அந்தச் சண்டாளன் கேட்கிறான்.

'உங்கள் தருமத்தின்படி தொடத் தகுதியற்றவன் சண்டாளன்; அந்தச் சண்டாளன் கையால் தொட்டுச் சமைத்த நாய்க்கறி; அதையும் கேட்டு உண்ண வேண்டும் என்னும் நாகரிகம்கூட இல்லாமல் திருட்டுத் தனமாகத் தின்று முடித்துவிட்டு நிற்கிறீர்களே; உங்கள் சாத்திரங்கள் செத்து விட்டனவா?'

விசுவாமித்திரர் சொல்கிறார்: 'ஆபத்துக்குப் பாவமில்லை! நீ அடுக்கி அடுக்கிச் சொல்லியபடி எல்லாமே தருமத்திற்கு மாறானவைதாம்! ஆயினும் உயிர் எல்லாவற்றையும்விட மேலானது! வரையறைகளின் படி மட்டுமே வாழ்வேன் என்னும் பிடிவாதத்தால் உயிரைப் போக்கிக் கொண்டு விடுவோமேயானால், உயிர் பெற்ற பயனை அடைய முடியாமல் போகும்! நெருக்கடிகள், பஞ்சம் இவையெல்லாம் தற்காலிகமானவை! நீடித்து நிலைத்து நின்று பயனடைய வேண்டிய உயிரை ஒரு 'பஞ்சத்திற்காகப்' போக்கிக்கொள்ள முடியாது! மழை

வரும்; பயிர் தழைக்கும்; பஞ்சம் நீங்கும்; ஆனால் போக்கிக் கொண்டு விட்டால், போன உயிர் திரும்பாது! தற்காலிகமாக ஏற்படும் இடர்ப் பாடுகளுக்காக அரிய உயிரைப் போக்கிக் கொள்ள முடியாது; இதை உணர்ந்த சாத்திரங்கள் 'ஆபத்துத் தருமம்' என்னும் விதிவிலக்கை வகுத்திருக்கின்றன; அது உனக்குப் புரியாது!'

விசுவாமித்திரர் சண்டாளனைப் பார்த்துப் புன்முறுவல் செய்துவிட்டுப் புறப்படுகிறார்!

எந்த ஒரு விதிக்கும் புறனடை உண்டு! விதி என்று ஒன்று இருந்தால் அதற்கு ஒரு விலக்கு இருக்கும்! இது உலக நடைமுறை!

எந்த நிலையிலும் தருமத்திற்கு மாறில்லாமல் நடக்கிறவர்கள் பாண்ட வர்கள்; அவர்களிலும் குறிப்பாகத் தருமபுத்திரன்!

குருச்சேத்திரப் போரில் சில அதருமங்கள் அரங்கேறின. அவை துரியோ தனாதிகள் பக்கம் அரங்கேறி இருந்தால் வியப்பில்லை. துரியோ தனாதிகள் பக்கம் தருமங்கள் அரங்கேறி இருந்தால்தான் வியப்பு; ஆனால் பாண்டவர்கள் பக்கம் அந்த அதருமங்கள் அரங்கேறின!

பீசுமர் பரசுராமனால்கூட வெல்லப்பட முடியாதவர்; சாகும் நாளைத் தீர்மானித்துக்கொள்ளும் வரம் பெற்றவர்! வலிமையானவர்; அறப் பாகு பாட்டினை அறிந்தவர்; அவர் அதருமத் துரியோதனன் பக்கம் நிற்பது அதருமமில்லையா?

துரோணரால் பிரும்மாத்திரம் ஏவப்பட இருந்த நிலையில், தருமன் பொய் சொல்லிப் போக்கை மாற்றுகிறான்! பிருமாத்திரம் ஏவப்பட்டிருந் தால், பாண்டவர் தரப்புத் துடைத்தெறியப்பட்டிருக்கும்! 'தருமமே வெல்லும்' என்னும் பொய்யாமொழி பொய்மொழி ஆகியிருக்கும்! அதருமம் மீண்டும் அரியணை ஏறியிருக்கும்!

அதருமக் குழப்பமென்றால் என்ன என்று பாரதி விளக்குகிறான்!

> தருமம் அழிவெய்தச் சத்தியமும் பொய்யாக
> பெருமைத் தவங்கள் பெயர் கெட்டு மண்ணாக,
> வானத்துத் தேவர் வயிற்றிலே தீப்பாய
> மோனமுனிவர் முறைகெட்டுத் தாமயங்க,
> வேதம் பொருளின்றி வெற்றுரையே ஆகி விட
>
> *(பாரதி, பாஞ்சாலி சபதம் II, 17: 48)*

தருமத்திற்கும் அதருமத்திற்கும் நடக்கும் போரில் அதருமத்திற்காகப் போரிடும் கருணனிடம் நாகாத்திரம் இருக்கிறது; துரோணரிடம் பிரும் மாத்திரம் இருக்கிறது!

துரோணரின் பிரும்மாத்திரத்தால் முழுப் படையும் அழிவது ஏற்புடையதா? தருமன் ஒரு பொய் சொல்லித் துரோணரை ஊக்கமிழக்கச் செய்வது ஏற்புடையதா? அந்தப் பொய்யால் ஏதாவது உயிரிழப்பா? உடைமையிழப்பா? இலக்கணப்படி அது பொய்! அவ்வளவுதானே!

பெரிய நன்மையைக் கருதிச் சொல்லப்படுகின்ற பொய் மெய்யின் இடத்தாகவே கருதப்படும் என்றானே பொய்யில் புலவன் வள்ளுவன்!

பொய்ம்மையும் வாய்மை யிடத்த புரைதீர்ந்த
நன்மை பயக்கும் எனின் (குறள் 292)

பொய் என்பதும் மெய் என்பதும் சொல்லளவால் இல்லை; அது ஏற்படுத்தும் விளைவுகள் சார்ந்ததுதானே! அதருமத்தை அரியணை ஏற்றத் துரோணர் ஏவப்போகும் பிரும்மாத்திரத்தை மறிக்க ஒரு பொய்யென்ன? ஓராயிரம் பொய் சொன்னாலும் என்ன குற்றம்? தருமன் ஒரு பொய்யையும் சொல்ல மறுத்து அதருமம் அரியணை ஏற இடங் கொடுப்பது நல்லதா? அல்லது விதிவிலக்காக ஒரு பொய்யைச் சொல்லித் தருமம் அரியணை ஏறுவது நல்லதா?

அந்தப் பொய்யினால் பிரும்மாத்திரம் செயற்படுத்தப்படா நிலை ஏற்பட்டுப் பல்லாயிரம் உயிர்கள் காப்பாற்றப்பட்டிருக்கும்போது, அதைப் பொய்யென்று எவ்வாறு கருத முடியும்?

‘ஆபத்துத் தருமம்’ விதிவிலக்காக சில அற விலகல்களை ஏற்றுக்கொள் கிறதே! விலகல்களையே அறமாகக் கொண்டவன் துரியோதனன்; ஆபத்திற்கு விலகியவன் தருமன்! இரண்டும் ஒன்றா?

வெற்றிதான் முக்கியம் என்று அதருமத்தைக் கடைப்பிடிப்பதையே வாழ்க்கை முறையாகக் கொண்ட நீ, விதிவிலக்காகத் தருமன் அதை ஒருமுறை கடைப்பிடித்தபோது, ‘இது தருமமா’ என்று கூக்குரலிடு கிறாயே ?

எந்தப் பொய்யனும் தன்னிடம் யாரும் பொய் கூறுவதை விரும்பு வதில்லை; எந்தத் திருடனும் தன் வீடு திருடப்படுவதை விரும்பு வதில்லை. அதுதான் துரியோதனனின் அலறலுக்குக் காரணம்!

அதருமம் உனக்கெதிராக ஒருமுறை கடைப்பிடிக்கப்பட்டதற்கே அதனுடைய வெப்பத்தை உன்னால் தாங்க முடியவில்லையே! வாழ்நாளெல்லாம் பாண்டவர்களுக்கெதிராக அதைக் கடைப்பிடித் தாயே, அதை இப்போதாவது உணர முடிகிறதா?

தன்னுடைய அழிவுக்குக் காரணம் அதருமம் என்று கடைசி நேரத்திலா வது துரியோதனன் உணர்ந்தானா? சாகப் போகும் நேரத்தில்கூட அசுவத்

தாமனுக்குத் திருமுழுக்குச் செய்வித்துத் தலைமை ஏற்கச் செய்து அழிவை நோக்கிச் செலுத்துகிறானே!

தங்களின் அழிவுக்குக் காரணம் தங்களின் அறக்கேடுதான் என்று கடைசிவரை உணரும் தன்மையில்லாத மூர்க்கர்கள் இரண்டு பேர்! ஒருவன் இராவணன்; இன்னொருவன் துரியோதனன்!

தருமம் மிக நுட்பமானது; உள்முரண்கள் உடையது; தருமனே அதை நூற்றுக்கு நூறு கடைப்பிடிக்க முடியவில்லை! அதற்காகத் தருமத்தைத் தன்னினைவில்லாமல் ஒரு பங்கு கடைப்பிடித்த துரியோதனனும், தன்னினைவோடு தொண்ணூற்றொன்பது பங்கு கடைப்பிடித்த தருமனும் ஒன்றாவார்களா?

நல்லதன் கலப்புத் துளியாவது இல்லாத முழுத் தீமையும் உலகில் கிடையாது! தீயதன் கலப்பு துளியாவது இல்லாத முழுநன்மையும் உலகில் கிடையாது!

கருந்தாளில் ஒரு சிறு வெள்ளைப்புள்ளி; வெள்ளைத்தாளில் ஒரு சிறு கரும்புள்ளி! இதுதான் உலகப் பேரறிவுகளில் ஒன்றான சீனத்துத் தாவோயியத்தின் (Taoism) அடிப்படைத் தத்துவம்!

எதிரெதிர்த்தன்மை உடையதாக உலகில் அனைத்தும் விளங்குகின்றன! நிழலின் சாயலில்லாத வெளிச்சம் எங்கே இருக்கிறது? அதுபோல் தீமையின் சாயல் துளியாவது இல்லாத நன்மை எங்கே இருக்க முடியும்?

இதன் முழுவிளக்கம்தான் மகாபாரதம் நிலைநிறுத்த விரும்பும் தருமம்; அந்தத் தருமத்தின் முழுவிளக்கம்தான் தருமனும், கிருட்டிணனும்!

தருமத்தின் போக்கை, அதன் நுட்பத்தை, அதன் உள்முரண்களை எவ்வளவு துல்லியமாக அறிய முடிந்திருந்தால், அதை நடைமுறைப் படுத்த ஒரு தருமனையும், அதை நிலைநிறுத்த ஒரு கிருட்டிணனையும் வியாசனால் படைத்திருக்க முடியும்!

ரிக் வேதம் வெளிப்படுத்தும் அடிப்படையான சிந்தனை ‘ரிதம்’; ஒரு லயம்; ஒரு பிரபஞ்ச ஒழுங்கு! பகலை ஒரே மாதிரியாக இருட்டு விரட்டுவதும், ஒரு பருவத்தை அடுத்த பருவம் மாறுதலின்றித் தொடர்வதும், பிறப்பு இறப்பில் முடிவதும், இப்படி இயற்கையும், உயர்திணை மற்றும் அஃறினை உயிரினங்களும், உலக இயக்கமும் ஓர் ஒழுங்குக்கு உட்பட்டிருக்கின்றன.

அந்த ஒழுங்கை மீறினால் இயற்கையின் சமநிலைகுலையும்! அந்த மீறலை இயற்கை அனுமதிப்பதில்லை; ஆகவே மீறல்கள் கடுமையாகத் தண்டிக்கப்படுகின்றன!

அறம் என்பது அத்தகையதொரு ஒழுங்கே; அந்த ஒழுங்கைக் குலைப்பது சமநிலையைக் குலைப்பதாகும்! அத்தகைய மீறல் வெல்வதுபோல் தோன்றுகிறதே தவிர, அது அழிவிலேயே முடிவடைகிறது.

அப்படியானால் மீறலின்மீது செயல்படுவது எது? உலகம் முழுவதும் அது பலவகையாகக் கொள்ளப்பட்டிருந்தாலும், இந்தியாவில் அது 'அறம்' என்றே அறியப் படுகிறது.

அறம் தெய்வ வீறு உடையது; விலகலையோ மீறலையோ அது தண்டிக் காமல் விடுவதில்லை.

பாதிக்கப்பட்டவன் வலிமையற்றவனாய் இருப்பினும், அவனுக்காகப் பரிந்து நிற்கும் தன்மையது அறம்!

நியாயமாகத் துரியோதனன் தேடிய பகை தருமனின் பகையே; தேடாமலே வந்த பகை அறத்தின் பகை!

துரியோதனின் அறப்பகைதானே கிருட்டிணனையும் பகையாக்கியது!

தருமனுக்குக் கிருட்டிணனைத் தெரியுமா?

கிருட்டிணன் தேடிவந்து குந்தியை 'அத்தை' என்று உறவு பாராட்டி ஒட்டிக்கொள்ளவில்லையா?

அறத்தின் போக்கு அதுதான்!

காக்கப்பட வேண்டியவனின் வீட்டுக்குத் தானாகவே வழி விசாரித்துச் செல்லும் இயல்புடையது அறம்!

மலை மிகவும் பெரிது; கடலின் ஆழம் அறிதற்கு அரிது; வானமோ அளவுபடாத் தன்மை கொண்டது! இவையனைத்தும் நம்மைத் திகைப்பிலும் வியப்பிலும் ஆழ்த்துபவை! ஆனால் இவை அனைத்தினும் மிகப் பெரிது வியாசனின் அறிவு; அவனுடைய படைப்புத் திறன்!

பாரதத்தின் பெருமை கிழக்கும் மேற்குமாக அகன்று, தெற்கும் வடக்குமாக நீண்டுகிடக்கும் அதன் நிலப்பரப்பா? இல்லை! வேதவியாசனின் மகாபாரதம்தான்!

www.ingramcontent.com/pod-product-compliance
Lightning Source LLC
LaVergne TN
LVHW100348181026
850499LV00037B/388

* 9 7 8 9 3 5 1 3 5 1 8 2 5 *